AF653586

'मी मलाला' पुस्तकास पारितोषिक जाहीर

राधाबाई हरीभाई देशपांडे यांच्या नावे सुप्रिया वकील अनुवादीत 'मी मलाला' या पुस्तकाला पारितोषिक जाहीर.

आपल्यापैकी अनेकजण संपूर्ण आयुष्यातसुद्धा जे पाहू, अनुभवू वा कल्पना करू शकणार नाहीत, ते मलाला युसुफजई या अवघ्या १६ वर्षांच्या मुलीनं अनुभवलं आहे. या तरुण कार्यकर्तीनं पाकिस्तानमध्ये मुलींच्या शिक्षणाच्या हक्कासाठी दिलेला लढा स्फूर्तिदायी आहे. ही कहाणी आहे हे जग अधिक चांगले बनवण्याचा खंबीर निर्धार असलेल्या निडर मुलीची.

– द वॉशिंग्टन टाइम्स

आभाळाएवढ्या उत्तुंग मुलीची कहाणी

– जावेद आनंद

(सहसंपादक कम्युनलिझम कॉम्बॅट व जनरल सेक्रेटरी
मुस्लिम्स फॉर सेक्युलर डेमॉक्रसी)

आवर्जून वाचावे असे पुस्तक. 'आय ॲम मलाला' वाचकाला शिक्षणाचे मोल, त्याचे सामर्थ्य सांगते.

– ऑनलाइन लर्निंग इनसाइट्स

अक्षरशक्तीसाठी झुंजणाऱ्या मुलीची गोष्ट

महाराष्ट्र टाइम्स, १६ ऑगस्ट २०१५

मलाला होणार जगाची शांतिदूत

महाराष्ट्र टाइम्स ९-४-२०१७

नोबेल शांतता पुरस्कार मिळालेल्या वयाने
सर्वांत लहान मुलीचे आत्मकथन

मी मलाला

शिक्षणाचा पुरस्कार करणाऱ्या व
तालिबानच्या गोळ्या झेलणाऱ्या मुलीची कहाणी

लेखक
मलाला युसूफजई

सहलेखक
क्रिस्टिना लॅम्ब

अनुवाद
सुप्रिया वकील

मेहता पब्लिशिंग हाऊस

✆ +91 020-24476924 / 24460313 / Mob. No. 9545000513

Email : production@mehtapublishinghouse.com

Website : www.mehtapublishinghouse.com

I AM MALALA by MALALA YOUSAFZAI

Translated into Marathi Language by Supriya Vakil

मी मलाला / अनुवादित आत्मकथन

अनुवाद : सुप्रिया वकील

Email : author@mehtapublishinghouse.com

संस्थापक : सुनील अनिल मेहता

प्रकाशक : मेहता पब्लिशिंग हाऊस प्रा. लि.,
१९४१ सदाशिव पेठ, माडीवाले कॉलनी, पुणे ४११०३०.

मुद्रक : ट्रिनिटी ॲकॅडमी फॉर कॉर्पोरेट ट्रेनिंग लिमिटेड

मुखपृष्ठ : लिटील ब्राऊन ॲन्ड कंपनी यांच्या सौजन्याने

प्रकाशनकाल : मे, २०१५ / डिसेंबर, २०१६ / पुनर्मुद्रण : ऑगस्ट, २०२३

किंमत : ₹ ३९५

P Book ISBN 9788184987256

E Book ISBN 9789353172336

E Books available on : amazonkindle Apple Books Google Play Books

---

अन्यायाचा सामना करणाऱ्या आणि त्याबद्दल
ज्यांचा आवाज
बंद केला गेला अशा
सर्व मुलींना...
आपल्या सगळ्या जणींचा आवाज ऐकला जाईल

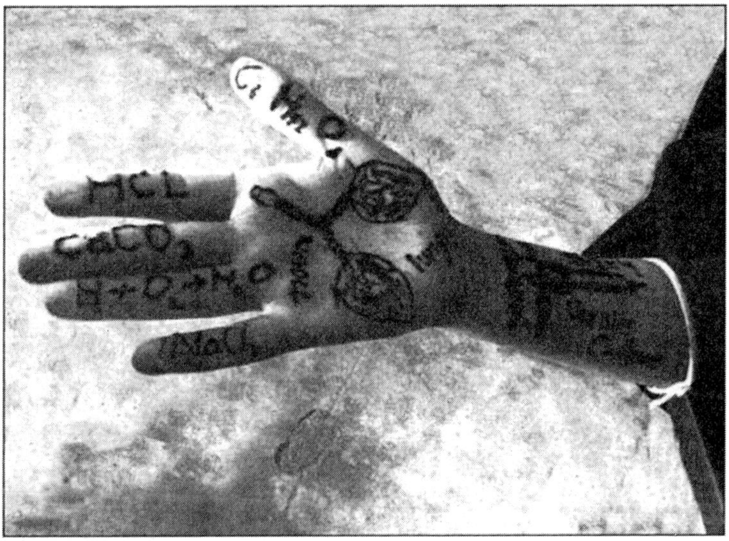
HCL
$CaCO_3$
NaCl

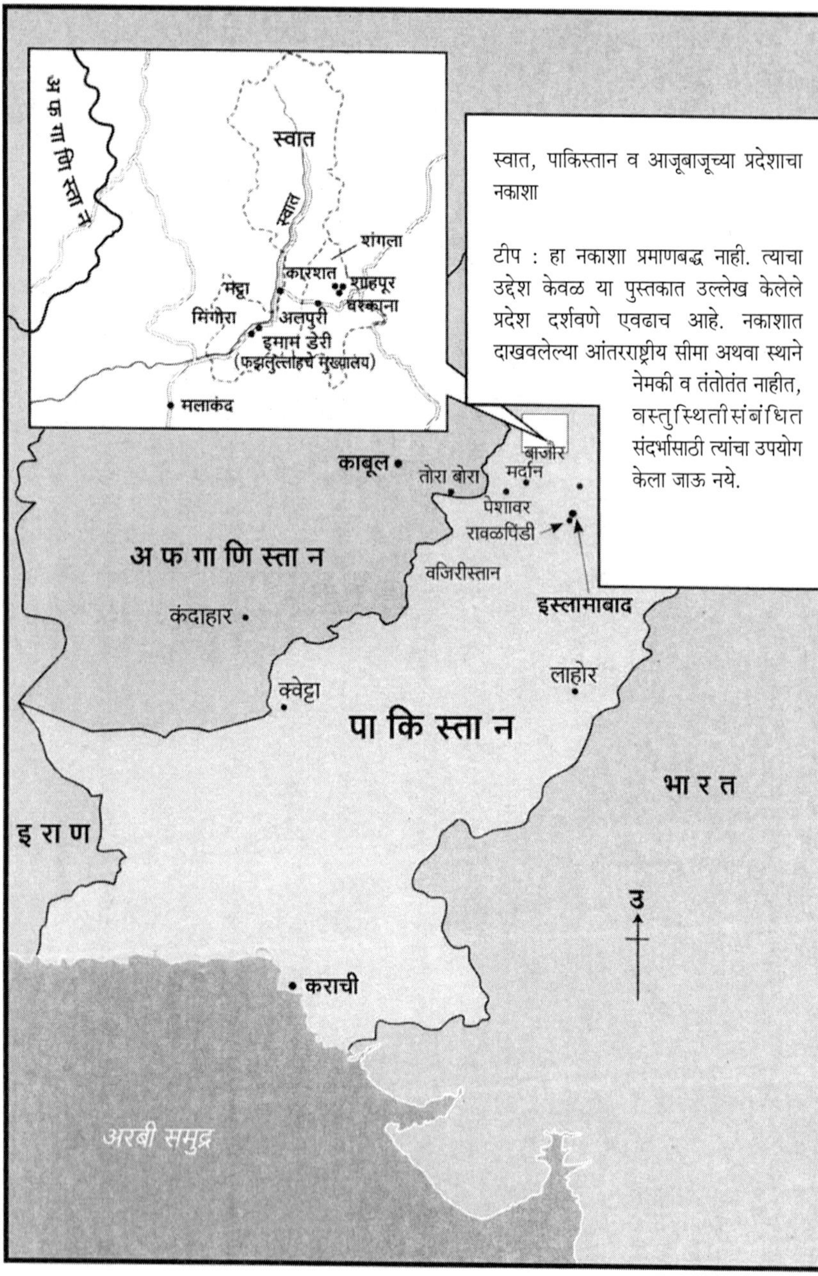

स्वात, पाकिस्तान व आजूबाजूच्या प्रदेशाचा नकाशा

टीप : हा नकाशा प्रमाणबद्ध नाही. त्याचा उद्देश केवळ या पुस्तकात उल्लेख केलेले प्रदेश दर्शवणे एवढाच आहे. नकाशात दाखवलेल्या आंतरराष्ट्रीय सीमा अथवा स्थाने नेमकी व तंतोतंत नाहीत, वस्तुस्थिती संबंधित संदर्भासाठी त्यांचा उपयोग केला जाऊ नये.

अनुक्रमणिका...

उपोद्घात

माझं जग बदलून टाकणारा दिवस

माझ्या देशाची निर्मिती मध्यरात्री झाली होती. माझ्या देहातून प्राण जवळपास बाहेर पडलाच होता ती मध्यान्हीची वेळ होती.

एक वर्षापूर्वी मी शाळेत जाण्यासाठी घराबाहेर पडले ते पुन्हा कधी घरी परतलेच नाही. तालिबानच्या गोळीने माझा वेध घेतला आणि मला बेशुद्धावस्थेत पाकिस्तानबाहेर नेण्यात आलं. काही लोक म्हणतात की, मी कधीही घरी परत जाऊ शकणार नाही. पण माझा ठाम विश्वास आहे की, मी घरी परत जाणार आहे. तुमचं ज्या देशावर प्रेम आहे, तिथून घायाळ होऊन बाहेर पडण्याची वेळ कुणावरही येऊ नये.

आता, रोज सकाळी मी डोळे उघडते तेव्हा माझी जुनी खोली पाहण्याची आस मनात असते... खोलीत सगळीकडे गच्च भरलेल्या माझ्या वस्तू, जमिनीवर सगळीकडे पसरलेले माझे कपडे, शेल्फमध्ये ठेवलेली, मला शाळेत मिळालेली बक्षिसं... पण मी आत्ता माझ्या प्रिय मातृभूमीच्या – पाकिस्तानच्या – वेळेपेक्षा पाच तास मागे असणाऱ्या देशात आहे. माझं घर स्वात खोऱ्यात आहे. पण माझा देश या देशाच्या कित्येक शतकं मागे आहे. इथे तुम्ही म्हणाल त्या सोयीसुविधा आहेत. प्रत्येक नळाला पाणी येतं; तुम्हाला हवी तशी थंड वा उबदार हवेची सोय आहे. रात्रंदिवस कधीही एक खटका दाबला, की उजळून टाकणारी वीज आहे; इथे कंदील-चिमण्या लावण्याची गरज नाही, स्वयंपाकासाठी ओव्हन आहेत, त्यामुळे कुणाला बाजारातून गॅस सिलिंडर आणायला जावं लागत नाही. इथे सगळ्या गोष्टी इतक्या आधुनिक आहेत की, आपल्याला तयार अन्नाची पाकिटंसुद्धा

मिळू शकतात.

मी माझ्या घराच्या खिडकीत उभी राहून बाहेर नजर टाकते तेव्हा मला उंचच उंच इमारती दिसतात, शिस्तबद्ध रांगांतून धावणाऱ्या वाहनांनी गजबजलेले लांबच लांब रस्ते दिसतात, आखीवरेखीव हिरवी कुंपणं व हिरवळ दिसते आणि सुबक पदपथ दिसतात. मी डोळे मिटून घेते आणि क्षणभर मी जणू माझ्या खोऱ्यात परत जाते... बर्फाचे मुकुट घातलेले उंचच उंच पर्वत, वाऱ्यावर लहरणारी हिरवीगार शेतं आणि प्रसन्नपणे खळाळत वाहणाऱ्या निळ्याशार नद्या... आणि स्वातमधले लोक... त्यांच्याकडे पाहताना माझं मन पुलकित होतं. मग मी शाळेत जाते. तिथे माझ्या मैत्रिणींना, शिक्षकांना भेटते. माझ्या सख्ख्या मैत्रिणीला, मोनिबाला भेटते, मग आम्ही दोघी एकत्र बसतो आणि आमच्या गप्पा-हास्यविनोद सुरू होतात... जणू मी कायम तिथेच होते, तिथून कधी दूर गेलेच नाही असं वाटतं...

आणि माझ्या लक्षात येतं... मी इंग्लंडला बर्मिंगहॅममध्ये आहे!

माझं अवघं आयुष्यच बदलून टाकणारा दिवस होता – ९ ऑक्टोबर, २०१२; मंगळवार. तो दिवस काही फार छान वगैरे नव्हता, कारण शाळेत परीक्षा सुरू होत्या. अर्थात मी अभ्यासू असल्यामुळे माझ्या काही मैत्रिणींइतका मला परीक्षेचा बाऊ वाटायचा नाही.

त्या दिवशी सकाळी, आम्ही नेहमीप्रमाणे हाजीबाबा रोडवरच्या अरुंद धुळकट गल्लीत आलो. भडक रंगांनी रंगवलेल्या, डिझेलचा धूर सोडत फुरफुरणाऱ्या रिक्षांची रांग नेहमीप्रमाणे होतीच. एकेका रिक्षात पाच किंवा सहा मुली दाटीवाटीनं कोंबलेल्या असायच्या. तालिबानच्या काळात आमच्या शाळेचा फलक काढून टाकला होता. लाकडाच्या वखारीलगतच्या शुभ्रधवल भिंतीतल्या नक्षीदार पितळी प्रवेशद्वारामागे काय सुरू आहे, याची बाहेरून कल्पना यायची नाही.

आम्हा मुलींच्या दृष्टीने ते दार म्हणजे आमच्या स्वत:च्या अशा खास विश्वाचं जादूई प्रवेशद्वार होतं. आम्ही तिथून आत आलो की, डोक्याला बांधलेला रुमाल भिरकावून द्यायचो... वाऱ्याने ढगांना बाजूला सारून सूर्यकिरणांना वाट करून द्यावी तसं... आणि मग आमची तिथल्या पायऱ्यांवरून पळापळी सुरू व्हायची. त्या पायऱ्या चढून वर गेलं की, खुलं पटांगण होतं आणि तिथेच सर्व वर्गांची दारं उघडायची. आम्ही पाठीवरची दप्तरं आपापल्या वर्गांमध्ये ठेवून 'असेम्ब्ली'साठी एकत्र जमायचो. वर खुलं आकाश आणि पाठीमागे पर्वतरांगा... आम्ही 'सावधान'मध्ये उभ्या राहायचो.

मग एक मुलगी आदेश द्यायची, "अस्सान बाश!" (विश्राम)
मग आम्ही ठपकन टाचा आपटत म्हणायचो, "अल्लाह."
मग ती म्हणायची, "होऽ शिऽ यार!" (सावधान)
आम्ही पुन्हा टाचा ठपकन आपटत म्हणायचो, "अल्लाह."

ही शाळा माझ्या वडिलांनी माझ्या जन्माच्या आधी सुरू केली होती. तिथे भिंतीवर वरच्या बाजूला 'खुशाल स्कूल' अशी लाल-पांढऱ्या रंगात रंगवलेली अक्षरं अभिमानाने झळकत होती. आमची आठवड्यातून सहा दिवस सकाळची शाळा असायची. मी १५ वर्षांची होते. नववीत शिकत होते... वर्गात रासायनिक समीकरणं घोकणं किंवा उर्दू व्याकरणाचा अभ्यास, इंग्रजीमध्ये – अति घाई संकटात जाई – अशासारखं तात्पर्य सांगणाऱ्या गोष्टी लिहिणं किंवा रक्ताभिसरणाच्या आकृत्या काढणं असे उपक्रम सुरू असायचे. माझ्या वर्गातल्या बहुतेकशा मुलींना 'डॉक्टर' व्हायचं होतं. ही गोष्ट कुणाला 'धोक्याची' वाटू शकेल असा विचारसुद्धा मनात येणार नाही, पण शाळेच्या दाराबाहेर गजबजत्या मिंगोरातील वर्दळीखेरीज 'मुलींनी शाळेत जाऊ नये' असं मानणाऱ्या तालिबानसारख्या प्रवृत्तीही होत्या.

त्या दिवशी सकाळ नेहमीसारखीच उजाडली होती, फक्त सुरुवात नेहमीपेक्षा जराशी उशिरा झाली होती. कारण परीक्षा असल्यामुळे शाळा सकाळी आठऐवजी नऊ वाजता होती. मला सकाळी लवकर उठायला आवडत नाही. त्यामुळे माझ्या दृष्टीने ते बरंच होतं. मी कोंबड्याचं आरवणं आणि मशिदीतून येणारी बांग या आवाजातसुद्धा झोपू शकत होते. आधी माझे वडील मला उठवण्याचा प्रयत्न करायचे.

"चला, उठा आता, जानीमन," ते म्हणायचे.

पर्शियन भाषेत 'जानीमन' म्हणजे जिवलग – प्रिय व्यक्ती. दररोज दिवसाच्या प्रारंभी ते मला या नावाने हाक मारायचे.

"अजून थोडा वेळ, अबा प्लीज," मी त्यांना आर्जवाने म्हणायचे आणि गोधडीत पुन्हा गुडूप व्हायचे.

मग माझी आई यायची.

"पिशो," ती हाक मारायची.

'पिशो' म्हणजे मांजर. आई मला 'पिशो' म्हणते.

आता मला वेळेचं भान यायचं. मग मी ओरडायचे, "भाबी, मला उशीर झालाय!"

आमच्या संस्कृतीत प्रत्येक पुरुष तुमचा 'भाऊ' असतो आणि प्रत्येक स्त्री 'बहीण'. आम्ही सर्वांना असंच मानतो. माझ्या वडिलांनी माझ्या आईला पहिल्यांदा शाळेत नेलं होतं तेव्हा सगळ्या शिक्षकांनी तिला 'आमच्या भावाची पत्नी' म्हणजेच 'भाबी' असं संबोधलं होतं. तेव्हापासून हे नाव तिला चिकटलं होतं. आता आम्ही सगळेच तिला 'भाबी' म्हणतो.

मी आमच्या घरासमोरच्या खोलीत झोपायचे. ही खोली चांगली लांबलचक होती. तिथे फक्त एक कॉट आणि एक कपाट एवढंच सामान होतं. आमच्या खोऱ्यामध्ये शांतता स्थापन करण्याच्या प्रयत्नाबद्दल आणि मुलींना शाळेत जाण्याचा हक्क मिळावा यासाठी उभारलेल्या चळवळीत कार्य केल्याबद्दल मला बक्षीस म्हणून काही रक्कम मिळाली होती, त्यातून मी ते सामान विकत घेतलं होतं. तिथेच शेल्फमध्ये मला मिळालेले सोनेरी रंगाचे प्लॅस्टिकचे चषक व ट्रॉफीज ठेवल्या होत्या. मी वर्गात पहिली आल्याबद्दल त्या मला बक्षीस मिळाल्या होत्या. आत्तापर्यंत फक्त दोनदा माझा पहिला नंबर हुकला होता. दोन्ही वेळा मल्का-ए-नूर ही वर्गातली माझी प्रतिस्पर्धी माझ्यापुढे गेली होती. आता पुन्हा असं घडू न देण्याचा माझा निश्चय होता.

आमच्या घरापासून शाळा फार दूर नव्हती. त्यामुळे मी पायी शाळेत जायचे, पण मागच्या वर्षापासून मी इतर मुलींसोबत बसने शाळेला जाऊ लागले होते. दुर्गंधीयुक्त ओढ्याशेजारून फक्त पाच मिनिटांचा प्रवास होता तो. वाटेत 'डॉ. हुमायून्स हेअर ट्रान्स्प्लांट इन्स्टिट्यूट'चा भलामोठा फलक दिसायचा. तिथे आलो की आमचा विनोद व्हायचा – आमच्या शाळेतल्या एका टकल्या शिक्षकाच्या माथ्यावर अचानक केस उगवू लागले होते. ते नक्की इथे येऊन गेले असणार, असं म्हणून आम्ही हसायचो! मला बसमधून जाणं आवडायचं, कारण चालत जाताना घामाघूम व्हायला व्हायचं, ते टळायचं. शिवाय मैत्रिणींबरोबर चकाट्या पिटून व्हायच्या आणि बसचे चालक उस्मान अलींबरोबर इकडच्या तिकडच्या गप्पा व्हायच्या. आम्ही त्यांना 'भाईजान' म्हणायचो. ते आम्हाला एकेक मजेशीर गोष्टी सांगून हसवायचे.

मी शाळेला बसने जाऊ लागले; याचं कारण म्हणजे माझ्या आईला मी एकटीने पायी शाळेत जाण्याची भीती वाटत होती. आम्हाला वर्षभर धमक्या येत होत्या, कधी वृत्तपत्रांतून, कधी लोकांकरवी चिठ्ठ्या पाठवून अथवा निरोपांद्वारे. माझ्या आईला माझी काळजी वाटायची, पण तालिबान आजवर कधी कुठल्या मुलीच्या वाटेला गेला नव्हता. मला जास्त काळजी वाटायची ती, ते माझ्या वडिलांना लक्ष्य करतील याची. कारण माझे वडील कायम त्यांच्या विरोधात जाहीररीत्या बोलत होते. त्यांचे जवळचे मित्र व चळवळीतील सहकारी जहीद

खान यांची गोळ्या घालून हत्या झाली होती. ऑगस्टमध्ये ते प्रार्थनेसाठी जात असताना त्यांच्यावर हा प्राणघातक हल्ला झाला होता. त्यामुळे सगळे जण माझ्या वडिलांना 'काळजी घ्या, सांभाळून रहा, पुढचा नंबर तुमचा आहे' असं सांगत होते, हे मला माहीत होतं.

आम्ही राहत असलेल्या रस्त्यावर गाडी घेऊन जाणं शक्य नव्हतं. त्यामुळे मी ओढ्यालगतच्या रस्त्यावर बसमधून उतरायचे आणि लोखंडी गजांचं फाटक ओलांडून, पायऱ्या चढून घरी यायचे. माझ्या मनात यायचं, जर कुणी आपल्यावर हल्ला केला तर तो याच पायऱ्यांवर केला जाईल. माझ्या वडिलांसारखीच मीसुद्धा दिवास्वप्नं पाहत असते. कधीकधी वर्गात असताना माझं मन दुसरीकडेच भरकटायचं... मी शाळेतून घरी चालली आहे आणि त्या पायऱ्यांवर अकस्मात माझ्यासमोर एक दहशतवादी उभा ठाकला आहे आणि माझ्यावर गोळ्या झाडतो आहे... असं दृश्य उभं राहायचं. 'अशा वेळी आपण काय करू?' माझ्या मनात यायचं. आपण पायातली चप्पल काढून त्याच्यावर फेकून मारू... पण मग वाटायचं की, 'तसं केलं तर त्या दहशतवाद्यामध्ये आणि माझ्यामध्ये काय फरक राहिला?'

त्यापेक्षा त्याला विनंती करायची की, "ठीक आहे. घाल मला गोळ्या, पण त्याआधी माझं म्हणणं ऐकून घे. तू जे करत आहेस ते चुकीचं आहे. व्यक्तिश: माझा तुला विरोध नाही, मला फक्त प्रत्येक मुलीला शाळेत जाता यावं असं वाटतं."

मी घाबरले नव्हते, पण रात्रीच्या वेळी फाटकाला कुलूप घातलं आहे ना याची खातरी करून घेऊ लागले होते आणि माणूस मेल्यावर काय होतं, हा प्रश्न देवाला विचारत होते. माझ्या सर्वांत जवळच्या मैत्रिणीला, मोनिबाला मी सगळं सांगत होते. आमची दोघींचीही घरं एकाच रस्त्यावर होती. आम्ही लहानपणापासून एकमेकींना ओळखत होतो. प्राथमिक शाळेत असल्यापासून आमची गट्टी जमली होती. आम्ही एकमेकींना सगळं सगळं सांगायचो... जस्टिन बेबरची गाणी, 'ट्वायलाइट' चित्रपटांपासून ते चेहरा उजळवणाऱ्या क्रीमपर्यंत सगळं काही. फॅशन डिझायनर बनणं हे तिचं स्वप्न होतं, पण तिच्या घरचे लोक त्याला कधीही परवानगी देणार नाहीत हे ती ओळखून होती. त्यामुळे ती 'मला डॉक्टर व्हायचं आहे' असं सगळ्यांना सांगायची. आमच्या समाजात मुळात मुलीला काम करायची परवानगी मिळालीच तर शिक्षिका किंवा डॉक्टर सोडून दुसरं काही बनणं मुश्कीलच असतं.

मी वेगळी होते... मी माझ्या इच्छाआकांक्षा कधीही दडवल्या नाहीत. आधी मला डॉक्टर व्हायचं होतं, मग माझा विचार बदलला आणि मी संशोधक व्हायचं

ठरवलं... मग राजकारणात उतरायचं ठरवलं.

माझं काही बिनसलं असेल तर तेही मोनिबाला माहीत असायचं. ''काळजी करू नकोस,'' मी तिला म्हणायचे, ''तालिबान कधीही लहान मुलीच्या वाटेला गेलेला नाही.''

आमची बस आली. आम्ही धावत जाऊन पायऱ्या उतरून बसच्या दिशेने निघालो. शाळेच्या दारातून बाहेर पडून बसमध्ये बसण्याआधी बाकी सगळ्या मुलींनी रुमालाने डोकं झाकून घेतलं. त्या बसला आम्ही 'डायना' म्हणायचो. खरंतर तो पांढऱ्या रंगाचा टोयाटो टाउन एस ट्रक होता. त्यामध्ये तीन समांतर बाकं होती. एक बाक कडेच्या बाजूला आणि एक मध्यात होतं. या बसमध्ये २० मुली आणि तीन शिक्षिका अशी गच्च गर्दी असे. मी डाव्या बाजूला बसले होते – मोनिबा आणि शाजिया रमजान या माझ्या मागच्या इयत्तेत शिकणाऱ्या मुलींच्या मधोमध. आम्ही परीक्षेचं साहित्य छातीशी धरलं होतं आणि शाळेची दप्तरं पायाजवळ ठेवली होती.

वातावरण धूसर होतं. 'डायना'मध्ये तर प्रचंड उकडत होतं, चिकचिक जाणवत होती. थंडी सुरू होण्यास उशीर झाला होता. फक्त दूरवर दिसणाऱ्या हिंदुकुश पर्वतरांगांवरच बर्फाचं आच्छादन दिसत होतं. आम्ही ज्या बसमध्ये बसलो होतो तिला खिडक्या नव्हत्या. बसच्या तिन्ही बाजू जाड प्लॅस्टिकच्या कागदांनी बंद केल्या होत्या आणि त्या इतक्या धुळकट, पिवळ्या झाल्या होत्या की, त्यातून पलीकडचं काहीही दिसायचं नाही. आम्हाला फक्त आकाशाचा छोटासा तुकडा आणि सूर्याची झलक दिसत होती... सगळीकडे भरून राहिलेल्या धुळीत तरंगणारा पिवळाधम्मक गोळा...

नेहमीप्रमाणे लष्करी तपासनाक्यापाशी बसने मुख्य रस्त्यावरून उजवीकडे वळण घेतलं आणि क्रिकेटच्या उजाड मैदानाजवळून वळण पार करून ती पुढे निघाली... मला त्यानंतरचं काहीही आठवत नाही.

माझ्या मनात जे कल्पनेचे खेळ चालायचे; त्यामध्ये माझे वडीलही बसमध्ये आहेत आणि माझ्यासोबत त्यांनाही गोळ्या घातल्या आहेत असं दृश्य यायचं... मग सर्वत्र माणसंच माणसं दिसत आहेत आणि मी माझ्या वडिलांना शोधते आहे...

पण वास्तवात, आमची बस अचानक थांबली. आमच्या डाव्या बाजूला शेर महंमद खान – स्वातच्या पहिल्या राजाचे अर्थमंत्री – यांची कबर होती. तिथे आजूबाजूला उंच गवत वाढलं होतं आणि आमच्या उजव्या बाजूला खाद्यपदार्थांचा कारखाना होता. आम्ही तपासणीनाक्यापासून २०० मीटरवरसुद्धा नव्हतो.

आम्हाला पुढचं दिसत नव्हतं, पण एका फिकट रंगाच्या कपड्यातल्या दाढीवाल्या तरुणाने रस्त्यावर येऊन आमच्या बसला हात केला.

"ही खुशाल स्कूलची बस आहे का?" त्याने आमच्या बसच्या चालकाला विचारलं. बसवर कडेला आमच्या शाळेचं नाव रंगवलेलं होतं, तरी हा माणूस विचारतो आहे हे पाहून उस्मानभाईजानना तो मूर्खासारखं काय विचारतोय, असं वाटलं.

"होय," ते म्हणाले.

"मला काही मुलींबद्दल माहिती हवी आहे," तो माणूस म्हणाला.

"मग तुम्ही ऑफिसमध्ये जा," उस्मानभाईजान म्हणाले.

तो उस्मानभाईजानशी बोलत असताना, पांढऱ्या पोशाखातला एक माणूस बसच्या मागच्या बाजूला आला.

"बघ, कुणी पत्रकार मुलाखतीसाठी येतोय वाटतं," मोनिबा म्हणाली.

मुलींच्या शिक्षणाबाबत जागृती करण्याच्या कार्यक्रमात मीही वडिलांसोबत भाग घेऊ लागले होते. आम्हाला रोखू पाहणाऱ्या तालिबानसारख्यांविरुद्ध या कार्यक्रमांतून भाषणं देऊ लागले होते. तेव्हापासून बरेचदा मला भेटायला पत्रकार, परदेशी पत्रकारसुद्धा यायचे. अर्थात ते असे रस्त्यात गाठायचे नाहीत.

त्या माणसाने उंच, टोकदार टोपी घातली होती. तो एखाद्या कॉलेजच्या विद्यार्थ्यासारखा दिसत होता. त्याने बसच्या मागच्या फळीवर उडी मारली आणि आत डोकावून विचारलं, "मलाला कोण?"

त्यावर कुणीच काही बोललं नाही, पण बऱ्याच मुलींनी माझ्याकडे पाहिलं. तिथे चेहरा न झाकलेली मी एकमात्र मुलगी होते.

त्याने काळं पिस्तूल काढलं. नंतर मला ते 'कोल्ट४५' असल्याचं समजलं. ते पाहून काही मुली जोरात किंचाळल्या. मोनिबाने मला सांगितलं, "तू माझा हात घट्ट दाबला होतास."

माझ्या मैत्रिणी सांगतात की, त्याने एकामागोमाग एक तीन गोळ्या झाडल्या. पहिली गोळी माझ्या डाव्या डोळ्याच्या खोबणींत घुसली आणि माझ्या डाव्या खांद्याच्या खालून बाहेर पडली. माझ्या डाव्या कानातून रक्त वाहू लागलं... मी मोनिबाच्या अंगावर कोसळले, त्यामुळे बाकीच्या दोन गोळ्या माझ्याजवळ बसलेल्या मुलींना लागल्या. एका गोळीने शाजियाच्या डाव्या हाताचा वेध घेतला, तर तिसरी गोळी तिच्या डाव्या खांद्यातून निघून कायनात रियाजच्या दंडात घुसली.

माझ्या मैत्रिणींनी नंतर मला सांगितलं की, गोळ्या झाडताना त्या माणसाचा

हात कापत होता.

आम्हाला हॉस्पिटलमध्ये नेईपर्यंत माझे लांबसडक केस आणि मोनिबाची मांडी रक्ताने भरली होती.

मलाला कोण?

मी... माझं नाव मलाला आणि ही आहे माझी कहाणी.

भाग १

तालिबानच्या आधी

سورې سورې په ګولو راشې   د بې ننګۍ آواز د رامه شه مئينه

Sorey sorey pa golo rashey
Da be nangai awaz de ra ma sha mayena

समरांगणातील तुझ्या भ्याडपणाबद्दल ऐकण्यापेक्षा...
मी तुझ्या गोळ्यांनी चाळण झालेल्या देहाचा सन्मानाने स्वीकार करीन

(पारंपरिक पश्तू काव्यपंक्ती)

१

मुलगी झाली हो!

माझा जन्म झाला तेव्हा आमच्या गावातील लोकांना माझ्या आईची दया आली आणि कुणीही माझ्या वडिलांचं अभिनंदन केलं नाही. आभाळात शेवटची चांदणी लुकलुकली त्यादरम्यान – पहाटे माझा जन्म झाला. आम्ही पश्तून लोक हे शुभचिन्ह मानतो. माझ्या वडिलांकडे हॉस्पिटलसाठी किंवा सुइणीसाठी पैसे नसल्यामुळे आमच्या शेजारणीने आईचं बाळंतपण केलं. माझ्या आईवडिलांचं पहिलं अपत्य मृतावस्थेत जन्माला आलं होतं, पण मी मात्र लाथा झाडत, किंचाळत जन्माला आले. ज्या भूमीत मुलगा जन्माला आला तर त्याचा आनंद साजरा करण्यासाठी बंदुकींच्या फैरी झाडल्या जातात, पण मुलगी जन्माला आली तर तिला पडद्यामागे झाकून ठेवलं जातं, आयुष्यात मुलीची भूमिका केवळ चूल सांभाळणं आणि मुलांना जन्म देणं एवढीच मानली जाते, अशा भूमीत मी मुलगी म्हणून जन्माला आले.

बहुतेकशा पश्तून घरांत मुलीचा जन्म झाला की, तो दिवस अंधारमय मानला जातो, पण माझ्या वडिलांचे चुलतभाऊ जहाँ शेर खान युसूफजई माझ्या जन्माचा आनंद साजरा करण्यासाठी आले होते. त्यांनी रोख रक्कम भेट म्हणून दिली होती. त्यांच्यासारखेच आणखीही काहीजण या आनंदात सहभागी झाले होते. माझ्या काकांनी त्यांच्यासोबत आमच्या घराण्याच्या वंशवृक्षाचं चित्र आणलं होतं. त्या विशाल चित्रात आमच्या खापर-खापर पणजोबांपासूनची फक्त पुरुष सदस्यांची नावं होती. माझे वडील झियाऊद्दीन इतर पश्तून पुरुषांपेक्षा वेगळे आहेत. त्यांनी त्या चित्रात त्यांच्या नावापासून खाली एक लॉलीपॉपसारखी रेषा काढली आणि त्याच्या खाली लिहिलं, 'मलाला'. ते पाहून त्यांचा चुलतभाऊ आश्चर्याने हसला, पण माझ्या वडिलांना त्याची पर्वा नव्हती.

ते सांगतात की, ''तुझ्या जन्मानंतर मी तुझ्या डोळ्यांत पाहिलं आणि मनात तुझ्याबद्दल माया दाटून आली.''

त्यांनी सांगितलं, ''ही मुलगी काहीतरी वेगळी आहे.'' त्यांनी तर त्यांच्या मित्रांना माझ्या पाळण्यावर सुकामेवा, मिठाया आणि नाणीसुद्धा उधळायला सांगितलं होतं... एरवी असं फक्त मुलगा झाला तरच केलं जातं!

अफगाणिस्तानातील थोर वीरांगना मैवंद इथल्या मलालाईच्या नावावरून माझं नाव ठेवण्यात आलं. पाकिस्तान आणि अफगाणिस्तानमध्ये विखुरलेल्या अनेक जमातींत पश्तून लोकांना मानाचं स्थान आहे. आम्हाला शतकानुशतकं 'पश्तूनवली' म्हणून ओळखलं जातं. त्यानुसार 'अतिथी देवो भव' ही आमची जबाबदारीच असते. आमच्यात 'नंग' किंवा 'मान' हे सर्वांत महत्त्वाचं मूल्य मानलं जातं. पश्तून व्यक्तीच्या दृष्टीने सर्वांत वाईट गोष्ट म्हणजे अप्रतिष्ठा होणं. पश्तून माणसासाठी लाजिरवाणं होणं ही फार भयंकर गोष्ट असते. आमच्याकडे अशा अर्थाचं एक वचन आहे, 'मान नाही तर जगात शान नाही.' आमची आपापसांतच इतकी भांडणं आणि हाडवैर असतं की, आमचा गोतावळा आणि शत्रू हे जणू समानार्थी शब्द असावेत. पण आमच्या भूमीवर आक्रमण करणाऱ्यांविरुद्ध मात्र आम्ही लढण्यासाठी कायम एक होतो. १८८० साली, दुसऱ्या अँग्लो-अफगाण महायुद्धात ब्रिटिशांचा पाडाव करण्यासाठी मलालाईने अफगाण सैनिकांमध्ये कशी स्फूर्ती जागवली होती, त्याच्या कथा ऐकत पश्तून मुलं लहानाची मोठी होतात.

मलालाई मैवंडमधल्या एका मेंढपाळाची मुलगी होती. कंदाहारच्या पश्चिमेला असलेल्या एका छोट्याशा गावात ते राहत असत. ती किशोरवयीन झाली तेव्हा तिचे वडील आणि तिचा नियोजित वर, असे दोघेही त्यांचा देश पादाक्रांत करू पाहणाऱ्या ब्रिटिशांविरुद्धच्या युद्धात लढत होते. गावातल्या इतर बायकांबरोबर मलालाईसुद्धा युद्धभूमीवर जखमींची सेवाशुश्रूषा करायला जात असे, त्यांच्यासाठी पाणी घेऊन जात असे.

त्यांच्या सैनिकांची पिछेहाट सुरू होती. अखेर ध्वजधारी सैनिक धारातीर्थी पडल्यानंतर मलालाईने तिचा सफेद बुरखा उंच फडकवला आणि ती युद्धभूमीत सर्व सैनिकांसमोर येऊन उभी राहिली.

''तरुण सैनिकांनो!'' ती गरजली, ''तुम्ही जर मैवंडच्या युद्धात धारातीर्थी पडला नाहीत तर लक्षात ठेवा, तुमचं नाव शरमेचं प्रतीक म्हणून कोरलं जाईल!''

गोळ्यांचा वर्षाव झेलत मलालाई कोसळली, पण तिच्या शब्दांनी व शौर्याने प्रेरणेचं स्फुलिंग चेतलेल्या सैनिकांनी युद्धाचा चेहरामोहराच पालटून टाकला. त्यांनी शत्रूची अख्खी तुकडीच्या तुकडी उद्ध्वस्त केली. ब्रिटिश सैन्याच्या इतिहासातला हा एक अत्यंत दारुण पराभव होता. अफगाण लोकांना याचा इतका अभिमान

वाटला की, शेवटच्या अफगाण राजाने काबूलच्या मधोमध मैवंडमधील विजयाचं स्मारक उभारलं. हायस्कूलमध्ये मी शेरलॉक होम्सच्या काही कथा वाचल्या होत्या. त्यांच्या कथांमधले डॉ. वॅटसन महान गुप्तहेरासोबत काम करू लागण्याआधी या युद्धात जखमी झाले होते, हे कळल्यावर मला हसू आलं होतं. मलालाई आम्हा पश्तून लोकांची 'जोआन ऑफ आर्क' (जोआन ही 'फ्रान्सची नायिका' म्हणून प्रसिद्ध आहे. पंधराव्या शतकात युद्धकाळात विजय मिळवण्यासाठी तिने फ्रेंच सैन्याला प्रेरणा दिली.) आहे. अफगाणिस्तानातील अनेक कन्याशाळांना मलालाईचं नाव देण्यात आलं आहे, पण माझ्या आजोबांना – ते धर्माचे गाढे अभ्यासक आणि गावातील धर्मोपदेशक होते – माझ्या वडिलांनी माझं हे नाव ठेवलेलं आवडलं नव्हतं.

"हे दुःखी नाव आहे," ते म्हणाले होते, "त्याचा अर्थ आहे शोकमग्न."

मी लहान असताना माझे वडील माझ्यासाठी एक गाणं म्हणायचे... पेशावरचे सुप्रसिद्ध कवी रहमत शाह सायेल यांचं. त्याच्या शेवटच्या ओळी होत्या –

हे मैवंदच्या मलालाई पुन्हा एकदा आवाज दे
पश्तून बांधवांना सन्मानगीताचा अर्थ समजू दे
तुझ्या काव्यात्म शब्दांनी अवघं विश्व बदलू दे
मी तुला विनवतो तू पुन्हा आवाज दे...

माझे वडील आमच्या घरी येणाऱ्या सर्वांना मलालाईची गोष्ट सांगायचे. मला ही गोष्ट ऐकायला आणि माझे वडील माझ्यासाठी जी गाणी म्हणायचे ती ऐकायला खूप आवडायचं... आणि लोक मला नावाने हाक मारायचे तेव्हा वाऱ्यावर वाहणारे शब्द... माझं नाव!

आम्ही जगातल्या सर्वांत सुंदर ठिकाणी राहत होतो. माझं स्वात खोरं हे स्वर्गीय राज्य आहे. उत्तुंग पर्वतराजींचं, खळाळत्या धबधब्यांचं आणि निर्मळ स्फटिकी सरोवरांचं... तुम्ही या खोऱ्यात प्रवेश करता तेव्हा 'नंदनवनात तुमचं स्वागत आहे' असा फलक तुम्हाला दिसेल. प्राचीन काळी स्वातला 'उद्यान' म्हटलं जात असे. तिथे रानफुलांनी नटलेली शिवारं आहेत; रसदार, मधुर फळांच्या बागा आहेत; पाचूच्या खाणी आहेत आणि नदीत भरपूर मासे आहेत. लोक स्वातला 'पूर्वेकडील स्वित्झर्लंड' म्हणतात. आमच्याकडे पाकिस्तानातील पहिलं 'स्की रिसॉर्ट'सुद्धा आहे. पाकिस्तानातील श्रीमंत लोक स्वच्छ हवा आणि निसर्गसौंदर्याचा आस्वाद घेत सुट्टी घालवण्यासाठी इथे यायचे. तसंच आमच्याकडे होणाऱ्या नृत्य-संगीताच्या

सूफी महोत्सवांतही सहभागी व्हायचे. त्याचप्रमाणे अनेक परदेशी लोकसुद्धा इथे यायचे. ते कोणत्याही देशातले असले तरी आम्ही त्यांना 'अंगरेजन' असंच म्हणायचो. इंग्लंडच्या महाराणीसुद्धा इथे आल्या होत्या. आमचे राजा – स्वातचे पहिले 'वली' यांनी, 'ताजमहाल' बांधण्यासाठी जे संगमरवर वापरलं होतं, त्याच प्रकारचं संगमरवर वापरून बांधलेल्या 'व्हाइट पॅलेस'मध्ये त्या राहिल्या होत्या.

आमचा इतिहाससुद्धा खूप खास आहे. आज स्वात हा 'खैबर पख्तुनख्वा' प्रांताचा भाग आहे. (खैबर पख्तुनख्वा प्रांताला बरेच पाकिस्तानी 'केपीके' म्हणून ओळखतात.) पण स्वात उर्वरित पाकिस्तानापासून स्वतंत्र होतं. एकेकाळी आमचं स्वतंत्र राज्य होतं. चित्रल आणि दीर या जवळच्या प्रदेशांसारखंच. वसाहतवादाच्या काळात आमच्या राजांनी ब्रिटिशांचं अधिपत्य स्वीकारलं असलं तरी या भूमीवर त्यांचंच राज्य होतं. १९४७ साली ब्रिटिशांनी भारताला स्वातंत्र्य दिलं आणि भारताचं विभाजन झालं तेव्हा आम्ही नवनिर्मित पाकिस्तानमध्ये गेलो असलो तरी आम्ही स्वायत्त राहिलो. आम्ही चलन म्हणून पाकिस्तानी रुपया वापरत असलो तरी पाकिस्तान सरकार आमच्या कारभारात फक्त परराष्ट्र धोरणासंदर्भातच हस्तक्षेप करू शकत होतं. न्यायदानाचं काम वली करत असत, तसंच ते परस्परांशी लढणाऱ्या जमातींमध्ये शांतता स्थापन करण्याचं काम करत असत आणि 'उशूर' म्हणजे उत्पन्नाच्या १० टक्के कर गोळा करत असत. याच रकमेतून त्यांनी रस्ते बांधले, रुग्णालयं उभारली, शाळा बांधल्या.

पाकिस्तानची राजधानी इस्लामाबादपासून आम्ही फक्त १०० मैलांवर आहोत. कावळ्याने उडत उडत जावं एवढ्या अंतरावर; पण असं वाटायचं की, तो जणू दुसरा देश असावा. तिथे मलकंद खिंड ओलांडून रस्तामार्गे जाण्यासाठी पाच तास लागायचे. मलकंद खिंड म्हणजे पर्वतराजींमध्ये तयार झालेला कुंड्याच्या आकाराचा भाग. खूप खूप वर्षांपूर्वी आमच्या पूर्वजांनी पर्वतांच्या सुळक्यांमध्ये ब्रिटिश फौजांशी युद्ध केलं होतं. त्यांचे नायक होते मुल्ला सैदुल्लाह. ते तळमळीचे उपदेशक होते. (ब्रिटिश लोक त्यांना 'वेडा फकीर' म्हणत असत.) यामध्ये ब्रिटिशांच्या बाजूने एक व्यक्ती होती – विन्स्टन चर्चिल. त्यांनी याविषयी एक पुस्तक लिहिलं आहे. त्यांना आमच्या लोकांबद्दल फारसा आदर वगैरे नसला, तरी आजही आम्ही तिथल्या एका शिखराला 'चर्चिल्स पिकेट' म्हणतो. या खिंडीच्या टोकाला एक हिरवा घुमट असलेलं तीर्थस्थान आहे. तिथे लोक प्रवास सुखरूप झाल्याबद्दल धन्यवाद देण्यासाठी नाणी अर्पण करतात.

माझ्या माहितीचं कुणीही कधी इस्लामाबादला गेलेलं नव्हतं. अशांतता निर्माण होण्याआधी, माझ्या आईसारख्या बऱ्याच लोकांनी स्वातच्या बाहेर कधी पाऊलसुद्धा टाकलं नव्हतं.

आम्ही मिंगोरामध्ये राहायचो. मिंगोरा हे या खोऱ्यातील सर्वांत मोठं शहर होतं. खरंतर एकमात्र शहर. आधी हे छोटं गाव होतं, पण जवळपासच्या खेड्यापाड्यांतून अनेक लोक इथे राहायला आले. त्यामुळे ते बकाल झालं आणि गर्दीनं गजबजलं. इथे हॉटेलं आहेत, कॉलेज आहेत, गोल्फ मैदान आहे आणि आमचं पारंपरिक कशिदाकाम, मौल्यवान रत्नं किंवा तुम्हाला हवं ते खरेदी करण्यासाठी प्रसिद्ध बाजार आहे. मार्घजर ओढा आमच्या गावातून वळण घेऊन जातो. त्यामध्ये फेकलेल्या प्लॅस्टिकच्या पिशव्या आणि कचऱ्यामुळे तो पिवळसर-तपकिरी झाला आहे. हा ओढा पहाडी भागातल्या इतर ओढ्यांसारखा किंवा गावाबाहेरून वाहणाऱ्या विशाल स्वात नदीसारखा स्वच्छ, निर्मळ नाही. या नदीत लोक मासेमारी करतात. आम्ही सुट्टीच्या दिवशी तिथे फिरायला जायचो.

आमचं घर 'गुलकदा'मध्ये होतं. 'गुलकदा' म्हणजे फुलांचं स्थान. पण या ठिकाणाला 'बुतकारा' म्हटलं जात असे. म्हणजे बौद्ध मूर्तींचं स्थान. आमच्या घराजवळच्या शेतात अनेक गूढ अवशेष विखुरलेले होते – मागच्या दोन पायांवर बसलेल्या सिंहाच्या मूर्ती, मोडलेले स्तंभ, शिर नसलेल्या मूर्तींची धडं आणि या सगळ्यांत अत्यंत विलक्षण भासणाऱ्या शेकडो दगडी छत्र्या.

गजनीच्या सुलतान महमूदने अफगाणिस्तानातून येऊन आमच्यावर स्वारी केली आणि तो आमच्यावर राज्य करू लागला. तेव्हापासून म्हणजे अकराव्या शतकात आमच्या खोऱ्यात इस्लाम धर्म आला. पण प्राचीन काळी स्वात हे बौद्ध राज्य होतं. बौद्ध दुसऱ्या शतकात इथे आले आणि त्यांच्या राजांनी इथे ५०० वर्षांहून अधिक काळ राज्य केलं. चिनी प्रवाशांनी लिहून ठेवलं आहे की, स्वात नदीच्या किनाऱ्यावर १४०० बौद्ध मठ होते आणि मंदिरातल्या घंटांचा जादूई नाद संपूर्ण खोऱ्यात भरून राहत असे. ही मंदिरं फार पूर्वीच नामशेष झाली आहेत, पण स्वातमध्ये कुठेही जा, रंगीबेरंगी रानफुलांमध्ये त्यांचे अवशेष सापडतील.

कमलपुष्पात पद्मासनात बसलेल्या सस्मित बुद्धांच्या कोरीव दगडी मूर्ती असलेल्या स्थानी आम्ही बरेचदा पिकनिकला जायचो. हे असीम शांतिस्थान असल्यामुळे भगवान बुद्ध इथे आले होते हे सांगणाऱ्या अनेक कथा आहेत. याच खोऱ्यातील एका भव्य स्तूपामध्ये त्यांची थोडी रक्षा दफन केली आहे असं म्हटलं जातं.

आमच्या घराजवळचे ते बुतकारा साम्राज्यातील भग्न अवशेष लपाछपी खेळण्यासाठी मस्त ठिकाण होतं. एकदा काही परदेशी पुराणवस्तुसंशोधक तिथे उत्खनन इ. कार्यासाठी आले होते. त्यांनी आम्हाला सांगितलं की, पूर्वी हे तीर्थक्षेत्र होतं. इथे सोन्याचे घुमट असलेली सुंदर मंदिरं होती. त्यामध्ये बौद्ध राजांना दफन केलं जायचं.

माझ्या वडिलांनी एक कविता रचली होती, 'अवशेष बुतकाराचे.' त्यामध्ये त्यांनी मंदिर आणि मशीद शेजारीशेजारी किती व्यवस्थित नांदू शकतात यांचं वर्णन केलं आहे. ते असं :

जेव्हा मिनारांवरून सत्याचा आवाज घुमतो
तेव्हा बुद्ध हसतो
आणि इतिहासाची खंडित शृंखला पुन्हा जोडली जाते....

आम्ही हिंदुकुश पर्वताच्या कुशीत राहायचो. इथले पुरुष रानबोकड आणि सोनेरी कोंबड्यांची शिकार करत असत. आमचं घर एकमजली क्राँक्रीटचं होतं. घराला डाव्या बाजूला सपाट छतापर्यंत जाणाऱ्या पायऱ्या होत्या. हे छत म्हणजे आम्हा मुलांना क्रिकेट खेळायला पुरेशी जागा होती. ते आमचं मैदानच होतं. दिवेलागणीच्या वेळेला माझे वडील व त्यांचे मित्र तिथे एकत्र जमून चहा घ्यायचे. कधीकधी मीसुद्धा त्या छतावर बसून आजूबाजूच्या घरातल्या स्वयंपाकघरांतून निघणारा धूर पाहायचे आणि रातकिड्यांची किरकिर ऐकायचे.

आमच्या खोऱ्यात फळझाडं विपुल आहेत. तिथे अतिमधुर अंजिरं, डाळिंब, पीचेस बहरतात. आमच्या बागेत द्राक्षाच्या वेली, पेरु आणि सुवर्णाम्राची झाडं होती. आमच्या घरासमोरच्या अंगणात आलुबुखाराचं झाड होतं. त्याची फळ अतिशय चवदार असायची. ती मिळवण्यासाठी आमची आणि पक्ष्यांची नेहमी स्पर्धा चालायची. पक्ष्यांना ते झाड खूप आवडायचं. सुतारपक्ष्यांनासुद्धा.

मला आठवतंय, माझी आई पक्ष्यांशी बोलायची. आमच्या घराच्या मागच्या बाजूच्या व्हरांड्यात आजूबाजूच्या बायका एकत्र जमायच्या. पोटाची आग काय असते ते आम्हाला माहीत होतं. त्यामुळे माझी आई नेहमी स्वयंपाक जास्त करायची आणि गरीब कुटुंबाना अन्न द्यायची. त्यातून जर काही शिल्लक राहिलं तर ते पक्ष्यांना खाऊ घालायची. आम्हाला पश्तू 'तापे' म्हणजे दोन ओळी असलेल्या काव्यपंक्ती गायला खूप आवडायचं. माझी आई पक्ष्यांसाठी भाताची शितं पसरताना एक 'तापे' गात असे. त्या ओळींचा अर्थ होता : *बागेतल्या कबूतरांना ठार मारू नका. एकाला माराल तर बाकीची पुन्हा येणार नाहीत.*

मला छतावर बसून पर्वत न्याहाळत स्वप्न पाहायला खूप आवडायचं. त्यातील सर्वांत उंच पर्वताचं नाव आहे, 'माउंट इलम.' तो पिरॅमिडच्या आकाराचा आहे. आम्ही हा पर्वत पवित्र मानतो. हा पर्वत इतका उंच आहे की, त्याच्या गळ्यात नेहमी पिसांसारख्या ढगांची माळ असते. अगदी उन्हाळ्यातसुद्धा तो बर्फाने गोठलेला असतो.

शाळेत असताना आम्ही शिकलो होतो की, ख्रिस्तपूर्व ३२७मध्ये म्हणजे बौद्ध लोक स्वातमध्ये येण्याच्याही आधीच्या काळात, ॲलेक्झांडर-द-ग्रेट हजारो हत्ती आणि सैनिकांसह अफगाणिस्तानातून सिंधू नदीच्या दिशेनं कूच करत असताना, या खोऱ्यात आला होता. त्यामुळे स्वातमधल्या लोकांनी पर्वतावर धाव घेतली होती. ईश्वर आपलं रक्षण करतील अशी त्यांची श्रद्धा होती. कारण हा पर्वत खूप उंचच उंच होता. पण ॲलेक्झांडर निश्चयी व संयमी नेता होता. त्याने तात्पुरता लाकडी रस्ता तयार केला. त्यावरून त्याच्या बेचकीचा नेम व बाण पर्वताच्या शिखरापर्यंत पोचू शकणार होता. मग त्याने स्वत: तो उंचच उंच पर्वत पार केला, गुरु ग्रह पकडण्यासाठी. त्याच्या सामर्थ्याचं प्रतीक म्हणून!

मी घराच्या छतावरून मोसमानुसार बदलणारं पर्वताचं रूप पाहायचे. शरद ऋतूमध्ये थंडगार वाऱ्याचे झोत येत असत. थंडीच्या दिवसांत सगळं शुभ्र बर्फाच्छादित होत असे. छतापासून खालच्या दिशेनं बर्फाचे दुधारी, टोकदार खंजीर लटकत असत. ते कटाकटा मोडणं हा आमचा आवडता उद्योग असे. बर्फ पडू लागलं की, आम्ही आजूबाजूला पळापळी करायचो, बर्फाचा कापूस पकडण्याचा प्रयत्न करायचो, बर्फमानव आणि बर्फाचे टेडीबेअर करायचो. वसंत ऋतू आला की, स्वात हिरव्याकंच पाचूसारखं भासायचं. निलगिरीचा बहर घराघरांतून दरवळायचा. सगळीकडे शुभ्र आच्छादन पांघरत असे. भाताच्या शेतांचा उग्र-झोंबरा वास वाऱ्यासोबत वाहायचा.

माझा जन्म उन्हाळ्यातला. बहुधा त्यामुळेच वर्षातला हा माझा सर्वांत आवडता काळ असावा. मात्र मिंगोरामध्ये उन्हाळ्यात अतिशय उष्ण आणि कोरडं हवामान असतं. त्यात लोकांनी कचरा टाकल्यामुळे ओढा दुर्गंधीयुक्त व्हायचा.

माझा जन्म झाला तेव्हा आम्ही अगदी गरीब होतो. माझ्या वडिलांनी त्यांच्या एका मित्रासोबत पहिलीवहिली शाळा सुरू केली होती. त्या शाळेसमोर दोन खोल्यांच्या चंद्रमौळी झोपडीत आम्ही राहत होतो. आईवडील आणि मी एका खोलीत झोपायचो. दुसरी खोली पाहुण्यांसाठी होती. आमच्या घराला स्नानगृह किंवा स्वयंपाकघर नव्हतं. माझी आई जमिनीवर लाकडं पेटवून त्यावर स्वयंपाक करायची, आणि शाळेतल्या नळावर आमचे कपडे धुवायची. आमच्या घरात खेड्यातून आलेल्या लोकांची कायम वर्दळ असे. आतिथ्य हे पश्तून संस्कृतीचं अत्यंत महत्त्वाचं अंग असतं.

माझ्या जन्मानंतर दोन वर्षांनी माझ्या भावाचा – खुशालचा जन्म झाला. माझ्यासारखाच त्याचा जन्मही घरातच झाला. कारण तेव्हाही आमची परिस्थिती हॉस्पिटलचा खर्च परवडण्यासारखी नव्हती. माझ्या वडिलांच्या शाळेसारखंच त्याचंही नाव ठेवलं, 'खुशाल' – पश्तून वीर योद्धा खुशाल खान खट्टक यांच्या नावावरून. ते कवीसुद्धा होते. माझ्या आईला मुलगा हवा होता. त्यामुळे त्याचा

जन्म झाला तेव्हा तिचा आनंद लपत नव्हता. माझ्या दृष्टीने ते अगदी हडकुळं, बारकुळं, वाऱ्याने मोडू शकेल अशा वेळूसारखं बाळ होतं. पण तिचा त्याच्यावर प्रचंड जीव होता. तो तिचा 'लाडला' होता. त्याची प्रत्येक इच्छा तिच्यासाठी शिरसावंद्य आहे, असं मला वाटायचं. त्याला सतत चहा हवा असायचा. आमच्याकडे पारंपरिक पद्धतीचा दूध-साखर-वेलदोड्याचा चहा असतो. पण माझी आईसुद्धा त्याच्या चहा पिण्याला इतकी कंटाळली की, एकदा तिने त्याला कडू चहा करून दिला, यामुळे त्याला चहा आवडायचाच बंद झाला.

तिला त्याच्यासाठी नवा पाळणा विकत घ्यायची इच्छा होती. (माझा जन्म झाला तेव्हा माझ्या वडिलांना माझ्यासाठी नवा पाळणा विकत घेणं परवडणारं नव्हतं, त्यामुळे माझ्यासाठी आमच्या एका शेजाऱ्यांकडचा जुना लाकडी पाळणा आणला होता. तो आधी तीन-चार बाळांसाठी वापरलेला होता.) पण माझ्या वडिलांनी तिला नकार दिला.

''मलाला याच पाळण्यात झुलली आहे, तसंच तोही झुलेल,'' त्यांनी सांगितलं.

त्यानंतर जवळजवळ पाच वर्षांनी आमच्या घरात आणखी एक मुलगा जन्मला – अटल. खारोटीसारख्या चौकस, चमकदार डोळ्यांचा. त्याच्या जन्मानंतर माझ्या वडिलांनी 'आमचं कुटुंब पूर्ण झालं' असं मानलं. स्वाती परिमाणानुसार तीन मुलं म्हणजे छोटं कुटुंब होतं. कारण बहुतेक लोकांना सात-आठ मुलं असतात.

खुशाल आणि माझ्यात फक्त दोनच वर्षांचं अंतर असल्यामुळे मी बरेचदा त्याच्याशीच खेळायचे. पण आमचं सतत भांडण व्हायचं. मग तो रडत आईकडे जायचा आणि मी वडिलांकडे. ''काय झालं जानी?'' ते विचारायचे. माझ्या वडिलांसारखेच माझेही सांधे अतिशय लवचीक आहेत, त्यामुळे मी माझ्या हाताची बोटं उलट्या दिशेने वाकवू शकते, तसंच चालताना माझे घोटे 'चप चप' वाजतात, ते पाहून मोठी माणसं अस्वस्थ व्हायची.

माझी आई अतिशय देखणी आहे. माझ्या वडिलांना तिचं फार कौतुक आहे. ती जणू एखादी नाजूक चिनी फुलदाणी असावी तसं! आमच्यातले बरेच पुरुष बायकोच्या अंगावर हात टाकतात, तसं त्यांनी कधीही केलं नाही. तिचं नाव तोरपेकई. त्याचा अर्थ आहे, चमकदार कृष्णकुंतल. पण तिचे केस तांबूस-तपकिरी पिंगट आहेत. तिच्या जन्माच्या दरम्यान माझे आजोबा जाँसेर खान 'रेडिओ अफगाणिस्तान' ऐकत होते. त्यावर त्यांनी हे नाव ऐकलं होतं. तिची पांढऱ्या लिलीसारखी त्वचा, रेखीव चेहरा आणि हिरवे डोळे आपल्यालाही लाभायला हवं होतं असं मला वाटायचं. मला वडिलांचा वारसा लाभला – फिकट पिवळसर त्वचा, रुंद नाक आणि तपकिरी डोळे.

आमच्या संस्कृतीत आम्हा सर्वांना टोपणनावं असतात. मी अगदी लहान

असल्यापासून माझी आई मला 'पिशो' म्हणते; पण माझी चुलत-मावस भावंडं मला 'लाची' म्हणतात. आमच्या भाषेत त्याचा अर्थ आहे, वेलदोडा. आमच्याकडे काळ्या लोकांना 'गोरं' आणि बुटक्या लोकांना 'उंच' म्हटलं जातं. आम्ही असे मिश्कील असतो! माझ्या वडिलांना घरात 'खैस्ता दादा' म्हणतात, म्हणजे सुंदर!

मी साधारण चार वर्षांची असताना मी वडिलांना विचारलं होतं, "अबा, तुमचा रंग कोणता?"

त्यावर ते म्हणाले होते, "कोण जाणे... थोडा गोरा... थोडा काळा!"

"म्हणजे... चहात दूध घालतात तसा..." मी म्हणाले होते.

त्यावर ते खूप हसले होते. ते पोरसवदा असताना स्वत:च्या काळेपणाबद्दल इतके 'जागरूक' होते की, शेतात जाऊन म्हशीचं दूध घेऊन रंग उजळण्यासाठी चेहऱ्याला लावायचे. माझ्या आईशी भेट झाल्यानंतर त्यांचं स्वत:च्या रंगाबद्दल न्यून कमी झालं. अशा सुंदर मुलीने आपल्यावर प्रेम करावं या गोष्टीने त्यांना आत्मविश्वास मिळाला.

आमच्या समाजामध्ये सर्वसाधारणपणे घरचे लोक लग्न ठरवतात, पण माझ्या आईवडिलांचा प्रेमविवाह आहे. त्यांची भेट कशी झाली याची कहाणी मी कितीतरी वेळा ऐकली आहे. स्वात खोऱ्याच्या वरच्या बाजूला असलेल्या 'शांगला' खोऱ्यात जवळजवळच्या खेड्यात ते दोघं राहत असत. माझे वडील त्यांच्या काकांच्या घरी अभ्यासाला जात. त्यांचं घर माझ्या आईच्या मावशीच्या घराशेजारी होतं. तिथे त्या दोघांची नजरानजर होत असे. त्यातूनच त्यांच्या मनात प्रीतीचे अंकुर उमलले, पण तेव्हा अशा गोष्टी व्यक्त करण्यास मनाई होती. त्यामुळे माझे वडील तिला कविता पाठवत असत. पण तिला वाचता येत नव्हतं.

"मला त्यांचं मन खूप भावलं...." आई सांगते.

"आणि मला... तिचं सौंदर्य!" माझे वडील हसून सांगतात.

पण एक मोठी समस्या होती. माझ्या दोन्ही आजोबांचं एकमेकांशी अजिबात पटत नव्हतं. त्यामुळे, माझ्या वडिलांनी आईला मागणी घालण्याची इच्छा जाहीर केली तेव्हा दोन्हीही बाजूंनी त्याचं स्वागत होणार नाही हे स्पष्टच होतं. पण त्यांच्या वडिलांनी त्यांना निर्णय घेण्याची परवानगी दिली आणि आम्हा पश्तून लोकांच्या प्रथेप्रमाणे न्हाव्याकडून निरोप धाडायला ते तयार झाले. मलिक जाँसेर खान यांनी स्थळाला नकार दिला, पण माझे वडील अतिशय जिद्दी आहेत. त्यांनी माझ्या आजोबांच्या मागे लागून पुन्हा न्हाव्याकरवी निरोप धाडला. जाँसेर खान यांचा 'हुजरा' हे लोकांनी राजकारणावर गप्पा मारायला एकत्र जमण्याचं ठिकाण होतं. माझे वडीलही तिथे बरेचदा जात असत. त्यामुळे त्यांची एकमेकांशी ओळख झाली होती. माझ्या आजोबांनी माझ्या वडिलांना नऊ महिने वाट पाहायला लावली अन्

अखेर ते कबूल झाले.

माझ्या आईच्या घराण्याला कणखर स्त्रिया व मातब्बर पुरुषांचा वारसा आहे. तिची आजी – म्हणजे माझी पणजी – अगदी लहान वयात विधवा झाली होती, पदरात लहान मुलं होती. अशा वेळी दुसऱ्या एका घराण्याशी असलेल्या हाडवैरामुळे अवघ्या नऊ वर्षांच्या जाँसेर खानला बंदी बनवण्यात आलं होतं. त्याची सुटका करण्याची विनंती करायला माझी पणजी डोंगरदऱ्या तुडवत, एकटी ४० मैल चालत तिच्या एका वजनदार चुलतभावाकडे गेली होती.

कधी वेळ आली तर माझी आईसुद्धा आमच्यासाठी हेच करेल. तिला लिहिता-वाचता येत नसलं तरी माझे वडील प्रत्येक गोष्ट तिला सांगतात. दिवस कसा गेला, बरं-वाईट काय घडलं... असं सगळं तिला सांगतात. ती त्यांची खूप गंमत करते आणि तिच्या दृष्टीने कोण खरा मित्र आहे किंवा नाही, याबद्दल त्यांना सल्ला देते. माझे वडील म्हणतात की, तिचं नेहमी बरोबर असतं. बहुतेकसे पश्तून पुरुष असं वागत नाहीत. कारण बायकांना समस्या सांगणं कमजोरपणाचं मानलं जातं. "तो त्याच्या बायकोलासुद्धा विचारतो!" असं म्हणणं अपमानास्पद असतं. माझे आईवडील मात्र आनंदात असतात, खळखळून हसत असतात. लोक आमच्याकडे पाहून "गोड कुटुंब आहे," असं म्हणतात.

माझी आई अत्यंत धार्मिक आहे. ती दिवसातून पाच वेळा नमाज पढते. मात्र मशिदीत जाऊन नाही, कारण तिथे फक्त पुरुषांना जाता येतं. तिला नृत्य केलेलं आवडत नाही. ती म्हणते की, देवाला ते आवडणार नाही. पण तिला छान छान आभूषणांनी सजायला आवडतं. तिला कशिदाकारी केलेले पोशाख, सोन्याचे हार आणि बांगड्या खूप आवडतात. मला वाटतं, तिच्या दृष्टीने मी जरासा अपेक्षाभंगच आहे! कारण मी बरीचशी वडिलांसारखी आहे. मला पोशाख, दागदागिने यांत स्वारस्य नाही. मला बाजारात जाण्याचा कंटाळा येतो, पण माझ्या शाळेतल्या मुलींसोबत बंद दाराआड नाच करायला मात्र मला खूप आवडतं.

आम्ही मुलं मुख्यत्वे आईच्या सहवासात लहानाची मोठी झालो. माझे वडील खूप वेळा घराबाहेर असायचे. कारण त्यांना खूप काम असायचं. त्यांच्या शाळेचा व्याप होताच; शिवाय वाङ्मयप्रेमी मंडळी व 'जिरगा' यांमध्ये ते व्यग्र असायचे. त्याचबरोबर पर्यावरणरक्षणाच्या कामात ते सहभागी होते. ते आमच्या खोऱ्याचं रक्षण करण्यासाठी प्रयत्नशील होते. माझे वडील अत्यंत मागास खेड्यातले असले तरी त्यांनी शिक्षण व त्यांच्या व्यक्तिमत्त्वाच्या प्रभावाने आम्हाला चांगलं जीवनमान दिलं होतं व स्वत:देखील नाव कमावलं होतं.

लोकांना त्यांचं बोलणं ऐकायला आवडायचं. आमच्या घरी सायंकाळी पाहुणे यायचे. मला ते वातावरण खूप आवडत असे. आमची आई एक लांब प्लॅस्टिकचा

कागद अंथरायची आणि त्यावर भोजनसामग्री मांडायची. मग आम्ही त्याभोवती बसून भात आणि मटण यांचा आस्वाद घ्यायचो. आमच्यात उजव्या हातानं जेवण्याची प्रथा आहे. अंधार पडला की, आम्ही चिमण्यांच्या उजेडात माशा हाकलत बसायचो. त्या उजेडात मागे भिंतींवर आमच्या काळ्या आकृत्या नाचत असायच्या. उन्हाळ्याच्या दिवसांत बरेचदा बाहेर विजांचा लखलखाट आणि ढगांचा गडगडाट सुरू असायचा. त्या वेळी मी वडिलांजवळ सरकून त्यांच्या गुडघ्याजवळ बसायचे.

माझे वडील मला गोष्टी सांगायचे – एकमेकांशी युद्ध करणाऱ्या जमातींच्या, पश्तून नेत्यांच्या आणि संतांच्या... मी त्या ऐकण्यात गुंग व्हायचे. बरेचदा ते मधुर आवाजात कविता ऐकवायचे. त्या कवितांमध्येही या गोष्टी गुंफलेल्या असायच्या. कधीकधी सांगता सांगता त्यांना रडू कोसळायचं. स्वातमधल्या बहुतेक लोकांप्रमाणेच आम्हीही 'युसूफजई' जमातीचे आहोत. आम्ही युसूफजई मूळचे कंदाहारचे. आमची जमात पश्तून जमातींमधील एक सर्वांत मोठी जमात. आमच्या जमातीचे लोक पाकिस्तान व अफगाणिस्तानमध्ये पसरलेले आहेत.

सोळाव्या शतकात आमचे पूर्वज काबूलहून स्वातमध्ये आले. त्यांनी 'तिमुरिद' राजाला त्याचं राज्य परत मिळवून देण्यास साहाय्य केलं होतं. त्याच्या स्वत:च्या जमातीने त्याला दूर केलं होतं. त्यामुळे राजाने त्याच्या दरबारात व सैन्यात आमच्या पूर्वजांना महत्त्वाची पदं दिली होती, पण त्याच्या मित्रांनी व नातेवाइकांनी त्याला सावध केलं की, युसूफजई इतके ताकदवान होऊ लागले आहेत की, एक दिवस ते त्याचं साम्राज्य उलथून टाकतील. मग एके दिवशी रात्री राजाने त्याच्या सर्व प्रमुखांना मेजवानीला बोलावलं आणि ते जेवायला बसल्यावर आपल्या माणसांकरवी त्यांच्यावर हल्ला केला. त्यात जवळजवळ ६०० प्रमुख ठार झाले. त्यातून फक्त दोन जण वाचले. ते आपल्या जमातीतल्या लोकांसह पेशावरला पळून गेले. काही काळाने त्यांनी स्वातमधल्या काही जमातींना भेटून त्यांचा पाठिंबा मिळवून अफगाणिस्तानला परत जाता येत आहे का ते पाहिलं; पण ते स्वातच्या सौंदर्याने इतके मोहीत झाले की, त्यांनी परत जाण्याऐवजी इथेच राहायचं ठरवलं आणि इतर जमातींना तिथून बाहेर जाण्यास भाग पाडलं.

मग युसूफजईंनी सगळी भूमी जमातीतल्या पुरुष सदस्यांमध्ये वाटून घेतली. ही 'वेश' नामक विशिष्ट पद्धत होती, ज्यामध्ये दर पाच-दहा वर्षांनी सगळी कुटुंब आपल्या खेड्यांची अदलाबदल करत असत आणि नव्या खेड्यातील जमिनीचं पुनर्वाटप होत असे. या पद्धतीमुळे प्रत्येकाला कसदार व नापीक जमीन आलटून-पालटून येत असे. परिणामी प्रतिस्पर्धी घराण्यांमधील संघर्ष थांबेल असा यामागे विचार होता. खेड्यांवर खानांची सत्ता असे. सामान्य माणसं, कारागीर, कामगार

यांची कुळे असत. त्या बदल्यात त्यांना काहीतरी स्वरूपात भाडं द्यावं लागत असे. बहुतेककरून पिकातील वाटा भाड्यापोटी दिला जात असे. शिवाय जमिनीच्या प्रत्येक लहान तुकड्यावर सशस्त्र माणसं तैनात करून त्यांना खानांच्या सेनेला हातभार लावावा लागत असे. खानदानी दुश्मनीला तोंड देण्यासाठी आणि इतर खेड्यांवर हल्ला करून ती लुटण्यासाठी प्रत्येक खानाच्या पदरी अशी शेकडो सशस्त्र माणसं असत.

स्वातमधल्या युसूफजईंना कुणी राजा नसल्यामुळे खान लोकांमध्ये व त्यांच्या स्वत:च्याच कुटुंबांमध्ये सतत संघर्ष सुरू असे. आमच्यातल्या सगळ्या पुरुषांकडे रायफली असतात. फक्त आत्ताच्या काळात, इतर पश्तून प्रदेशातल्यासारखं ते त्या रायफली घेऊन फिरत नाहीत. पण माझे पणजोबा आम्हाला त्यांच्या लहानपणीच्या बंदूक-युद्धांच्या गोष्टी सांगायचे.

गेल्या शतकाच्या सुरुवातीच्या काळात या लोकांना ब्रिटिशांनी त्यांच्यावर ताबा मिळवण्याची चिंता होती. पण खरंतर त्यावेळेपर्यंत ब्रिटिशांनी आजूबाजूच्या बहुतेकशा प्रदेशावर ताबा मिळवला होता. शिवाय ते सततच्या रक्तपाताला कंटाळले होते. त्यामुळे त्यांनी ठरवलं की, असा नि:पक्षपाती माणूस शोधू या, जो या संपूर्ण प्रदेशावर राज्य करेल व आपल्यातले वाद मिटवेल.

त्यानुसार काही राज्यकर्ते आले, पण अयशस्वी ठरले. त्यानंतर १९१७मध्ये सर्व प्रमुखांनी मियाँगुल अब्दुल वदूद यांना राजा म्हणून निवडलं. त्यांना 'बादशाह साहिब' म्हणून ओळखलं जातं. ते पूर्ण निरक्षर असूनही त्यांनी खोऱ्यात शांतता स्थापन केली. पश्तून माणसाकडून रायफल काढून घेणं म्हणजे त्याचे प्राणच काढून घेण्यासारखं आहे. त्यामुळे ते जमाती नि:शस्त्र करू शकले नाहीत, पण त्यांनी संपूर्ण स्वातमध्ये पर्वतांवर किल्ले बांधले आणि लष्कर उभारलं. १९२६ साली ब्रिटिशांनी त्यांना राज्यप्रगुख म्हणून मान्यता दिली आणि त्यांना 'वली' म्हणून विधीपूर्वक स्थानापन्न केलं. आमच्या भाषेत 'वली' म्हणजे राजा. त्यांनी राज्यात पहिली दूरध्वनी यंत्रणा सुरू केली, पहिली प्राथमिक शाळा स्थापन केली आणि 'वेश' पद्धत बंद केली. कारण या पद्धतीनुसार सतत खेडी बदलत राहण्यामुळे कुणीही जमीन विकू शकत नव्हतं किंवा अधिक चांगली घरं बांधावीत अथवा फळबागा तयार कराव्यात असा कुणाला उत्साहच वाटत नसे.

१९४९ साली, पाकिस्तानच्या निर्मितीनंतर दोन वर्षांनी त्यांनी पदाचा त्याग करून त्यांच्या थोरल्या मुलाला – मियाँगुल अब्दुल हक जेहाँजेब – यांना गादीवर बसवलं.

माझे वडील नेहमी म्हणतात, ''बादशाह साहिबांनी शांती आणली, त्यांच्या मुलाने समृद्धी आणली.''

आम्ही जेहाँजेब यांचा कार्यकाल आमच्या इतिहासातील सुवर्णकाळ मानतो. ते पेशावरच्या ब्रिटिश शाळेत शिकले होते आणि बहुधा त्यांचे वडील अशिक्षित असल्यामुळे ते शाळा उभारणीच्या बाबतीत अत्यंत आस्थेवाईक होते. त्यांनी बऱ्याच शाळा सुरू केल्या. त्याचबरोबर रुग्णालयं आणि रस्तेही बांधले. १९५० साली त्यांनी खान लोकांना इतर लोकांनी कर देण्याची पद्धत बंद केली, पण अभिव्यक्ती-स्वातंत्र्य मात्र नव्हतं. वलींवर टीका करणाऱ्या व्यक्तीला खोऱ्यातून हद्दपार केलं जात असे.

माझ्या वडिलांचा जन्म १९६९ साली झाला. त्याच वर्षी वलींनी सत्ता सोडली आणि आम्ही पाकिस्तानच्या वायव्य सरहद्द प्रांताचा भाग बनलो. पुढे काही वर्षांनी या प्रदेशाचं 'खैबर पख्तुनख्वा' असं नामकरण झालं.

मी जन्माला आले ती पाकिस्तानची कन्या म्हणून; मात्र इतर सर्व स्वातवासीयांप्रमाणेच मी स्वत:ला प्रथम 'स्वाती' मानते, मग पश्तून आणि त्यानंतर पाकिस्तानी.

आमच्या घराजवळ एक कुटुंब राहायचं. त्या घरात माझ्याच वयाची एक मुलगी होती, सफिना. तिचे भाऊ माझ्या भावांएवढेच होते – बाबर आणि बसित. आम्ही सगळे जण रस्त्यावर किंवा घराच्या छतांवर एकत्र जमून क्रिकेट खेळायचो, पण आम्ही मुलींनी मोठं झाल्यावर घरात राहणं अपेक्षित आहे हे मी ओळखून होते. आम्ही स्वयंपाकपाणी करणं आणि आमच्या वडिलांना, भावांना जेवायला वाढणं अपेक्षित असतं. मुलांना आणि पुरुषांना गावात मुक्तपणे फिरायची मुभा असते, पण मी आणि आई मात्र कुणी पुरुष नातेवाईक सोबत असल्याखेरीज, मग तो पाच वर्षांचा मुलगा असला तरी चालेल, बाहेर जाऊ शकत नव्हतो! तशी प्रथाच होती.

मी खूप पूर्वीच ठरवलं होतं की, आपण असं करायचं नाही.

माझे वडील नेहमी म्हणायचे, "मलाला पक्ष्यासारखी मुक्त असेल."

ॲलेक्झांडर-द-ग्रेटसारखं माउंट इलमवर जाऊन गुरुला स्पर्श करायचा, खोऱ्याच्या पलीकडल्या विश्वाची सफर करायची असं माझं स्वप्न होतं. पण मी जेव्हा माझे भाऊ छतावरून पळापळी करताना, पतंग उडवताना, पतंगाचा मांजा मागे-पुढे करत एकमेकांचे पतंग काटताना पाहायचे तेव्हा मनात यायचं, 'एक मुलगी खरंच किती स्वतंत्र होऊ शकेल?'

◆

मी... छकुली

मिंगोरामध्ये मी आणि माझा भाऊ अटल

माझ्या वडिलांचे मित्र हिदायतुल्ला व मी, आमच्या पहिल्यावहिल्या शाळेत

शांगला येथे माझे आजोबा – आईचे वडील – मलिक जाँशेरखान

माझ्या वडिलांच्या बालपणीचं घर

मिंगोरामधील आमच्या घरी माझे आजोबा –
वडिलांचे वडील – बाबा, मी आणि खुशाल

खुशाल आणि मी – अभ्यास करताना

शांगलामधील धबधब्याजवळ
तुषार झेलताना मी आणि खुशाल

शाळेची सहल

खुशाल स्कूलची असेम्ब्ली

सुरुवातीला लोक फजलुल्लाहला भरपूर पैसे द्यायचे

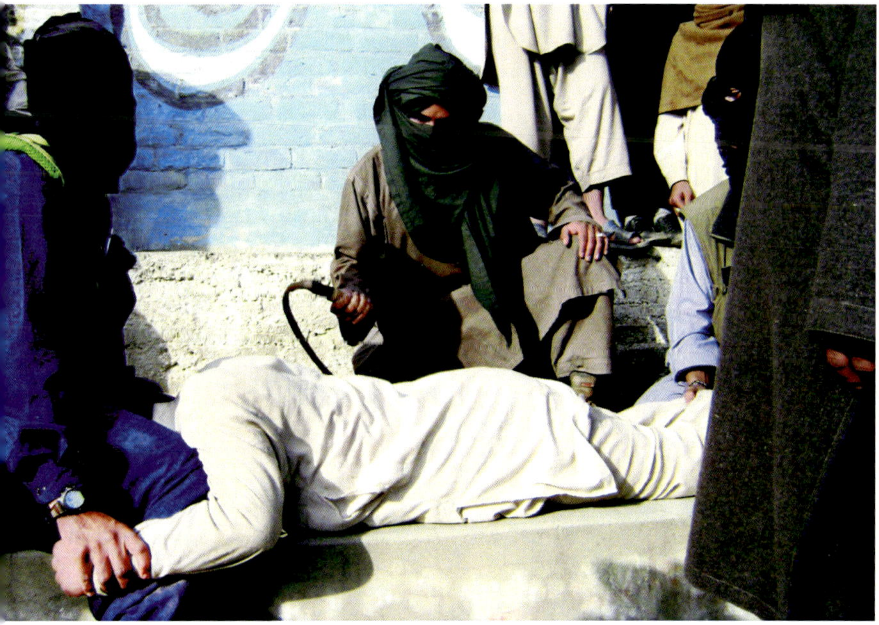

तालिबान – लोकांना सार्वजनिकरीत्या चाबकाने फोडताना

मी हाजीबाबामधील आत्मघाती हल्ल्यात बळी पडलेल्या लोकांना आदरांजलीपर भाषण करतान

आमच्या शाळेच्या नाटकातील एक दृश्य

माझा रंगरेषांशी संवाद

मी १२ वर्षांची असताना काढलेलं चित्र... परस्पर विश्वास आणि ऐक्याचं स्वप्न व्यक्त करणारं

अटल आणि मी, मिंगोरातील आमच्या बागेत स्नोमॅन बनवताना

माझे वडील शिक्षणासाठी जिथे राहिले होते, त्या स्पाल बांदीमध्ये मी

मी शाळेत गोष्ट सांगताना – 'ऑल दॅट ग्लिटर्स इज नॉट गोल्ड'

पाकिस्तानचे संस्थापक जिना यांच्या कबरीजवळ मी

माझे वडील व स्वातमधील बुजुर्ग मंडळी

बॉम्बहल्ल्यात उद्ध्वस्त झालेली शाळा

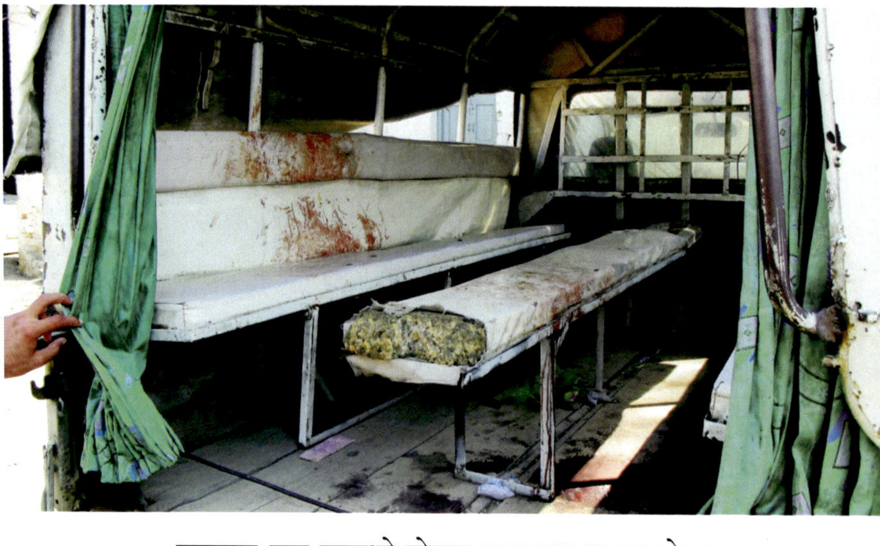

माझ्यावर याच बसमध्ये गोळ्या झाडण्यात आल्या होत्या

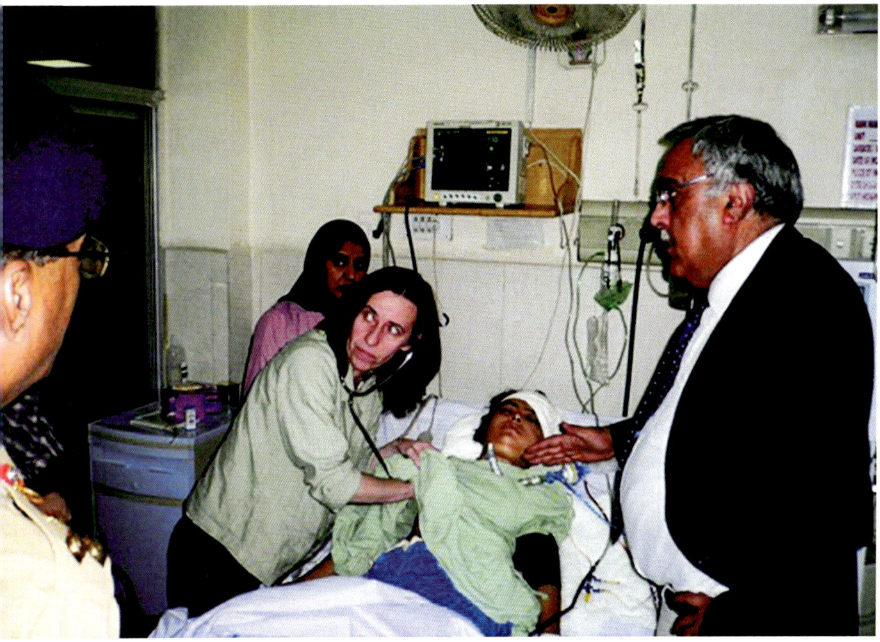

माझ्यावर उपचार करणारे डॉ. फियोना व डॉ. जाविद

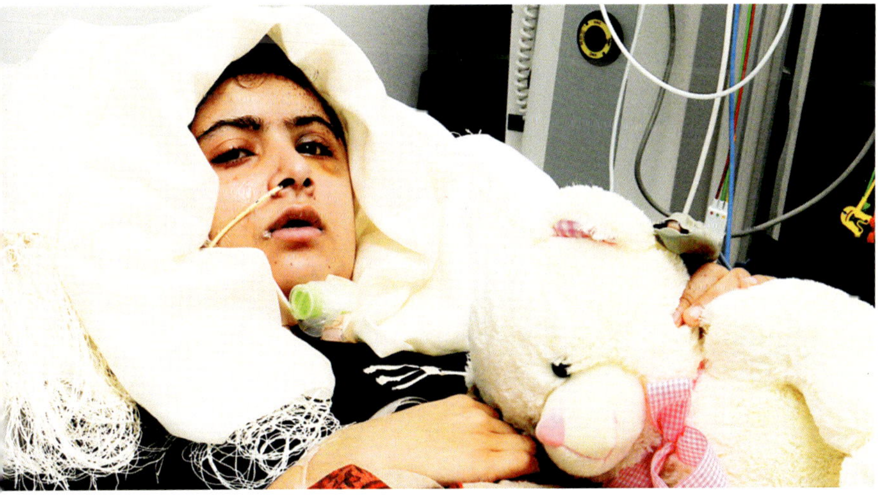

बर्मिंगहॅम हॉस्पिटलमधले सुरुवातीचे दिवस

मी हॉस्पिटलमध्ये अभ्यास करताना

आमच्या मुख्याध्यापिका मॅडम मरियम (डावीकडे) व शाजिया –
हिला माझ्यासोबत गोळी लागलेली होती

माझ्या मैत्रिणी वर्गात माझ्यासाठी जागा राखून ठेवायच्या (उजवीकडे)

मुलांच्या शाळेचे प्रमुख अहमद सर रोज सकाळी माझ्या पोस्टरशी बोलतात

संयुक्त राष्ट्रसंघात बान की-मून, गॉर्डन ब्राउन, कुटुंबीय व मैत्रिणींसोबत मी

माझ्या सोळाव्या वाढदिवशी संयुक्त राष्ट्रसंघात बोलताना

माझ्या आईसोबत – मदिनामध्ये

आम्ही सर्व जण बर्मिंगहॅममधील आमच्या नव्या घराबाहेर

२

माझे वडील : बहिरी ससाणा

माझे वडील बोलताना नेहमी अडखळायचे. कधीकधी ते एखाद्या शब्दावर अडकून राहायचे आणि रेकॉर्ड अडकावी तसं एकच अक्षर पुन:पुन्हा म्हणत राहायचे. आम्ही सगळे त्यांच्या तोंडातून पुढचा शब्द कधी बाहेर पडतो आहे याची वाट पाहायचो. ते म्हणायचे की, मला बोलताना अचानक घशात भिंत उभी राहिल्यासारखं वाटतं. 'म', 'प', 'क' ही अक्षरं तर शत्रूसारखी टपून वाटच पाहत असायची. मी त्यांना चेष्टेने म्हणायचे की, तुम्ही मला 'जानी' म्हणता, कारण ते मलालापेक्षा उच्चारायला सोपं आहे. शब्दांवर आणि कवितेवर प्रेम करणाऱ्या माणसाच्या दृष्टीने तोतरेपणा ही फार भयंकर गोष्ट होती. त्यांच्या घरी व आजोळी – दोन्ही बाजूला एका काकाला आणि मामाला असाच त्रास होता. त्यांच्या वडिलांमुळे तर हा त्रास अधिकच असह्य होत असे. त्यांचा आवाज तर भयंकरच होता. ते गडगडल्यासारखं बोलायचे.

"पटकन बोल, पोरा!" माझे वडील बोलताना अडखळले की, त्यांचे वडील जोरात गर्जायचे. माझ्या आजोबांचं नाव रोहुल अमिन. याचा अर्थ होता, सच्चा दिलाचा. गॅब्रिएल या देवदूताचं हे पवित्र नाव आहे. त्यांना त्यांच्या नावाचा अत्यंत अभिमान होता. ते स्वत:ची ओळख करून देत असत ती एका प्रसिद्ध काव्यपंक्तीने, ज्यामध्ये त्यांचं नाव गुंफलेलं होतं. ते अतिशय तापट होते, एवढ्यातेवढ्या कारणावरून त्यांच्या रागाचा पारा चढायचा... एखादी कोंबडी चुकली किंवा कप फुटला – एवढंसं कारणही त्यांचा भडका उडायला पुरायचं. ते संतापाने लालबुंद होत आणि किटल्या-भांडी फेकायला सुरुवात करत. मला आजी माहीतच नाही, पण माझे वडील सांगतात की, ती माझ्या आजोबांना गमतीने म्हणायची, "तुम्ही आमच्याकडे जसे सदा आठ्या पाडून रागानं पाहत असता ना, मी मेल्यावर देव

तुम्हाला तसलीच बायको देईल; कधीही न हसणारी.''

माझ्या आजीला माझ्या वडिलांच्या तोतरेपणाची इतकी चिंता वाटायची की, ती माझे वडील लहान असताना त्यांना घेऊन एका महाराजांकडे गेली होती. तिथपर्यंतचा प्रवास बराच मोठा होता. आधी बसने जावं लागत असे, मग डोंगर पार करून चालत जायला तासभर. तिच्या भाच्याने – फाजली हकीमने – माझ्या वडिलांना खांद्यावर बसवून तिथे नेलं होतं. त्या महाराजांचं नाव 'लेवानो पीर' म्हणजे वेड्याचे संत. कारण त्यांना वेड्या लोकांना शांत करता येतं, असं म्हटलं जायचं. माझ्या वडिलांना त्यांच्याकडे नेल्यावर त्यांनी माझ्या वडिलांना आ करायला सांगितला आणि मग ते वडिलांच्या तोंडात थुंकले. मग त्यांनी थोडासा गुळ खाल्ला तो तोंडात घोळवून थुंकीत भिजवला. मग तो गोळा बाहेर काढून माझ्या आजीला दिला आणि माझ्या वडिलांना रोज थोडा थोडा खाऊ घालायला सांगितलं. पण या उपचाराने त्यांचा तोतरेपणा कमी झाला नाही. उलट काही जण तर म्हणतात की, तो अधिकच वाढला. त्यामुळे माझ्या वडिलांनी जेव्हा वयाच्या तेराव्या वर्षी ते जाहीर वक्तृत्व स्पर्धेत भाग घेत असल्याचं सांगितलं तेव्हा माझे आजोबा सर्दच झाले.

''कसा भाग घेणार आहेस तू?'' त्यांनी हसत विचारलं, ''तुला एक वाक्य बोलायला एक-दोन मिनिटं लागतात...''

''काळजी करू नका,'' माझे वडील म्हणाले. ''तुम्ही मला भाषण लिहून द्या. मी तयारी करतो.''

माझे आजोबा उत्तम वक्ता म्हणून प्रसिद्ध होते. शाहपूरच्या सरकारी हायस्कूलमध्ये ते धर्मशास्त्र शिकवत असत. ते स्थानिक मशिदीचे इमाम होते. त्यांच्या वक्तृत्वाने श्रोते मंत्रमुग्ध होत असत. शुक्रवारी प्रार्थनेच्या वेळी ते प्रवचन देत असत. ही प्रवचनं इतकी लोकप्रिय होती की, पर्वतराजीत वसलेले लोक ती ऐकायला गाढवावर बसून अथवा पायी चालत कुठून-कुठून येत असत.

माझ्या वडिलांचं कुटुंब खूप मोठं होतं. त्यांचा थोरला भाऊ वयाने त्यांच्यापेक्षा बराच मोठा होता. त्याचं नाव सईद रमजान. मी त्यांना 'खान दादा' म्हणते. त्यांना पाच बहिणी होत्या. त्यांचं बरकाना हे खेड अत्यंत मागास होतं. ते सगळे बैठ्या चंद्रमौळी घरात दाटीवाटीने राहत असत. त्यांच्या घराचं मातीचं छप्पर पावसात अथवा बर्फवृष्टी सुरू झाली की गळत असे. बहुतेक ठिकाणी दिसणारं चित्र त्यांच्याही घरी होतं – मुली घरीच असायच्या आणि मुलं शाळेत जायची. माझे वडील सांगतात, ''त्या फक्त लग्न होण्याची वाट पाहत असायच्या.''

माझ्या आत्यांना फक्त शाळेलाच मुकावं लागत नव्हतं, तर सकाळी माझ्या वडिलांना साय अथवा दूध दिलं जायचं तेव्हा त्यांच्या बहिणींना बिनदुधाचा चहा

मिळायचा. घरात अंडी असली तर ती फक्त मुलांसाठी असायची. रात्रीच्या जेवणासाठी कोंबडी कापली तर मुलींना पंख आणि मानेचा भाग मिळायचा आणि छातीचं लुसलुशीत मांस माझ्या वडिलांना, त्यांच्या भावाला आणि माझ्या आजोबांना मिळायचं. माझे वडील सांगतात, ''अगदी सुरुवातीपासूनच मी माझ्या बहिणींपेक्षा वेगळा आहे अशी जाणीव मला करून देण्यात आली.''

त्यांच्या खेड्यात फारसं काही करता येण्याजोगं नव्हतंच. क्रिकेट खेळायचं म्हटलं तर खेळपट्टीसुद्धा होणार नाही इतकं अरुंद होतं ते! तिथे फक्त एका घरी टीव्ही होता.

शुक्रवारी हे दोघं भाऊ हळूच मशिदीत जात असत आणि व्यासपीठावरून उपस्थित श्रोतृवृंदासमोर प्रवचन देणाऱ्या आजोबांकडे विस्मयाने पाहत असत. त्यांचं प्रवचन साधारण तासभर चालत असे. त्यांचा आवाज चढत चढत जाऊन अक्षरश: छताचे वासे थरथरू लागण्याच्या क्षणाची ते नवलाने वाट पाहत असत.

माझ्या आजोबांचं शिक्षण भारतात झालं होतं. तिथे त्यांनी थोर वक्ते व नेत्यांना पाहिलं होतं... त्यात पाकिस्तानचे संस्थापक मोहम्मद अली जीना, जवाहरलाल नेहरू, महात्मा गांधी, खान अब्दुल गफार खान अशा व्यक्ती होत्या. खान अब्दुल गफार खान हे तर आमचे थोर पश्तून नेते; त्यांनी स्वातंत्र्यासाठी चळवळ उभारली होती.

माझ्या आजोबांनी – मी त्यांना 'बाबा' म्हणते – १४ ऑगस्ट, १९४७ रोजी मध्यरात्री ब्रिटिश वसाहतवाद्यांपासून स्वातंत्र्य मिळालं तो क्षण अनुभवला आहे. ते रेडिओवर बातम्या मोठ्या आवडीने ऐकत असत. त्यांचा जुना रेडिओ माझ्या काकांकडे अजूनही आहे. त्यांच्या प्रवचनांमध्ये जागतिक घडामोडी किंवा ऐतिहासिक घटनांची नेहमी उदाहरण असत, तसंच 'कुरआन' व 'हदिथ'मधील कथा, प्रेषितांची वचनं असत. त्यांना राजकारणावर बोलायलाही आवडत असे. १९६९ साली स्वात पाकिस्तानात गेलं. (माझ्या वडिलांचा जन्म त्याच सालचा.) बरेच स्वातवासी त्यामुळे नाखूश होते. त्यांची पाकिस्तानी न्यायव्यवस्थेबद्दल तक्रार होती. त्यांच्या जमातीच्या जुन्या न्यायव्यवस्थेपेक्षा ही व्यवस्था बरीच मंदगती होती आणि त्यांच्याइतकी प्रभावी नव्हती असं त्यांचं म्हणणं होतं. माझे आजोबा वर्गपद्धती, खान लोकांची चालत आलेली सत्ता आणि सधन-निर्धन यांच्यामधली दरी या विरोधात आवाज उठवत असत.

माझा देश फार जुना नाही, पण दुर्दैवाने त्याला लष्करी उठावांचा इतिहास आहे. माझे वडील आठ वर्षांचे होते तेव्हा झिया उल-हक नामक जनरलनी सत्ता ताब्यात घेतली. त्यांची आजही अनेक छायाचित्रं पाहायला मिळतात. त्यांचं व्यक्तिमत्त्व भीतिदायक होतं. त्यांच्या डोळ्यांभोवती पांडासारखी काळी वर्तुळ होती, त्यांचे

मोठमोठे दात 'सावधान'मध्ये उभे आहेत असं वाटत असे. त्यांचे केस पोमेडने डोक्यावर चपटे बसवलेले असत. त्यांनी आमचे लोकनिर्वाचित पंतप्रधान झुल्फिकार अली भुट्टो यांना अटक केली, त्यांच्यावर राजद्रोहाचा खटला चालवला आणि नंतर त्यांना रावळपिंडी तुरुंगात फाशी दिली. लोक आजही भुट्टो यांची 'प्रचंड करिष्मा असलेला माणूस' अशी आठवण काढतात. लोक म्हणतात की, सामान्य माणसाच्या बाजूने उभा राहिलेला तो पहिला पाकिस्तानी नेता होता. ते स्वत: खूप श्रीमंत जमीनदार होते. त्यांच्या मालकीच्या कित्येक आमराई होत्या. त्यांना देहदंड देण्यात आल्याचा सर्वांनाच धक्का बसला होता. त्यामुळे जगभरात पाकिस्तानची प्रतिमा वाईट झाली. अमेरिकन मदत थांबवली गेली.

आपल्या देशातील लोकांचा पाठिंबा मिळवण्यासाठी जनरल झियांनी इस्लामीकरणाची मोहीम उघडली. त्यांना आमच्या देशाला 'मुस्लीम राष्ट्र' बनवायचं होतं, आणि आमच्या देशाच्या सैद्धान्तिक आणि भौगोलिक सीमांचं रक्षण करण्याचं काम लष्कराकडे सोपवायचं होतं. त्यांनी देशवासीयांना सांगितलं की, हे सरकार इस्लामी तत्त्वानुसार काम करत असल्यामुळे त्यांच्या सरकारचा आदेश मानणं हे त्यांचं कर्तव्य आहे. झिया तर आम्ही प्रार्थना कशी करावी हेसुद्धा ठरवू इच्छित होते. त्यांनी प्रत्येक जिल्ह्यात 'सलात' म्हणजे प्रार्थना समित्या तयार केल्या होत्या, अगदी दुर्गम खेड्यातसुद्धा. आणि त्यासाठी एक लाख प्रार्थना निरीक्षक नेमले होते. त्याआधीच्या काळात मुल्ला मंडळी हा जवळपास चेष्टेचाच विषय होता. माझे वडील सांगतात की, लग्नसमारंभात ते कुठेतरी कोपऱ्यात उभे असायचे आणि लवकर निघून जायचे. पण झियांच्या राजवटीत त्यांचा प्रभाव वाढला. मुल्लांना धर्मग्रंथावरील प्रवचनांसाठी इस्लामाबादला पाचारण करण्यात आलं. त्यात माझे आजोबासुद्धा गेले होते.

झियांच्या राजवटीत, पाकिस्तानात महिलांच्या आयुष्यावर बरेच निर्बंध आले. जीना म्हणायचे, ''पुरुषांच्या बरोबरीने महिलांचा सहभाग असल्याखेरीज कोणताही लढा यशस्वी होऊ शकत नाही. जगात दोन्ही गोष्टी सामर्थ्यशाली आहेत, एक म्हणजे तलवार आणि दुसरी लेखणी. पण या दोन्हींपेक्षाही सामर्थ्यशाली अशी एक तिसरी शक्ती आहे, ती म्हणजे स्त्रिया.''

पण जनरल झियांनी इस्लामी कायदे आणले. त्यामुळे न्यायालयात महिलेच्या साक्षीला पुरुषाच्या साक्षीच्या निम्मं महत्त्व उरलं. त्यामुळे लवकरच आमच्याकडचे तुरुंग अशा प्रकारच्या आरोपांखाली अटक झालेल्या व्यक्तींनी खचाखच भरले, ज्यात एखाद्या १३ वर्षांच्या मुलीवर बलात्कार झालेला असे आणि ती गर्भवती झाल्यामुळे तिला व्यभिचाराच्या गुन्ह्याखाली तुरुंगात टाकलं जात असे. कारण तिच्यावर झालेला अन्याय हा गुन्हा सिद्ध करण्यासाठी, ती चार पुरुष साक्षीदार

सादर करू शकत नसे. बाईला पुरुषाच्या परवानगीखेरीज बँकेत खातंसुद्धा उघडता येत नसे. आमचा देश हॉकीमध्ये कायम चमकदार कामगिरी करत आला आहे, पण झियांनी आमच्या महिला हॉकीपटूंना अर्ध्या चड्डीऐवजी बॅगी पँट घालून खेळायला लावलं, आणि बायकांना काही खेळ खेळण्यास तर पूर्णत: मनाई केली.

त्याच दरम्यान आमच्याकडे अनेक मदरसे अथवा धार्मिक शाळा सुरू झाल्या. सगळ्या शाळांमध्ये धार्मिक अभ्यासाच्या जागी ज्याला आम्ही *दीनायत* म्हणतो म्हणजे *इस्लामियत* अथवा इस्लामी अभ्यास सुरू करण्यात आला. पाकिस्तानातल्या मुलांना आजही तो शिकावा लागतो. आमच्या इतिहासाच्या क्रमिक पुस्तकाचं पुनर्लेखन करण्यात आलं आणि त्यामध्ये पाकिस्तानचं वर्णन 'इस्लामचा तटबंदी किल्ला' असं करण्यात आलं. जणूकाही आमचं १९४७ सालाच्या खूप पूर्वीपासून अस्तित्व असावं. त्याचबरोबर हिंदू व ज्यूंना उघड विरोध करण्यात आला. तो इतिहास वाचणाऱ्या कुणालाही वाटेल की, आमच्या शत्रुराष्ट्राविरुद्ध म्हणजेच भारताविरुद्ध झालेली तीनही युद्धं आम्ही हरूनसुद्धा जिंकलोच आहोत.

माझे वडील १० वर्षांचे झाले तोवर सारं चित्रच पालटून गेलं होतं. १९७९ सालच्या नाताळनंतर लगेचच आमचा शेजारच्या अफगाणिस्तानवर रशियाने हल्ला केला. त्या दरम्यान लक्षावधी अफगाण लोक सीमा ओलांडून आले. जनरल झियांनी त्यांना आश्रय दिला. मुख्यत्वे पेशावरच्या आजूबाजूला पांढऱ्या तंबूच्या मोठमोठ्या छावण्या उभ्या राहिल्या. त्यातील काही आजही तिथे आहेत. आमची सर्वांत मोठी गुप्तचर सेवा लष्कराचाच घटक आहे, तिला 'आयएसआय' म्हटलं जातं. या संस्थेने या छावण्यांमधील अफगाण शरणार्थींची भरती करून त्यांच्या प्रशिक्षणासाठी एक भव्य कार्यक्रम सुरू केला. या लोकांना 'प्रतिरोधक योद्धा' म्हणजेच 'मुजाहिद्दीन' म्हटलं गेलं. अफगाण लोक योद्धा म्हणून विख्यात असले, तरी त्या कार्यक्रमाचे मुख्य अधिकारी कर्नल इमाम यांनी त्यांना संघटित करणं म्हणजे 'बेडकांचं वजन करण्यासारखं' असल्याची तक्रार केली होती.

रशियाच्या या हल्ल्यामुळे, झियांची आंतरराष्ट्रीय स्तरावर असलेली जातिभ्रष्ट ही प्रतिमा बदलली आणि 'शीतयुद्धातील थोर स्वातंत्र्यरक्षक' अशी प्रतिमा तयार झाली. अमेरिकेने आमच्याशी पुन्हा एकदा मैत्री केली. कारण तेव्हा रशिया हा त्यांचा मुख्य शत्रू होता.

आमच्या पलीकडेच, काही महिन्यांपूर्वीच घडलेल्या क्रांतीमध्ये इराणच्या शहांना पदच्यूत व्हावं लागलं होतं. त्यामुळे 'सीआयए'चा (सीआयए – अमेरिकन गुप्तचर) त्या प्रदेशातील मुख्य तळ गेला होता. त्याची जागा पाकिस्तानने घेतली. अमेरिका आणि अन्य पाश्चात्त्य राष्ट्रांकडून आमच्या देशाच्या तिजोरीत अब्जावधी डॉलर्स जमा झाले आणि कम्युनिस्ट लाल लष्कराचा मुकाबला करण्याच्या दृष्टीने

'आयएसआय'ला अफगाण लोकांना प्रशिक्षित करता यावं यासाठी शस्त्रं मिळू लागली. जनरल झियांना राष्ट्राध्यक्ष रोनाल्ड रेगन यांनी 'व्हाइट हाउस'मध्ये व पंतप्रधान मार्गारेट थॅचर यांनी १० डाउनिंग स्ट्रीटवर आमंत्रण दिलं होतं. त्या वेळी त्यांनी झियांची मुक्तकंठाने स्तुती केली.

पंतप्रधान झुल्फिकार भुट्टो यांनी झियांची लष्करप्रमुख म्हणून नेमणूक केली होती, ती झिया काही फार बुद्धिमान नाहीत; त्यांच्याकडून काही धोका नाही या समजुतीने. भुट्टो झियांना त्यांचं माकड असं म्हणत असत. पण झिया फारच कावेबाज निघाले. त्यांनी अफगाणिस्तानला पाश्चिमात्य देशांसाठीच नव्हे, तर सुदान ते तजिकिस्तानपर्यंतच्या मुस्लिमांसाठीही केंद्रबिंदू बनवलं. पाश्चिमात्य देशांना सोविएत संघराज्यातून प्रसारित होणारा कम्युनिझम रोखायचा होता, तर सुदान ते तजिकिस्तानमधील मुस्लीम अफगाणिस्तानला 'काफरांच्या हल्ल्यांना तोंड देणारा इस्लामी मित्र देश' असं मानत होते. संपूर्ण अरब जगतातून, विशेषत: सौदी अरेबियातून पैशाचा वर्षाव झाला. अमेरिकेने जे पाठवलं होतं त्याच्या तोडीस तोड ओघ इथूनही आला आणि स्वयंसेवी योद्धेही... त्यामध्ये एक सौदी कोट्यधीशही आला, त्याचं नाव ओसामा बिन लादेन.

आम्ही पश्तून लोक पाकिस्तान आणि अफगाणिस्तानात विभागलो आहोत. ब्रिटिशांनी शंभरपेक्षा जास्त वर्षांपूर्वी आखलेली सरहद्द आम्हाला खरंतर कळतच नाही. त्यामुळे सोव्हिएत हल्ल्यामुळे आमचं रक्त उसळून उठलं. धार्मिक व राष्ट्रभक्ती अशा दोन्ही कारणांमुळे मशिदींमधील धर्मोपदेशक त्यांच्या प्रवचनांमध्ये बरेचदा सोव्हिएतने अफगाणिस्तानवर ताबा घेण्याबाबत बोलत असत. ते रशियन लोकांचा धिक्कार करून त्यांना 'काफर' असं म्हणत असत, आणि लोकांना 'जिहाद'मध्ये सहभागी होण्याचं आवाहन करत. 'चांगले मुस्लीम' म्हणून हे त्यांचं कर्तव्य आहे असं सांगत. झियांच्या राजवटीत जिहाद हा जणू आमच्या धर्माचा सहावा आधारस्तंभ बनला होता. आम्ही पाच तत्त्वं शिकत लहानाचे मोठे झालो होतो, ती म्हणजे – एकाच ईश्वरावर श्रद्धा, दिवसांतून पाच वेळा नमाज, जकात देणं, रोजा-रमजानच्या महिन्यात सूर्योदयापासून सूर्यास्तापर्यंत उपास करणं आणि हज म्हणजे मक्का तीर्थयात्रा, जी प्रत्येक शारीरिकदृष्ट्या सक्षम मुस्लीम व्यक्तीने आयुष्यात एकदा तरी करावी, असं म्हटलं जातं.

माझे वडील म्हणतात की, आमच्या प्रदेशात या जिहादच्या संकल्पनेला सीआयएने अतिशय प्रोत्साहन दिलं. शरणार्थींच्या छावण्यांमधील मुलांना अमेरिकी विद्यापीठांनी तयार केलेली शालेय पाठ्यपुस्तकंसुद्धा दिली जायची. त्यामध्ये त्यांना युद्धाच्या माध्यमातून मूलभूत अंकगणित शिकवलं जात असे. त्या पुस्तकात अशा प्रकारची गणितं असत – १० रशियन काफरांपैकी ५ जणांना एका मुस्लिमाने ठार

केलं तर किती उरतील... ५ किंवा १५ बंदुकीच्या गोळ्या उणे १० बंदुकीच्या गोळ्या, बरोबर ५ बंदुकीच्या गोळ्या.

माझ्या वडिलांच्या भागातील काही मुलं अफगाणिस्तानला युद्धासाठी गेली होती. माझ्या वडिलांना त्याबाबतचा एक प्रसंग आठवतो – एके दिवशी सुफी मोहम्मद नावाचे एक मौलाना त्यांच्या खेड्यात आले होते. त्यांनी गावातील तरुणांना इस्लामसाठी त्यांच्यासोबत रशियन लोकांशी लढायला येण्याचं आवाहन केलं. त्यानुसार अनेक जण जुन्या रायफली किंवा नुसत्या कुऱ्हाडी व रणगाडाविरोधी तोफांनिशी सज्ज होऊन त्यांच्यासोबत गेले.

याच मौलानांची संघटना पुढे काही वर्षांनी 'स्वात तालिबान' बनणार आहे ते हे आम्हाला तेव्हा माहीत नव्हतं. त्या वेळी माझे वडील अवघे १२ वर्षांचे होते. लढ्यात सहभागी होण्याच्या दृष्टीनं ते खूपच लहान होते. अखेर रशियन लोकांनी १० वर्षं अफगाणिस्तानमध्ये पाय रोवले. १९८०च्या दशकामध्ये माझे वडील किशोरवयीन झाले तेव्हा त्यांनीही जिहादी व्हायचं ठरवलं. मात्र पुढे त्यांची प्रार्थनेतील नियमितता कमी झाली. ते दररोज पहाटे उठून शेजारच्या खेड्यात पायी जात असत. तिथल्या मशिदीत ते त्यांच्या ज्येष्ठ 'तालिब'सोबत कुरआनचा अभ्यास करत असत. त्या काळी 'तालिब' याचा अर्थ होता, धर्माचा अभ्यास करणारा विद्यार्थी. त्या दोघांनी मिळून कुरआनच्या सर्वच्या सर्व ३० अध्यायांचा अभ्यास केला. नुसतं पठणच नव्हे; तर त्याचा अर्थही समजून घेतला. हे फार थोडी मुलं करतात.

तो तालिब जिहादबद्दल इतक्या ओजस्वी भाषेत बोलत असायचा की, माझे वडील भारावून जायचे. तो माझ्या वडिलांना सतत सांगत असायचा की, पृथ्वीवरील आयुष्य किती छोटं आहे आणि खेड्यातल्या तरुणांना संधी अगदी कमी आहेत. आमच्या कुटुंबाच्या मालकीची जमीन अगदी अल्प होती. माझ्या वडिलांना त्यांच्या वर्गातल्या इतर बहुतांश मुलांप्रमाणे दक्षिणेकडे कोळशाच्या खाणीत कामाला जायचं नव्हतं. ते काम खूप खडतर आणि धोकादायक होतं. तिथे अपघातात मृत्युमुखी पडलेल्या लोकांच्या शवपेट्या वर्षभरात अनेकदा गावी यायच्या. त्यामुळे खेड्यातल्या मुलांसाठी आशेचा सर्वोत्तम किरण म्हणजे सौदी अरेबिया किंवा दुबईला जाऊन बांधकामावर काम करणं. त्यामुळे बहात्तर कुमारिका असलेला स्वर्ग त्यांना आकर्षक वाटत होता!

रोज रात्री माझे वडील देवाची प्रार्थना करायचे – "हे अल्लाह, कृपा करून मुस्लीम आणि काफर यांच्यात युद्ध घडव, म्हणजे मी तुझ्या सेवेत देह ठेवीन आणि हुतात्मा होईन."

काहीकाळ त्यांना आयुष्यात त्यांची मुस्लीम ही ओळख इतर कोणत्याही गोष्टीपेक्षा महत्त्वाची वाटत होती. त्यांनी स्वतःला 'झियाऊद्दीन पंचपिरी' मानायला

सुरुवात केलं होतं. (पंचपिरी हा धार्मिक संप्रदाय आहे.) त्या दरम्यान त्यांना दाढी येऊ लागली होती, ती त्यांनी वाढवली होती. ते म्हणतात की, ते एक प्रकारचं 'ब्रेनवॉशिंग'च होतं. त्यांना वाटतं की, त्या काळी तशी सोय असती तर त्यांच्या मनात 'मानवी बॉम्ब' होण्याचा विचारसुद्धा येऊ शकला असता. पण माझे वडील अगदी लहानपणापासून जे जसं समोर येईल तसं स्वीकारणारे नव्हते. ते प्रश्न विचारत असत. खरंतर त्या काळी आमच्या सरकारी शाळांतलं शिक्षण म्हणजे नुसती घोकंपट्टी असायची. विद्यार्थ्यांनी शिक्षकांना प्रश्न विचारणं अपेक्षित नसायचं.

अशा प्रकारे ते हुतात्मा होऊन स्वर्गात जाण्याची प्रार्थना करत होते त्याच दरम्यान त्यांची माझ्या आईच्या भावाशी – फैज मोहम्मद यांच्याशी ओळख झाली. मग ते माझ्या आईच्या घरच्या लोकांमध्ये मिसळू लागले. तिच्या वडिलांच्या हुजरामध्ये जाऊ लागले. आईच्या वडिलांचा, माझ्या आजोबांचा स्थानिक राजकारणात खूप सहभाग असायचा. ते धर्मनिरपेक्ष राष्ट्रप्रेमी पक्षांमध्ये होते. त्यांचा युद्धात सहभागी होण्यास विरोध होता. त्या दरम्यान रहमत शाह सायेल – माझ्या नावाची कविता लिहिणारे हेच पेशावरचे कवी – यांनी एक कविता केली होती. ही कविता खूप प्रसिद्ध झाली होती. त्यांनी त्या कवितेत म्हटलं होतं की, अफगाणिस्तानमध्ये जे सुरू आहे ते 'दोन हत्तींमधील युद्ध' आहे. अमेरिका आणि सोव्हिएत संघ यांच्यात चाललेलं हे युद्ध आपलं नाही. त्यांनी म्हटलं होतं की, आपल्या पश्तून लोकांची अवस्था दोन बलाढ्य पशूंच्या खुरांखाली चिरडलेल्या गवतासारखी झाली आहे. मी लहान असताना माझे वडील बरेचदा मला ही कविता म्हणून दाखवायचे, पण तेव्हा मला त्या शब्दांचा अर्थ कळायचा नाही.

माझ्या वडिलांना फैज मोहम्मद खूप आवडायचे. त्यांचं बोलणं माझ्या वडिलांना खूप अर्थपूर्ण वाटायचं; विशेषत: आमच्या देशातील सरंजामशाही व भांडवलशाही पद्धतीची अखेर व्हावी या संदर्भातील. आमच्या देशात वर्षानुवर्षं सगळी सत्ता त्याच त्या मातब्बर कुटुंबाच्या हाती एकवटलेली होती आणि गरीब लोक दारिद्र्याच्या खाईत अधिकच रुतत चालले होते. आपली दोन विरुद्ध टोकांमध्ये फरफट होते आहे असं त्यांच्या लक्षात आलं – एका बाजूला धर्मनिरपेक्षता आणि समाजवाद, तर दुसरीकडे झुंजार इस्लाम... मला वाटतं, त्यांनी कुठेतरी या दोन्हीमधला मार्ग शोधला असावा.

माझ्या वडिलांना माझ्या आजोबांचा आदरयुक्त धाक होता. त्यांनी मला त्यांच्याबद्दलचे खूप विलक्षण किस्से सांगितले आहेत. पण त्यांनी मला हेही सांगितलं आहे की, ते इतरांसाठी जे उच्च मापदंड ठरवत असत ते त्यांना स्वत:ला गाठायला जमत नसे. बाबा अतिशय लोकप्रिय व उत्कट वक्ता होते. ते जर अधिक मुत्सद्दीपणे वागले असते आणि त्यांनी चुलतभावंडं व उत्तमरीत्या स्थिरस्थावर

असलेल्या इतरांशी स्पर्धा करण्यात शक्ती वाया घालवली नसती, तर ते उत्तम नेता बनू शकले असते. पश्तून समाजात एखादा भाऊ तुमच्यापेक्षा अधिक लोकप्रिय, श्रीमंत किंवा प्रभावशाली झाला तर ते पचवणं कठीण असतं. माझ्या आजोबांचा एक चुलतभाऊ त्यांच्याच शाळेत शिक्षक म्हणून लागला. त्याला नोकरी लागली तेव्हा त्याने माझ्या आजोबांपेक्षा त्याचं वय बरंच कमी लावलं. आमच्यात लोकांना त्यांची नेमकी जन्मतारीख माहीत नसते. उदाहरणादाखल सांगायचं तर, माझ्या आईला तिचा जन्म कधी झाला ते माहीत नाही. आमच्याकडे जन्माचं साल एखाद्या महत्त्वाच्या घटनेवरून लक्षात ठेवलं जातं. म्हणजे भूकंप झाला होता त्यावर्षी अशा प्रकारे. पण माझ्या आजोबांना तो चुलतभाऊ वयाने त्यांच्यापेक्षा बराच मोठा होता हे माहीत होतं. चुलतभावाने हा प्रकार केल्याचं कळताच माझ्या आजोबांना इतका राग आला की, ते दिवसभराचा प्रवास करून मिंगोराला गेले आणि स्वातच्या शिक्षण मंत्र्यांना भेटले.

"साहिब," त्यांनी मंत्रिमहोदयांना सांगितलं, "माझा चुलतभाऊ माझ्यापेक्षा १० वर्षांनी मोठा आहे, तरी तुम्ही त्याला माझ्यापेक्षा १० वर्षांनी लहान असल्याचा दाखला दिला आहे."

मग मंत्रिमहोदय म्हणाले, "ठीक आहे, मौलाना, मी तुमचं वय किती लिहू? क्वेट्टाचा भूकंप झाला ते वर्ष तुमचं जन्माचं वर्ष म्हणून घालायचं का?"

माझ्या आजोबांनी होकार दिला आणि अशा प्रकारे त्यांचं नवीन जन्मवर्ष १९३५ झालं... त्यांच्या चुलतभावापेक्षा बरंच कमी.

ही कौटुंबिक स्पर्धा म्हणजे माझ्या वडिलांसाठी त्याच्या चुलतभावांकडून होणारा एक मोठा छळवादच होता. माझ्या वडिलांच्या मनात त्यांच्या रूपाबाबत असुरक्षित भावना होती हे या भावंडांना माहीत होतं. कारण वर्गात गोरी, देखणी मुलं नेहमी शिक्षकांच्या मर्जीत असत. माझे वडील शाळेला निघाले की, त्यांचे हे भाऊ त्यांना वाटेत अडवून त्यांना बुटकेपणा व काळ्या रंगाबद्दल चिडवत असत. आमच्या समाजात कुणी अशा प्रकारची उपेक्षा केली तर त्याचा सूड घेतला जातो, पण माझे वडील त्यांच्या या भावंडांपेक्षा खूप लहान होते.

शिवाय, आपण आपल्या वडिलांना खूश करण्याइतकं फार काही करू शकत नाही हे त्यांना जाणवायचं. बाबांचं हस्ताक्षर अतिशय सुरेख होतं. माझे वडील तासन्तास मेहनतीने अक्षरं कोरून काढायचे, पण बाबांनी कधीही त्यांचं कौतुक केलं नाही.

माझी आजी त्यांचा उत्साह टिकवून ठेवायची. माझे वडील तिचे लाडके होते. त्यांचं भविष्य उज्ज्वल आहे अशी तिची श्रद्धा होती. तिची त्यांच्यावर इतकी माया होती की, ती स्वत: उपाशी राहून त्यांच्या पानात हळूच थोडं जास्त मटण घालत

असे आणि त्यांना दुधावरची साय खाऊ घालत असे.

त्या काळी त्यांच्या खेड्यात वीज नसल्यामुळे अभ्यास करणं सोपं नव्हतं. ते हुजरामधील चिमणीच्या उजेडात अभ्यास करत असत. एके दिवशी त्यांना झोप लागली आणि ती चिमणी खाली पडली. सुदैवाने, आग लागण्याआधी माझी आजी तिथे आली. माझ्या आजीचा त्यांच्यावर जो विश्वास होता त्यानेच त्यांना स्वत:चा अभिमानास्पद मार्ग शोधण्याचं साहस दिलं... हाच मार्ग पुढे ते मलाही दाखवणार होते.

एकदा मात्र माझी आजीसुद्धा त्यांच्यावर रागावली होती. त्या काळी 'देराई सायदान' नामक तीर्थक्षेत्राहून काही साधू पिठाची भिक्षा मागत खेड्यापाड्यांत येत असत. एके दिवशी माझे आजीआजोबा बाहेर गेलेले असताना काही साधू आमच्या घरी आले. माझ्या वडिलांनी लाकडी बंदिस्त कणगी फोडून, त्यांना पात्रं भरभरून मका दिला. माझे आजीआजोबा घरी परत आल्यावर त्यांना हा प्रकार कळला तेव्हा ते भयंकर चिडले आणि त्यांनी माझ्या वडिलांना चोप दिला.

पश्तून लोक काटकसरीपणाबद्दल प्रसिद्ध आहेत. (पाहुण्यांच्या बाबतीत मात्र ते सढळ असतात.) बाबा तर पैशाच्या बाबतीत फारच दक्ष असत. घरात मुलांनी चुकून जरी अन्न वाया घालवलं तर त्यांच्या रागाचा पारा चढत असे. ते अत्यंत शिस्तप्रिय होते. आपली मुलं आपल्यासारखीच शिस्तीची का नाहीत, हे त्यांना समजत नसे. ते शिक्षक असल्यामुळे त्यांच्या मुलांना शाळेच्या क्रीडाशुल्कात आणि बॉय स्काउटच्या शुल्कात सवलत मिळत असे. ही सवलत इतकी अल्प होती की, बहुतेकसे शिक्षक ती सवलत मिळवण्यासाठी खटपट करत नसत, पण माझे आजोबा माझ्या वडिलांना सवलतीसाठी अर्ज करायला लावत असत. माझ्या वडिलांना अर्थातच ते काम अजिबात आवडत नसे. मुख्याध्यापकांच्या ऑफिसबाहेर प्रतीक्षा करताना त्यांना घाम फुटत असे आणि आत गेल्यावर तर त्यांचा तोतरेपणा आणखीनच वाढत असे.

"पाच रुपयांसाठी माझा आत्मसन्मान पणाला लागला आहे असं मला वाटायचं," माझे वडील सांगतात.

माझ्या आजोबांनी त्यांना कधीही नवी पुस्तकं विकत घेऊन दिली नाहीत. ते त्यांच्या हुशार विद्यार्थ्यांना त्यांची पुस्तकं माझ्या वडिलांसाठी राखून ठेवायला सांगत. मग वर्ष संपल्यावर ती जुनी पुस्तकं आणायला माझ्या वडिलांना त्या मुलांच्या घरी पाठवत असत. माझ्या वडिलांना याची फार लाज वाटत असे. पण शिकण्यासाठी त्यांच्यासमोर दुसरा पर्यायच नव्हता. त्यांच्या सर्व पुस्तकांवर इतर मुलांची नावं घातलेली असत, त्यांचं स्वत:चं नाव कधीही नसे.

"आपली पुस्तकं कुणाला देणं ही वाईट पद्धत आहे असं नाही." ते म्हणतात,

''पण मला आपल्याला नवीन पुस्तक मिळावं असं वाटायचं, कुणीही न चितारलेलं... कोरं करकरीत, माझ्या वडिलांच्या पैशातून विकत घेतलेलं.''

बाबांची अति काटकसर माझ्या वडिलांना आवडत नसे, त्यामुळेच ते अतिशय उदार बनले आहेत. ऐहिकदृष्ट्या आणि आत्मिकदृष्ट्याही त्यांनी त्यांच्या घराण्यातील पारंपरिक स्पर्धा संपवण्याचा निश्चय केला. त्यांच्या मुख्याध्यापकांची पत्नी आजारी असताना माझ्या वडिलांनी तिचे प्राण वाचवण्यासाठी रक्तदान केलं. त्यामुळे मुख्याध्यापक इतके भारावले की, त्यांनी माझ्या वडिलांना त्रास दिल्याबद्दल त्यांची माफी मागितली होती... माझे वडील मला त्यांच्या बालपणीच्या गोष्टी सांगतात तेव्हा ते नेहमी म्हणतात की, बाबांचं वागणं त्रासदायक असलं तरी त्यांनी मला सर्वांत महत्त्वाची भेट दिली होती. ती भेट म्हणजे शिक्षण. त्यांनी माझ्या वडिलांना मदरशात पाठवण्याऐवजी सरकारी शाळेत घातलं, त्यांना इंग्रजी शिकता यावं आणि आधुनिक शिक्षण मिळावं असं त्यांना वाटायचं. स्वत: 'इमाम' असून असं केल्यामुळे लोकांनी त्यांच्यावर टीकाही केली. बाबांनी माझ्या वडिलांमध्ये शिक्षणाची खोलवर आवड रुजवली, त्यांच्यात ज्ञानाप्रति प्रेम निर्माण केलं, त्याचबरोबर लोकांच्या हक्कांबाबत सजगता आणली. माझ्या वडिलांनी हीच देणगी मला दिली आहे. माझे आजोबा त्यांच्या शुक्रवारच्या प्रवचनात गरीब जनता व जमीनदार आणि खरा इस्लाम सरंजामशाहीच्या कसा विरोधात आहे याबद्दल बोलायचे. त्यांना पर्शियन आणि अरबी भाषा बोलता यायची. ते शब्दांचा वापर अत्यंत काळजीपूर्वक करायचे. ते सादी, अल्लामा इक्बाल आणि रुमी या कवींच्या महान काव्यरचना माझ्या वडिलांना इतक्या उत्कटपणे आणि तळमळीने वाचून दाखवायचे की, जणू ते संपूर्ण मशिदीसमोर उपदेश करत असावेत.

माझ्या वडिलांना आपण अजिबात न अडखळता, खणखणीत आवाजात ओघवतं भाषण करावं असं फार वाटायचं. माझ्या आजोबांची माझ्या वडिलांनी डॉक्टर व्हावं अशी खूप इच्छा होती, हे माझ्या वडिलांना माहीत होतं. पण ते अत्यंत हुशार विद्यार्थी आणि प्रतिभावंत कवी असले तरी त्यांना गणित आणि विज्ञानात फारशी गती नव्हती. त्यामुळे आपण वडिलांचा अपेक्षाभंग केला आहे असं त्यांना वाटायचं, आणि त्यामुळेच त्यांनी जिल्हास्तरीय वार्षिक सार्वजनिक वक्तृत्व स्पर्धेत भाग घेऊन वडिलांना अभिमान वाटेल अशी कामगिरी करून दाखवायचं ठरवलं. सगळ्यांनी त्यांना वेड्यात काढलं. त्यांच्या शिक्षकांनी व मित्रांनी त्यांना परावृत्त करण्याचा प्रयत्न केला. त्यांचे बाबाही त्यांना भाषण लिहून द्यायला नाखूश होते. पण अखेर त्यांनी वडिलांना उत्तम भाषण लिहून दिलं. माझ्या वडिलांनी त्याचा खूप... खूप सराव केला. डोंगरदऱ्या तुडवताना ते भाषणाचा शब्दन्‌शब्द पाठ करत होते, घरात जराही एकांत मिळणं शक्य नसल्यामुळे ते खुल्या आभाळाला आणि

पक्ष्यांना भाषण ऐकवून सराव करत होते.

ते ज्या भागात राहायचे तिथे करण्याजोगं फारसं काहीच नसल्यामुळे भाषणाच्या दिवशी भव्य संमेलनच भरलं होतं. बाकीच्या स्पर्धकांनी – त्यापैकी काही जण उत्तम वक्ता म्हणून प्रसिद्ध होते – भाषण केलं. अखेर, माझ्या वडिलांचं नाव पुकारलं गेलं.

''मी मंचावर उभा राहिलो तेव्हा,'' माझ्या वडिलांनी मला सांगितलं, ''माझे हात थरथरत होते आणि पाय लटपट कापत होते. माझी उंची कमी असल्यामुळे मी व्यासपीठावर जेमतेम पोचत होतो. मी इतका घाबरलो होतो की, मला समोरचे चेहरे धूसर दिसत होते. माझे तळहात घामाने भिजले होते आणि माझं तोंड कागदासारखं कोरडं पडलं होतं...''

त्यांचे विश्वासघातकी मित्र ते कधी अडखळून एकाच शब्दावर अडकताहेत याची वाटच बघत होते... पण माझ्या वडिलांनी भाषणाला सुरुवात केली तेव्हा त्यांचे शब्द सुंदर फुलपाखरं भिरभिरत उडावीत तसे अगदी अलगद, सहजपणे बाहेर पडू लागले. त्यांचा आवाज त्यांच्या वडिलांइतका खणखणीत नसला तरी त्यांचे अगदी उत्कट, मनापासूनचे शब्द उपस्थितांच्या मनाला भिडले आणि जसजसं भाषण पुढे गेलं तसा त्यांना आत्मविश्वास आला.

त्यांचं भाषण संपल्यावर उपस्थितांमधून आरोळ्या आणि टाळ्यांचा गजर घुमला. सर्वांत आनंदाची गोष्ट म्हणजे ते प्रथम क्रमांकाचा चषक घेण्यासाठी गेले तेव्हा त्यांचे वडील टाळ्या वाजवत होते आणि आजूबाजूचे लोक त्यांची पाठ थोपटत होते. ते कौतुक ते आनंदाने स्वीकारत होते. माझे वडील सांगतात, ''माझ्या कामगिरीमुळे त्यांच्या चेहऱ्यावर हास्य फुललं आहे असं पहिल्यांदाच घडलं होतं.''

त्यानंतर माझ्या वडिलांनी जिल्ह्यातल्या प्रत्येक वक्तृत्व स्पर्धेत भाग घेतला. माझे आजोबा त्यांना भाषण लिहून द्यायचे आणि जवळपास प्रत्येक स्पर्धेत त्यांचा पहिला नंबर यायचा. स्थानिक लोकांमध्ये त्यांनी 'उत्तम वक्ता' अशी ख्याती मिळवली. माझ्या वडिलांनी त्यांच्या कमजोरीवर मात करून तीच गोष्ट त्यांची ताकद बनवली. बाबा प्रथमच त्यांचं इतरांसमोर कौतुक करू लागले. माझ्या आजोबांनी त्यांना सांगितलं होतं, ''तू तुझं नाव 'झियाऊद्दीन शाहीन' असं लिहीत जा. आणि ते छाती फुगवून सांगत जा. झियाऊद्दीन शाहीन म्हणजे बहिरी ससाणा. हा पक्षी इतर पक्ष्यांपेक्षा खूप उंच उडतो.'' त्याप्रमाणे, माझ्या वडिलांनी काही काळ तसं केलं, पण जेव्हा त्यांना कळलं की, हा पक्षी उत्तुंग भरारी घेऊ शकत असला तरी तो क्रूर असतो, तेव्हा त्यांनी तसं लिहिणं बंद केलं. त्यांनी आमच्या जमातीचं नाव घेऊन 'झियाऊद्दीन युसूफजई' असं नाव लावायला सुरुवात केली.

◆

३

शाळेचे दिवस

माझी आई वयाच्या सहाव्या वर्षी शाळेत जाऊ लागली, पण तिची शाळा लगेचच थांबली. तिच्या वडिलांनी आणि भावांनी तिला शाळेत जाण्यास प्रोत्साहित केलं, पण त्यांच्या खेड्यात तिचं शाळेत जाणं हा जगावेगळा प्रकार मानला गेला. वर्गात सगळी मुलं असायची, त्यात ती एकटीच मुलगी होती. ती शाळेचं दप्तर घेऊन अभिमानाने शाळेत जायची आणि 'मी मुलांपेक्षा हुशार आहे' असं म्हणायची. पण ती शाळेला जायची तेव्हा इकडे घरी तिच्या सगळ्या चुलत बहिणी खेळत असायच्या. तिला त्यांचा हेवा वाटायचा. 'स्वयंपाकपाणी, साफसफाई आणि मुलांचं संगोपन याच गोष्टी करायच्या आहेत तर शाळेत जाण्यात काय अर्थ आहे?...' या विचाराने तिने एके दिवशी नऊ आण्याला सगळी पुस्तकं विकली. त्या पैशातून मिठाई आणली आणि पुन्हा कधी तिने शाळेचं तोंडही पाहिलं नाही. तिचे वडील काहीही बोलले नाहीत. ती म्हणते की, त्यांच्या तर ती गोष्ट लक्षातसुद्धा आली नाही. कारण, ते सकाळी लवकर मक्याची भाकरी आणि साय अशी न्याहारी करून, दंडाजवळ जर्मन पिस्तूल बांधून घरातून बाहेर पडायचे. ते दिवसभर स्थानिक राजकारण आणि लोकांचे वादविवाद मिटवण्यात गर्क असायचे. शिवाय त्यांना आणखी सात मुलं होती. त्यांचाही त्यांना विचार करावा लागायचा.

आईला शाळा सोडल्याचा पश्चात्ताप झाला तो माझ्या वडिलांना भेटल्यावर. माझे वडील म्हणजे वाचनाचा दांडगा व्यासंग असलेले, तिच्यासाठी कविता रचणारे, स्वत:ची शाळा असावी अशी महत्त्वाकांक्षा मनात बाळगणारे. पण माझी आई त्यांनी तिच्यासाठी लिहिलेल्या कविता वाचू शकत नव्हती. पत्नी म्हणून आपण त्यांचं स्वप्न साकार करण्यात त्यांना मदत करावी असं तिला वाटायचं.

शाळा सुरू करणं हे माझ्या वडिलांचं स्वप्न होतं, पण त्यांच्या कुटुंबाचा त्या दृष्टीने कुणाशी संबंध नव्हता किंवा त्यांना आर्थिक पाठबळही नव्हतं. ज्ञानापेक्षा काहीही महत्त्वाचं नाही अशी त्यांची धारणा होती. त्यांच्या खेड्याजवळून वाहणाऱ्या नदीकिनारी उभे असताना त्यांना प्रश्न पडायचे की, 'हे पाणी कुठून येतं आणि कुठे जातं?' पाऊस ते समुद्र यादरम्यानचं जलचक्र शिकल्यानंतर त्यांना या प्रश्नांची उत्तरं मिळाली.

त्यांच्या खेड्यातील शाळा अगदी छोटी होती. शाळेचे बरेचसे वर्ग उघड्यावर झाडाखाली भरत असत. शाळेत स्वच्छतागृहं नव्हती. मुलांना विधीसाठी शेतात जावं लागत असे. तरीही ते म्हणतात की, मी खरंच नशीबवान होतो. आमच्या देशातल्या लक्षावधी मुलींप्रमाणे त्यांच्या बहिणी, म्हणजे माझ्या आत्या कधीही शाळेत गेल्या नाहीत. शिक्षण ही माझ्या वडिलांना मिळालेली मोठी देणगी होती. शिक्षणाचा अभाव हे अवघ्या पाकिस्तानातील समस्यांचं मूळ आहे, असं त्यांना वाटायचं. कारण लोकांच्या अडाणीपणामुळेच राजकारण्याचं फावतं, ते लोकांना मूर्ख बनवतात आणि बेकार प्रशासक पुन्हा निवडून येतात. माझ्या वडिलांना वाटायचं की, श्रीमंत-गरीब, मुलगा-मुलगी अशा सर्वांना शालेय शिक्षण मिळालं पाहिजे. माझ्या वडिलांचं स्वप्न होतं की, त्यांच्या शाळेत ग्रंथालय, संगणक, भिंतीवर उठावदार चित्रं-तक्ते असं सगळं असावं, आणि सर्वांत महत्त्वाचं म्हणजे स्वच्छतागृहं असावीत.

माझ्या आजोबांनी त्यांच्या या धाकट्या मुलासाठी वेगळंच स्वप्न पाहिलं होतं. त्याने डॉक्टर बनावं अशी त्यांची फार इच्छा होती आणि त्यांना दोनच मुलगे होते. त्यामुळे त्या दोघांनीही घरखर्चाचा भार उचलावा अशी त्यांची अपेक्षा होती. माझ्या वडिलांचे मोठे भाऊ सईद रमजान बरीच वर्षं स्थानिक शाळेत शिक्षक म्हणून काम करत होते. ते आणि त्यांचं कुटुंब माझ्या आजोबांसोबत राहायचं. त्यांच्या पगारातून पुरेसे पैसे साठल्यावर त्यांनी घराच्या बाजूला पाहुण्यांसाठी क्राँक्रीटचा हुजरा बांधला होता. ते डोंगरकपारीतून जळणासाठी लाकूड आणायचे, शाळा सुटल्यानंतर घरच्या शेतात काम करायचे. आमच्याकडे काही म्हशीसुद्धा होत्या. ते छतावरचं बर्फ काढणं अशा कष्टाच्या कामांतही बाबांना मदत करायचे.

माझ्या वडिलांना जहाँजेब कॉलेजमध्ये 'ए लेव्हल'ला प्रवेश मिळाला तेव्हा माझ्या आजोबांनी त्यांचा खर्च उचलण्यास नकार दिला. हे कॉलेज उच्चशिक्षणासाठी स्वातमधील सर्वोत्तम कॉलेज मानलं जातं. माझ्या आजोबांचं शिक्षण दिल्लीत नि:शुल्क झालं होतं. कारण ते मशिदींमध्ये तालिबसारखे राहत होते. तिथले लोक या विद्यार्थ्यांना अन्न-वस्त्र देत असत. जहाँजेबमध्ये शिक्षण मोफत असलं तरी माझ्या वडिलांना उपजीविकेसाठी पैशांची गरज होती. पाकिस्तानमध्ये विद्यार्थिकर्ज मिळत

नाही आणि माझ्या वडिलांनी कधी बँकेत पायसुद्धा ठेवला नव्हता. हे कॉलेज 'सैदू शरीफ' या मिंगोराच्या जुळ्या शहरात होतं. तिथे त्यांची कुणाकडे राहण्याचीही सोय नव्हती. शांगलामध्ये दुसरं कॉलेजही नव्हतं. जर ते या कॉलेजमध्ये गेले नसते तर त्यांना खेड्यातून बाहेर पडून त्यांचं स्वप्न कधीही साकार करता आलं नसतं.

माझे वडील अत्यंत हताश झाले होते. त्यांना काय करावं कळत नव्हतं. उद्वेगाने त्यांना रडू कोसळलं. त्यांची प्रेमळ आई ते शाळेतून उत्तीर्ण होऊन बाहेर पडण्याच्या काही काळ आधी निवर्तली होती. ती जिवंत असती तर ती त्यांच्या पाठीशी उभी राहिली असती. माझ्या वडिलांनी बाबांना विनवून पाहिलं; पण व्यर्थ! आता त्यांची एकमात्र भिस्त होती, ती कराचीत राहणाऱ्या त्यांच्या मेव्हण्यावर. माझे आजोबा त्यांना म्हणाले की, ते जर तुला घेऊन जायला तयार झाले तर तू तिथल्या कॉलेजमध्ये जाऊ शकशील. माझ्या आजीच्या मृत्यूनंतर माझी आत्या आणि तिचा नवरा म्हणजेच हा मेव्हणा लवकरच आमच्या घरी समाचाराला येणार होते.

माझ्या आजोबांनी त्यांना विनंती केली. तीन दिवसांच्या बसप्रवासानंतर दमूनभागून ते आमच्याकडे आले होते. माझ्या आजोबांनी त्यांना आल्या आल्या हे विचारल्यामुळे, जावईबापूंनी सरळ स्पष्ट नकार दिला. त्याचा माझ्या आजोबांना इतका राग आला की, त्यांच्या संपूर्ण वास्तव्यात ते त्यांच्याशी एक शब्दही बोलले नाहीत. माझ्या वडिलांना वाटलं की, आता आपली संधी गेली, आता आपण इथल्या शाळेत आपल्या भावासारखंच शिक्षक होणार. खान दादा ज्या शाळेत शिकवत असत ते पर्वतराजींत वसलेलं एक खेडं होतं. त्याचं नाव होतं सेवूर. चढण पार करून घरापासून शाळेत जायला दीड तास लागत असे. या शाळेची स्वत:ची इमारतसुद्धा नव्हती. मशिदीतील मोठ्या हॉलमध्ये शाळा भरत असे. तिथे पाच ते १५ वर्षं वयोगटातील शंभरहून जास्त मुलं शिकत असत.

सेवूरमध्ये गुजर, कोहिस्तानी आणि मियाँ लोक होते. आम्ही मियाँ लोकांना उच्चकुलीन मानतो, पण गुजर आणि कोहिस्तानी लोकांना पहाडी लोक म्हणतो. म्हशी राखणारे शेतकरी. त्यांची मुलं नेहमी घाणेरडी असतात. पश्तून लोक स्वत: गरीब असले तरी ते या लोकांना तुच्छ मानतात. ''ते गलिच्छ आहेत, काळे आणि मूर्ख,'' असं लोक म्हणतात. ''त्यांना अडाणीच राहू दे.''

असं म्हटलं जातं की, शिक्षकांना अशा दुर्गम खेड्यांतील शाळांमध्ये नियुक्ती नको असते. ते त्यांच्या सहकाऱ्यांमध्ये असं ठरवून घेतात की, दररोज त्यांच्यापैकी फक्त एकानेच शाळेत शिकवायला जायचं. शाळेत जर दोन शिक्षक असतील तर ते आठवड्यात फक्त तीनच दिवस शाळेत जातात आणि दुसऱ्याची सही करतात. जर तीन शिक्षक असतील, तर त्यातील प्रत्येक जण फक्त दोनच दिवस शाळेत जातो, आणि तिथे गेल्यावर ते फक्त लांब छडी घेऊन मुलांना गप्प बसवण्याचं काम

करतात. कारण या मुलांना शिक्षणाचा उपयोग तो काय, अशी त्यांची धारणा असते.

माझे काका मात्र खूप कर्तव्यतत्पर होते. त्यांना पहाडी लोक आवडत असत. ते ज्या पद्धतीचं खडतर आयुष्य जगतात त्यामुळे त्यांना या लोकांबद्दल आदर वाटत असे. त्यामुळे ते नियमितपणे शाळेत हजर राहून मुलांना शिकवण्याचा खरोखर प्रयत्न करत. माझ्या वडिलांचं शालेय शिक्षण झाल्यानंतर त्यांना काही उद्योग नव्हता म्हणून ते आपण होऊन भावाच्या मदतीला जाऊ लागले. तिथे त्यांचं नशीब पालटलं.

माझ्या एका आत्याचं त्या खेड्यातल्या माणसाशी लग्न झालं होतं. त्यांच्याकडे नासिर पाशा नावाचे नातेवाईक आले होते. त्यांनी माझ्या वडिलांना तिथे काम करताना पाहिलं. नासिर पाशा काही वर्षं सौदी अरेबियात होते. तिथे बांधकाम क्षेत्रात काम करून ते इकडे, घरी पैसे पाठवत असत. माझ्या वडिलांनी त्यांना सांगितलं की, त्यांचं शालेय शिक्षण नुकतंच झालं आहे आणि त्यांना जहाँजेब कॉलेजमध्ये प्रवेशही मिळाला आहे. आपल्या वडिलांना कमीपणा येऊ नये म्हणून त्यांनी कॉलेजमध्ये जाणं परवडत नसल्याचं नासिर पाशांना सांगितलं नाही.

"तू आमच्याकडे राहायला येतोस का?" नासिर पाशांनी विचारलं. माझे वडील सांगतात, "अहाहा, मला तेव्हा किती आनंद झाला होता म्हणून सांगू!" पाशा आणि त्यांच्या पत्नी जजाई माझ्या वडिलांचं दुसरं कुटुंबच बनले. त्यांचं घर स्पाल बांदी या पर्वताच्या कुशीत वसलेल्या अतिशय देखण्या खेड्यात होतं. हे खेडं व्हाइट पॅलेसला जाण्याच्या रस्त्यावरच होतं. माझे वडील हे ठिकाण प्रणयरम्य आणि स्फूर्तिदायी असल्याचं सांगतात. ते बसने खेड्यात गेले. त्यांना त्यांच्या खेड्यापेक्षा हे खेडं इतकं मोठं वाटलं की, आपण जणू शहरातच आलो आहोत असं त्यांना वाटत होतं. पाहुणा म्हणून त्यांचं या घरी अतिशय आदरातिथ्य झालं. माझ्या वडिलांच्या आयुष्यात त्यांची आई ही सर्वांत महत्त्वाची स्त्री होती, आता त्यांच्या स्वर्गीय आईची जागा जजाईंनी घेतली.

नंतर एकदा त्या खेड्यातल्या एका माणसाने जजाईंकडे तक्रार केली की, माझे वडील एका मुलीच्या मागे लागले आहेत. ती मुलगी समोरच्या बाजूला राहत असे. त्यावर जजाई माझ्या वडिलांची बाजू घेत म्हणाल्या, "झियाऊद्दीन एकही केस नसलेल्या अंड्याइतका स्वच्छ आहे! तुम्ही तुमच्या मुलीकडे बघा."

स्पाल बांदीमध्ये असताना माझ्या वडिलांचा प्रथमच स्त्रियांशी संपर्क आला. तिथे स्त्रियांना खूप स्वातंत्र्य होतं. त्यांच्या खेड्यातल्यासारखं इथे स्त्रियांना चार भिंतीआड दडवलं जात नसे. पर्वतमाथ्यावरच्या एका सुंदर स्थळी स्पाल बांदीमधल्या बायका एकत्र जमून सुख-दुःखाच्या गोष्टी करायच्या. घराबाहेर असं भेटण्याचं खास ठिकाण असणं ही बायकांसाठी अनोखी गोष्ट होती. याच खेड्यात माझ्या वडिलांना

त्यांचे मार्गदर्शक अकबर खान भेटले. ते स्वत: कॉलेजमध्ये जाऊन शिकू शकले नव्हते, पण त्यांनी माझ्या वडिलांना शिक्षणासाठी उसने पैसे दिले. माझ्या आईसारखंच, अकबर खान यांनी औपचारिक शिक्षण घेतलेलं नसलं, तरी त्यांच्यात वेगळीच सुज्ञता होती. माझे वडील अकबर खान आणि नासिर पाशा यांच्या दयाळूपणाबद्दल नेहमी सांगतात. ते म्हणतात की, तुम्ही एखाद्या गरजवंताला मदत केलीत तर तुम्हालाही अनपेक्षितपणे मदतीचा हात मिळू शकतो याचं हे उत्तम उदाहरण आहे.

माझे वडील कॉलेजमध्ये दाखल झाले तेव्हा पाकिस्तानी इतिहासातील एक महत्त्वपूर्ण घटना घडली. त्या उन्हाळ्यात ते डोंगरदऱ्या तुडवत होते, तेव्हा आमचे हुकूमशहा जनरल झिया एका गूढ विमान दुर्घटनेत ठार झाले. बरेच लोक म्हणतात की, आंब्याच्या पेटीत लपवलेल्या बॉम्बमुळे ही दुर्घटना घडली. माझ्या वडिलांच्या कॉलेजमधील पहिल्या सत्रात राष्ट्रीय निवडणुका घेण्यात आल्या. त्यामध्ये बेनझीर भुट्टो विजयी झाल्या. बेनझीर भुट्टो या माजी पंतप्रधानांच्या कन्या. त्यांच्या वडिलांना फाशी देण्यात आली होती तेव्हा माझे वडील लहान होते. बेनझीर या आमच्या पहिल्या महिला पंतप्रधान आणि या पदावर विराजमान होणाऱ्या इस्लामी जगतातील पहिल्या महिला होत. त्यांच्या विजयामुळे अचानक भविष्याबद्दल खूप आशावाद निर्माण झाला.

झियांच्या राजवटीत ज्या विद्यार्थी संघटनांवर बंदी घालण्यात आली होती त्या संघटना अतिशय सक्रिय झाल्या. त्याबरोबर माझे वडील विद्यार्थी राजकारणात सहभागी झाले आणि बुद्धिमान वक्ता व वादपटू म्हणून ओळखले जाऊ लागले. त्यांची 'पश्तून स्टुडंट्स फेडरेशन'च्या (पीएसएफ) जनरल सेक्रेटरीपदी नियुक्ती झाली. या संघटनेची पश्तून लोकांना समान हक्क मिळावेत अशी मागणी होती. लष्कर, नोकरशाही व सरकारमधील सर्व सर्वोच्च महत्त्वाची पदं पंजाबी लोक पटकावतात. कारण ते सर्वांत मोठ्या आणि सर्वांत ताकदवान प्रदेशातील असतात.

दुसरी प्रमुख विद्यार्थी संघटना होती, 'इस्लामी जमात-ए-तलबा'. ही संघटना 'जमात-ए-इस्लामी' या धर्मनिष्ठ पक्षाची विद्यार्थी आघाडी होती. पाकिस्तानातील बऱ्याच विद्यापीठांमध्ये ही संघटना बलाढ्य होती. ही संघटना विद्यार्थ्यांना मोफत पाठ्यपुस्तकं व अनुदान देत असे, पण त्यांची मतं अत्यंत असहिष्णू होती. विद्यापीठांतून टेहळणी करणं आणि संगीताच्या कार्यक्रमांमध्ये घातपात घडवणं ही त्यांची आवडती करमणूक होती. हा पक्ष जनरल झियांच्या जवळचा होता. निवडणुकीत त्यांचा दारुण पराभव झाला होता. जहाँजेब कॉलेजमध्ये विद्यार्थी गटाचे प्रमुख होते एहसान उल-हक हक्कानी. ते आणि माझे वडील कट्टर प्रतिस्पर्धी असले तरी त्यांना एकमेकांचं कौतुक होतं. पुढे त्यांची मैत्री झाली. हक्कानी म्हणतात की, माझे वडील

'पीएसएफ'चे अध्यक्ष बनले असते. जर ते श्रीमंत खान परिवारातील असते तर ते राजकारणी बनले असते असं त्यांना खातरीने वाटतं. विद्यार्थी विश्वातील राजकारण वादविवाद, चर्चा आणि करिष्मा यांभोवती फिरत असे, पण पक्षीय राजकारणासाठी पैशाची गरज होती.

कॉलेजच्या पहिल्याच वर्षातील सर्वांत वादळी ठरलेल्या चर्चांपैकी एक म्हणजे एका कादंबरीवरील चर्चा. या पुस्तकाचं नाव होतं, 'सॅटॅनिक व्हर्सेस'. या कादंबरीत प्रेषितांच्या जीवनाबद्दल विडंबनात्मक लिखाण होतं. मुस्लिमांना ते ईश्वरनिंदात्मक लिखाण वाटल्यामुळे इतका भडका उडाला की, लोक फक्त याच एका विषयावर बोलत होते. यातील विचित्र गोष्ट म्हणजे, या पुस्तकाचं प्रकाशन कुठलं आहे ही गोष्ट कुणी लक्षातच घेतली नव्हती. खरंतर हे पुस्तक पाकिस्तानात विक्रीला नव्हतं, पण त्यानंतर आमच्या गुप्तचर खात्याशी जवळचे सबंध असलेल्या एका मुल्लाची प्रेषितांबद्दल अपमानास्पद लेखन केल्याबद्दल पुस्तकाला झोडपून काढणारी लेखमालिका उर्दू वृत्तपत्रांमध्ये प्रसिद्ध होऊ लागली. याला विरोध करणं हे 'सच्चा मुस्लिमां'चं कर्तव्य आहे असं त्यात म्हटलं होतं. लवकरच संपूर्ण पाकिस्तानातील मुल्लांनी या पुस्तकाचा निषेध करत या पुस्तकावर बंदी घालण्याची मागणी केली आणि संतप्त निदर्शनं सुरू झाली. १२ फेब्रुवारी, १९८९ रोजी इस्लामाबादमध्ये प्रचंड हिंसाचार उफाळला. पुस्तकाचे लेखक रश्दी आणि त्यांचे प्रकाशक ब्रिटिश असूनही, अमेरिकी केंद्रासमोर अमेरिकी ध्वज जाळण्यात आले. या वेळी पोलिसांनी जमावावर गोळीबार केला, त्यात पाच लोक ठार झाले. हा भडका केवळ पाकिस्तानातच उडालेला नव्हता. त्यानंतर दोनच दिवसांनी इराणचे सर्वेसर्वा असलेल्या अयातुल्ला खोमेनी यांनी रश्दींच्या हत्येचा फतवा जारी केला.

माझ्या वडिलांच्या कॉलेजने बंद खोलीत गरमागरम चर्चा ठेवली होती. बऱ्याच मुलांचं म्हणणं होतं की, या पुस्तकावर बंदी आणून ते जाळून टाकावं आणि फतव्याला पाठिंबा द्यावा. माझ्या वडिलांनाही ते पुस्तक इस्लामचा अपमान करणारं वाटलं, पण त्यांनी सूचना केली की : "सर्वप्रथम, आपण हे पुस्तक वाचू या आणि मग त्याला आपल्या पुस्तकाने उत्तर देऊ या."

माझ्या आजोबांना अभिमान वाटला असता अशा भारदस्त आवाजात त्यांनी प्रश्न केला, "इस्लाम हा इतका कमकुवत धर्म आहे का, जो त्याच्याविरुद्ध लिहिलेलं एक पुस्तक सहन करू शकत नाही? माझा इस्लाम असा नाही!"

जहाँजेब कॉलेजमधून पदवीधर झाल्यानंतर, सुरुवातीची काही वर्षं माझ्या वडिलांनी एका सुप्रसिद्ध खासगी कॉलेजमध्ये इंग्रजी विषयाचं अध्यापन केलं. तिथे पगार खूपच कमी होता, १६०० रुपये प्रतिमहिना. ते घरखर्चाला हातभार लावत नाहीत,

अशी माझ्या आजोबांची तक्रार सुरू होती. एवढ्या पगारात त्यांना स्वत:च्या लग्नासाठी पैसे साठवणंसुद्धा शक्य होत नव्हतं. त्यांना त्यांच्या प्रिय तोर पेकईशी लग्न करायचं होतं.

माझ्या वडिलांचे सहाध्यायी होते, त्यांचे मित्र मोहम्मद नईम खान. माझ्या वडिलांनी आणि त्यांनी इंग्रजी विषयात पदवी आणि पदव्युत्तर शिक्षण एकत्रच पूर्ण केलं. दोघंही शिक्षणाच्या बाबतीत अत्यंत आग्रही होते. त्यांची शाळा अत्यंत कडक होती आणि अजिबात कल्पक नव्हती. विद्यार्थी वा शिक्षक कुणालाच स्वत:ची मतं मांडता येत नसत. शाळामालकांचे निर्बंध इतके कडक होते की, शिक्षकांची आपापसात मैत्री झाली तरी त्यांच्या कपाळावर आठ्या पडायच्या. माझ्या वडिलांना स्वातंत्र्याची आस होती आणि ते स्वातंत्र्य त्यांना स्वत:ची शाळा सुरू करण्याने मिळणार होतं. त्यांना स्वतंत्र विचारांना प्रोत्साहन द्यायचं होतं. शाळेत त्यांना मनाचा खुलेपणा आणि सर्जनशीलतेपेक्षा सक्तीचं आज्ञापालन करावं लागलं होतं, या पद्धतीचा त्यांना तिरस्कार होता. त्यामुळे, कॉलेज प्रशासनाशी मतभेद झाल्यामुळे नईम खान यांची नोकरी गेल्यावर या दोघांनी त्यांची स्वत:ची शाळा सुरू करायचं ठरवलं.

आधी त्यांनी माझ्या वडिलांच्या खेड्यात – शाहपूरमध्ये शाळा सुरू करायचं ठरवलं होतं, कारण तिथे शाळा सुरू होणं अत्यंत गरजेचं होतं.

माझे वडील म्हणतात, ''दुकानं नसलेल्या वस्तीत दुकान सुरू करण्याइतकं गरजेचं होतं ते!''

पण ते जेव्हा तिथे शाळेसाठी जागा पाहायला गेले तेव्हा त्यांना सगळीकडे शाळा सुरू होत असल्याचे फलक लागलेले दिसले. कुणीतरी त्यांच्यावर मात केली होती. मग त्यांनी मिंगोरामध्ये इंग्रजी भाषेची शाळा सुरू करायचं ठरवलं. त्यामागे त्यांचा विचार होता की, स्वात हे पर्यटन केंद्र असल्यामुळे इंग्रजी शिक्षणाला मागणी वाढेल.

माझे वडील अद्याप अध्यापनाचं काम करत असल्यामुळे, नईम भाड्याची जागा मिळवण्यासाठी पायपीट करत होते. एके दिवशी त्यांनी माझ्या वडिलांना फोन करून त्यांनी उत्तम जागा शोधल्याचं सांगितलं. ते रोमांचित झाले होते. 'लांदीकस' या सधन भागात एका दुमजली इमारतीचा तळमजला त्यांना मिळू शकणार होता. त्या इमारतीला प्रशस्त आवार होतं आणि त्याला भिंतीचं कुंपण होतं. या आवारात विद्यार्थी एकत्र जमू शकणार होते. तिथले आधीचे भाडेकरूही तिथे शाळाच चालवत असत. तिचं नाव होतं 'रामदा स्कूल'. त्या शाळेचं नाव रामदा स्कूल ठेवण्याचं कारण म्हणजे, शाळामालक एकदा टर्कीला गेला होता, तिथे त्याने रामदा हॉटेल पाहिलं होतं! पण त्या शाळेचं दिवाळं वाजलं, बहुधा त्यामुळे त्यांना शाळेबाबत पुनर्विचार करणं भाग पडलं असावं. शिवाय, ही शाळा नदीच्या काठावर होती. त्या

नदीत लोक केरकचरा टाकत असल्यामुळे उन्हाळ्याच्या दिवसांत तिथे भयंकर दुर्गंधी पसरत असे.

माझे वडील अध्यापनाचं काम संपल्यावर ती जागा पाहायला गेले. ती जागा अगदी त्यांच्या स्वप्नातलीच होती. झाडांच्या वर पूर्णचंद्र आणि तारकांचा सडा पसरलेली रात्र, असं त्यांनी शाळेचं चिन्ह केलं.

ते सांगतात, "मला इतका आनंद झाला होता... माझं स्वप्न साकार होत होतं."

नईम आणि माझ्या वडिलांनी त्यांची सगळी बचत – ६० हजार रुपये – या कामी गुंतवली. शिवाय त्यांनी इमारतीच्या रंगकामासाठी आणखी ३० हजार उसनेपासने मिळवले. त्यासमोरच राहायला एक झोपडीवजा घर भाड्याने घेतलं आणि ते दोघं विद्यार्थी मिळवण्यासाठी दारोदार फिरू लागले. दुर्दैवाने इंग्रजी शिक्षण घेण्याची लोकांची फारशी तयारी दिसत नव्हती. त्यातच त्यांच्या मिळकतीला अनपेक्षित गळती लागली. कॉलेज सुटल्यानंतर माझे वडील राजकीय चर्चांमध्ये सक्रिय भाग घ्यायचे. त्यांच्यासोबतचे कार्यकर्ते दररोज शाळेत अथवा त्यांच्या झोपडीत जेवायला यायचे.

"आपल्याला असली चैन परवडत नाही!" नईम कुरकुर करायचे. ते दोघं अगदी उत्तम मित्र असले, तरी व्यावसायिक भागीदार म्हणून काम करणं फार अवघड आहे ही गोष्ट त्यांच्याही चांगलीच लक्षात येऊ लागली होती.

यात भरीस भर म्हणून शांगलाहून पाहुण्यांचा ओघच सुरू झाला होता. त्यांना राहायला आता माझ्या वडिलांचं घर होतं ना! आम्ही पश्तून लोक आम्हाला कितीही गैरसोयीचं असलं तरी नातेवाईक वा मित्रांना कटवू शकत नाही. आम्ही दुसऱ्याचं खासगीपण जपणं वगैरे मानत नाही आणि कुणाकडे जाताना आधी भेटीची वेळ ठरवून जाणं असल्या गोष्टी आमच्या गावीही नसतात. आमच्याकडे पाहुणे त्यांना हवं तेव्हा येऊ शकतात आणि त्यांना हवे तितके दिवस राहू शकतात. स्वत:चा व्यवसाय सुरू करण्याच्या प्रयत्नात असलेल्या माणसासाठी तर हे भयंकरच होतं. यामुळे नईम अक्षरश: पिसाळत असत. ते माझ्या वडिलांना म्हणायचे की, जर आपल्यापैकी कुणाचे पाहुणे राहायला आले तर त्यांनी दंड भरायचा. माझे वडील नईम खान यांच्या मित्रांना व कुटुंबीयांना राहण्याचा आग्रह करायचे, जेणेकरून नईमनाही दंड भरायला लावता यावा!

असेच तीन महिने गेले. आता मात्र नईम खान यांचा संयम संपला. "आपण प्रवेश शुल्कातून पैसे मिळवायला लागणं अपेक्षित आहे. पण त्याऐवजी फक्त भिकारीच आपलं दार ठोठावत आहेत! हे कर्मकठीण आहे, मला हे झेपणार नाही!" ते म्हणाले.

एकेकाळी खास दोस्ती असणारे हे मित्र एव्हाना एकमेकांशी क्वचितच बोलू

लागले. त्यांच्यात मध्यस्थी करायला त्यांना तिथल्या बुजुर्ग व्यक्तींना बोलावून घ्यावं लागलं.

माझे वडील शाळेचा विचार सोडून द्यायला अजिबात तयार नव्हते. त्यामुळे त्यांनी नईमना त्यांनी गुंतवलेले पैसे परत करण्याचं मान्य केलं. पण हे पैसे कसे परत करायचे त्याची मात्र काहीच सोय नव्हती. सुदैवाने त्यांचा हिदायतुल्ला नावाचा एक जुना कॉलेजमित्र त्यांच्या मदतीला धावून आला. त्याने पैसे देऊन नईम खानांची जागा घ्यायची तयारी दाखवली. मग हे नवे भागीदार घरोघरी जाऊन लोकांना 'आम्ही नव्या प्रकारची शाळा सुरू केली आहे' असं सांगू लागले. माझ्या वडिलांचं व्यक्तिमत्त्व इतकं जादूई आहे की हिदायतुल्ला म्हणतात, "हा असा माणूस आहे की, याला तुमच्या घरी बोलावलंत तर तो तुमच्या दोस्तांशीसुद्धा दोस्ती करेल." पण लोक त्यांच्याशी आनंदाने बोलत असले तरी त्यांचा कल मुलांना सुस्थापित शाळांत घालण्याकडेच असायचा.

त्यांनी या शाळेला नाव दिलं 'खुशाल स्कूल'. स्वातच्या दक्षिणेला लगतच असणाऱ्या अकोरामधील लढवय्या कवी खुशाल खान खट्टक यांच्या नावावरून. त्यांनी सतराव्या शतकात मुघलांविरुद्ध सर्व पश्तून जमातींना एकत्र आणण्याचा प्रयत्न केला होता. माझे वडील त्यांना पूज्य मानतात. शाळेच्या प्रवेशद्वाराजवळच त्यांनी ब्रीदवाक्य रंगवून घेतलं : 'वी आर कमिटेड टु बिल्ड फॉर यू द कॉल ऑफ द न्यू एरा'.

माझ्या वडिलांनी एक ढाल तयार करून घेतली, त्यावर खट्टक यांचं पश्तू भाषेतील प्रसिद्ध वचन कोरलं आहे –

मी अफगाणी प्रतिष्ठेसाठी माझी तलवार परजली आहे.

माझ्या वडिलांची इच्छा होती की, आम्हाला आमच्या या थोर नायकाकडून स्फूर्ती लाभावी, पण ती आमच्या काळानुरूप पद्धतीने... म्हणजे तलवारीने नव्हे, तर लेखणीने. ज्याप्रमाणे खट्टकना परदेशी शत्रूच्या विरुद्ध सर्व पश्तूनांची एकी व्हावी असं वाटत होतं, तसंच आम्हीही अज्ञानरूपी शत्रूविरुद्ध एकत्र येण्याची गरज आहे.

पण दुर्दैवाने हे फारशा लोकांना पटलं नाही. शाळा सुरू झाली तेव्हा शाळेत इनमिन तीन मुलं होती. तरीसुद्धा राष्ट्रगीत गाऊन शाळा झोकात सुरू करण्यासाठी माझे वडील आग्रही होते. त्यांचा भाचा अजिज त्यांच्या मदतीला आला होता, त्याने पाकिस्तानचा ध्वज उंचावला.

शाळेत विद्यार्थी अगदीच कमी असल्यामुळे त्यांच्यापाशी शाळा सुसज्ज करण्यासाठी फारसे पैसे नव्हते. लवकरच त्यांची आर्थिक बाजू पूर्ण कोलमडली. त्या दोघांनाही घरून एक पैसाही मिळू शकणार नव्हता. माझे वडील कॉलेजमधल्या बऱ्याच

जणांचं अजून देणं आहेत ही गोष्ट हिदायतुल्लांना समजली तेव्हा त्यांना ते आवडलं नाही. माझ्या वडिलांना घेणेकऱ्यांची सतत पत्रं यायची, ते पैशाची मागणी करायचे.

पण अजून पुढे यापेक्षा मोठं संकट वाढून ठेवलं होतं. माझे वडील शाळेची नोंदणी करायला गेले. तिथे कित्येक तास ताटकळत थांबल्यानंतर अखेर त्यांना एकदाचा शाळा अधीक्षकांच्या कार्यालयात प्रवेश मिळाला. अधीक्षक महाशय फायलींच्या प्रचंड मोठ्या ढिगामागे लाळघोट्यांच्या गराड्यात चहा पीत बसले होते.

"कसली शाळा म्हणायची ही?" अधीक्षकांनी माझ्या वडिलांचा अर्ज पाहून हसत विचारलं.

"किती शिक्षक आहेत तुमच्याकडे? तीन! तुमचे शिक्षक प्रशिक्षित नाहीत. सगळ्यांना वाटतं, शाळा अशीच सुरू करता येईल!"

त्यांच्या कार्यालयातील बाकीचे लोक माझ्या वडिलांची टर उडवत अधीक्षकांच्या सुरात सूर मिसळत हसले. माझ्या वडिलांना भयंकर राग आला. अधीक्षकांना पैसे हवे होते हे अगदी उघड होतं. पश्तून लोक कुणी त्यांना कमी लेखणं सहन करू शकत नाहीत, आणि जो त्यांचा हक्क आहे त्यासाठी पैसेही देणार नाहीत. त्यात माझे वडील आणि हिदायतुल्ला यांच्याकडे जेवणासाठी जेमतेम पैसे होते, ते लाच कुठून देणार! नोंदणीसाठी चालू दर होता १३ हजार रुपये. त्यांना तुम्ही श्रीमंत आहात असं वाटलं तर ही रक्कम आणखी वाढवली जायची. तसंच शाळांनी अधिकाऱ्यांना नियमितपणे कोंबडीचं किंवा नदीतल्या माशाचं जेवण देऊन त्यांची सरबराई करणं अपेक्षित असायचं. शिक्षणाधिकारी आधी 'इन्स्पेक्शन'ला येणार असल्याचं फोन करून सांगत असत आणि मग जेवणाची तपशीलवार ऑर्डर देत असत.

माझे वडील कुरकुरत, "ही आमची शाळा आहे, पोल्ट्री फार्म नाही."

तर, त्या अधिकाऱ्याने लाचेच्या दृष्टीने गळ टाकला तेव्हा माझ्या वडिलांनी त्यांचं इतक्या वर्षांचं वादविवाद कौशल्य पणाला लावून त्याच्यावर हल्ला चढवला.

"तुम्ही मला हे सगळं कशासाठी विचारत आहात?" त्यांनी विचारलं, "मी सरकारी कार्यालयात उभा आहे, का पोलीस ठाण्यात, का न्यायालयात? मी गुन्हेगार आहे का?"

अशा प्रकारच्या छळवणुकीपासून व भ्रष्टाचारापासून इतर शाळा चालकांना सोडवण्यासाठी त्यांनी अशा अधिकाऱ्यांना आव्हान द्यायचं ठरवलं. पण हे करण्यासाठी आपल्यापाशी ताकद हवी ही गोष्ट ते ओळखून होते, म्हणून ते 'स्वात असोसिएशन ऑफ प्रायव्हेट स्कूल्स' या खासगी शाळांच्या संघटनेत सहभागी झाले. त्या काळी ही संघटना लहान होती, तिचे अवघे १५ सदस्य होते. माझ्या वडिलांकडे लगेचच या संघटनेचं उपाध्यक्षपद आलं.

बाकीचे मुख्याध्यापक लाच द्यावी लागणार ही गोष्ट गृहीतच धरत होते, पण माझ्या वडिलांनी त्यांना सांगितलं की, जर सर्व शाळा एकत्र आल्या तर आपण सगळे मिळून याचा प्रतिकार करू शकतो.

''शाळा चालवणं हा काही गुन्हा नाही,'' माझ्या वडिलांनी त्यांना सांगितलं, ''तुम्ही लाच का द्यायची? तुम्ही काही अनैतिक व्यवसाय चालवत नाहीये, तुम्ही मुलांना शिक्षण देत आहात! आणि सरकारी अधिकारी हे तुमचे बॉस नाहीत.'' माझ्या वडिलांनी त्यांना आठवण करून दिली, ''ते तुमचे सेवक आहेत. ते पगार घेतात त्यामुळे त्यांना तुम्हाला सेवा द्यावीच लागेल. तुम्ही त्यांच्याही मुलांना शिक्षण देत आहात.''

या संघटनेचे अध्यक्ष झाल्यावर त्यांनी या संघटनेचा बराच विस्तार केला... या संघटनेत ४०० मुख्याध्यापक सहभागी झाले. अचानक शाळा चालक ताकदवान बनले, पण माझे वडील 'बिझनेसमन' असण्यापेक्षा कवीमनाचे आहेत, कायमच. दरम्यानच्या काळात ते आणि हिदायतुल्ला दोघंही अशा बिकट परिस्थितीत सापडले की, त्यांना कुणी दुकानदार उधारीवर माल देईनासे झाले; इतकं त्यांचं देणं थकलं. त्यांना चहा किंवा साखरसुद्धा विकत घेता येईना. मग त्यांनी मिळकत वाढवण्याचा मार्ग म्हणून शाळेत खाऊचं दुकान सुरू केलं. ते सकाळी जाऊन खाद्यपदार्थ विकत आणत असत. माझे वडील मका विकत आणायचे आणि रात्री उशिरापर्यंत जागून पॉपकॉर्न बनवून ते पिशव्यांत भरण्याचं काम करायचे.

''आमच्यापुढच्या समस्या पाहून कधीकधी मी फार निराश व्हायचो... काही वेळा तर कोसळायचो.'' हिदायतुल्ला सांगत असत, ''पण झियाऊद्दीन अशा आणीबाणीच्या परिस्थितीत खंबीर बनतो आणि अधिक जोमाने प्रयत्न करतो.''

माझ्या वडिलांचा आग्रह होता की, आपण काहीतरी भव्य कल्पनेचा विचार करण्याची गरज आहे. एके दिवशी हिदायतुल्ला विद्यार्थी मिळवण्यासाठी बाहेर जाऊन परत आले तेव्हा त्यांनी पाहिलं की, माझे वडील पाकिस्तान टीव्हीच्या स्थानिक प्रमुखाशी जाहिरातीबाबत चर्चा करत आहेत. तो माणूस गेल्यावर हिदायतुल्ला खो-खो हसू लागले.

''झियाऊद्दीन, आपल्याकडे टीव्हीसुद्धा नाही,'' ते म्हणाले, ''आपण टीव्हीवर जाहिरात दिली तर ती आपल्याला पाहतासुद्धा येणार नाही.'' पण माझे वडील अत्यंत आशावादी आहेत. ते व्यवहारात अनुभवास येणाऱ्या गोष्टींमुळे कधीही धैर्यगळीत होत नाहीत.

एके दिवशी माझ्या वडिलांनी हिदायतुल्लांना काही दिवसांसाठी त्यांच्या गावाला जाऊन येतो असं सांगितलं. खरंतर ते स्वत:च्याच लग्नासाठी चालले होते, पण त्यांनी मिंगोरामध्ये त्यांच्या कुणाही मित्राला त्याचा पत्ता लागू दिला नव्हता.

कारण मित्रमंडळींचं आदरातिथ्य करणं त्यांना परवडणारं नव्हतं. आमच्याकडे लग्नात अनेक दिवस जेवणावळी उठतात. माझी आई बरेचदा त्यांना आठवण करून देते की, ते प्रत्यक्ष समारंभालासुद्धा हजर नव्हते. ते फक्त शेवटच्या दिवशी हजर होते. त्या दिवशी घरचे लोक त्यांच्या डोक्यावर कुरआन आणि शाल धरतात आणि मग त्यांच्यासमोर आरसा धरतात. घरच्यांनी ठरवलेल्या लग्नांत खूपदा बरेच वर-वधू या वेळी प्रथमच एकमेकांचा चेहरा बघतात. त्यानंतर या जोडप्यालाही मुलगा व्हावा म्हणून एका लहान मुलाला त्यांच्या मांडीवर आणून बसवलं जातं.

आमच्याकडील रीतीनुसार वधूला तिच्या माहेरच्यांकडून फर्निचर किंवा फ्रीज वगैरे मिळतो आणि सासरच्यांकडून सोन्याचे दागिने मिळतात. माझे आजोबा फारसं सोनं घेणार नव्हते. त्यामुळे माझ्या वडिलांना तिला सोन्याच्या बांगड्या करण्यासाठी आणखी उसनवारी करून पैसे उभे करावे लागले. त्यांचं लग्न झाल्यानंतर, माझी आई माझे आजोबा व काका यांच्या घरी राहू लागली. माझे वडील दर दोन-तीन आठवड्यांनी तिला भेटायला घरी येऊ लागले. एकदा शाळेची घडी नीट बसली की, माझ्या आईला तिकडे न्यायचं असं ठरलं होतं. पण बाबा त्यांच्यावर खर्चाचा बोजा पडतो आहे, अशी सतत तक्रार करू लागल्यामुळे माझ्या आईचं जीवन अतिशय दुःखकारक झालं होतं. माझ्या आईकडे थोडे पैसे होते, त्यातून त्यांनी भाड्याची व्हॅन ठरवली आणि माझी आई मिंगोराला गेली. तिथे गेल्यावर सगळं कसं काय निभावलं जाणार आहे ते त्यांना कळत नव्हतं, पण, "माझ्या वडिलांना आम्ही दोघं तिथे नको होतो एवढं आम्हाला कळलं होतं," माझे वडील सांगतात. "त्या वेळी मला माझ्या घरच्यांचं वागणं अजिबात आवडलं नव्हतं, पण नंतर या कृतीबद्दल मी त्यांचे मनःपूर्वक आभार मानले. कारण त्यामुळे मी आणखी स्वतंत्र झालो."

मात्र, त्यांनी त्यांच्या भागीदाराला ही गोष्ट सांगण्याची तसदी घेतली नव्हती. त्यामुळे वडील आईला घेऊन मिंगोराला आल्यावर हिदायतुल्लांच्या पोटात गोळाच आला.

"आपली कुटुंब चालवायची ऐपत नाही," ते माझ्या वडिलांना म्हणाले, "त्या कुठं राहणार?"

"असू दे," माझे वडील म्हणाले, "ती आपल्याला जेवू घालेल, घरात साफसफाई, धुणीभांडी करेल."

माझी आई मिंगोरा पाहून रोमांचित झाली होती. तिच्या दृष्टीने हे आधुनिक गाव होतं. ती आणि तिच्या मैत्रिणी उमलत्या वयात नदीकिनारी गप्पा मारताना आपली स्वप्नं एकमेकींना सांगायच्या. त्या वेळी बहुतेक जणी लग्न करून संसार करायचा आहे, मुलं व्हावीत, नवऱ्यासाठी स्वयंपाक करावा असं सांगत असत. तेव्हा माझी आई सांगत असे, "मला शहरात राहायचं आहे, जिथे स्वतः न राबता, बाहेरून

कबाब आणि बटरनान मागवता यायला हवेत.'' पण, इथे आयुष्य तिच्या अपेक्षेप्रमाणे नव्हतं. त्यांच्या झोपडीवजा घरात फक्त दोन खोल्या होत्या. त्यातील एका खोलीत हिदायतुल्ला व माझे वडील झोपायचे आणि दुसऱ्या खोलीत छोटं ऑफीस थाटलं होतं. तिथे ना स्वयंपाकघर होतं, ना मोरी अथवा नळ. माझी आई तिथे आल्यानंतर हिदायतुल्लांना ऑफिसमध्ये कडक लाकडी खुर्चीवर झोपावं लागायचं.

माझे वडील प्रत्येक गोष्टीत माझ्या आईशी सल्लामसलत करायचे.

''पेकई, अमुक-अमुक बाबतीत काय करावं कळत नाहीये,'' ते तिला सांगत असत. माझी आई त्यांना शाळेच्या भिंती रंगवण्याससुद्धा मदत करत असे. वीजपुरवठा खंडित झाल्यावरही, त्यांना रंगकाम करता यावं यासाठी ती कंदील धरून उभी राहायची.

''झियाऊद्दीन अत्यंत कुटुंबवत्सल होता आणि त्या दोघांमध्ये विलक्षण जवळीक होती.'' हिदायतुल्ला सांगायचे, ''आमच्यापैकी बहुतेक जण पत्नीसोबत राहू शकत नाहीत, पण हा तिच्याशिवाय राहू शकत नाही!''

काही महिन्यांतच माझ्या आईला दिवस गेले. १९९५ साली त्यांचं पहिलं बाळ जन्माला आलं. ती मुलगी होती. ते बाळ मृतावस्थेतच जन्माला आलं.

''मला वाटतं, त्या दलदलीच्या भागात आरोग्यदृष्ट्या काहीतरी समस्या निर्माण झाली असणार.'' माझे वडील म्हणतात, ''बायका हॉस्पिटलमध्ये न जाता बाळाला जन्म देऊ शकतात अशी माझी समजूत होती. आमच्या गावात माझ्या आईची आणि बहिणींची बाळंतपणं जशी झाली होती तसंच. माझ्या आईची तर अशा प्रकारे घरीच दहा बाळंतपणं झाली होती.''

शाळेमध्ये आर्थिक नुकसान सुरूच होतं. महिन्यांमागून महिने जात होते. तरी त्यांना शिक्षकांचे पगार किंवा जागेचं भाडं देणं शक्य होत नव्हतं. सोनार घरी येऊन लग्नात आईला केलेल्या बांगड्यांचे पैसे मागू लागला होता. माझे वडील त्याला खूश ठेवण्यासाठी मस्तपैकी चहा-बिस्किटं द्यायचे. ते पाहून हिदायतुल्ला हसून म्हणायचे, ''तुला काय वाटलं, त्याचं चहावर समाधान होणार आहे? त्याला त्याचे पैसे हवे आहेत.''

अखेर परिस्थिती इतकी बिकट बनली की, माझ्या वडिलांना त्या सोन्याच्या बांगड्या विकाव्या लागल्या. आमच्या संस्कृतीत लग्नात केलेले दागदागिने हे त्या जोडप्यामधील बंध मानले जातात. बरेचदा बायका नवऱ्याचा व्यवसाय उभारण्यासाठी किंवा त्याला परदेशी जाता यावं यासाठी आपले दागिने गहाण टाकतात. माझ्या आईने माझ्या वडिलांच्या भाच्याला कॉलेजमध्ये जाता यावं यासाठी तिच्या बांगड्या देऊ केल्या होत्या. माझ्या वडिलांनी मागचापुढचा विचार न करता त्याला पैसे देण्याचं कबूल केलं होतं. पण तेव्हा सुदैवाने माझ्या वडिलांचे चुलतभाऊ जहाँ शेर

खान मधे पडले. त्या बांगड्यांचे फक्त थोडेच पैसे मिळणार आहेत हे तिच्या लक्षात आलं नव्हतं. माझ्या वडिलांना त्यांची चांगली किंमत मिळाली नाही हे कळल्यावर ती भयंकर संतापली होती.

आता यापेक्षा काही वाईट घडू शकणार नाही असं वाटत असतानाच त्या भागाला अचानक पुराचा तडाखा बसला. एक दिवस पाऊस अविरत कोसळत होता. दुपार कलत आली, तेव्हा पुराचा इशारा मिळाला. सर्वांना तिथून स्थलांतर करावं लागणार होतं. माझी आई त्या वेळी तिथे नव्हती. हिदायतुल्लांना सगळ्या वस्तू वरच्या मजल्यावर हलवण्यासाठी माझ्या वडिलांच्या मदतीची गरज होती. पाणी वेगाने चढत होतं, पण माझे वडील कुठेच दिसत नव्हते. हिदायतुल्ला 'झियाऊद्दीन, झियाऊद्दीन!' अशा हाका मारत बाहेर शोधू लागले. त्यापायी त्यांचा जीव जायची वेळ आली होती.

शाळेच्या बाहेरचा अरुंद रस्ता पूर्णत: पाण्याखाली गेला होता. पाणी चढत चढत त्यांच्या गळ्याशी आलं होतं. आजूबाजूला विजेच्या तारा लटकत होत्या, वाऱ्यासोबत हेलकावत होत्या. त्या तारांचा स्पर्श पाण्याला होण्याच्या बेतात होता, ते दृश्य पाहून हिदायतुल्ला जागीच थिजले. जर तसं झालं असतं तर ते विजेच्या धक्क्यानं तिथेच गतप्राण झाले असते.

अखेर त्यांनी माझ्या वडिलांना शोधून काढलं. माझ्या वडिलांनी त्यांना सांगितलं, "एक बाई तिचा नवरा घरात अडकला आहे म्हणून रडत होती, मी त्याला वाचवायला गेलो होतो."

त्यानंतर त्यांचा फ्रीज वाचवायलाही माझ्या वडिलांनी मदत केली होती. हे कळताच हिदायतुल्ला भडकले.

"तू त्या बाईच्या नवऱ्याला वाचवलंस, पण स्वत:चं घर वाचवायला आला नाहीस!" ते म्हणाले, "का... बाई रडत होती म्हणून?"

पूर ओसरला तेव्हा त्यांचं घर आणि शाळा दोन्हीही उद्‌ध्वस्त झालं होतं. त्याचं फर्निचर, सतरंज्या, पुस्तकं, कपडे, ऑडिओ सिस्टीम... सगळं दुर्गंधीयुक्त चिखलाने लडबडलं होतं. त्यांना ना झोपायला जागा होती, ना कपडे धुवायला ना कपडे बदलायला. सुदैवाने अमन-उद-दिन नामक शेजाऱ्याने त्या रात्री त्यांना आसरा दिला. त्यानंतर सगळी साफसफाई करायला त्यांना आठवडा लागला. नंतर १० दिवसांनी, ते दोघंही परगावी गेलेले असताना पुन्हा पूर आला आणि पुन्हा सगळी इमारत चिखलाने भरून गेली. मग काही दिवसांतच पाणी व वीज कंपनीचे अधिकारी तिथे पाहणीला आले. त्यांच्या मीटरमध्ये काहीतरी गडबड केली आहे असा आरोप करत त्यांनी लाच मागितली. माझ्या वडिलांनी लाच देण्यास नकार दिला तेव्हा जबरदस्त दंड लावून भल्यामोठ्या रकमेचं बिल आलं. हे बिल भरायला माझ्या वडिलांकडे पैसे

नव्हते, म्हणून त्यांनी त्यांच्या एका राजकारणी मित्राला त्याचं वजन वापरायला सांगितलं.

आता ही शाळा उभी राहण्याचा योगच नाही की काय, असं वाटू लागलं होतं, पण माझे वडील त्यांचं स्वप्न असं सहजासहजी सोडून देणार नव्हते. त्याशिवाय त्यांना कुटुंबाचा उदरनिर्वाह चालवावा लागत होता. माझा जन्म १२ जुलै, १९९७ रोजी झाला. बाळंतपण करण्याचा अनुभव असलेल्या एका शेजारणीने माझ्या आईचं बाळंतपण केलं. माझे वडील शाळेत वाट बघत थांबले होते. माझ्या जन्माची बातमी मिळताच ते धावत घरी आले. 'मुलगी झालीय, मुलगा नाही,' ही गोष्ट त्यांना कशी सांगायची याची माझ्या आईला काळजी वाटत होती. पण माझे वडील म्हणतात, ''मी तुझ्या डोळ्यांत पाहिलं आणि मी खूप सुखावलो.''

''मलालाचा पायगुण चांगला होता.'' हिदायतुल्ला म्हणतात, ''ती जन्माला आल्यानंतर आमचं नशीब बदललं.''

पण लगेच नाही. १४ ऑगस्ट, १९९७ रोजी पाकिस्तानच्या सुवर्णमहोत्सवी स्वातंत्र्यदिनी संपूर्ण देशभर संचलन व स्मरणोत्सव सुरू होता. पण माझे वडील व त्यांच्या मित्रांचं म्हणणं होतं की, आनंदोत्सव साजरा करण्याजोगं काहीही नाही. कारण, स्वात पाकिस्तानमध्ये विलीन झाल्यापासून त्यांच्या नशिबी फक्त दु:खभोगच आले आहेत. त्यांनी निषेध दर्शवण्यासाठी दंडाला काळ्या फिती बांधल्या. (या आनंदोत्सवाला काही अर्थ नाही असं दर्शवण्यासाठी.) त्यामुळे त्यांना अटक झाली. त्यांना त्यांच्या आवाक्याबाहेरची रक्कम दंड म्हणून भरावी लागली.

माझ्या जन्मानंतर काही महिन्यांनी शाळेच्या वरच्या मजल्यावरच्या तीन खोल्या रिकाम्या झाल्या. मग आम्ही सर्व जण तिथे राहायला गेलो. त्या घराच्या भिंती क्रॉंक्रीटच्या होत्या आणि तिथे पाण्याचा नळ होता, त्यामुळे आमच्या मातीच्या झोपड्याच्या तुलनेत अवस्था बरीच सुधारली. तरीही घरात बरीच अडचण होत असे; कारण हिदायतुल्लाही तिथेच राहायचे आणि आमच्याकडे सतत पाहुण्यांचा राबता असायचा. त्या पहिल्या शाळेत प्राथमिक वर्ग एकत्रच भरायचे आणि शाळा अगदीच लहान होती. माझा जन्म झाला, त्या वेळी शाळेत पाच-सहा शिक्षक आणि सुमारे १०० विद्यार्थी होते. त्यांना महिना १०० रुपये फी होती. माझे वडील शिक्षक, हिशोबनीस आणि प्राचार्य होते. ते केर काढणं, रंगसफेती करणं, अगदी बाथरूम्स स्वच्छ करणं ही कामंसुद्धा करायचे. ते विद्युतखांबांवर चढून शाळेच्या जाहिरातींचे फलक लावायचे. एरवी त्यांना उंचावर इतकी भीती वाटते की, शिडीच्या वरच्या पायरीपर्यंत पोचल्यावर त्यांचे पाय लटपटतात, पण तरीही ते हे काम करायचे. पाण्याचा पंप नादुरुस्त झाला, तर ते स्वत: विहिरीत उतरून तो दुरुस्त करायचे. ते विहिरीत उतरून दिसेनासे झाले की, मी भोकाड पसरायचे. ते परत वर येणार

नाहीत अशी मला भीती वाटायची. जागेचं भाडं आणि पगार दिल्यानंतर त्यांच्यापाशी फारच थोडे पैसे उरायचे. आम्हाला रोजच्या चहासाठी दूध परवडत नसल्यामुळे आम्ही ग्रीन टी प्यायचो. पण काही काळाने शाळेची घडी व्यवस्थित बसू लागली. त्यानंतर माझे वडील माध्यमिक शाळा सुरू करण्याची योजना आखू लागले. त्यांनी या शाळेचं नाव 'मलाला एज्युकेशन ॲकॅडमी' असं ठेवायचं ठरवलं होतं.

माझ्या दृष्टीने शाळा म्हणजे माझं खेळायचं ठिकाण होतं. माझे वडील सांगतात की, जेव्हा मला नीट बोलतासुद्धा येत नव्हतं तेव्हा मी दुडुदुडु धावत वर्गात जाऊन शिक्षक असल्याच्या थाटात बोलायचे. मिस उल्फतसारख्या काही शिक्षिका मला अगदी कौतुकाने मांडीवर घ्यायच्या, कधीकधी मला त्यांच्या घरीसुद्धा न्यायच्या. मी तीन-चार वर्षांची असतानाच मला मोठ्या वर्गात बसवलं होतं. मी तिथे शिकवलेलं सगळं नवलाईनं ऐकायचे. कधीकधी शिक्षकांची नक्कलसुद्धा करायचे. मी शाळेतच लहानाची मोठी झाले असं म्हणायला हरकत नाही.

मैत्री आणि व्यवसाय एकत्र नांदणं तसं सोपं नसतंच. अखेर, हिदायतुल्ला बाहेर पडले. त्यांनी स्वत:ची शाळा सुरू करायचं ठरवलं. माझ्या वडिलांनी आणि त्यांनी विद्यार्थी वाटून घेतले, म्हणजे चार वर्षांपैकी दोन दोन वर्ग वाटून घेतले. ही गोष्ट त्यांनी विद्यार्थ्यांना सांगितली नाही, शाळेचा विस्तार सुरू आहे, आता शाळेच्या दोन इमारती आहेत असं त्यांनी समजावं यासाठी. दरम्यान माझे वडील व हिदायतुल्लांमध्ये अबोला असला, तरी हिदायतुल्लांना माझी खूप आठवण यायची, म्हणून ते मला भेटायला येत असत.

सप्टेंबर, २००१मध्ये एके दिवशी दुपारी ते आलेले असताना बराच गोंधळ सुरू झाला, बरेच लोक येऊ लागले. न्यू यॉर्कमध्ये एका इमारतीवर मोठा हल्ला झाल्याची बातमी पसरली होती. दोन विमानांनी त्या इमारतीला धडक दिली होती. मी त्या वेळी फक्त चार वर्षांची होती. काय घडलं आहे ते समजण्याचं माझं वय नव्हतं. मोठ्या माणसांनासुद्धा कल्पना करता येत नव्हती. स्वातमधील सर्वांत मोठ्या इमारती म्हणजे हॉस्पिटलच्या आणि हॉटेलच्या. त्यासुद्धा दोन किंवा तीन मजली असतात. या एवढ्या इमारतीची तर कल्पनासुद्धा करता येत नव्हती. मला तर न्यू यॉर्क आणि अमेरिका म्हणजे काय हेही माहीत नव्हतं. शाळा हेच माझं जग होतं आणि माझं जग म्हणजे शाळा होती. ९/११ची ती घटना आमचंही जग बदलून टाकणार आहे आणि आमच्या खोऱ्यात युद्धाची आग पेटणार आहे, हे त्या वेळी आमच्या लक्षात आलं नव्हतं.

◆

४

खेड्यात...

आमच्याकडे असा रिवाज आहे की, बाळ जन्माला आल्यानंतर सातव्या दिवशी आनंदोत्सव साजरा करायचा. त्याला 'वोमा' म्हणजे 'सातवा' असं म्हणतात. या दिवशी घरचे लोक, मित्रपरिवार आणि शेजारीपाजारी यांना बाळाचं कौतुक करायला आमंत्रित केलं जातं. माझ्या आईवडिलांना पाहुण्यांना मेजवानी देण्यासाठी बकरं आणि तांदूळ विकत घेणं परवडण्याजोगं नसल्यामुळे त्यांनी माझ्यावेळी 'वोमा' केला नाही. मी मुलगा नसल्यामुळे माझे आजोबाही काही मदत करणार नव्हते. पुढे मला भाऊ झाल्यानंतर बाबा खर्च करायला तयार होते, पण त्या वेळी माझ्या वडिलांनी नकार दिला, कारण बाबांनी माझ्या बाबतीत ते केलं नव्हतं.

माझ्या आईचे वडील माझ्या जन्माच्या आधीच वारले होते, त्यामुळे बाबा हेच माझे एकुलते आजोबा होते आणि आमची दोघांची चांगली गट्टी जमली होती. माझे आईवडील म्हणतात की, माझ्यात दोन्हीकडच्या आजोबांचे गुण उतरले आहेत. मी माझ्या आईच्या वडिलांसारखी समंजस आणि उत्तम विनोदबुद्धी लाभलेली आहे आणि वडिलांच्या वडिलांसारखी बोलकी! बाबांनी म्हातारपणी दाढी ठेवली होती. त्यांची दाढी मऊमऊ आणि पांढरी होती. मला त्यांना भेटायला खेड्यात जायला खूप आवडत असे.

मला पाहिलं की, ते माझं एका गीताने स्वागत करायचे. माझ्या नावाचा दुःखद अर्थ त्यांना आवडत नसे, त्या नावाला आनंदाची झालर लावण्याचा ते प्रयत्न करत असत. ते गीत गात असत –

"मलाला मैवंद वाला दा... पातूल जहाँ के दा खुशाल दा..."

त्याचा अर्थ आहे असा : मलाला मैवंदची आहे आणि ती अखिल जगतातील

सर्वांत सुखी व्यक्ती आहे.

आम्ही ईदच्या सुट्टीत नेहमी त्यांच्याकडे जायचो. आमचे ठेवणीतले छान कपडे घालून 'फ्लाइंग कोच' म्हणजे भडक रंगांनी रंगवलेल्या, साखळ्यांचा खणखणाट करणाऱ्या मिनीबसमधून उत्तरेकडे बरकानाला – शांगलामधील आमच्या खेड्यात जायचो. ईद वर्षातून दोनदा असते. 'ईद उल-फित्र' किंवा 'छोटी ईद' म्हणजे रमदानच्या महिन्याच्या उपासाची अखेर करण्याचा सण. आणि दुसरी 'ईद उल-अजहा' किंवा 'मोठी ईद'. ती प्रेषित अब्राहमचा पुत्र इस्माइलचा ईश्वराला बळी देण्याच्या तयारीच्या स्मरणार्थ असते.

हे सण कधी साजरे करायचे ते धर्मगुरूंच्या खास मंडळातर्फे जाहीर केलं जातं. ते चंद्रकोर कधी उगवते ते पाहतात. रेडिओवरून आम्हाला ते कळलं की, आम्ही सण साजरा करतो.

आजोबांकडे जाण्याच्या आदल्या दिवशी रात्री आम्हाला झोपसुद्धा लागायची नाही, इतका मनात थरार उसळलेला असायचा. जर पावसाने रस्ते वाहून गेले नसतील किंवा दरडी कोसळलेल्या नसतील, तर हा प्रवास पाच तासांत पूर्ण व्हायचा. आम्ही घरच्या लोकांसाठी भेटवस्तू घेतलेल्या असायच्या. त्या सगळ्या सामानाच्या बॅगा घेऊन आम्ही धडपडत मिंगोरा बस स्टेशनवर पोचायचो. सोबत कशिदाकाम केलेल्या शाली, गुलाब आणि पिस्ता मिठाईचे बॉक्सेस, तसंच त्यांना खेड्यात मिळत नसत म्हणून काही औषधंही सोबत घेतलेली असायची. काही लोकांनी तर साखरेची आणि पिठाची पोतीपण सोबत आणलेली असायची. हे बरचसं सामान बसच्या टपावर बांधून त्याचा चांगला मोठा मनोरा व्हायचा. मग आम्ही सगळे त्या बसमध्ये दाटीवाटीने बसत असू. खिडकीच्या काचा इतक्या धुळकट झालेल्या असत की, त्यातून बाहेरचं काही दिसणं अशक्यच असे, तरी आमची खिडकीजवळची जागा मिळवण्यासाठी भांडणं व्हायची. स्वातमधील बसेसच्या आतल्या बाजूला भडक गुलाबी-पिवळी फुलं, गडद केशरी वाघ आणि बर्फाच्छादित पर्वतांची चित्रं रेखलेली असतात. माझ्या भावांना लढाऊ जेट विमान किंवा आण्विक क्षेपणास्त्राचं चित्र असलेली बस आवडत असे. माझ्या वडिलांचं मात्र म्हणणं होतं की, आपल्या राजकारण्यांनी अणूबॉम्ब तयार करण्यासाठी इतके पैसे खर्च केले नसते तर आपल्याकडे शाळांसाठी पुरेसा पैसा उपलब्ध झाला असता.

मग आमची बस बाजारातून निघायची. लालचुटूक ओठांमध्ये फुललेल्या प्रसन्न हास्याच्या, दंतवैद्यांच्या पाट्या मागे पडायच्या. शेंदरी चोची आणि मण्यांसारख्या डोळ्यांच्या, शुभ्र पांढऱ्या कोंबडीच्या पिल्लांनी भरलेल्या लाकडी पिंजऱ्यांचे ढीग रचलेल्या हातगाड्या... काचेपलीकडे लग्नात घालण्याच्या सोन्याच्या बांगड्यांनी सजलेली दागिन्यांची दुकानं मागे पडायची... आणि आमची बस मिंगोराच्या उत्तरेकडे

मार्गस्थ व्हायची. सर्वांत शेवटी लागायची ती लाकडी झोपडीवजा दुकानं. पुढे असलेल्या खराब रस्त्यांसाठी तिथे रिकन्डिशन्ड टायर्सचे ढीग लावलेले असायचे. तो भाग पार केला की, आम्ही मुख्य रस्त्याला लागत असू. हा रस्ता अखेरच्या वलींनी बांधला होता. स्वात नदीच्या रुंद पात्राशेजारून हा रस्ता जातो. डाव्या बाजूला स्वात नदी आणि उजव्या बाजूला पाचूच्या खाणी असलेले भव्य पहाड. पर्वतमाथ्यावरून खाली नदी दिसते त्या ठिकाणी पर्यटकांसाठी मोठमोठ्या काचांच्या खिडक्या असलेली उपाहारगृहं होती. आम्ही तिथे कधीही गेलो नव्हतो. वाटेत चेहरा धुळीने माखलेली, पाठीवर गवताच्या प्रचंड भाऱ्याने दुप्पट वाकलेली लहान मुलं आणि इकडेतिकडे भटकणाऱ्या लोकरी मेंढ्यांचे कळप हाकणारे पुरुष दिसायचे.

आमची बस मार्गक्रमण करत असताना बाहेर निसर्गदृश्य बदले... आता गडद हिरव्या रंगाची भाताची मखमली शेतं दिसू लागत.... त्यांचा ताजा गंध येत असे आणि जर्दाळू व अंजिरांच्या बागा दिसत असत. मधूनच एखादा संगमरवराचा कारखाना दिसे. त्यामधून बाहेर पडणाऱ्या रसायनांमुळे नाल्याचं पाणी दुधी रंगाचं झालेलं असे. ते दृश्य पाहून माझ्या वडिलांना भयंकर संताप येत असे.

"बघा, हे गुन्हेगार आपलं सुंदर खोरं प्रदूषित करण्यासाठी काय करत आहेत बघा..." ते नेहमी म्हणायचे.

नदी मागे टाकून रस्ता अरुंद खिंडींमधून खडी चढण पार करून, देवदार वृक्षांच्या उंचच उंच रांगा पार करत वरवर चढत असे. अगदी आमचे कान गच्च होईपर्यंत. काही ठिकाणी काही विध्वंस घडलेला असे. तिथे गिधाडं गोळा झालेली दिसत. पहिल्या वलींनी बांधलेल्या किल्ल्याचे अवशेष दिसत. बस मोठ्या कष्टाने वाट कापत असे. प्रचंड उतार असलेल्या अत्यंत अवघड वळणांपाशी ट्रकवाल्यांनी ट्रक पुढे दामटले की, आमचा ड्रायव्हर त्यांना शिव्या घालत असे. माझ्या भावांना हे फार आवडत असे. ते पर्वताच्या कडेला छिन्नविच्छिन्न होऊन पडलेल्या गाड्या दाखवून मला आणि आईला चिडवत असत.

अखेर आम्ही 'स्कार्य टर्न'पाशी म्हणजे शांगला पर्वतमाथ्यावर पोचत असू. या खिंडीमध्ये आल्यावर आपण जणू जगाच्या माथ्यावर आलो आहोत असं वाटतं. आजूबाजूला सगळीकडे पहाडाचे कडेच कडे दिसत आणि आम्ही त्यापेक्षाही उंच! तिथून दूरवर 'मलाम जब्बा' या आमच्या स्की रिसॉर्टचा बर्फाळ प्रदेश दिसत असे. रस्त्याच्या कडेला ताज्या पाण्याचे झरे आणि धबधबे दिसत. आमची बस थोड्या विश्रामासाठी किंवा चहाला थांबली की, सीडर व पाइन वृक्षांचा गंध मिसळलेली स्वच्छ, ताजी हवा मिळत असे, ती आम्ही हावरेपणे उरात भरून घेत असू. शांगला म्हणजे फक्त पर्वत, पर्वत आणि पर्वत... आणि एवढंसं आभाळ. यानंतर काहीवेळ उतार पार करून रस्ता 'घ्रूरबन' नदीसोबत धावतो आणि मग खडकाळ मार्गात

लुप्त होतो. नदी पार करण्याचा एकमात्र मार्ग म्हणजे दोराचा पूल किंवा कप्पी. यामधून लोक धातूच्या पेटीतून लटकत नदी पार करतात. परदेशी लोक याला 'आत्महत्या पूल' म्हणतात, पण आम्हाला ते फार आवडायचे.

तुम्ही स्वातचा नकाशा पाहिला तर तुमच्या लक्षात येईल की, हे एक दीर्घ लांबीचं खोरं आहे आणि त्याच्या आजूबाजूला झाडाच्या फांद्यासारखी इतर छोटीछोटी खोरी आहेत. त्यांना आम्ही 'दराई' म्हणतो. आमचं खेडं पूर्वेला साधारण निम्म्यावर आहे. ते काना दरामध्ये आहे... डोंगरकड्यांच्या मधोमध वसलेलं. ते इतकं अरुंद आहे की, तिथे क्रिकेटचं मैदानसुद्धा बनवता येत नाही. आमच्या खेड्याला आम्ही शाहपूर म्हणतो, पण खरंतर खोऱ्याच्या खालच्या बाजूला तीन खेड्यांची माळच आहे – शाहपूर, सर्वांत मोठं; बरकाना, या ठिकाणी माझ्या वडिलांचं बालपण गेलं; आणि कर्शात, या ठिकाणी माझी आई राहत असे. त्याच्या दुसऱ्या टोकाला उत्तुंग पर्वत आहे. तोर घर – दक्षिणेकडचा काळा पर्वत, आणि स्पिन घर – उत्तरेकडचा शुभ्र पर्वत.

आम्ही बरेचदा बरकानामध्ये माझ्या आजोबांच्या घरी राहायचो. माझे वडील तिथेच लहानाचे मोठे झाले. त्या भागातील इतर घरांसारखंच त्यांचं घरही दगडमातीने बांधलेलं आणि धाब्याचं छप्पर असलेलं होतं. मला आईच्या माहेरी – कर्शातला माझ्या मावस-मामे भावंडांसोबत राहायला आवडत असे. कारण तिथलं घर क्राँक्रीटचं होतं, तिथे बाथरूम होती आणि तिथे खेळायला भरपूर मुलं होती. मी आणि आई खालच्या मजल्यावर बायकांमध्ये राहायचो. बायकांचा सगळा वेळ मुलं सांभाळणं आणि वरच्या मजल्यावर हुजरामध्ये असलेल्या पुरुषांसाठी पाकसिद्धी करणं यांत जात असे. मी माझ्या मामेबहिणी अनीसा व सुम्बूल यांच्यासोबत एका खोलीत झोपायचे. त्या खोलीत मशिदीच्या आकाराचं घड्याळ होतं आणि भिंतीतल्या कपाटात एक रायफल आणि हेअरडायची काही पाकिटं होती.

खेड्यात दिवस खूप लवकर सुरू होत असे. त्यामुळे उशिरापर्यंत झोपायला आवडणाऱ्या मलासुद्धा कोंबड्याची बांग आणि भांड्यांचा खडखडाट ऐकून जाग येत असे. घरातल्या बायका लवकर उठून पुरुषांसाठी न्याहरी बनवायला लागलेल्या असत. सकाळी तोर घरच्या माथ्यावरून सूर्यप्रकाश पसरू लागे; आम्ही 'फज्र' या आमच्या दैनंदिन प्रार्थनांपैकी पहिली प्रार्थना म्हणण्यासाठी सज्ज होऊन डावीकडे पाहायचो. तेव्हा स्पिन घरची सोनेरी शिखरं कोवळ्या सूर्यकिरणांनी उजळलेली दिसायची. एखाद्या गोऱ्यापान ललनेने 'जुमर टिका' म्हणजे माथ्यावर सुवर्णबिंदी घातली असावी तसं ते दिसायचं.

बरेचदा पाऊस सगळं स्वच्छ करण्यासाठी येत असे. हिरव्यागार टेकड्यांवर

ढग रेंगाळत असत. या ठिकाणी लोक मुळे आणि अक्रोडाची झाडं लावत असत. आजूबाजूला मधाची पोळी असत. मला दाट मध खूप आवडायचा. आम्ही आक्रोड आणि मध खात असू. कर्शातच्या एका टोकाला नदीच्या खालच्या बाजूला म्हशी होत्या. त्या ठिकाणी आडोसा करून लाकडी पाणचक्की उभारली होती. त्यावर मोठी पिठाची चक्की चालत असे. गहू आणि मक्याचं पीठ पोत्यात भरण्याचं काम तरुण मुलं करत असत. या खेड्याला सरकारकडून वीज मिळत नसल्यामुळे बरेच खेडूत अशा तात्पुरत्या स्वरूपाच्या जलविद्युत प्रकल्पांद्वारे वीज मिळवत असत.

दिवस पुढे सरकून सूर्य उंच चढू लागला की, शुभ्र पर्वत सोनेरी उन्हात न्हाऊन निघत असे. सूर्य काळ्या पर्वताच्या दिशेने जाऊ लागला की, सायंकाळी हा पर्वत सावल्यांनी झाकोळत असे. पर्वतावरच्या सावल्यांसुनार आमचं प्रार्थनेचं वेळापत्रक असे. सूर्य एका विशिष्ट पहाडावर आला की, आम्ही 'अस्त्र' म्हणजे दुपारची प्रार्थना करत असू. त्यानंतर सायंकाळी, स्पिन घरचं शिखर सकाळपेक्षाही अधिक सुंदर दिसू लागायचं, त्या वेळी आम्ही 'मक्काम' म्हणजेच सायंकालीन प्रार्थना करत असू. शुभ्र पर्वत कुठूनही पाहिला तरी दिसत असे. माझे वडील म्हणायचे की, मला हा पर्वत आपल्या भूमीतील शांततेचं प्रतीक वाटतो... जणू आमच्या खोऱ्याच्या टोकाला असलेला पांढरा ध्वजच! ते लहान होते तेव्हा त्यांना हे छोटं खोरं म्हणजे अवघं विश्व वाटत असे आणि पर्वत आभाळाचं चुंबन घेतो त्या ठिकाणी पलीकडे कुणी गेलं तर तो खाली पडेल अशी त्यांची समजूत होती.

मी शहरात जन्मले असले तरी वडिलांचं निसर्गप्रेम माझ्यातही उतरलं आहे. मला इथली सुपीक भूमी, झाडांची हिरवाई, शेतं, म्हशी, चालताना अवतीभवती भिरभिरणारी पिवळी फुलपाखरं खूप आवडत असत. आमचं खेडं फारच गरीब होतं, पण आम्ही आलो की, आमचा सगळा गोतावळा मोठी मेजवानी करत असे. चिकन, भात, तिथे उगवणारा पालक, चमचमीत मसालेदार मटण... हा सगळा स्वयंपाक बायका चुलीवर करत असत. त्यापाठोपाठ करकरीत सफरचंद आणि पिवळ्याधमक केकच्या तुकड्यांनी भरलेल्या बश्या आणि दुधाळ चहाची भलीमोठी किटली अशी सगळी सज्जता असे. कुणाही लहान मुलाकडे खेळणी वा पुस्तकं नसत. मुलं लहानशा घळईत क्रिकेट खेळत असत. प्लॅस्टिकच्या पिशव्या रबरबँडने एकत्र बांधून त्याचा चेंडू केला जात असे.

ते खेडं दुर्लक्षित होतं. तिथे झऱ्यावरून पाणी आणावं लागत असे. ज्या घरातली मुलं अथवा वडील दक्षिणेत खाणकामाला किंवा आखाती देशात गेले आहेत त्या घरातल्या लोकांनी क्राँक्रीटची घरं बांधली होती. हे लोक तिथून घरी पैसे पाठवत असत. पण अशी घरं तुरळकच होती. आम्हा पश्तूनांची लोकसंख्या चार कोटी आहे. त्यापैकी एक कोटी लोक मायभूमीपासून दूर राहतात. माझे वडील

म्हणायचे की, या लोकांच्या कुटुंबीयांना जी नवी जीवनशैली लाभली आहे ती टिकवण्यासाठी या लोकांना बाहेर काम करत राहावं लागतं. परिणामी ते कधीही मायभूमीत परत येऊ शकत नाहीत ही दुःखद गोष्ट आहे. घरात पुरुषमाणूस नाही अशी तिथे बरीच कुटुंब होती. हे लोक वर्षातून फक्त एकदा घरी येत असत. आणि बरेचदा त्यानंतर नऊ महिन्यांनी त्यांच्या घरी नव्या बाळाचं आगमन होत असे.

तिथे डोंगरउतारावर घरं विखुरलेली होती. ही घरं माझ्या आजोबांच्या घरासारखीच मातीने लिंपलेली तट्ट्यांची असत. पूर आला की, ही घरं कोलमडून पडत. हिवाळ्यात थंडीच्या कडाक्याने काही वेळा लहान मुलांचा मृत्यू होत असे. त्या खेड्यात हॉस्पिटल नव्हतं. फक्त शाहपूरमध्ये एक दवाखाना होता. आजूबाजूच्या खेड्यातलं कुणी आजारी पडलं तर त्याचे नातेवाईक त्याला लाकडी बाजेवरून उचलून दवाखान्यात नेत असत. आम्ही विनोदाने त्याला 'शांगलाची रुग्णवाहिका' म्हणत असू. जर कुणी गंभीर आजारी असेल तर त्याला बसमधून दीर्घ प्रवास करून मिंगोराला न्यावं लागत असे. कुणी गाडीवाला ओळखीचा असेल तर नशीब; नाहीतर बसशिवाय पर्यायच नसे.

सर्वसाधारणपणे, राजकारणी मंडळी फक्त निवडणुकीच्या दरम्यान इकडे फिरकत असत. त्या वेळी ते रस्ते, वीज, स्वच्छ पाणी आणि शाळा वगैरे गोष्टींची आश्वासनं देत असत, आणि स्थानिक वजनदार लोकांना – आम्ही त्यांना 'स्टेकहोल्डर्स' म्हणत असू – पैसे आणि जनरेटर्स देत असत. हे लोक त्यांच्या समाजाला मत कसं द्यायचं हे सांगत असत. हे अर्थातच फक्त पुरुषांसाठी असे; आमच्या भागातील महिला मतदान करत नाहीत. त्यानंतर जर हे लोक नॅशनल असेम्ब्लीत निवडून आले तर ते इस्लामाबादला किंवा 'प्रोव्हिन्शिअल असेम्ब्ली'त निवडून आले तर पेशावरला छू होत असत. त्यानंतर आम्हाला त्यांच्याबद्दल किंवा त्यांच्या आश्वासनांबद्दल काहीही ऐकायला मिळत नसे.

माझ्या शहरी वागण्याबद्दल माझ्या मावस-मामेबहिणी माझी चेष्टा करायच्या. मला अनवाणी चालणं आवडायचं नाही. मी पुस्तक वाचत असायचे. माझे उच्चार वेगळे होते. माझ्या बोलण्यात मिंगोरातली बोलीभाषा डोकावायची. माझे कपडे बरेचदा दुकानातून तयार आणलेले असायचे, त्यांच्यासारखे घरगुती शिवलेले नसायचे.

माझे नातेवाईक मला विचारायचे, "तू आमच्यासाठी चिकन करणार का?"

त्यावर मी म्हणायचे, "नाही, कोंबडी निष्पाप असते. आपण तिला मारता कामा नये."

त्यांना वाटायचं की, मी मोठ्या गावातून आल्यामुळे आधुनिक आहे, पण इस्लामाबाद किंवा अगदी पेशावरमधले लोकसुद्धा मला अत्यंत मागास समजतील

हे त्यांना कळत नसे.

कधीकधी आम्ही सगळे मिळून पर्वतावर किंवा खाली नदीकिनारी सहलीला जात असू. नदीचा प्रवाह बराच मोठा, खोल आणि वेगवान होता. उन्हाळ्यात बर्फ वितळलं की, नदी पार करणं अवघड होत असे. मुलं तार लावलेली लांब काठी घेऊन त्या तारेला गांडूळ अडकवून माशांसाठी गळ टाकत असत. काही जण शिट्टी वाजवत असत, त्यामुळे मासे आकर्षित होतात अशी त्यांची समजूत होती. तिथले मासे खास चवदार वगैरे नसत. त्यांचा तोंडाचा भाग फारच खरबरीत आणि शिंगासारखा टणक असे. आम्ही त्यांना 'चाक्वार्ती' म्हणत असू. कधीकधी आम्ही मुलीमुली भात आणि सरबत घेऊन नदीकिनारी पिकनिकला जात असू. आमचा आवडता खेळ होता – 'लग्न-लग्न'. आम्ही दोन पक्ष करायचो – एक मुलाकडची बाजू आणि एक मुलीकडची. मग दोन्ही बाजूंनी मुलीची संमती घेतली की, लग्नसमारंभ सुरू होत असे. सगळ्यांना मी त्यांच्या बाजूला हवी असे, कारण मी मिंगोराची आणि आधुनिक होते. आमच्यात दिसायला सर्वांत सुंदर होती तंझेला. आम्ही नेहमी तिला वधुपक्षाकडे द्यायचो, म्हणजे नंतर नवरी म्हणून ती आमच्याकडे यावी.

या भातुकलीतल्या लग्नातला सर्वांत महत्त्वाचा भाग म्हणजे दागदागिने! आम्ही बॉलिवुडमधली गाणी म्हणता म्हणता नवरीला सजवायचो, तिला कानातलं, बांगड्या, गळ्यातले हार घालायचो. आम्ही आमच्या आयांकडून आणलेलं मेकअपचं साहित्य वापरून तिचा मेकअप करायचो. तिचे हात शुभ्र पांढरे करण्यासाठी ते गरम चुना आणि सोडा यांच्या मिश्रणात बुडवायचो. मेंदीने तिची नखं लालचुटूक करायचो. साजशृंगार आटोपला की, ती नवरी रडायला सुरुवात करायची आणि आम्ही तिला थोपटायचो, काळजी करू नकोस अशी तिची समजूत घालायचो.

''लग्न हा आयुष्याचा भागच असतो,'' आम्ही तिला सांगायचो. ''तुझ्या सासूसासऱ्यांशी मायेनं वाग, म्हणजे ते तुला चांगलं वागवतील. तुझ्या नवऱ्याची काळजी घे, सुखी रहा.''

कधीकधी घरी खरंखुरं लग्न व्हायचं. त्या वेळी मोठमोठ्या जेवणावळी व्हायच्या. हा समारंभ कित्येक दिवस चालत असे आणि घरदार कर्जात बुडत असे किंवा दिवाळं निघत असे. नववधूला उत्तम पोशाख आणि सुवर्णालंकारांनी सजवत असत. सासर-माहेर दोन्हीकडच्यांनी दिलेले सोन्याचे हार, बांगड्या यांनी तिचा साजशृंगार केला जात असे. मी वाचलं होतं की, बेनझीर भुट्टोंनी त्यांच्या लग्नात आवर्जून काचेचा चुडा भरला होता, लोकांपुढे उदाहरण घालून देण्यासाठी. पण नववधूला सालंकृत सजवण्याची परंपरा अजूनही सुरूच आहे.

कधीकधी एखाद्या खाणीतून प्लायवुडची शवपेटी खेड्यात पाठवली जात

असे. मग त्या मृत माणसाच्या पत्नी किंवा आईच्या घरी सगळ्या बायका जमत असत आणि भयंकर अक्रोश सुरू होत असे... त्याचा प्रतिध्वनी अख्ख्या खोऱ्यात उमटत असे. ते ऐकून माझ्या अंगावर शहारा येत असे.

रात्री खेड्यात काळाकभिन्न अंधार असे. डोंगरावरच्या घरातून मिणमिणत्या चिमण्या लुकलुकत असत. तिथल्या वयस्क बायकांना शिक्षणाचा गंधही नव्हता, पण त्या सगळ्या जणी गोष्टी सांगत असत. आणि पश्तू गीतं – ज्याला आम्ही 'तापे' म्हणतो – गात असत. माझी आजी त्यात अगदी निपुण होती. ही सगळी गाणी-गोष्टी प्रेमाबद्दल असत किंवा पश्तून लोकांबद्दल.

"कोणताही पश्तून माणूस त्याच्या भूमीचा स्वेच्छेने त्याग करत नाही," ती म्हणायची. "त्याला एकतर गरिबीमुळे जावं लागतं किंवा तो प्रेमासाठी जातो."

आमच्या मावश्या आम्हाला भुतांच्या गोष्टी सांगत असत. त्या ऐकून आम्ही घाबरायचो. त्यात एक गोष्ट असायची २० बोटांच्या माणसाची – 'शाल्वाते'ची... त्या सांगायच्या की, तो तुमच्या अंथरुणात झोपेल. मग आम्ही घाबरून रडायचो. खरंतर पश्तूमध्ये हाताची आणि पायाची बोटं वेगवेगळी नसतात, त्याला एकच शब्द आहे. त्यामुळे आम्ही सगळेच २० बोटांचे असायचो, पण आम्हाला ते कळायचं नाही. आम्हाला अंघोळ घालण्यासाठी आमच्या मावश्या आम्हाला 'शशाका' या भीतिदायक बाईची गोष्ट सांगायच्या... 'तुम्ही आंघोळ केली नाहीत किंवा केस धुतले नाहीत तर ती तोंडाला घाणेरडा वास येणारी, चिखलाने हात बरबटलेली बाई तुमच्या मागे लागेल आणि तुम्हालाही घाणेरडं बनवेल... मग तुमचे केस किड्यांनी भरलेल्या उंदरांच्या शेपट्यांसारखे होतील... कदाचित ती तुम्हाला ठारसुद्धा करेल...'

हिवाळ्यात मुलांनी बाहेर बर्फात जाऊ नये म्हणून आईवडील त्यांना सिंहाची किंवा वाघाची गोष्ट सांगत असत. बर्फात पाहिलं पाऊल नेहमी सिंह किंवा वाघच टाकतो. त्याच्या पावलाची खूण दिसल्यानंतरच आम्हाला बाहेर जायची परवानगी मिळत असे.

आम्ही जसजसे मोठे होऊ लागलो तसं आम्हाला खेडं कंटाळवाणं वाटू लागलं. तिथे फक्त एकाच श्रीमंत कुटुंबाच्या हुजरामध्ये टीव्ही होता, कुणाकडेही कॉम्प्यूटर नव्हता.

खेड्यातल्या बायका त्यांना घरातल्या पडदा-विभागातून बाहेर जायचं असे तेव्हा चेहरा झाकून घेत असत. जवळच्या नातातल्या पुरुषांव्यतिरिक्त त्या इतर कोणत्याही पुरुषाला भेटत वा त्याच्याशी बोलत नसत. मी किशोरवयीन होते तेव्हा मी अधिक फॅशनेबल कपडे घालायचे आणि चेहरा झाकायचे नाही. त्याचा माझ्या एका चुलत भावाला इतका राग आला की, त्याने माझ्या वडिलांना विचारलं, "तिनं चेहरा का झाकलेला नाही?"

त्यावर माझे वडील उत्तरले, ''ती माझी मुलगी आहे. तू स्वतःचं बघ.'' पण आमच्या परिवारातल्या काही मंडळींना वाटायचं की, लोक आपल्याला नावं ठेवतील आणि आपण 'पश्तूनवली' नीट पाळत नाही असं म्हणतील.

मला पश्तून असल्याचा अत्यंत अभिमान आहे, पण कधीकधी मला आमच्या आचारसंहितेमधील बऱ्याच गोष्टी, विशेषतः महिलांना दिल्या जाणाऱ्या वागणुकीसंदर्भातल्या गोष्टी गैर वाटतात. आमच्याकडे शाहीदा नावाची एक बाई काम करत असे. तिला तीन छोट्या मुली होत्या. तिने मला सांगितलं की, ती अवघी १० वर्षांची असताना तिच्या वडिलांनी तिला एका म्हाताऱ्या माणसाला विकलं होतं. त्याला आधीची बायको होती तरी त्याला तरुण मुलगी हवी होती.

कधीकधी मुली अकस्मात दिसेनाशा होत. त्याचं कारण त्या लग्न होऊन जात; एवढंच नसे. सीमा नावाची एक १५ वर्षांची अतिशय देखणी मुलगी होती. तिचं एका मुलावर प्रेम होतं ही गोष्ट सगळ्यांना माहीत होती. कधीकधी तो मुलगा जवळून निघाला की, ती तिच्या काळ्याभोर लांबसडक पापण्यांआडून त्याच्याकडे पाहायची. सगळ्या मुलींना तिच्या या देखण्या पापण्यांचा हेवा वाटत असे. आमच्या समाजात एखाद्या मुलीने कोणत्याही पुरुषावर प्रेम दाखवलं तर घरच्यांना लाज येते, पुरुषाच्या बाबतीत मात्र सगळं चालतं. या मुलीने आत्महत्या केली असं आम्हाला सांगण्यात आलं. पण नंतर समजलं की, तिच्या घरच्यांनीच तिला विष घातलं होतं.

आमच्याकडे 'स्वरा' नामक एक प्रथा आहे. त्यामध्ये वैर मिटवण्यासाठी मुलगी दुसऱ्या जमातीत दिली जाते. अधिकृतरीत्या याला बंदी आहे, पण ही प्रथा अजूनही सुरू आहे. आमच्या खेड्यात सोराया नावाची एक विधवा होती. तिने दुसऱ्या घराण्यातील एका विधुराशी लग्न केलं. या घराण्याचं तिच्या कुटुंबाशी वैर होतं. विधवा बाईच्या घरच्यांच्या परवानगीखेरीज तिच्याशी कुणाला लग्न करता येत नाही. सोरायाच्या घरच्यांना तिच्या या लग्नाबद्दल कळलं तेव्हा ते भयंकर संतापले. त्यांनी तिच्या सासरच्यांना धमकावायला सुरुवात केली. अखेर यातून मार्ग काढण्यासाठी खेड्यातल्या जेष्ठ मंडळींचा 'जिरगा' बोलावण्यात आला. या जिरगाने निर्णय दिला की, त्या विधवेच्या सासरच्यांनी शिक्षा म्हणून त्यांच्या घरातील सर्वांत देखणी मुलगी विरोधी घराण्यातील सर्वांत अपात्र माणसाला द्यावी. तो मुलगा अगदी बिनकामाचा आणि इतका गरीब होता की, मुलीच्या वडिलांनी सगळा खर्च उचलावा लागला. ज्या वादाशी त्या मुलीचा काडीमात्र संबंध नव्हता असा वाद मिटवण्यासाठी त्या मुलीचं आयुष्य का उद्ध्वस्त करायचं?

मी अशा गोष्टींबद्दल माझ्या वडिलांसमोर तक्रार केली, तेव्हा त्यांनी सांगितलं की, अफगाणिस्तानातील स्त्रियांचं आयुष्य यापेक्षा खडतर आहे. माझ्या जन्माच्या

आदल्या वर्षी एका एकाक्ष मुल्लाच्या नेतृत्वाखालील 'तालिबान' नामक गटाने देशावर ताबा मिळवला होता आणि ते मुलींच्या शाळा जाळत होते. ते पुरुषांना लांब दाढी वाढवण्याची आणि स्त्रियांना बुरखा घालण्याची सक्ती करत होते. बुरखा घालून चालणं म्हणजे भल्यामोठ्या कापडी शटल-कॉकमध्ये चालण्यासारखं असतं, त्यातून पाहण्यासाठी फक्त एकच जाळीची खिडकी असते आणि उन्हाळ्याच्या दिवसांत तर तो भट्टीसारखा वाटतो. मला तरी तो घालावा लागत नव्हता. ते म्हणायचे की, तालिबानने स्त्रियांना मोठ्यानं हसण्यास किंवा पांढरी पादत्राणं घालण्यास बंदी केली आहे. कारण पांढरा रंग हा 'पुरुषांच्या मालकीचा रंग' असतो. नेलपेंट लावल्याबद्दल बायकांना कोंडून ठेवून मारहाण केली जात होती. माझ्या वडिलांकडून या गोष्टी ऐकून माझा थरकाप होत असे.

मी 'ॲना कॅरेनिना' आणि जेन ऑस्टिनच्या कादंबऱ्या अशी पुस्तकं वाचायचे. माझा माझ्या वडिलांच्या शब्दांवर विश्वास होता – *मलाला स्वच्छंद पक्षी आहे.*

मी अफगाणिस्तानमधील भयानक कहाण्या ऐकल्या तेव्हा मला मी स्वातमध्ये असल्याचा अभिमान वाटला.

''इथे एखादी मुलगी शाळेत जाऊ शकते,'' असं मी म्हणायचे. पण 'तालिबान' उंबरठ्यावर येऊन ठेपले होते आणि ते आमच्यासारखेच पश्तून होते. माझ्या दृष्टीने आमचं खोरं हे झगमगत्या उजेडाचं ठिकाण होतं, पण मला पर्वतामागे झाकोळून येणारे ढग दिसले नव्हते.

माझे वडील नेहमी म्हणायचे, ''मलाला, मी तुझ्या स्वातंत्र्याचं रक्षण करीन. तू तुझ्या स्वप्नांसोबत वाटचाल करत रहा.''

◆

५

मी कानातले का घालत नाही...
आणि
पश्तून लोक 'आभारी आहे' असं का म्हणत नाहीत...

मी सात वर्षांची झाले तेव्हा वर्गात नेहमी पहिली यायचे. मी बाकीच्या विद्यार्थिनींना काही अडलं तर त्यांना मदत करायचे. ''मलाला हुशार आहे,'' असं माझ्या वर्गातील मुली म्हणायच्या. मी सगळ्या गोष्टींत भाग घ्यायचे – बॅडमिंटन, नाटक, क्रिकेट, कला, एवढंच नव्हे तर गायनातसुद्धा... मला फारसं चांगलं गाता येत नसूनसुद्धा. त्यामुळे आमच्या वर्गात मल्का-ए-नूर नावाची नवी मुलगी आली तेव्हा मी तिची अजिबात दखल घेतली नाही. तिच्या नावाचा अर्थ होता, प्रकाशाची राणी.

तिने तिला पाकिस्तानची पहिली महिला लष्करप्रमुख व्हायचं आहे असं सांगितलं. तिची आई दुसऱ्या शाळेत शिक्षिका होती, आमच्या दृष्टीने हे वेगळं होतं. कारण आमच्या कुणाच्याच आया नोकरी करत नव्हत्या. सुरुवातीला ती वर्गात फारसं बोलायची नाही. वर्गात चढाओढ असायची ती, माझ्यात आणि माझी जिवलग मैत्रीण मोनिबामध्ये. मोनिबाचं लिखाण आणि सादरीकरण अतिशय सुंदर होतं. ते परीक्षकांना आवडत असे, पण आशयाच्या संदर्भात मी तिला मात देऊ शकते हे मला माहीत होतं. त्यामुळे वर्षअखेरीस झालेल्या परीक्षेत मल्का-ए-नूर पहिली आली तेव्हा मला धक्काच बसला. मी घरी जाऊन ढसाढसा रडले... शेवटी माझ्या आईने माझी समजूत घालून मला गप्प केलं.

त्यादरम्यान आम्ही दुसरीकडे राहायला गेलो. आधी आमचं घर मोनिबाच्या

घराजवळ होतं, पण या नव्या घराच्या आजूबाजूला मला कुणी मैत्रिणी नव्हत्या. आमच्या नव्या घराजवळ सफिना नावाची मुलगी राहायची. ती वयाने माझ्यापेक्षा थोडी लहान होती. आम्ही दोघी एकत्र खेळू लागलो. ती अगदी लाडाची होती. तिच्याकडे बऱ्याच बाहुल्या होत्या आणि बुटांचं खोकं भरून दागिने होते. पण तिचा माझ्या गुलाबी प्लॅस्टिकच्या खेळण्यातल्या मोबाइलवर डोळा होता. हे माझ्याकडचं एकमात्र खेळणं होतं, ते माझ्या वडिलांनी माझ्यासाठी आणलं होतं. माझे वडील नेहमी त्यांच्या मोबाइलवर बोलत असायचे, ते पाहून मीही त्यांचं अनुकरण करत माझ्या मोबाइलवरून खोटे खोटे फोन करत असायचे. एके दिवशी माझा मोबाइल गायब झाला.

काही दिवसांनी मी सफिनाला अगदी माझ्या मोबाइलसारखाच मोबाइल घेऊन खेळताना पाहिलं.

"तुला कुठे मिळाला हा?" मी विचारलं.

"मी बाजारातून विकत आणला," ती म्हणाली.

आता माझ्या लक्षात येत आहे की, ती कदाचित खरं सांगत असेल, पण त्या वेळी मात्र माझ्या मनात आलं होतं की, जर ती माझ्या बाबतीत असं करते आहे, तर मीही तिच्याबाबतीत तसंच करीन.

मग मी तिच्या घरी अभ्यासाला जायचे तेव्हा प्रत्येक वेळी तिच्या वस्तू खिशात घालायचे, बरेचदा खोटे दागिने... कानातली, गळ्यातली वगैरे. ते काम अगदी सोपं होतं. सुरुवातीला, मला चोरी करणं थरारक वाटलं. पण नंतर तो थरार तसाच राहिला नाही; लवकरच ती माझ्यासाठी निकडीची गोष्ट बनली. ते कसं थांबवावं ते मला कळत नव्हतं.

एके दिवशी दुपारी मी शाळेतून घरी आले आणि नेहमीप्रमाणे काहीतरी खाण्यासाठी स्वयंपाकघरात धावले.

"ए भाबी!" मी हाक मारली. "मला भूक लागलीय!"

घरात शांतता होती. माझी आई जमिनीवर बसून मसाले कुटत होती. पिवळीधम्मक हळद, जिरे... यांचा वास सर्वत्र भरून राहिला होता. ती दाणदाण कुटत होती. ती माझ्याकडे अजिबात पाहत नव्हती. मी असं काय केलं होतं?... मी दुःखी अंतःकरणाने माझ्या खोलीत गेले. मी कपाट उघडलं तेव्हा मला मी ढापून आणलेल्या सगळ्या वस्तू गायब झाल्याचं दिसलं. माझी चोरी पकडली गेली होती.

मग माझी चुलतबहीण रीना माझ्या खोलीत आली.

"तू चोरी करत आहेस ते त्यांना माहीत होतं," ती म्हणाली. "पण तू ते कबूल करशील याची ते वाट पाहत होते, पण तू तर सरळ चोरी करतच राहिलीस."

मला पोटात प्रचंड खड्डा पडल्यासारखं वाटलं. मी मान खाली घालून आईसमोर जाऊन उभी राहिले.

"मलाला, तू जे काही वागलीस ते चूक आहे," माझी आई म्हणाली. "आम्हाला तुला अशा गोष्टी विकत घेऊन देणं परवडत नाही म्हणून तू आम्हाला लाज आणणार आहेस का?"

"असं नाही गं!" मी धडधडीत खोटं बोलले, "मी नाही घेतल्या त्या वस्तू!"

पण मी त्या वस्तू चोरल्या आहेत हे तिला कळलं होतं.

"सफिनानं सुरू केलं आधी." मी म्हणाले, "अबांनी मला आणलेला गुलाबी फोन तिनं चोरला."

पण माझ्या आईवर त्याचा काहीही परिणाम झाला नाही. ती म्हणाली, "सफिना तुझ्यापेक्षा लहान आहे. तू तिला चांगल्या गोष्टी शिकवायला हव्या होत्यास. तू आदर्श घालून द्यायला हवा होतास."

मी रडू लागले आणि तिची पुन:पुन्हा माफी मागितली.

"अबांना सांगू नकोस," मी तिला विनवलं. माझ्यामुळे त्यांचा अपेक्षाभंग झालेलं मला सहन होणार नव्हतं. आपण आपल्या आईवडिलांच्या नजरेतून उतरणं फार भयंकर असतं.

हे काही पहिल्यांदा घडलं नव्हतं. मी लहान असताना एकदा आईबरोबर बाजारात गेले होते. तिथे हातगाडीवर बदामांचा ढीग दिसला. ते पाहून माझ्या तोंडाला पाणी सुटलं. मला मूठभर बदाम घेण्याचा मोह आवरला नाही. माझ्या आईने मला ते बदाम परत ठेवायला लावले आणि त्या हातगाडीवाल्याची माफी मागितली. पण तो भयंकर संतापला होता, तो काही ऐकायला तयार नव्हता. त्या वेळी आमची परिस्थिती फारशी चांगली नव्हती. माझ्या आईने पर्समध्ये पाहिलं आणि त्याला विचारलं, "दहा रुपयाचे देणार का?"

"नाही," तो म्हणाला, "बदाम खूप महाग असतात."

माझ्या आईला खूप वाईट वाटलं. तिने घरी आल्यावर माझ्या वडिलांना हा प्रसंग सांगितला. तो ऐकताच माझे वडील ताबडतोब बाजारात गेले आणि त्या हातगाडीवाल्याकडचे सगळेच्या सगळे बदाम विकत घेऊन आले. मग ते काचेच्या बशीत ठेवून मला म्हणाले, "बदाम चांगले असतात. तू रात्री झोपण्याआधी दूध आणि बदाम खाल्लेस ना, तर चांगली बुद्धिमान होशील."

पण त्यांच्याजवळ फारसे पैसे नव्हते हे मला माहीत होतं. त्या बशीतले बदाम मला अपराधी जाणीव देत होते. त्या क्षणी मी निश्चय केला की, आपण पुन्हा कधीही असं वागायचं नाही... पण आत्ता मी पुन्हा तेच केलं होतं.

माझी आई मला सफिना आणि तिच्या आईवडिलांची माफी मागायला त्यांच्या

घरी घेऊन गेली. तो प्रसंग भयंकर होता. सफिनाने माझ्या फोनबद्दल अवाक्षर काढलं नाही. मला ते अजिबात आवडलं नव्हतं, पण मी त्याबद्दल काही बोलले नाही.

या सगळ्याचं मला वाईट वाटलं असलं तरी हा अध्याय एकदाचा संपला, असं म्हणून मी सुटकेचा नि:श्वास टाकला. त्या दिवसापासून मी कधीही खोटं बोलले नाही किंवा चोरी केली नाही. अगदी एखादं खोटं किंवा एक पैसुद्धा नाही... माझे वडील घरात सुटे पैसे ठेवतात, आम्हाला खाऊसाठी ते पैसे घेण्याची परवानगी असते, तरी मी त्यातल्या एका पैशालाही कधी हात लावला नाही. मी दागिने घालणंसुद्धा बंद केलं. कारण मी स्वत:लाच प्रश्न केला, "मला या नकली, दिखाऊ वस्तूंचा मोह पडावा? या खोट्या दागिन्यांपायी मी माझं चारित्र्य का गमवावं?"

आजही मला त्याबद्दल अपराधी वाटतं आणि मी दररोज प्रार्थना करताना त्याबद्दल परमेश्वराची माफी मागते.

माझे आईवडील प्रत्येक गोष्ट एकमेकांना सांगतात. त्यामुळे मी का दु:खी आहे हे अबांना लवकरच कळलं. मी त्यांची पूर्ण निराशा केली आहे हे मला त्यांच्या डोळ्यांत वाचता येत होतं. मला त्यांना माझा अभिमान वाटावा असं वाटत होतं... मी वर्गात पहिली आले तेव्हा मला चषक मिळाला होता, त्या वेळी त्यांचा ऊर अभिमानानं भरून आला होता तसं... किंवा आमच्या बालवाडीच्या शिक्षिका मिस उल्फत यांनी त्यांना मी फळ्यावर 'फक्त उर्दूत बोला' असं लिहिल्याचं कौतुकानं सांगितलं होतं त्या वेळी त्यांच्या डोळ्यांत जो अभिमान दिसला होता तसं... आमच्या वर्गात उर्दू धड्यांना प्रारंभ होणार होता, त्या वेळी आम्हा सर्वांना ही भाषा जलद आत्मसात करता यावी यासाठी मी वर्गमैत्रिणींकरता फळ्यावर ही सूचना लिहिली होती.

माझी अवस्था पाहून माझ्या वडिलांनी माझी समजूत घातली. त्यांनी मला थोर लोकांनी त्यांच्या बालपणी केलेल्या चुकांचं उदाहरण दिलं. त्यांनी मला महात्मा गांधींचं एक वचन सांगितलं – *चुका करण्याचं स्वातंत्र्य नसेल तर त्या स्वातंत्र्याला काही मोल नाही.*

आम्ही शाळेत मोहम्मद अली जीनांच्या कथा वाचल्या आहेत. त्यांचं बालपण कराचीत गेलं होतं. त्यांच्या घरी दिवे नसल्यामुळे ते रस्त्यावरील दिव्यांच्या उजेडात अभ्यास करत असत. ते त्यांच्या मित्रांना धुळीत गोट्या न खेळता, त्याऐवजी क्रिकेट खेळायला सांगत असत, ज्यायोगे कपडे व हात घाण होणार नाहीत.

माझ्या वडिलांनी त्यांच्या ऑफिसबाहेर अब्राहम लिंकन यांनी त्यांच्या मुलाच्या शिक्षकांना लिहिलेल्या पत्राचा पश्तू अनुवाद फ्रेम करून लावला आहे. त्या अतिशय सुंदर पत्रात त्यांनी खूप मोलाचा सल्ला दिला आहे –

"तुम्ही त्याला पुस्तकांची नवलाई शिकवाच... पण त्याला आकाशात विहरणारे पक्षी, सूर्यप्रकाशात गुंजारव करणाऱ्या मधमाशा, हिरव्यागार डोंगर-टेकड्यांवर बहरणारी फुलं या साऱ्याच्या चिरंतन रहस्याचं चिंतन करण्यासाठी निवांत वेळसुद्धा द्या..."

त्या पत्रात त्यांनी पुढे म्हटलं आहे की, *"त्याला शिकवा की, फसवण्यापेक्षा अपयशी होणं कितीतरी जास्त सन्मानाचं आहे."*

मला वाटतं, आयुष्यात प्रत्येक जण एकदा तरी चूक करतोच. पण, तुम्ही त्यातून काय शिकता हे महत्त्वाचं आहे. त्यामुळेच मला आमच्या पश्तूनवली परंपरेतील अलिखित नियम अवघड वाटतात. आम्ही आमच्याशी गैर वागणाऱ्याचा सूड घेणं अपेक्षित असतं, पण या सगळ्याचा शेवट काय? एका कुटुंबातील माणसाला दुसऱ्या माणसाने ठार केलं किंवा त्याला काही इजा केली, तर 'नंग' राखण्यासाठी सूड घेतलाच पाहिजे. त्यासाठी हल्लेखोराच्या कुटुंबातील एखाद्या पुरुष सदस्याचा बळी घ्यायचा... मग त्या कुटुंबाने या हत्येचा बदला घेतलाच पाहिजे... हे असंच सुरू राहतं. त्याला कसलीही कालमर्यादा नसते.

आमच्याकडे एक वचन आहे –

एका पश्तून माणसाने २० वर्षांनी सूड घेतला, तर त्याला दुसरा पश्तून म्हणाला की, खूपच लवकर घेतलास.

आमच्याकडे अशी अनेक वचनं आहेत. एक वचन आहे : *पश्तोचा दगड पाण्यात गंजत नाही.* त्याचा अर्थ असा की, आम्ही ना विसरतो, ना क्षमा करतो. म्हणूनच आम्ही आभार क्वचितच मानतो. कारण पश्तून माणूस सत्कृत्य कधीही विसरणार नाही, कधी ना कधी तो त्याची परतफेड करणारच अशी आम्हाला खातरी असते. आणि तेच दुष्कृत्यालाही लागू होतं. सहृदयतेची परतफेड सहृदयतेनेच होऊ शकते; 'आभारी आहे', 'थँक्यू' अशा शब्दांनी नाही.

बऱ्याच कुटुंबाच्या घरांना उंच भिंतीचं कुंपण असत. तिथे टेहळणी मनोराही असतो. कुटुंबाच्या शत्रूंवर नजर ठेवण्यासाठी. अशा हाडवैराचा बळी ठरलेले अनेक जण आम्हाला माहीत आहेत.

अशीच एक व्यक्ती म्हणजे शेर जमन. ते माझ्या वडिलांच्या वर्गात होते. त्यांना नेहमीच माझ्या वडिलांपेक्षा अधिक गुण मिळत. माझे आजोबा आणि काका माझ्या वडिलांना चिडवून चिडवून रडकुंडीला आणत असत. "तू शेर जमनइतका हुशार नाहीस," असं म्हणून इतकं चिडवत असत की, एकदा माझ्या वडिलांना पर्वतावरून दरड कोसळावी आणि आपण त्याखाली गाडलं जावं असं वाटलं होतं.

पण शेर जमन कॉलेजमध्ये गेले नाहीत. ते खेड्यातल्या औषधालयात कम्पाउंडर म्हणून लागले. शेर जमन यांच्या कुटुंबाचं जंगलातील एक छोट्याशा

जमिनीच्या तुकड्यावरून त्यांच्या चुलत घराण्याशी भांडण सुरू झालं. एके दिवशी शेर जमन त्यांच्या दोघा भावांसह त्या शेतात जात असताना वाटेत दबा धरून बसलेल्या त्यांच्या काकांनी व चुलतभावांनी त्यांच्यावर हल्ला केला. त्यात हे तिन्ही भाऊ खलास झाले.

समाजातील मान्यवर व्यक्ती म्हणून माझ्या वडिलांना अशा भांडणांमध्ये मध्यस्थीसाठी नेहमी बोलावलं जायचं. माझ्या वडिलांना बदला किंवा सूड मान्य नव्हता, त्यामुळे ते लोकांना दुसरी बाजू दाखवण्याचा प्रयत्न करायचे. अशा सततच्या हिंसाचाराने कुणाच्याच पदरात काहीही पडणार नाही, त्यामुळे तुम्ही नाकासमोर पाहून आपापलं आयुष्य जगावं हे उत्तम; हे पटवून देण्याचा प्रयत्न करायचे. पण हे पटवून देण्यात त्यांना अपयश देणारी आमच्या खेड्यात दोन कुटुंब होती. त्या दोन कुटुंबामध्ये प्रदीर्घ काळ वैमनस्य होत. इतकं प्रदीर्घ काळ की, त्याची सुरुवात कशी झाली हेसुद्धा कुणाला आठवत नसावं. आणि ते कारणही अगदी किरकोळ असेल, पण आम्ही भडक माथ्याचे असतो ना! पहिल्यांदा एका कुटुंबातल्या भावाने दुसऱ्या बाजूच्या काकावर हल्ला केला होता... मग दुसऱ्या बाजूने त्याचा सूड घेतला... अशा प्रकारे सूडसत्र सुरू होतं... प्राणांची आहुती पडत होती.

आमचे लोक म्हणतात की, ही चांगली पद्धत आहे. इतर बिगर-पश्तून प्रदेशांपेक्षा आमच्याकडचं गुन्ह्याचं प्रमाण बरंच कमी आहे. पण मला वाटतं की, जर एखाद्याने तुमच्या भावाला ठार केलं तर तुम्ही त्यांना वा त्यांच्या भावाला ठार करता कामा नये, उलट तुम्ही त्यांना शिकवण दिली पाहिजे. मी खान अब्दुल गफार खान यांच्या विचारांनी प्रेरित आहे. ते 'सरहद्द गांधी' म्हणूनही ओळखले जातात. त्यांनी आमच्या संस्कृतीचा अहिंसावादी तत्त्वज्ञानाशी परिचय घडवला.

चोरी करणं याबाबतीतही असंच आहे. माझ्यासारख्या काही लोकांची चोरी पकडली जाते आणि ते पुन्हा कधीही चोरी न करण्याची प्रतिज्ञा करतात. बाकीचे मात्र "अरे, त्यात काय विशेष; ती तर लहानशी गोष्ट होती," असं म्हणतात. पण दुसऱ्या वेळी ते त्यापेक्षा मोठी चोरी करतात आणि तिसऱ्या वेळी त्यापेक्षा मोठी. माझ्या देशातसुद्धा बऱ्याच राजकारण्यांना चोरीचं काही विशेष वाटत नाही. ते चांगले श्रीमंत आहेत, आणि आमचा देश अजूनही गरीब आहे. तरीही ते आम्हाला पुरेपूर लुटतात. त्यांच्यापैकी बरेच जण कर भरत नाहीत, पण हे काहीच नाही. ते स्टेट बँकांतून कर्ज घेतात आणि ती फेडतच नाहीत. ते त्यांच्या ज्या मित्रांना अथवा कंपन्यांना सरकारी कंत्राटं बहाल करतात, त्यामधून त्यांना 'मलई' मिळते. त्यांच्यापैकी बऱ्याच जणांचे लंडनमध्ये आलिशान महागडे फ्लॅट्स आहेत.

आमच्या देशातील लोक उपाशीपोटी असतात. विद्युतपुरवठा सतत खंडित

होत असल्यामुळे अंधारात बसलेले असतात. घराला हातभार लावण्यासाठी आईवडील कामावर पाठवत असल्यामुळे लहान मुलं शाळेत जाऊ शकत नाहीत... हे सगळं चित्र पाहत असताना या लोकांना त्यांचं मन कसं काय खात नाही कोण जाणे! माझे वडील म्हणतात की, पाकिस्तानला अशा राजकारणी लोकांचाच अधिक मोठा शाप आहे. हे लोक फक्त पैशाचा विचार करतात. त्यांना लष्कर विमानसेवा देत असेल तरी काही फरक पडत नाही. ते कॉकपिटबाहेर बिझनेस क्लासमध्ये मजेत बसतात, पडदे लावून घेतात, मस्तपैकी खाण्यापिण्याचा आणि सेवेचा आनंद घेतात. त्याच वेळी बाकी आम्ही सगळे काटकसरीच्या वरवंट्याखाली भरडून निघत असतो.

माझा जन्म एक प्रकारच्या लोकशाहीच्या काळात झाला. या १० वर्षांच्या कालखंडात बेनझीर भुट्टो आणि नवाज शरीफ आलटून-पालटून सत्तेवर येत होते. त्यांच्यापैकी कुणाच्याच सरकारने कार्यकाल पूर्ण केला नाही. ते सतत परस्परांवर भ्रष्टाचाराचे आरोप करत राहिले. पण माझ्या जन्मानंतर दोन वर्षांनी पुन्हा जनरल्सच्या हाती सत्तासूत्रं गेली. हे सगळं अतिशय नाट्यपूर्ण रीतीने घडलं; एखाद्या सिनेमातल्यासारखं. त्या वेळी नवाज शरीफ पंतप्रधान होते. त्यांचे लष्करप्रमुख जनरल परवेज मुशर्रफ यांच्याशी मतभेद झाले आणि शरीफ यांनी त्यांना पदावरून दूर केलं. त्या वेळी जनरल मुशर्रफ आमच्या राष्ट्रीय हवाईसेवेच्या – 'पीआयए'च्या – विमानाने श्रीलंकेहून मायदेशी परत येत होते. मुशर्रफ यांच्या यावरील प्रतिक्रियेबाबत नवाज शरीफ इतके चिंतातुर होते की, त्यांनी ते विमान पाकिस्तानात उतरू न देण्याचा प्रयत्न केला. त्यांनी कराची विमानतळाला त्या विमानाचे लँडिंग लाइट्स बंद करण्याचे आणि धावपट्टीवर फायर इंजिन्स लावून विमानाचा मार्ग रोखण्याचे आदेश दिले. त्या विमानात अन्य २०० प्रवासी होते आणि त्यात दुसऱ्या देशात जाण्याइतकं इंधन नव्हतं, तरीही असे आदेश देण्यात आले. मुशर्रफ यांना बडतर्फ करण्यात आल्याचं दूरचित्रवाणीवर जाहीर झाल्यानंतर, तासाभरात, रणगाडे रस्त्यावर उतरले. लष्करी तुकड्यांनी न्यूज रूम्स आणि विमानतळांचा ताबा घेतला. स्थानिक कमांडर जनरल इफ्तिखार यांनी कराचीतील नियंत्रण कक्षावर हल्ला चढवून तो ताब्यात घेतला, जेणेकरून मुशर्रफ यांचं विमान उतरू शकेल. त्यानंतर मुशर्रफ यांनी सत्ता काबीज केली आणि शरीफ यांना अॅट्टॉक किल्ल्यातर तुरुंगवासात टाकलं. काही लोकांनी मिठाया वाटून या घटनेबद्दल आनंद व्यक्त केला. कारण शरीफ यांच्याबद्दल लोकांत नाराजी होती. पण ही बातमी कळताच माझ्या वडिलांना अतिशय दु:ख झालं. आता आपल्याकडे लष्करी हुकूमशाही आली असं त्यांना वाटत होतं. शरीफ यांच्यावर देशद्रोहाचा आरोप ठेवण्यात आला. सौदी राजघराण्यातील त्यांच्या मित्रांनी हद्दपारीनंतर त्यांची व्यवस्था केली.

मुशर्रफ आमचे चौथे लष्करशहा होते. आमच्या सर्व हुकूमशहांप्रमाणेच

त्यांनीही दूरचित्रवाणीवरून राष्ट्राला उद्देशून भाषण करताना, 'मेरे अजिज हमवतनो' म्हणजेच 'माझ्या प्रिय देशवासीयांनो' अशी सुरुवात केली आणि मग शरीफ यांच्या विरुद्ध टीकेच्या दीर्घ फैरी झाडल्या. ते म्हणाले की, त्यांच्या राजवटीत पाकिस्तानने 'आपला मान, आदर आणि प्रतिष्ठा' गमावली आहे. त्यांनी भ्रष्टाचार संपवण्याची आणि राष्ट्रीय संपत्तीची लूट करणाऱ्यांना धडा शिकवण्याची प्रतिज्ञा केली. त्यांनी स्वत:ची मालमत्ता व करविवरणपत्र जाहीर करण्याचं वचन दिलं. ते फक्त अल्पकाळच देश चालवणार असल्याचं त्यांनी सांगितलं, पण त्यावर कुणीही विश्वास ठेवला नाही. जनरल झियांनी ते ९० दिवस सत्तेवर राहणार असल्याचं सांगितलं होतं, पण ते ११ वर्षांहून अधिक काळ, विमान दुर्घटनेत त्यांचा मृत्यू होईपर्यंत सत्तेवर राहिले होते.

माझे वडील म्हणाले की, ही तीच जुनी कहाणी आहे... आणि त्यांचं बरोबर ठरलं. मुशर्रफनी जुनी सरंजामशाही संपवण्याचं वचन दिलं. या पद्धतीमुळे आमच्या अख्ख्या देशाची सूत्रं काही ठरावीक मोजक्या घराण्यांच्या हाती राहिली होती. मुशर्रफनी नव्या दम्याचे तरुण 'स्वच्छ चेहरे' राजकारणात आणणार असल्याचं सांगितलं होतं. पण त्यांच्या मंत्रिमंडळात पुन्हा तेच जुने चेहरे दिसले. आमच्या देशाला राष्ट्रकुलमधून बाहेर काढण्यात आलं. आमचा देश आंतरराष्ट्रीय स्तरावर 'ब्लॅक शीप' ठरला. आदल्या वर्षी आम्ही अणुचाचण्या केल्या तेव्हापासून अमेरिकेनं बहुतांश मदत थांबवलीच होती. पण आता जवळजवळ सर्वांनीच आमच्यावर बहिष्कार टाकला.

असा इतिहास असल्यामुळे स्वातमधील लोकांना आपण पाकिस्तानचा भाग होणं हे फारसं चांगलं का वाटत नव्हतं याची तुम्हाला कल्पना येईल. दर थोड्या वर्षांनी पाकिस्तान आमच्याकडे कारभार पाहण्यासाठी 'डेप्युटी कमिशनर' म्हणजेच 'डीसी' पाठवत असे, ब्रिटीश लोक वसाहत काळात पाठवायचे तसं. आम्हाला असं दिसायचं की, हे नोकरशहा आमच्या प्रदेशात येतात ते फक्त श्रीमंत होण्यासाठी आणि मग ते परत जातात. त्यांना स्वातच्या विकासात काडीचा रस नसतो. आमच्या लोकांना अधीनस्थ असण्याची सवय आहे. कारण वलींच्या राज्यात टीका सहन केली जात नसे. जर कुणी त्यांच्या विरुद्ध गेलं तर त्या व्यक्तीच्या संपूर्ण कुटुंबाला स्वातमधून घालवून दिलं जात असे; त्यामुळे जेव्हा पाकिस्तानातून 'डीसी' येऊ लागले तेव्हा ते नवे सम्राट झाले, कुणीही त्यांना प्रश्न विचारत नसे. वयस्क माणसं बरेचदा शेवटच्या वलींच्या दिवसांतल्या आठवणी जागवत असत. ते सांगत की, त्या काळी पर्वत झाडांनी झाकलेले होते, दर पाच किलोमीटरवर शाळा होत्या आणि वलीसाहेब समस्या सोडवण्यासाठी जातीने त्यांच्याकडे येत असत.

सफिना प्रकरणानंतर, मी पुन्हा कधीही कुठल्याही मैत्रिणीशी वाईट न वागण्याचा निश्चय केला. माझे वडील नेहमी सांगतात की, मित्रांशी चांगलं वागणं खूप महत्त्वाचं असतं. ते कॉलेजमध्ये होते तेव्हा त्यांच्याकडे जेवणासाठी किंवा पुस्तकं घेण्यासाठी पैसे नसत. त्या वेळी त्यांच्या अनेक मित्रांनी त्यांना मदत केली होती, ही गोष्ट ते कधीही विसरलेले नाहीत. मला तीन चांगल्या मैत्रिणी आहेत – माझ्या घराजवळ राहणारी सफिना, खेड्यात राहणारी सुम्बूल आणि माझ्या शाळेतली मोनिबा. प्राथमिक शाळेत असताना माझी मोनिबाशी गट्टी जमली. ती माझी 'बेस्ट फ्रेंड' होती. तेव्हा आमची घरं जवळजवळ होती. मी तिला आमच्या शाळेत येण्यास तयार केलं होतं. ती शहाणी मुलगी होती, पण आमचं बरेचदा भांडण व्हायचं, विशेषत: शाळेच्या सहलींना गेल्यावर.

तिचं कुटुंब बरंच मोठं आहे. तिला तीन बहिणी आणि चार भाऊ आहेत. मी तिच्यापेक्षा सहा महिन्यांनी मोठी असले तरी ती मला 'ताई' वाटते. मोनिबा नियम आखते आणि मी ते अनुसरण्याचा प्रयत्न करते. आम्हा दोघींमध्ये काहीही गुपित दडवलेलं नसतं आणि आम्ही दोघी आमची गुपितं बाकी कुणालाही सांगत नाही. मी इतर मुलींशी बोललेलं तिला आवडत नाही. ती म्हणते की, आपण लोकांशी – विशेषत: ज्यांची वर्तणूक चांगली नाही किंवा ज्यांची उपद्रवी अशी ख्याती आहे – अशा लोकांशी संबंध जोडताना सावध राहिलं पाहिजे.

ती नेहमी म्हणते, ''मला चार भाऊ आहेत. माझ्या हातून काही एवढीशी जरी चूक झाली तरी ते माझी शाळा बंद करतील.''

आपण आपल्या आईवडिलांना निराश करायचं नाही, ही भावना माझ्या मनात इतकी तीव्र होती की, मी कुणाच्याही मदतीला धावून जायचे. एकदा आमच्या शेजाऱ्यांनी मला बाजारातून मका आणून द्यायचं काम सांगितलं. त्यानुसार मी बाजारात जात असताना वाटेत मला एक सायकलस्वार येऊन धडकला. त्यामुळे माझ्या डाव्या खांद्याला इतकं लागलं की, माझ्या डोळ्यांत आपोआप पाणी तरळलं. तरीही मी तशीच बाजारात जाऊन मका घेऊन आले, तो शेजाऱ्यांना दिला. त्यानंतर घरी आले आणि मग माझा बांध फुटला... मी रडू लागले.

त्यानंतर काही काळातच मला माझ्या वडिलांच्या मनात पुन्हा स्थान मिळवण्याचा उत्तम मार्ग सापडला. शाळेत सार्वजनिक वक्तृत्व स्पर्धेच्या नोटिसा आल्या होत्या. मोनिबा आणि मी, आम्ही दोघींनीही त्यात भाग घ्यायचं ठरवलं. माझ्या वडिलांनी माझ्या आजोबांना अशा स्पर्धेत जो आश्चर्याचा धक्का दिला होता, तो प्रसंग माझ्या लक्षात होता. मला माझ्या बाबतीतही तसंच घडावं असं अगदी मनापासून वाटत होतं.

आम्हाला बोलण्याचा सराव होता तो फक्त सकाळी असेम्ब्लीच्या वेळी कविता

म्हणण्याचा, पण आमच्या शाळेत फातिमा नावाची एक वक्तृत्वकुशल मुलगी होती. ती आमच्यापेक्षा मोठी होती. ती अतिशय देखणी होती. तिचं भाषण अत्यंत ओजस्वी असायचं. ती शेकडो श्रोत्यांसमोर आत्मविश्वासाने भाषण द्यायची. श्रोते तिचा शब्दन्‌शब्द आतुरतेने ऐकायचे. मोनिबाला आणि मला तिच्यासारखं व्हायचं होतं. आम्ही तिच्या भाषणाचा बारकाईने अभ्यास करायचो.

आमच्याकडे सर्वसाधारणपणे भाषणं वडील, काका-मामा किंवा शिक्षक लिहून देतात. ती इंग्रजी किंवा उर्दूत असतात, आमच्या पश्तू भाषेत नसतात. आम्हाला इंग्रजीत भाषण द्यायचं असे. कारण इंग्रजीत भाषण दिलं की, आपण अधिक हुशार आहोत असं सिद्ध होतं. पण अर्थातच आमची ही समजूत चुकीची होती. तुम्ही कोणत्या भाषेत बोलता याला काहीही महत्त्व नसतं, तुम्ही तुमचे विचार व्यक्त करण्यासाठी जे शब्द निवडता ते महत्त्वाचे असतात. मोनिबाला तिच्या एका मोठ्या भावाने भाषण लिहून दिलं होतं. तिच्या भाषणात तिने आमचे राष्ट्रीय कवी अल्लामा इकबाल यांच्या सुंदर काव्यपंक्ती उद्‌धृत केल्या होत्या. मला माझ्या वडिलांनी भाषण लिहून दिलं होतं. त्या भाषणात त्यांनी लिहिलं होतं की, तुम्हाला एखादी चांगली गोष्ट करायची असेल, पण जर तुम्ही ती वाईट मार्गाने केली, तर ती वाईटच ठरेल. त्याचप्रमाणे, तुम्ही एखादी वाईट गोष्ट करण्यासाठी चांगला मार्ग शोधलात, तरी ती गोष्ट वाईटच. त्यांनी लिंकन यांच्या शब्दांनी समारोप केला होता – ''फसवण्यापेक्षा अपयशी होणं कितीतरी जास्त सन्मानाचं आहे.''

स्पर्धेचा दिवस उजाडला. स्पर्धेत फक्त आठ-नऊ मुलं-मुली सहभागी झाले होते. मोनिबाचं भाषण छान झालं. ती अगदी शांत स्थिरचित्त होती. तिचं भाषण माझ्यापेक्षा अधिक भावपूर्ण व काव्यात्म होतं, पण माझ्या भाषणातून अधिक चांगला संदेश दिला गेला असावा. भाषणाआधी मी प्रचंड अस्वस्थ झाले होते, भीतीने थरथरत होते. माझे आजोबा भाषण ऐकायला आले होते. त्यांना मी स्पर्धा जिंकावी असं वाटतं आहे हे मला कळत होतं. त्यामुळे मी आणखीनच अस्वस्थ झाले होते. मग मी वडिलांचे शब्द आठवले. त्यांनी सांगितलं होतं की, भाषणाला सुरुवात करण्याआधी दीर्घ श्वास घे; पण समोर इतक्या नजरा माझ्यावर खिळलेल्या पाहताच मी गडबडीने भाषणाला सुरुवात केली.

माझे हात कापत होते, त्याबरोबर माझ्या हातातले कागद नाचत होते... मी सारखी जागा सोडत होते... पण लिंकनच्या शब्दांनी भाषणाची अखेर होताच मी मान वर करून वडिलांकडे पाहिलं. त्यांच्या चेहऱ्यावर स्मित होतं.

स्पर्धा संपल्यानंतर परीक्षकांनी निकाल जाहीर केला. मोनिबाचा प्रथम क्रमांक आला होता, माझा दुसरा आला होता. त्यामुळे काही बिघडलं नव्हतं. लिंकन यांनी त्यांच्या मुलाच्या शिक्षकांना लिहिलेल्या पत्रात असंही लिहिलं होतं की, *''त्याला*

चांगल्या पद्धतीने कसं हरावं हे शिकवा.''

मला माझ्या वर्गात पहिलं येण्याची सवय होती. पण आता माझ्या लक्षात आलं की, तुम्ही तीन-चार वेळा जिंकलात म्हणून पुढचा विजय तुमचाच होईल असं नाही... आणि कधीकधी पुन्हा प्रयत्न केल्याखेरीज आपल्या मनातील विचार आपले आपणच व्यक्त करणं अधिक चांगलं हेही माझ्या लक्षात आलं. मग मी माझी भाषणं स्वत:च लिहू लागले आणि कागदावरची भाषणं वाचून दाखवण्याऐवजी उत्स्फूर्तपणे माझे विचार व्यक्त करू लागले.

◆

६

कचऱ्याच्या ढिगातील मुलं

खुशाल स्कूलमध्ये विद्यार्थिसंख्या वाढू लागली तशी आमची पुन्हा प्रगती होऊ लागली. अखेर आमच्याकडे टीव्ही आला. त्यावरचा माझा आवडता कार्यक्रम होता 'शाका लाका बूम बूम'. ही भारतीय मुलांची मालिका होती. त्यामध्ये संजू नावाच्या मुलाकडे जादूची पेन्सील असते. तो त्या पेन्सिलीनं जे चित्र काढेल ते प्रत्यक्षात येत असतं. त्याने जर एखाद्या भाजीचं किंवा पोलिसाचं चित्र काढलं, तर ती भाजी किंवा पोलीस जादूने प्रकट होत असे. जर त्याने चुकून सापाचं चित्र काढलं, तर त्याला ते खोडताही येत असे आणि मग तो साप अदृश्य होत असे. तो ती पेन्सील लोकांना मदत करण्यासाठी वापरत असे. त्याने त्याच्या आईवडिलांचीसुद्धा गुंडांच्या तावडीतून सुटका केली होती. मला ती जादूची पेन्सील मिळावी असं खूप वाटायचं.

मी रात्री झोपण्याआधी प्रार्थना करायचे, ''देवा, मला संजूची पेन्सील दे. मी कुणाला सांगणार नाही. माझ्या कपाटात पेन्सील ठेवून जा. मी सर्वांना सुखी करण्यासाठी ती पेन्सील वापरीन.''

प्रार्थना झाल्या झाल्या मी ड्रॉवर उघडून बघायचे. तिथे पेन्सील कधीच आली नाही, पण मी सर्वांत आधी कुणाला मदत करू शकते हे मला माहीत होतं.

आमच्या नव्या घराजवळून जाणाऱ्या रस्त्यालगत थोडी पडीक जमीन होती. लोकांनी तिथे कचरा टाकून उकिरडा केला होता. लवकरच त्या जागी कचऱ्याचा डोंगर झाला. तिथून जाताना इतकी दुर्गंधी येत असे की, मला तिथून चालत जायला आवडत नसे. कधीकधी तिथून उंदीर पळताना दिसायचे, कावळे डोक्यावर घिरट्या घालत असायचे.

एके दिवशी माझे भाऊ घरी नव्हते. त्यामुळे आईने मला बटाट्याची सालं, अंड्यांची टरफल असा कचरा तिथे टाकून यायला सांगितलं. मी नाक बंद करून तिथे पोचले. माझ्या छानशा चपलांखाली काहीही घाण तुडवली जाणार नाही याची दक्षता घेत मी माशा हाकलत, त्या कुजलेल्या अन्नाच्या डोंगरावर कचरा टाकत असताना मला तिथे काहीतरी हालचाल दिसली आणि मी उडालेच! तिथे साधारण माझ्याच वयाची एक मुलगी होती. तिच्या केसांत जटा झाल्या होत्या, अंगावर सगळीकडे जखमा झाल्या होत्या. ती मुलगी पाहून आमच्या खेड्यातल्या घरी आम्हा लहान मुलांना अंघोळीला तयार करताना जी गोष्ट सांगितली जायची, त्या गोष्टीतल्या घाणेरड्या बाईची – शशाकाची आठवण झाली. ती गोष्ट ऐकल्यावर माझ्या डोळ्यांसमोर असंच चित्र उभं राहत असे. त्या मुलीजवळ भलंमोठं पोतं होतं. ती कचऱ्याच्या ढिगातून कॅन, बाटल्यांची बूचं, काचा आणि कागद वेगळे करून त्यांचे ढीग रचत होती. तिथे जवळच काही मुलं लोहचुंबक लावलेल्या तारेने कचऱ्याच्या ढिगातून लोखंड शोधत होती. मला त्या मुलांशी बोलावंसं वाटत होतं, पण खूप भीती वाटत होती.

त्या दिवशी दुपारी माझे वडील शाळेतून घरी आल्यावर मी त्यांना या कचरा गोळा करणाऱ्या मुलांबद्दल सांगितलं आणि तुम्ही माझ्याबरोबर येऊन समक्ष बघा, अशी विनंती केली. त्याप्रमाणे ते माझ्यासोबत आले, त्यांनी त्या मुलांशी बोलण्याचा प्रयत्न केला, पण ती मुलं पळून गेली. मग त्यांनी मला सांगितलं की, ही मुलं या कचऱ्यातून वेचलेल्या वस्तू भंगाराच्या दुकानात अगदी कमी पैशात विकतात. मग हे दुकानदार नफा कमवून या वस्तू विकतात. हे सांगताना माझ्या वडिलांच्या डोळ्यांत पाणी उभं राहिलं होतं.

"आबा, तुम्ही शाळेत या मुलांना मोफत प्रवेश दिला पाहिजे," मी माझ्या वडिलांना विनंती केली. त्यावर ते हसले. माझ्या आईने आणि मी याआधी त्यांना कितीतरी मुलींना शाळेत मोफत प्रवेश द्यायला लावला होता.

माझी आई शिकलेली नसली तरी आमच्या घरातली ती व्यवहारदक्ष व्यक्ती होती, प्रत्यक्ष कृती करणारी होती, माझे वडील मात्र नुसतेच बोलघेवडे होते. माझी आई कायम इतरांना मदत करत असे. कधीकधी माझे वडील चिडायचे. ते दुपारी जेवायला घरी आले की हाक मारायचे, "तोर पेकई, मी आलोय गं!"

पण माझी आई घरी नसायची आणि त्यांच्यासाठी जेवायला काहीच नसायचं. मग त्यांना कळायचं की, ती कुणा आजारी व्यक्तीला भेटायला दवाखान्यात गेली आहे किंवा कुणालातरी मदत करायला त्यांच्या घरी गेली आहे. मग त्यांचा राग मावळत असे. कधीकधी मात्र ती चीना बझारमध्ये कपडे खरेदीला जात असे, तेव्हा विषय वेगळा असे!

आम्ही कुठेही राहत असलो तरी माझी आई आमचं घर माणसांनी भरून टाकायची. आमच्या खेड्यातली माझी चुलतबहीण अनीसा माझ्याच खोलीत राहायची. तिला शाळेत जाता यावं यासाठी ती आमच्याकडे राहायला आली होती. तसंच, शहनाज नावाची आणखी एक मुलगीही आमच्या घरी राहायची. पूर्वी तिची आई सुलताना आमच्या घरी कामाला होती. सुलतानाच्या नवऱ्याचं निधन झाल्यानंतर त्यांची परिस्थिती अत्यंत खालावली होती. म्हणून शहनाज आणि तिच्या बहिणीला कचरा गोळा करायला पाठवलं जायचं. तिचा एक भाऊ मनोरुग्ण होता. तो त्यांचे कपडे पेटवून दे किंवा आम्ही त्यांना उकाडा सुसह्य होण्यासाठी दिलेला विद्युतपंखा विकून टाक असले विक्षिप्त उद्योग करत असायचा. सुलताना भडक डोक्याची होती. माझ्या आईला तिचं आमच्या घरी राहायला येणं पसंत नव्हतं म्हणून माझ्या वडिलांनी तिला थोडा भत्ता देण्याची व्यवस्था केली आणि त्यांच्या शाळेत शहनाज व तिच्या भावाला प्रवेश दिला. शहनाज कधी शाळेची पायरीसुद्धा चढली नव्हती. त्यामुळे ती माझ्यापेक्षा दोन वर्षांनी मोठी असूनही तिला दोन इयत्ता मागच्या वर्गात बसवण्यात आलं आणि माझी तिला मदत होईल या दृष्टीने ती आमच्या घरी राहायला आली.

अशाच आणखी दोन मुली होत्या – नूरिआ आणि अलिपा. नूरिआची आई आमच्या घरी धुणंभांडी करत असे आणि अलिपाची आई – खालिदा माझ्या आईला स्वयंपाकात मदत करत असे. खालिदाचं लग्न पैशाच्या बदल्यात एका वृद्ध माणसाशी लावून दिलं होतं. तो तिला मारहाण करत असे. अखेर ती या छळाला कंटाळून तीन मुलींना घेऊन पळून आली होती. तिच्या माहेरचे लोक तिला घरात घ्यायला तयार नव्हते. कारण नवऱ्याला सोडून येणारी बाई तिच्या माहेरच्यांना लाज आणते असं समजलं जातं. काही दिवस तिच्या मुलीसुद्धा पोटासाठी कचरा गोळा करण्याचं काम करत होत्या. तिची कहाणी मी वाचत असलेल्या कादंबऱ्यांसारखीच होती.

एव्हाना शाळेचा बराच विस्तार झाला होता. आता शाळेच्या तीन इमारती झाल्या होत्या. मूळची लंदिकासमधील प्राथमिक शाळा होतीच, त्याखेरीज याह्या स्ट्रीटवर मुलींची माध्यमिक शाळा होती आणि बौद्ध मंदिराच्या अवशेषांनजीक गुलाबाच्या भव्य बागेजवळ मुलांची माध्यमिक शाळा होती. आमच्याकडे एकूण ८०० विद्यार्थी होते. या शाळेतून फार धनलाभ होत नसूनही माझे वडील शंभरावर प्रवेश मोफत द्यायचे. असाच एक मुलगा आमच्या शाळेत होता. त्याच्या वडिलांनी – शराफत अलींनी – माझ्या वडिलांना कॉलेजमध्ये असताना मदत केली होती. त्या वेळी माझ्या वडिलांजवळ पैही नव्हती. त्यांची खेड्यापासूनची मैत्री होती. शराफत अली

एका विद्युत कंपनीत नोकरी करायचे. ते त्यांना जमेल तेव्हा माझ्या वडिलांना काही शे रुपये फी म्हणून द्यायचे. त्यांच्या सहृदयतेची परतफेड करता आल्याचं माझ्या वडिलांना समाधान वाटायचं. माझ्या वर्गात आणखी एक मुलगी होती, कौसर. तिचे वडील कपडे आणि शालींवर कशिदाकारी करायचे. आमचा प्रदेश या उद्योगासाठी प्रसिद्ध आहे. आमच्या शाळेची सहल पर्वतावर जायची तेव्हा तिला त्याचा खर्च परवडणार नाही हे ओळखून मी माझ्या पॉकेटमनीतून तिचे पैसे भरायचे.

गरीब विद्यार्थ्यांना प्रवेश देण्यामुळे माझ्या वडिलांचं फक्त फीचं नुकसान होत होतं असं नाही; त्यामुळे काही श्रीमंत पालक त्यांच्या मुलांना शाळेतून काढत असत. त्यांच्या वर्गात धुणीभांडी करणाऱ्या किंवा शिवणकाम करणाऱ्या लोकांची मुलं आहेत हे त्यांना आवडत नसे. अशा गरीब घरातल्या मुलांमध्ये त्यांच्या मुलांनी मिसळणं, हे या लोकांना लाजिरवाणं वाटत असे.

माझी आई म्हणायची की, या गरीब मुलांना घरात पुरेसं अन्न मिळत नाही, त्यांचं अभ्यासात लक्ष लागणं कठीण आहे. म्हणून शाळेतल्या काही मुली आमच्या घरी नाश्ता करायला यायच्या. माझे वडील गमतीनं म्हणायचे की, आपलं घर म्हणजे 'बोर्डिंग हाउस' बनलं आहे.

घरात माणसांची इतकी वर्दळ असताना अभ्यास करणं मुश्कील व्हायचं. त्यामुळे मला स्वत:ची खोली मिळाल्याचा अतिशय आनंद होता. माझ्या वडिलांनी माझ्यासाठी ड्रेसिंग टेबलसुद्धा आणलं होतं. पण आता माझ्या खोलीत आणखी दोन मुली आल्या होत्या.

"मला 'स्पेस' हवी आहे!" माझं मन आक्रंदायचं.

पण मग मला अपराधी वाटायचं. आपण किती सुदैवी आहोत हे कळायचं. कचऱ्याचे ढीग उसकणारी ती मुलं आठवायची. तिथे पाहिलेल्या मुलीचा मलिन चेहरा डोळ्यांसमोर ठेवून मी अशा मुलांना आमच्या शाळेत प्रवेश देण्यासाठी वडिलांना भंडावून सोडायचे.

ते मला समजावण्याचा प्रयत्न करायचे की, ही मुलं कमावती असतात. त्यामुळे त्यांना जरी अगदी मोफत शाळेत जाता आलं, तरी त्यांचं सगळं कुटुंबच्या कुटुंब उपाशी राहील. तथापि, त्यांना एक श्रीमंत परोपकारी गृहस्थ भेटले – अजदय खान – त्यांनी केलेल्या अर्थसाह्यातून माझ्या वडिलांनी पत्रकं छापून घेतली.

"शिक्षण हा या मुलांचा हक्क नाही का?" असा सवाल करणारी ही हजारो पत्रकं माझ्या वडिलांनी छापून घेतली आणि ती सार्वजनिक सभांच्या ठिकाणी ठेवली, संपूर्ण गावात वाटली.

त्या दरम्यान माझे वडील स्वातमध्ये प्रसिद्ध होऊ लागले होते. ते कुणी खान

किंवा श्रीमंत माणूस नसूनही लोक त्यांचं बोलणं ऐकायचे. कार्यशाळा आणि परिषदांमध्ये त्यांचे विचार ऐकायला लोक उत्सुक असायचे. माझे वडील अधिकारिवर्गावर, अगदी लष्करावरसुद्धा – त्या दरम्यान लष्कर आमचा देश चालवत होतं – टीका करायला घाबरायचे नाहीत. ते लष्करालासुद्धा माहीत होऊ लागले होते. स्थानिक कमांडरने त्यांचा 'प्राणघातक' असा उल्लेख केल्याचं त्यांच्या मित्रांनी त्यांना सांगितलं होतं. त्या ब्रिगेडिअरला नक्की काय म्हणायचं होतं; ते माझ्या वडिलांना कळलं नाही, पण जिथे लष्कर इतकं सामर्थ्यवान असतं अशा आमच्या देशात हे चांगलं लक्षण नव्हतं.

माझ्या वडिलांना अत्यंत चीड आणणारी एक गोष्ट म्हणजे 'घोस्ट स्कूल्स'. दुर्गम भागातील प्रभावशाली लोक सरकारकडून शाळांसाठी पैसा घ्यायचे, पण या शाळेत कधी एकही विद्यार्थी फिरकत नसे. त्या शाळा केवळ कागदावरच असतात. या शाळेच्या इमारती त्यांचा 'हुजरा' म्हणून किंवा काही वेळा तर गोठा म्हणून वापरल्या जायच्या. ज्या माणसाने आयुष्यात कधी एक दिवससुद्धा अध्यापनाचं काम केलं नाही अशा व्यक्तीने शिक्षकाचं निवृत्तीवेतन घेतल्याचं उदाहरणसुद्धा होतं. भ्रष्टाचार आणि वाईट सरकार यांखेरीज त्या काळी माझ्या वडिलांच्या मुख्य आस्थेचा विषय होता, पर्यावरण.

मिंगोराचा झपाट्याने विस्तार होत होता. आता सुमारे पावणेदोन लाख लोक हे आपलं गाव मानत होते. त्यामुळे आमच्याकडची एकेकाळी ताजी, शुद्ध हवा वाहनांच्या गर्दीमुळे व स्वयंपाकाच्या चुलींमुळे प्रदूषित होऊ लागली होती. आमच्या डोंगर-टेकड्यांवरील सुंदर वृक्ष लाकडासाठी तोडले जात होते. माझे वडील सांगतात की, गावातल्या जवळजवळ निम्म्या लोकांना स्वच्छ पिण्याचं पाणी मिळत नसे आणि आमच्यासारख्या अनेक जणांना कसल्याही आरोग्यसुविधा नव्हत्या. म्हणून माझ्या वडिलांनी आणि त्यांच्या मित्रांनी 'ग्लोबल पीस कौन्सिल' स्थापन केली. तिचं नाव असं असलं तरी तिचा उद्देश स्थानिक समस्यांसंदर्भात कार्य करणं हा होता. या नावात विरोधाभास असल्यामुळे माझे वडील या नावाला हसायचे, पण या संस्थेचा उद्देश मात्र तळमळीचा होता – स्वातमधील पर्यावरणाचं रक्षण आणि स्थानिक लोकांत शांतता स्थापन करण्यास व शिक्षणास चालना देणं.

माझ्या वडिलांना कविता करायलाही खूप आवडायचं. कधीकधी ते प्रेमकविता करायचे, पण बरेचदा त्यांच्या कविता वादग्रस्त विषयांवर असत. उदा. 'ऑनर किलिंग' किंवा 'स्त्रियांचे हक्क' अशा विषयांवर एकदा ते काव्यमहोत्सवासाठी अफगाणिस्तानला गेले होते. तिथे 'काबूल इन्टरकॉन्टिनेन्टल हॉटेल'मध्ये झालेल्या या काव्यमहोत्सवात 'शांतता' या विषयावरील कविता त्यांनी सादर केली होती.

समारोपाच्या भाषणात त्यांच्या या कवितेचा 'सर्वांत स्फूर्तिदायी कविता' असा उल्लेख करण्यात आला होता. श्रोतृवृंदातील काही जण त्यांना 'वाह वा'ची दाद देत होते, त्यांना आवडलेल्या विशिष्ट ओळी आणि कडवी पुन्हा सादर करण्याची फर्माइश करत होते. याचा माझ्या आजोबांनासुद्धा अभिमान वाटला होता. ते म्हणायचे, ''पोरा, तू ज्ञानाच्या आकाशातील तारा होशील.''

आम्हालासुद्धा त्यांचा खूप अभिमान होता, पण त्यांच्या अशा चढत्या कमानीमुळे आम्हाला ते फारसे भेटायचे नाहीत. आमच्यासाठी कपडे खरेदी, आम्ही आजारी पडलो की, आम्हाला डॉक्टरकडे नेणं ही सगळी कामं कायम आमची आई करायची. आमच्या संस्कृतीमध्ये, विशेषत: आमच्या ग्रामीण भागातील लोकांमध्ये बायका या गोष्टी एकट्या करत नाहीत. त्यामुळे तिच्या एखाद्या भाच्याला अथवा पुतण्याला तिच्यासोबत जावं लागत असे. माझे वडील घरी असायचे तेव्हा संध्याकाळी ते मित्रांसोबत छतावर बसून राजकारणाबद्दल अखंड बोलत असायचे.

तेव्हा फक्त एकच विषय होता – ९/११. त्या घटनेने संपूर्ण विश्व बदलून गेलं असेल, पण आम्ही सगळ्या भूकंपाच्या केंद्रस्थानी राहत होतो. 'वर्ल्ड ट्रेड सेंटर'वर हल्ला झाला तेव्हा अल-कायदाचा प्रमुख ओसामा बिन लादेन कंदाहारमध्ये राहत होता. त्यामुळे अमेरिकेने त्याला पकडण्यासाठी आणि त्याला संरक्षण देणारी तालिबान राजवट उलथून टाकण्यासाठी अफगाणिस्तानमध्ये सैन्याच्या हजारो तुकड्या पाठवल्या होत्या.

पाकिस्तानात आम्ही अजूनही हुकूमशाहीखालीच होतो, पण अमेरिकेला आमची मदत हवी होती. १९८०च्या दशकामध्ये अफगाणिस्तानला रशियन सैन्याशी लढा देण्यासाठी मदत मिळाली होती. रशियाने अफगाणिस्तानवर केलेल्या स्वारीनं जनरल झियांसाठी जसं सगळं चित्रच पालटलं, तसंच ९/११च्या घटनेने जनरल मुशर्रफ यांच्या बाबतीतही झालं होतं. आंतरराष्ट्रीय बहिष्कार मागे घेत, अचानक त्यांना जॉर्ज डब्ल्यू. बुश यांचं व्हाइट हाउसमध्ये आणि टोनी ब्लेअर यांचं डाउनिंग स्ट्रीटवर येण्याचं आमंत्रण आलं. तथापि, एक मोठी अडचण होती. वास्तविक 'आयएसआय' या आमच्या गुप्तचर सेवेने तालिबानची निर्मिती केली होती. आयएसआयच्या अनेक अधिकाऱ्यांची तालिबानच्या नेत्यांशी जवळीक होती, त्यांचा अनेक वर्षांचा परिचय होता आणि त्यांच्या काही श्रद्धाही समान होत्या. आयएसआयचे कर्नल इमाम हे, त्यांनी ९० हजार तालिबान लढवय्यांना प्रशिक्षण दिल्याचं फुशारकीने सांगायचे. ते तालिबान राजवटीत हेरतमध्ये पाकिस्तानचे कौन्सल जनरलसुद्धा झाले होते.

आम्ही तालिबानचे चाहते नव्हतो. कारण त्यांनी मुलींच्या शाळा उद्ध्वस्त केल्याचं आणि बुद्धांच्या भव्य मूर्तींचा नाश केल्याचं आम्ही ऐकून होतो. आमच्याकडे

अशा अनेक बुद्धमूर्ती होत्या आणि त्यांचा आम्हाला अभिमान होता. अनेक पश्तून लोकांना अफगाणिस्तानातले बॉम्बहल्ले किंवा पाकिस्तान ज्या पद्धतीने अमेरिकेला मदत करत होता – मग ती फक्त त्यांना आमच्या हवाई हद्दीत प्रवेश देणं आणि तालिबानचा शस्त्रास्त्रपुरवठा थांबवणं एवढीच असली तरी – ते आवडत नव्हतं. त्या वेळी आम्हाला मुशर्रफ अमेरिकेला आमची हवाई क्षेत्रंही वापरू देत आहेत ही गोष्ट माहीत नव्हती.

आमच्याकडील काही धर्मनिष्ठ लोकांना ओसामा बिन लादेन 'हिरो' वाटत होता. बाजारात त्याची शुभ्र घोड्यावर स्वार असलेली चित्र विकत मिळायची, मिठाईच्या खोक्यांवरही त्याचं चित्र पाहायला मिळायचं. हे धर्मोपदेशक सांगत असत की, अमेरिकी लोक जगभरातल्या लोकांशी ज्या प्रकारे वागत आहेत त्याचा ९/११ची घटना हा सूड आहे. पण ते या वस्तुस्थितीकडे दुर्लक्ष करत होते की, वर्ल्ड ट्रेड सेंटरमधील लोक निष्पाप होते, त्यांचा अमेरिकी धोरणाशी काडीमात्र संबंध नव्हता, आणि कुणालाही ठार करणं चुकीचं असल्याचं पवित्र कुरआनमध्ये स्पष्ट म्हटलेलं आहे. आमच्या लोकांना प्रत्येक गोष्टीमागे कटकारस्थानं आहेत असं वाटतं. बरेच लोक तर म्हणत होते की, खरंतर ज्यू लोकांनी मुस्लीम जगताशी युद्धाचं रणशिंग फुंकण्यासाठी हा हल्ला केला होता. आमच्या काही वृत्तपत्रांनी अशा बातम्या छापल्या होत्या की, त्या दिवशी वर्ल्ड ट्रेड सेंटरमध्ये कुणीही ज्यू कामावर गेले नव्हते. माझे वडील म्हणाले की, हे निरर्थक आहे.

मुशर्रफनी आमच्या जनतेला सांगितलं की, मला अमेरिकेला सहकार्य करण्यावाचून पर्यायच नव्हता. ते म्हणाले की, मला त्या लोकांनी सांगितलं, "तुम्ही आमच्यासोबत या, नाहीतर तुम्ही दहशतवाद्यांबरोबर आहात असं आम्ही समजू. आणि तुम्ही आमच्या विरोधात उभे राहिलात तर आम्ही तुम्हाला पुन्हा मागे – अश्मयुगात नेऊन ठेवू."

पण आम्ही मात्र सहकार्य करत नव्हतो. कारण आयएसआय अजूनही तालिबान सैनिकांना साहाय्य करत होती आणि त्यांच्या नेत्यांना क्वेट्टामध्ये आश्रय देत होती. त्यांनी उत्तरी अफगाणिस्तानमधील शेकडो पाकिस्तानी सैनिकांना परत बोलावण्याची अमेरिकेला गळ घातली होती. आयएसआय प्रमुखांनी अमेरिकेला सांगितलं होतं की, मी कंदाहारला जाऊन तालिबानी नेता मुल्ला ओमरला आणि बिन लादेनला ताब्यात द्यायला सांगतो, तोवर तुम्ही अफगाणिस्तानवर हल्ला करू नका, पण तसं करण्याऐवजी त्यांनी तालिबानला मदत देऊ केली.

आमच्या प्रदेशात मौलाना सुफी मोहम्मद यांनी अफगाणिस्तानमध्ये रशियन सैन्याशी युद्ध केलं होतं. त्यांनी अमेरिकेविरुद्ध फतवा जारी केला. त्यांनी मलकंदमध्ये, आमच्या पूर्वजांनी ब्रिटिशांशी युद्ध केलं होतं त्या ठिकाणी एक मोठी सभा

आयोजित केली. पाकिस्तानी सरकारने त्यांना अडवलं नाही. आमच्या प्रदेशाच्या गव्हर्नरनी निवेदन जारी केलं की, ज्यांची अफगाणिस्तानमध्ये 'नाटो' (NATO) फौजांविरुद्ध लढण्याची इच्छा असेल ते तसं करण्यास मोकळे आहेत.

स्वातमधून जवळजवळ १२ हजार तरुण तालिबानला मदत करण्यासाठी गेले. त्यातील अनेक जण पुन्हा कधीही परत आले नाहीत. ते मृत्युमुखी पडले असण्याची खूप शक्यता आहे, पण त्यांच्या मृत्यूचा कसलाही पुरावा नाही. त्यामुळे या लोकांच्या बायकांना विधवा घोषित करता येत नाही. ही गोष्ट या स्त्रियांसाठी खूप कठीण आहे. माझ्या वडिलांचे जिवलग मित्र वाहिद जमन यांचे भाऊ व मेव्हणे असेच अफगाणिस्तानला गेले होते. त्यांच्या पत्नी आणि मुलं अजूनही त्यांची वाट पाहत आहेत. मी एकदा त्यांच्याकडे गेले होते तेव्हा ते सगळे डोळ्यांत प्राण आणून कशी प्रतीक्षा करत आहे हे मी पाहिलं आहे. अशी परिस्थिती असली तरी आमच्या शांत, बागांनी बहरलेल्या खोऱ्यापासून या उधाणलेल्या लाटा अजून खूप दूर आहेत... खूप दूर... असं वाटत होतं. अफगाणिस्तान तिथून १०० मैलांपेक्षा कमी अंतरावर आहे, पण तिथे जाण्यासाठी बजौर पार करून जावं लागतं, म्हणजे पाकिस्तान व अफगाणिस्तान यांच्या सीमेवरील एका आदिवासी क्षेत्रातून जावं लागतं.

बिन लादेन आणि त्याच्या माणसांनी पळून जाऊन पूर्व अफगाणिस्तानमधील तोरा बोरा टेकड्यांमध्ये आश्रय घेतला होता. तिथे त्याने रशियन सैन्याशी युद्धादरम्यान भुयारांचं जाळं तयार केलं होतं. या भुयारांतून आणि डोंगरटेकड्या पार करून ते सटकले आणि कुर्रम या दुसऱ्या आदिवासी प्रदेशात गेले. त्या वेळी आम्हाला माहीत नव्हतं की, बिन लादेन स्वातमध्ये आला आहे आणि तो पश्तूनवली आतिथ्याच्या रिवाजाचा लाभ घेत एका दुर्गम खेड्यात वर्षभर राहिला आहे.

मुशर्रफ 'डबल डीलिंग' करत आहेत हे अगदी उघड कळत होतं. एकीकडे ते अमेरिकेकडून पैसा घेत होते आणि तरी जिहादींना – आयएसआय त्यांना 'स्ट्रॅटिजिक ॲसेट्स' म्हणते – मदत करतच होते. पाकिस्तानच्या 'अल-कायदा विरोधी मोहिमे'ला साहाय्य करण्यासाठी आम्ही अब्जावधी डॉलर्सची मदत केली आहे, असं अमेरिका सांगते, पण आम्ही कधी एक पैही पाहिलेली नाही. मुशर्रफनी इस्लामाबादमध्ये रावळ सरोवरालगत प्रासाद उभारला आणि लंडनमध्ये एक अपार्टमेंटही खरेदी केलं. अधूनमधून एखादा महत्त्वाचा अमेरिकी अधिकारी, आम्ही पुरेसं सहकार्य करत नसल्याची वरचेवर तक्रार करत असे. मग अचानक एक दिवस एखादा मोठा मासा पकडला जात असे. ९/११चा 'मास्टर माइंड' खालिद शेख मोहम्मद रावळपिंडीत लष्करप्रमुखांच्या अधिकृत निवासस्थानापासून अवघ्या मैलभर अंतरावरील एका घरात सापडला. पण राष्ट्राध्यक्ष बुश मुशर्रफ यांची प्रशंसा करत

राहिले, त्यांना वॉशिंग्टनला येण्याचं आमंत्रण देत राहिले आणि त्यांना त्यांचा मित्र... 'बडी' म्हणत राहिले. माझ्या वडिलांना व त्यांच्या मित्रांना याचा भयंकर तिटकारा येत असे. ते म्हणत की, अमेरिकेचं पाकिस्तानातील हुकूमशहांशी व्यवहार करण्यास नेहमीच प्राधान्य राहिलं आहे.

मला अगदी लहानपणापासूनच राजकारणात रस निर्माण झाला होता. मी बाबांच्या मांडीवर बसून त्यांच्या मित्रमंडळींच्या सर्व चर्चा ऐकायचे. पण मला आमच्या घराजवळच्या, नेमकं सांगायचं तर आमच्याच रस्त्यावरच्या समस्यांबाबत अधिक आस्था होती. मी त्या कचरा गोळा करणाऱ्या मुलांबद्दल माझ्या शाळेतल्या मैत्रिणींना सांगितलं होतं आणि आपण त्यांना मदत करायला हवी अशी सूचना मांडली होती. पण या कल्पनेला सगळ्या मुलींचा पाठिंबा मिळाला नाही. ही मुलं गलिच्छ असतात, त्यांना कुठलेतरी आजार असण्याची शक्यता आहे, त्यामुळे अशा मुलांसोबत शाळेत गेलेलं या मुलींच्या पालकांना आवडलं नसतं... ही समस्या सोडवण्याची जबाबदारी आपली नाही, असंही त्यांचं म्हणणं होतं. पण मला ते पटलं नाही.

'सरकार त्यांना मदत करेल, या अपेक्षेने आपण नुसते बसून राहू, पण ते काहीही करणार नाही. जर आपणच एक-दोन मुलांना आधार दिला, दुसऱ्या कुटुंबाने आणखी एक-दोन मुलांना आधार दिला तर त्या सर्वांना मदत करू शकू,' असं मला वाटत होतं.

या संदर्भात मुशर्रफ यांना विनंती करण्यात काही अर्थ नाही हे मला माहीत होतं. माझा असा अनुभव होता की, अशा ज्या समस्यांमध्ये माझे वडील काही मदत करू शकत नाहीत तिथे फक्त एकच पर्याय उरतो; मग मी देवाला पत्र लिहिलं :

प्रिय परमेश्वरा,

तू सर्वसाक्षी आहेस हे मला माहीत आहे, पण कदाचित काही वेळा काही गोष्टी तुझ्या नजरेतून सुटत असू शकतील, विशेषत: आत्ता अफगाणिस्तानमध्ये बॉम्बहल्ले चालू आहेत, अशा गोष्टी. पण आमच्या घराजवळच्या रस्त्यावर कचऱ्याच्या ढिगाजवळ असणारी मुलं जर तू पाहिलीस तर तुला आनंद होईल असं मला वाटत नाही.

हे परमेश्वरा, मला शक्ती दे, धाडस दे आणि मला परिपूर्ण बनव. कारण, मला हे जग परिपूर्ण बनवायचं आहे.

मलाला

पत्र लिहून झालं, पण हे पत्र त्याच्यापर्यंत कसं पोचवायचं ते मला माहीत

नव्हतं. मग माझ्या मनात आलं, आपण हे पत्र जमिनीत खोलवर ठेवून द्यावं... म्हणून मी ते बागेत पुरलं, पण मग मनात आलं, तिथे ते खराब होईल, मग मी ते प्लॅस्टिकच्या पिशवीत घातलं, पण त्याचाही फारसा उपयोग होईल असं मला वाटलं नाही. आम्ही पवित्र ग्रंथ वाहत्या पाण्यात सोडतो, तसं मी त्या पत्राची गुंडाळी केली, ती एका लाकडाच्या तुकड्याला बांधली. त्यावर डॅनडिलाइनचं फूल ठेवलं आणि ते ओढ्याच्या प्रवाहात सोडलं... तो ओढा स्वात नदीला जाऊ मिळतो... देवाला ते पत्र तिथे नक्की मिळेल.

◆

७

आमची शाळा बंद करू पाहणारे मुफ्ती

खुशाल मार्गावर आमच्या शाळेच्या समोर – माझा जन्म झाला त्या ठिकाणी – एक घर होतं. तिथे एक उंचेपुरे, देखणे मुल्ला त्यांच्या कुटुंबासह राहत होते. त्यांचं नाव होतं गुलमुल्ला. ते स्वतःला 'मुफ्ती' म्हणवून घ्यायचे. त्याचा अर्थ ते इस्लामी विद्वान आणि इस्लामी कायद्याचे अधिकारी व्यक्ती आहेत. माझ्या वडिलांची मात्र तक्रार असते की, फेटा बांधलेला कुणीही माणूस स्वतःला 'मौलाना' वा 'मुफ्ती' म्हणवतो. त्यादरम्यान आमच्या शाळेची घडी व्यवस्थित बसली होती. माझे वडील मुलांच्या माध्यमिक शाळेची इमारत बांधत होते. या शाळेला प्रवेशद्वाराची कमान आणि भारदस्त स्वागतकक्ष होता. आयुष्यात प्रथमच माझी आई चांगले कपडे विकत घेऊ शकत होती, खेड्यात असताना तिचं जे स्वप्न होतं त्यानुसार बाहेरून खाद्यपदार्थ मागवू शकत होती. पण या संपूर्ण काळात आमच्यावर मुफ्ती महोदयांची बारीक नजर होती. ते दररोज मुली शाळेत येताना-जाताना पाहत होते आणि त्यातल्या काही मुली किशोरवयीन असल्यामुळे त्यांना भयंकर राग यायचा.

"त्या मौलानाची आपल्यावर वाईट नजर आहे," माझे वडील एकदा म्हणाले होते. आणि त्यांचं हे निरीक्षण बरोबर होतं.

त्यानंतर काही दिवसांतच ते शाळेच्या जागेच्या मालकीणबाईंना जाऊन भेटले. "झियाऊद्दीन तुमच्या इमारतीमध्ये हराम शाळा चालवतोय आणि सगळ्या मोहल्ल्याला लाज आणतोय. या मुलींनी पडदा पाळायला हवा." ते त्या बाईंना म्हणाले, "तुम्ही त्याच्याकडून ही जागा परत घ्या, मी माझ्या मदरशासाठी ती भाड्याने घेईन. तुम्ही जर माझ्या म्हणण्याप्रमाणे केलंत तर तुम्हाला आत्ता भाड्याचे पैसे मिळतीलच, शिवाय तुम्हाला त्याचं या जन्मानंतरही फळ मिळेल."

त्या बाईंनी त्यांना नकार दिला. त्यानंतर त्या बाईंच्या मुलाने माझ्या वडिलांची गुप्त भेट घेतली.

"हा मौलाना तुमच्याविरुद्ध मोहीम उघडतोय," त्याने माझ्या वडिलांना सावध केलं. "आम्ही त्याला आमची इमारत देणार नाही, पण तुम्ही सावध रहा."

हे कळताच माझे वडील भयंकर संतापले.

"आपल्याकडे म्हणतात ना, 'निम हकिम खतरई जान' – अर्धवट डॉक्टर म्हणजे जिवाला धोका – तसं अर्धवट विद्वान मुल्ला म्हणजे श्रद्धेला धोका!" ते म्हणाले.

आमचा देश जगातील पहिली मुस्लीम मायभूमी म्हणून जन्माला आला या गोष्टीचा मला अभिमान आहे, पण याचा अर्थ काय याबाबत आमचं अजूनही एकमत नाही. कुरआन आम्हाला 'सबर' म्हणजे सहनशीलता शिकवते, पण बरेचदा असं वाटतं की, आम्ही या शब्दाचा अर्थच विसरलो आहोत. त्याऐवजी इस्लाम म्हणजे बायकांनी पडदा पाळत किंवा बुरखा घालून घरात बसणं आणि पुरुषांनी जिहाद करणं असं मानत आहोत. पाकिस्तानमध्ये इस्लामचे अनेक प्रवाह आहेत.

आमचे संस्थापक जिना यांना भारतात मुस्लिमांचे हक्क स्वीकारले जावेत असं वाटत असे, पण भारतात बहुसंख्य लोक हिंदू होते. जणू दोन भावांमध्ये हाडवैर असावं आणि त्यांनी दोन वेगवेगळ्या घरांत राहायचं ठरवावं तसा प्रकार होता. त्यामुळे ऑगस्ट, १९४७मध्ये 'ब्रिटिश इंडिया'चं विभाजन होऊन स्वतंत्र मुस्लीम राष्ट्राचा जन्म झाला. त्याचा आरंभ रक्तलांच्छित झाला नसता, पण लक्षावधी मुस्लीम लोक भारतातून इकडे आले आणि हिंदू इथून तिकडे गेले. नवी सीमा ओलांडत असलेल्या लोकांपैकी जवळजवळ २० लाख लोकांची कत्तल झाली. अनेक लोकांचा ट्रेन्समध्येच संहार झाला. लाहोर आणि दिल्लीला येणाऱ्या ट्रेन्समध्ये रक्तबंबाळ मृतदेहांचा खच असे. माझ्या आजोबांची या दंगलीमधून अगदी निसटती सुटका झाली होती. ते दिल्लीत शिकत होते. तिथून घरी परत येत असताना वाटेत हिंदूंनी त्यांच्या ट्रेनवर हल्ला केला होता. आज आमच्या देशाची लोकसंख्या १८ कोटी आहे आणि त्यातील ९६ टक्क्यांहून अधिक लोक मुस्लीम आहेत. आमच्याकडे सुमारे २० लाख लोक ख्रिश्चन आहेत आणि २० लाखांवर अहमदी आहेत. ते म्हणतात की, आम्ही मुस्लीम आहोत, पण आमचे सरकार म्हणते की, ते मुस्लीम नाहीत. दुःखद बाब म्हणजे या अल्पसंख्यांक समाजांवर बरेचदा हल्ले होतात.

जिना तरुणवयात लंडनमध्ये राहिले होते. तिथे ते बॅरिस्टर झाले. त्यांना आपली भूमी सहिष्णू असावी असं वाटत होतं. स्वातंत्र्य मिळण्याआधी काही दिवस त्यांनी

केलेल्या सुप्रसिद्ध भाषणाचा उल्लेख आमचे लोक बरेचदा करतात –

"या पाकिस्तान देशात तुम्ही तुमच्या मंदिरात मुक्तपणे जाऊ शकता, तुम्ही तुमच्या मशिदीत मुक्तपणे जाऊ शकता, किंवा अन्य कोणत्याही प्रार्थनास्थळी मुक्तपणे जाऊ शकता. तुम्ही कोणत्याही धर्माचे, जातीचे वा संप्रदायाचे असा, त्याच्याशी या देशाचं काहीही देणं-घेणं नाही."

माझे वडील म्हणतात की, जिनांनी वाटाघाटी करून आमच्यासाठी स्थावर मिळकतीचा तुकडा मिळवला, पण राज्य मिळवलं नाही. पाकिस्तानच्या निर्मितीनंतर वर्षभरातच त्यांचं क्षयरोगाने निधन झालं आणि तेव्हापासून आम्ही झगडा थांबवलेलाच नाही. आम्ही भारताशी तीन युद्ध लढलो आणि आमच्या देशांतर्गत मृत्यूचं सत्र कधी थांबणारच नाही, असं वाटण्याजोगी परिस्थिती आहे.

आम्ही मुस्लीम शिया व सुन्नी अशा दोन पंथांत विभागलो आहोत. आमच्या मुलभूत श्रद्धा समानच आहेत, आम्ही एकच पवित्र कुरआन मानतो, पण सातव्या शतकात प्रेषितांचं निधन झाल्यानंतर आमच्या धर्माचं नेतृत्व करण्यास सुयोग्य व्यक्ती कोण, यावर आमचे मतभेद आहेत. हे नेतृत्व ज्या व्यक्तीकडे सोपवण्याचं ठरलं ती व्यक्ती किंवा 'खलिफ' म्हणजे अबू बक्र. ते प्रेषितांचे जवळचे मित्र व सल्लागार होते आणि प्रेषित जेव्हा मृत्युशय्येवर पडले होते तेव्हा त्यांनी प्रार्थनेचं नेतृत्व अबू बक्र यांच्याकडे सोपवलं होतं. 'सुन्नी' शब्द अरबी भाषेतून आला आहे. त्याचा अर्थ प्रेषितांच्या परंपरा अनुसरणारी व्यक्ती.

पण लोकांच्या एका छोट्या गटाचं मत होतं की, हे नेतृत्व प्रेषितांच्या कुटुंबातच राहावं आणि त्यांचे जावई व चुलतभाऊ अली यांच्याकडे सूत्रं सोपवली जावीत. हा गट 'शिया' म्हणून ओळखला जाऊ लागला. 'शिया-त-अली' – अली यांचा पक्ष हे या शब्दाचे संक्षिप्त रूप.

इ.स. ६८०मध्ये प्रेषितांचे नातू हुसैन इब्न अली यांचा करबला येथील युद्धात अंत झाला, या स्मृत्यर्थ दरवर्षी शिया 'मुहर्रम' नामक उत्सव करतात. ते स्वत:ला धातूच्या साखळ्या किंवा तारेला बांधलेल्या रेझरच्या पात्यांनी स्वत:वर वार करून घेतात – रस्ते लालभडक होईपर्यंत. माझ्या वडिलांचे एक मित्र शिया आहेत. हुसैन यांच्या करबलातील मृत्यूविषयी बोलताना त्यांना रडू कोसळतं. ते इतके भावुक होतात की, ही घटना १३०० वर्षांपूर्वी नव्हे, तर आत्ता काल रात्रीच घडली असावी असं तुम्हाला वाटेल. आमचे संस्थापक जिना शिया होते आणि बेनझीर भुट्टोंच्या आईसुद्धा इराणच्या शिया होत्या.

बहुतांश पाकिस्तानी लोक आमच्यासारखे सुन्नी आहेत – ८० टक्क्यांहून जास्त, पण त्यातही पुन्हा आमच्यात बरेच समूह आहेत. यातील सर्वांत मोठा समूह म्हणजे, 'बरैलवी.' भारताच्या उत्तर प्रदेश या राज्यातील बरैलीमधील एकोणिसाव्या

शतकातील मदरश्यावरून हे नाव पडलं आहे. त्याखेरीज, 'देवबांदी' हा एक समूह आहे. हे नावही उत्तर प्रदेशातील तत्कालीन देवबांदी या खेड्यात असलेल्या एकोणिसाव्या शतकातील आणखी एका मदरशावरून पडलं आहे. हे लोक अत्यंत परंपरानिष्ठ असतात. आमचे बहुतांश मदरसे देवबांदीमध्ये आहेत. आमच्याकडे 'अहल-ए-हदिथ' (हदिथजन) हा 'सलाफिस्ट' समूह आहे. या समूहावर अरब प्रभाव जास्त आहे आणि हे लोक इतरांपेक्षाही अधिक परंपरानिष्ठ असतात. पाश्चिमात्य लोक त्यांना मूलतत्त्ववादी म्हणतात. ते आमचे संत आणि पवित्र स्थानं मानत नाहीत. बरेच पाकिस्तानी सुफी तीर्थक्षेत्री नृत्य व पूजा करायला एकत्र जमतात. या प्रत्येक प्रवाहाच्या अनेक निरनिराळ्या उपशाखा आहेत.

खुशाल मार्गावरील हे मुफ्ती महोदय 'तब्लिगी जमात'चे सदस्य होते. हा देवबांदी समूह दरवर्षी लाहोरजवळील रायविंदा या त्यांच्या मुख्यालयात भव्य मेळावा आयोजित करतो, त्याला लक्षावधी लोक उपस्थित राहतात. आमचे अखेरचे हुकूमशहा जनरल झिया तिथे जात असत. १९८०च्या दशकात त्यांच्या राजवटीच्या काळात तब्लिगी फार ताकदवान बनले होते. लष्करी बराकींमध्ये प्रवचन देण्यासाठी नियुक्त करण्यात आलेले बरेचसे इमाम तब्लिगी होते आणि लष्करी अधिकारी बरेचदा रजा काढून समूहासाठी प्रवचनदौऱ्यांवर जायचे.

आमच्या घरमालकिणीला आमच्याशी झालेला भाडेकरार रद्द करण्याबाबत पटवून देण्यात अपयश आल्यानंतर, एके दिवशी रात्री मुफ्तींनी काही वजनदार लोक आणि आमच्या मोहल्ल्यातील बुजुर्ग लोकांचं शिष्टमंडळ जमवलं. त्यांना घेऊन ते आमच्या घरी आले. त्या सात माणसांनी आमचं छोटंसं घर भरून गेलं. त्यात काही जण ज्येष्ठ तब्लिगी होते, मशिदीची व्यवस्था पाहणारे एक जण होते, एक भूतपूर्व जिहादी होते आणि एक दुकानदार होते.

माझे वडील चिंताक्रांत दिसत होते. त्यांनी आम्हाला दुसऱ्या खोलीत पाठवलं, पण आमचं घर इतकं छोटं होतं की, आम्हाला बाहेरचा शब्दन्‌शब्द ऐकू येत होता.

''मी उलेमा, तब्लिगी आणि तालिबानच्या वतीने आलोय,'' मुल्ला गुलमुल्ला स्वत:ला भारदस्तपणा प्राप्त करून देण्यासाठी मुस्लीम विद्वानांच्या एकाच नव्हे, तर दोन-दोन संघटनांचा संदर्भ देत होते.

''मी नीतिमान मुस्लिमांचा प्रतिनिधी म्हणून आलोय. आमचं सर्वांचं मत आहे की, तुमची मुलींची शाळा हराम आहे आणि ही ईश्वरनिंदा आहे...'' ते पुढे म्हणाले की, ''मुलगी इतकी पवित्र असते की, ती पडद्यात असली पाहिजे, आणि ती इतकी खासगी बाब आहे की, कुरआनमध्ये कोणत्याही स्त्रीचं नाव नाही. कारण, देवाची तिचा नामोल्लेख करण्याची इच्छा नाही.''

माझे वडील यापुढे ऐकून घेऊन शकत नव्हते.

"कुरआनमध्ये सगळीकडे मरियमचा उल्लेख आहे. त्या स्त्री नव्हत्या? आणि नीतिमान स्त्री नव्हत्या?"

"नाही," मुल्ला म्हणाले, "तिचा उल्लेख आहे तो फक्त ईसा (जीझस) मरियमपुत्र होता; देवाचा पुत्र नव्हता हे दाखवण्यासाठी!"

"असू शकेल," माझे वडील म्हणाले, "पण माझा मुद्दा असा आहे की, कुरआनमध्ये मरियमचा उल्लेख आहे."

त्यानंतर मुफ्तींनी आक्षेप सुरू केले, पण माझे वडील त्यांना पुरून उरले. मग माझे वडील त्यांच्यासोबत आलेल्या लोकांकडे वळून म्हणाले, "हे सदगृहस्थ रस्त्यात माझ्या जवळून जातात तेव्हा मी त्यांच्याकडे पाहून अभिवादन करतो, पण हे उत्तर देत नाहीत, फक्त जराशी मान हलवतात."

त्यावर मुल्लांनी शरमेने मान खाली घातली, कारण इस्लाममध्ये एखाद्याला व्यवस्थित अभिवादन करणं महत्त्वाचं असतं.

"तुम्ही हराम शाळा चालवता," ते म्हणाले, "म्हणून मी तुम्हाला अभिवादन करत नाही."

मग त्यांच्यापैकी एक जण माझ्या वडिलांना म्हणाला, "मी ऐकलं होतं की, तुमचा कोणत्या धर्मावर विश्वास नाही, पण तुमच्या खोलीत कुरआन दिसत आहे."

"अर्थातच आहे!" माझे वडील त्यांच्या श्रद्धेवर प्रश्न उपस्थित केल्यामुळे थक्कच झाले होते. "मी मुस्लीम आहे."

"आपण पुन्हा शाळेच्या विषयावर येऊ," मुफ्ती म्हणाले. त्यांना ही चर्चा त्यांना हव्या असलेल्या मार्गावर जात नसल्याचं लक्षात आलं होतं.

"शाळेच्या स्वागतकक्ष परिसरात पुरुष असतात, ते शाळेत येणाऱ्या मुलींकडे पाहतात आणि हे फार वाईट आहे."

"माझ्याकडे यावर उपाय आहे," माझे वडील म्हणाले, "शाळेला दुसरं दार आहे. मुली त्या दारातून येतील."

मुल्ला अर्थातच या तोडग्यावर समाधानी नव्हते, कारण त्यांना शाळा बंदच पाडायची होती. पण बाकीचे बुजुर्ग लोक ही तडजोड आनंदानं मान्य करून निघून गेले.

हा विषय इथेच थांबणार नाही अशी माझ्या वडिलांना शंका होती. मुफ्तींची स्वत:ची पुतणी गुपचूप आमच्या शाळेत येत होती ही गोष्ट त्यांना माहीत नव्हती. त्यामुळे काही दिवसांनी माझ्या वडिलांनी मुफ्तींच्या थोरल्या भावाला, म्हणजे त्या मुलीच्या वडिलांना फोन केला.

"मी तुमच्या भावाच्या वागण्याला फार कंटाळलोय." ते म्हणाले, "हे कसले मुल्ला म्हणायचे? त्यांनी आमचं डोकं फिरायची वेळ आणली आहे. त्यांचा

ससेमिरा टाळण्यासाठी तुम्ही आम्हाला काही मदत करू शकता का?''

''झियाऊद्दीन, मला वाटतं, माझी तुम्हाला काडीची मदत होऊ शकणार नाही.'' ते म्हणाले, ''आम्हाला आमच्या घरातसुद्धा वैताग आला आहे. ते आमच्यासोबतच राहतात, पण त्यानी त्यांच्या बायकोला सांगितलं आहे की, तिने आमच्यासमोर पडदा पाळायचा आणि आमच्या बायकांनी त्यांच्यासमोर पडदा पाळायचा, आणि हे सगळं या एवढ्याशा जागेत करायचं. आमच्या बायका त्यांना बहिणीसारख्या आहेत. पण या वेडपटाने आमच्या घराचा नरक केला आहे. मला माफ करा, पण मी तुमची काहीही मदत करू शकत नाही.''

हा माणूस तसा गप्प बसणार नाही हा माझ्या वडिलांचा अंदाज बरोबर होता – झियांच्या राजवटीत आणि इस्लामीकरणाच्या मोहिमेत मुल्ला अत्यंत ताकदवान बनले होते.

जनरल मुशर्रफ काही बाबतीत जनरल झियांपेक्षा खूप वेगळे होते. ते नेहमी गणवेशात असले तरी, अधूनमधून पाश्चिमात्य सूट परिधान करायचे. ते स्वत:ला 'चीफ मार्शल लॉ अॅडमिनिस्ट्रेटर'ऐवजी 'चीफ एक्झेक्युटिव्ह' म्हणत असत.

त्यांनी कुत्रीही पाळली होती, जे आम्ही मुस्लीम अशुद्ध मानतो. झियांच्या इस्लामीकरणाऐवजी त्यांनी 'ज्ञानसंपन्न नेमस्तपणा' सुरू केला. त्यांनी आमची प्रसारमाध्यमं खुली केली, नव्या खासगी दूरचित्रवाहिन्या व महिला वृत्तनिवेदकांना परवानगी दिली, तसंच टीव्हीवर नृत्याचे कार्यक्रम दाखवण्यास मान्यता दिली. 'व्हॅलेन्टाइन्स डे' आणि 'न्यू इअर्स ईव्ह' अशा पाश्चात्त्य सुट्ट्या साजऱ्या करण्याची परवानगी दिली. त्यांनी स्वातंत्र्यदिनाच्या संध्येला वार्षिक 'पॉप कॉन्सर्ट'लासुद्धा मंजुरी दिली. हा कार्यक्रम देशभर प्रक्षेपित झाला. आमच्या लोकशाहीवादी राज्यकर्त्यांनी अगदी बेनझीरनीसुद्धा जे केलं नाही ते मुशर्रफनी केलं. त्यांनी बलात्कारित महिलेला बलात्कार झाल्याचं सिद्ध करायला लावणारा कायदा रद्द केला. या कायद्यान्वये तिला चार पुरुष साथीदार सादर करावे लागायचे. त्यांनी स्टेट बँकेत पहिल्या महिला गव्हर्नरची नियुक्ती केली, तसंच पहिल्या महिला वैमानिक व तटरक्षकांचीही नियुक्ती केली. कराचीतील जिनांच्या कबरीजवळ महिला सुरक्षारक्षक नेमणार असल्याचंसुद्धा त्यांनी जाहीर केलं.

पण वायव्य सरहद्द प्रांतात, आमच्या पश्तून मायभूमीत चित्र सर्वस्वी निराळं होतं. सन २००२मध्ये मुशर्रफनी 'नियंत्रित लोकशाही'साठी निवडणुका घेतल्या. या निवडणुका चमत्कारिक होत्या, कारण मुख्य पक्षनेते नवाज शरीफ व बेनझीर भुट्टो हद्दपार होते. आमच्या प्रांतात या निवडणुकांनी ज्याला आम्ही 'मुल्ला सरकार' म्हणतो ते सत्तेवर आलं. पाच धर्मनिष्ठ पक्षांनी एकत्र येऊन 'मुत्ताहिदा मजलिस ए-

अमल' (MMA) ही युती बनवली होती. त्यात 'जमियत उलेमा-ए-इस्लाम' (JUI) हा पक्षही होता. त्यामार्फत चालवणाऱ्या जाणाऱ्या मदरशांत तालिबानना प्रशिक्षण दिलं जात असे. 'एमएमए' म्हणजे 'मुल्ला मिलिटरी अलायन्स' असं विनोदानं म्हटलं जायचं, आणि त्यांना मुशर्रफ यांचा पाठिंबा असल्यामुळे ते निवडून आले असंही म्हणायचे. मात्र, काही लोकांनी त्यांना पाठिंबा दिला. त्याचं कारण अत्यंत धर्मनिष्ठ पश्तून लोक अमेरिकेने अफगाणिस्तावर केलेल्या हल्ल्यामुळे आणि तेथील तालिबान सत्ता उलथून टाकल्यामुळे संतापले होते.

पाकिस्तानातील उर्वरित बहुतांश भागापेक्षा आमचा भाग नेहमीच अधिक परंपरानिष्ठ राहिलेला आहे. अफगाण जिहाददरम्यान अनेक मदरसे उभारण्यात आले, त्यातील बऱ्याचशा मदरशांना सौदी पैशातून निधी मिळतो, आणि या मदरशांत शिक्षण मोफत असल्यामुळे बरेच तरुण इथून शिक्षण घेऊन बाहेर पडतात. माझे वडील ज्याला पाकिस्तानचं 'अरबीकरण' म्हणतात, त्याची ही सुरुवात होती. त्यानंतर ९/११च्या घटनेने ही लढाई अधिक मुख्य प्रवाहात आली. कधीकधी मुख्य रस्त्यावरून चालत जाताना इमारतींच्या भिंतीवर 'जिहाद प्रशिक्षणासाठी संपर्क साधा' असे खडूने लिहिलेले संदेश दिसायचे. त्यामध्ये त्यांनी संपर्क दूरध्वनी दिलेला असे. त्या काळी जिहादी समूह त्यांना पाहिजे ते करायला मुक्त होते. ते उघडपणे देणग्या गोळा करताना आणि माणसांची नियुक्ती करताना दिसायचे. शांगलामध्ये एक असे मुख्याध्यापकसुद्धा होते, ते मोठ्या फुशारकीनं त्यांचा सर्वांत मोठा पराक्रम म्हणून सांगायचे की, मी नववीतल्या १० मुलांना काश्मीरमध्ये जिहाद प्रशिक्षणासाठी पाठवलं आहे.

सरकारने सीडी व डीव्हीडीच्या दुकानांवर बंदी घातली. त्यांना अफगाण तालिबानसारखे विशिष्ट नीतितत्त्वं मानणारी पोलीस यंत्रणा तयार करायची होती. यामागची संकल्पना होती – त्यांना पुरुषाबरोबर निघालेल्या एखाद्या बाईला थांबवता आलं पाहिजे. तो माणूस तिचा नातेवाईक असल्याचं तिला सिद्ध करता येणं गरजेचं होतं. सुदैवाने, आमच्या सर्वोच्च न्यायालयाने हा प्रकार थांबवला.

त्यानंतर 'एमएमए'च्या कार्यकर्त्यांनी चित्रपटगृहांवर हल्ले सुरू केले, स्त्रियांची चित्रं असलेले जाहिरातफलक फाडून टाकले किंवा त्यांना काळं फासलं. त्यांनी कपड्यांच्या दुकानांतले प्रदर्शनार्थ मांडलेले स्त्रियांचे पुतळेसुद्धा काढून टाकले. पारंपरिक सलवार-कमीजऐवजी पाश्चात्त्य वळणाचे शर्ट-ट्राउझर परिधान करणाऱ्या पुरुषांचा त्यांनी छळ केला. बायकांनी डोकं झाकून घेतलं पाहिजे असा त्यांचा आग्रह होता... जणूकाही त्यांना सार्वजनिक जीवनातून स्त्रीजातीच्या सर्व खुणा पुसून टाकायच्या होत्या.

माझ्या वडिलांनी २००३ साली माध्यमिक शाळा सुरू केली. त्या वर्षी मुला-

मुलींची शाळा एकत्रच होती, पण २००४ सालापर्यंत वातावरण इतकं बदललं होतं की, मुलं-मुली एकाच वर्गात असणं ही गोष्ट मनात आणण्याचीसुद्धा सोय नव्हती. या बदलत्या वातावरणामुळे गुलमुल्लांचं धाडस वाढलं. आमच्या शाळेतील एका कारकुनाने माझ्या वडिलांना सांगितलं की, मुफ्ती शाळेत येऊन मुली अजूनही मुख्य प्रवेशद्वारातूनच का येत आहेत, असं विचारत असतात. तसंच एके दिवशी, शाळेच्या स्टाफपैकी एक पुरुष एका शिक्षिकेला मुख्य रस्त्यावर रिक्षापर्यंत सोडायला गेला होता, तर लगेच मौलानांनी विचारलं, ''हा माणूस तिला सोडायला का गेला होता, तो तिचा भाऊ आहे का?''

''नाही,'' कारकुनाने सांगितलं, ''तो तिचा सहकारी आहे.''

''हे गैर आहे!'' मौलाना म्हणाले.

माझ्या वडिलांनी त्या कारकुनाला सांगून ठेवलं की, पुन्हा मौलाना आले तर मला फोन कर. त्यानुसार कारकुनाचा फोन आल्याबरोबर माझे वडील आणि इस्लामी अभ्यासाचे शिक्षक त्यांच्यासमोर गेले.

''मौलाना, तुम्ही आमचा अंत पाहताय!'' माझे वडील म्हणाले, ''कोण आहात कोण तुम्ही? तुम्हाला वेड लागलंय! तुम्हाला डॉक्टरकडे जाण्याची गरज आहे. तुम्हाला काय वाटतं, मी शाळेत येतो आणि अंगावरचे कपडे उतरवतो? तुम्हाला एखादा मुलगा आणि मुलगी दिसली की, त्यात भानगडच दिसते. ही शाळेतली मुलं आहेत. मला वाटतं, तुम्ही डॉ. हैदर अलींना दाखवून घ्यावं!''

डॉ. हैदर अली आमच्या भागातील विख्यात मानसरोगचिकित्सक होते, त्यामुळे ''तुला डॉ. हैदर अलींकडे न्यायचं का?'' असं विचारण्याचा अर्थ ''तुला वेड लागलंय का?'' असा असे!

त्यावर मुफ्ती गप्प बसले. त्यांनी त्यांचा फेटा काढून माझ्या वडिलांच्या मांडीवर ठेवला. आमच्या दृष्टीने फेटा हे सामाजिक सभ्यता व पश्तूनतेचं प्रतीक असतं. एखाद्या माणसाने त्याचा फेटा गमावणं हे भयंकर अपमानास्पद मानलं जातं, पण त्यांनी पुन्हा सुरू केलं, ''मी तुमच्या कारकुनाला असं काही कधी म्हणालोच नव्हतो. तो खोटं बोलतोय.''

आता मात्र माझ्या वडिलांच्या सहनशक्तीचा कडेलोट झाला, ''तुमचा इथे काहीही काम नाही.'' ते गरजले, ''चालते व्हा!''

मुफ्तींना आमची शाळा बंद पाडता आली नाही, पण त्यांचा अशा प्रकारचा हस्तक्षेप हे आमच्या देशातील बदलत्या वाऱ्याचं चिन्ह होतं. माझे वडील चिंताक्रांत झाले होते. ते त्यांच्या सहकारी कार्यकर्त्यांसह अखंड बैठका घेत होते. आता प्रश्न फक्त लोकांना वृक्षतोडीपासून रोखण्याचा नव्हता, तर आता शिक्षण आणि लोकशाही हे महत्त्वाचे मुद्देही होते.

जवळजवळ अडीच वर्षांपेक्षा जास्त काळ वॉशिंग्टनहून येणाऱ्या दबावाला तोंड दिल्यानंतर २००४ साली जनरल मुशर्रफ यांनी 'फेडरली अॅडमिनिस्ट्रेटेड ट्रायबल एरियाज' (FATA – फाटा) मध्ये सैन्य पाठवलं. अफगाणिस्तानच्या सीमेवरील या सात एजन्सीजवर सरकारचं अल्प नियंत्रण होतं. अमेरिकेवरच्या बॉम्बहल्ल्यादरम्यान अफगाणिस्तानातून पळ काढलेले अल-कायदाचे सैनिक हा भाग सुरक्षित मानत, आमच्या पश्तून आदरातिथ्याचा लाभ घेत होते आणि हा प्रदेश वापरत होते, असा अमेरिकेचा दावा होता. तिथून ते प्रशिक्षण छावण्या चालवत होते आणि सीमेपलीकडे 'नाटो' तुकड्यांवर हल्ले करत होते. आम्हा स्वातवासीयांसाठी या लाटा आमच्या उंबऱ्यापाशी येऊन थडकण्यासारखं होतं. या एजन्सीपैकी एक 'बजौर' स्वातलगतच आहे. 'फाटा'मध्ये राहणारे सर्व लोक आमच्यासारखेच पश्तून जमातीतले युसूफजई आहेत. ते अफगाणिस्तान सीमेच्या दोन्ही बाजूंना राहतात.

ब्रिटिशांच्या काळात या एजन्सीज अफगाणिस्तान व तत्कालीन भारत यांच्या दरम्यान 'बफर झोन' म्हणून निर्माण झाल्या होत्या. आजही त्या तशाच पद्धतीनं चालतात. त्यांचं प्रशासन जमात प्रमुखांकडे किंवा बुजुर्ग व्यक्तीकडे – मलिक यांच्याकडे असतं. दुर्दैवाची गोष्ट म्हणजे, मलिक असण्यानं फार काही फरक पडत नाही. खरंतर, या जमातींच्या प्रदेशांत शासनव्यवस्था वगैरे अजिबातच नसते. ही खडकाळ दऱ्याखोऱ्यांतली ठिकाणं पूर्णतः दुर्लक्षित आहेत. या ठिकाणी लोक स्मगलिंगमधून कसेबसे चार पैसे मिळवतात. (इथलं सरासरी वार्षिक उत्पन्न फक्त २५० डॉलर्स आहे – पाकिस्तानी सरासरीच्या निम्मं.) तिथे अगदी मोजकी हॉस्पिटल्स व शाळा आहेत, विशेषतः मुलींच्या शाळा तर अगदीच कमी आहेत. अगदी परवापरवापर्यंत इथे राजकीय पक्षांनाही प्रवेश नव्हता. या भागातल्या एकाही बाईला लिहिता-वाचता येत नाही. हे लोक उग्रपणा व स्वतंत्र बाण्यासाठी प्रसिद्ध आहेत. तुम्ही जुना ब्रिटिशकालीन इतिहास वाचलात तर तुमच्या हे लक्षात येईल.

आमचं सैन्य यापूर्वी कधी 'फाटा'मध्ये गेलं नव्हतं. उलट त्यांनी ब्रिटिशांप्रमाणेच तिथे अप्रत्यक्ष नियंत्रण ठेवलं होतं. नेहमीच्या सैनिकांऐवजी पश्तून लोकांमधून नियुक्त केलेल्या 'सरहद्द कॉर्प्स'वर त्यांची भिस्त असे. तिथे नेहमीचं सैन्य पाठवणं हा अवघड निर्णय होता. कारण आमच्या लष्कराचे व आयएसआयचे त्यांच्या काही अतिरेक्यांशी दीर्घ संबंध होतेच, शिवाय त्यांच्याशी लढणं म्हणजे आमच्या तुकड्यांनी त्यांच्याच पश्तून बांधवांशी लढण्यासारखं होतं.

लष्कराने मार्च, २००४मध्ये सर्वप्रथम ज्या क्षेत्रात प्रवेश केला ते क्षेत्र होतं दक्षिण वजिरीस्तान. साहजिकच तिथल्या स्थानिक लोकांच्या दृष्टीने हा त्यांच्या आयुष्यावरच घाला होता. तिथल्या सगळ्या पुरुषांजवळ शस्त्र असतात, आणि

स्थानिक लोकांनी बंड पुकारल्यावर त्यात शेकडो सैनिक ठार झाले.

लष्कराला हा मोठा धक्का होता. काही जणांनी तर लढण्यास नकार दिला. ते आपल्याच लोकांशी लढायला तयार नव्हते. त्यांनी १२ दिवसांनी माघार घेतली आणि जो तह केला त्याला त्यांनी नेक मोहम्मदसारख्या सैनिकांच्या स्थानिक नेत्यांशी 'शांतता स्थापनेच्या वाटाघाटी' असं नाव दिलं. यानुसार हल्ले थांबवण्यासाठी व परदेशी सैनिकांना दूर ठेवण्यासाठी लष्कराने त्यांना लाच दिली. या सैनिकांनी या पैशाचा वापर आणखी शस्त्रखरेदी करण्यासाठी केला आणि त्यांच्या कारवाया पुन्हा सुरू झाल्या. त्यानंतर काही महिन्यांतच पाकिस्तानवर अमेरिकी ड्रोनचा पहिला हल्ला झाला.

१७ जून, २००४ रोजी दक्षिण वजिरीस्तानमध्ये नेक मोहम्मद सॅटेलाइट फोनवर मुलाखत देत असताना त्याच्यावर मानवरहित प्रेडटरद्वारे हेलफायर क्षेपणास्त्र सोडण्यात आलं. त्यात तो आणि त्याच्या आजूबाजूची माणसं जागच्या जागी खलास झाली. स्थानिक लोकांना ते काय हेसुद्धा माहीत नव्हतं. त्या वेळी आम्हाला अमेरिका असं काही करू शकते याचा अंदाज नव्हता. तुमचं नेक मोहम्मदबद्दल काहीही मत असेल, पण आमचं काही अमेरिकेशी युद्ध नव्हतं, त्यामुळे त्यांनी आकाशातून आमच्या भूमीवर हल्ला केल्याचा आम्हाला धक्का बसला. यामुळे आदिवासी क्षेत्रातील लोक संतप्त झाले, त्यांच्यापैकी अनेक जण स्थानिक नागरिकी सेनेच्या 'लष्करात' गेले.

त्यानंतर आणखी काही हल्ले झाले. अमेरिकेचं म्हणणं होतं की, बिन लादेनचा प्रतिनिधी आयमान अल-जवाहिरी बजौरमध्ये लपला असून त्याची बायकोही तिथेच आहे. जानेवारी २००६मध्ये, त्याला लक्ष्य करण्यासाठी आलेलं ड्रोन डामडोला नामक खेड्यावर पडलं. त्यामध्ये तीन घरं उद्ध्वस्त झाली आणि १८ लोक ठार झाले. अमेरिकेच्या म्हणण्यानुसार त्याला आधीच या हल्ल्याची खबर मिळाल्यामुळे तो तिथून निसटला.

त्याचवर्षी ३० ऑक्टोबर रोजी, खार या गावालगतच्या टेकडीवरील मदरशावर आणखी एका अमेरिकी प्रेडटरचा हल्ला झाला. त्यामध्ये ८२ लोक ठार झाले, त्यापैकी बहुतेक तरुण मुलं होती. अमेरिकेच्या म्हणण्यानुसार ही अल-कायदाची प्रशिक्षण छावणी होती. ही छावणी समूहाच्या व्हिडिओमध्ये ठळकपणे दिसत होती आणि त्या टेकडीवर भुयारी मार्गांचा भुलभुलैया होता, तसंच तोफेसाठी बांधले जाणारे चबुतरेही होते. या हल्ल्यानंतर अवघ्या काही तासांतच मदरसा चालवणाऱ्या फकिर मोहम्मद या वजनदार, स्थानिक धर्मोपदेशकांनी जाहीर केलं की, पाकिस्तानी सैनिकांवर आत्मघाती बॉम्बहल्ल्यांद्वारे या मृत्यूंचा सूड घेण्यात येईल.

माझे वडील व त्यांचे मित्र अतिशय चिंताक्रांत झाले होते. त्यांनी स्थानिक

बुजुर्ग व नेतेमंडळींना एकत्र करत एक शांतता परिषद बोलावली. जानेवारी महिन्यातील त्या रात्री हाडं गोठवणारी थंडी असूनसुद्धा त्या परिषदेला १५० माणसं आली होती.

''या ज्वाळा इथे येऊ लागल्या आहेत,'' माझ्या वडिलांनी धोक्याचा इशारा दिला. ''या ज्वाळा आपल्या खोऱ्यात पोचू लागल्या आहेत, त्या इथे येण्याआधीच आपण त्या विझवल्या पाहिजेत.''

पण कुणीही ऐकून घ्यायला तयार नव्हतं. काही जण तर हसलेसुद्धा, अगदी पहिल्या रांगेत बसलेले स्थानिक राजकीय नेतेसुद्धा.

''श्रीयुत खान,'' माझे वडील त्यांना म्हणाले, ''अफगाणिस्तानातील लोकांचं काय झालं ते तुम्हाला माहीत आहे. आज ते लोक शरणार्थी आहेत, आता ते आपल्यासोबत राहत आहेत. बजौरमध्येही तसंच घडत आहे. आपल्या बाबतीतही तसंच घडणार आहे, माझे शब्द लक्षात ठेवा... आपल्याला ना आसरा उरणार आहे, ना स्थलांतरित होण्यासाठी कुठलं ठिकाण.''

पण त्या गृहस्थाच्या चेहऱ्यावर उपहासात्मक भाव होते.

''बघा हे काय म्हणताहेत...'' ते माझ्या वडिलांना उद्देशून बोलत होते, ''मी खान आहे. मला या भागातून बाहेर काढण्याचं धाडस कुणामध्ये आहे?''

माझे वडील निराश होऊन घरी परत आले.

''माझी शाळा आहे, पण मी कुणी खान नाही किंवा राजकीय नेताही नाही. मला कुठलं व्यासपीठ नाही,'' ते म्हणाले, ''मी फक्त एक लहान माणूस आहे.''

◆

८

शरदातील भूकंप

ऑक्टोबर महिन्यातील एक दिवस. मी प्राथमिक शाळेत होते, त्या दिवशी वर्गातली बाकं अचानक हादरू लागली. त्या वेळी आमची मुलामुलींची संयुक्त शाळा होती. वर्गातील सगळी मुलंमुली "भूकंप! भूकंप!" ओरडू लागली. आम्हाला शिकवल्याप्रमाणे, भूकंप सुरू होताच आम्ही वर्गाबाहेर पळालो. कोंबडीच्या पिल्लांनी आईजवळ जमावं तशी आम्ही सगळी मुलं आमच्या शिक्षकांभोवती जमलो होतो.

भू-रचनाशास्त्रानुसार स्वात 'फॉल्ट लाइन'वर येत असल्यामुळे आमच्याकडे वरचेवर भूकंप होतात, पण हा भूकंप काही वेगळाच होता. आमच्या आजूबाजूच्या सगळ्या इमारती हलत होत्या, हादरे थांबण्याचं चिन्ह नव्हतं. आम्ही बहुतेक जण रडत होतो. आमचे शिक्षक प्रार्थना करत होते. मिस रुबींनी – माझ्या एक आवडत्या शिक्षिका – आम्हाला रडणं बंद करून शांत राहायला सांगितलं आणि भूकंप लवकरच थांबेल असा धीर दिला.

भूकंप थांबल्यानंतर आम्हा सर्वांना घरी सोडण्यात आलं. घरी आमची आई हातात कुरआन घेऊन खुर्चीवर बसली होती, त्यातील अध्यायाचं पठण करत होती. जेव्हा काही संकट उभं राहतं, तेव्हा लोक खूप प्रार्थना करतात. आम्हाला समोर पाहताच तिला हायसं वाटलं, तिने आम्हाला घट्ट मिठी मारली, तिच्या चेहऱ्यावरून अश्रुधारा ओघळत होत्या. त्यानंतर संपूर्ण दुपारभर भूकंपाचे धक्के बसत होते. त्यामुळे आम्ही सर्व जण भीतीच्या छायेत होतो.

आम्ही पुन्हा दुसरीकडे राहायला आलो होतो. मी १३ वर्षांची झाले तोवर आम्ही सात घरं बदलली होती. आता आम्ही अपार्टमेंट बिल्डिंगमध्ये राहायला आलो होतो. मिंगोरामध्ये हे चांगलं प्रतिष्ठेचं होतं – दोन मजली घर, छतावर

पाण्याची मोठी टाकी. माझ्या आईला ती टाकी आमच्यावर कोसळेल याची भयंकर भीती वाटत होती, म्हणून आम्ही घराबाहेरच होतो. त्या दिवशी माझे वडील रात्र होत आली तरी घरी आले नव्हते, कारण ते शाळेच्या इतर सर्व इमारती सुस्थितीत आहेत ना हे पाहण्यात गर्क होते. ते काम संपल्यावर ते घरी आले.

अंधाराच्या सावल्या घेरून आल्या, तरी अजून भूकंपाचे धक्के बसतच होते. त्यामुळे माझी आई भयंकर घाबरली होती. सगळं हादरू लागलं की, दरवेळी आम्हाला वाटायचं, हा कयामतचा दिवस आहे.

"आपण बिछान्यातच गाडले जाणार!" माझी आई व्याकूळ होऊन रडत होती. आपण बाहेर पडू या, असा तिचा आग्रह होता, पण माझे वडील खूप दमले होते आणि आम्हा मुस्लिमांची श्रद्धा आहे की, आमचं नशीब देवानं लिहिलेले असतं. त्यामुळे त्यांनी मला आणि माझे भाऊ – खुशाल व अटल – आम्हा तिघांना बिछान्यात झोपवलं. अटल तेव्हा बाळ होता.

"तुम्हाला हवं तिथे जा तुम्ही," त्यांनी माझ्या आईला आणि चुलतभावाला सांगितलं. "मी इथेच राहणार आहे. तुमचा जर देवावर विश्वास असेल तर तुम्ही इथेच राहाल."

मला वाटतं, जेव्हा एखादं महाभयंकर संकट उभं राहतं किंवा आपला जीव धोक्यात असतो, तेव्हा आपल्याला आपल्या पापांचं स्मरण होतं आणि आता देवाला कसं तोंड दाखवायचं, तो आपल्याला माफ करेल का, हे विचार मनात येतात. पण देवाने आपल्याला विस्मरणाची शक्तीही दिली आहे. त्यामुळे अशा संकटातून बाहेर पडलो की, आपण हे सगळं विसरून पुन्हा पूर्ववत वागू लागतो. माझा माझ्या वडिलांच्या श्रद्धेवर विश्वास होता, पण मला माझ्या आईची सच्ची, कळकळीची काळजीही कळत होती.

८ ऑक्टोबर, २००५ रोजी झालेला भूकंप इतिहासातील सर्वांत भीषण भूकंप ठरला. रिश्टर स्केलवर त्याची तीव्रता ७.६ होती. त्याचे धक्के काबूल व दिल्ली इतक्या दूरवर जाणवले. आमच्या मिंगोरा गावाला या भूकंपाची मोठी झळ बसली नाही – तिथे काही इमारती कोसळल्या – पण शेजारचे काश्मीर व पाकिस्तानचे उत्तरी प्रदेश मात्र उद्ध्वस्त झाले. इस्लामाबादमधील इमारतीसुद्धा कोसळल्या.

हा भूकंप किती भयंकर होता हे आम्हाला कळायलासुद्धा काही काळ लागला. टीव्हीवर बातम्यांमध्ये जेव्हा भूकंपाने झालेला विध्वंस दाखवू लागले तेव्हा आम्हाला संपूर्ण खेडीच्या खेडी जमीनदोस्त झाल्याचं कळलं. दरडी कोसळून रस्ते बंद झाल्यामुळे भूकंपाची सर्वाधिक झळ बसलेल्या भागांत पोचणं अशक्य झालं होतं, दूरध्वनी व विजेच्या सर्व तारा कोलमडल्या होत्या. या भूकंपाची झळ ३० हजार चौरस किमी क्षेत्राला बसली होती, म्हणजे अमेरिकेच्या कनेक्टिकट राज्याइतक्या

मोठ्या प्रदेशाला. यामधली आकडेवारी भयानक होती. या भूकंपात ७३ हजारांपेक्षा जास्त लोक मृत्युमुखी पडले होते. सुमारे एक लाख २८ हजार लोक जखमी झाले होते, त्यांच्यापैकी अनेकांना कायमचं अपंगत्व आलं होतं. जवळजवळ ३५ लाख लोक बेघर झाले होते. रस्ते, पूल, पाणी, वीज... सारं सारं संपलं होतं. बालाकोटसारखी आम्ही पाहिलेली ठिकाणं जवळपास पूर्ण उद्ध्वस्त झाली होती. त्या दिवशी सकाळी माझ्यासारखीच शाळेत असलेली कितीतरी मुलं मृत्युमुखी पडली होती. जवळजवळ ६४०० शाळांच्या जागी फक्त दगडविटांचे ढिगारे उरले होते आणि १८ हजार मुलांचा जीव गेला होता.

त्या दिवशी सकाळी आम्ही किती भयभीत झालो होतो त्याचं स्मरण करून आम्ही शाळेत निधी जमवायला सुरुवात केली. प्रत्येकाने आपल्याला शक्य ते साहाय्य केलं. माझ्या वडिलांनी ओळखीच्या सर्वांकडे जाऊन मदत गोळा करायला सुरुवात केली. ते अन्न, कपडे, पैसे, जे काही शक्य असेल ते देण्याची विनंती करत होते. मी माझ्या आईला ब्लँकेट्स जमवण्यात मदत केली. माझ्या वडिलांनी 'स्वात असोसिएशन ऑफ प्रायव्हेट स्कूल्स' आणि 'ग्लोबल पीस कौन्सिल'कडून आर्थिक मदत मिळवली. आम्ही शाळेत जो निधी गोळा केला होता, त्यात हे पैसे मिळवल्यावर १० लाख रुपयांपेक्षा जास्त रक्कम झाली. लाहोरमधील एका प्रकाशनसंस्थेने अन्न व इतर आवश्यक वस्तूंचे पाच ट्रक पाठवले. ही संस्था आम्हाला शालेय पुस्तकं पुरवायची.

आम्हाला अरुंद पर्वतांमध्ये अडकलेल्या आमच्या शांगलातील परिवाराची भयंकर चिंता वाटत होती. अखेर एका चुलतभावाकडून आम्हाला तिथला हालहवाल कळला. माझ्या वडिलांच्या छोट्याशा खेड्यातल्या आठ जणांचा यामध्ये मृत्यू झाला होता, अनेक घरं उद्ध्वस्त झाली होती. तिथले धर्मोपदेशक मौलाना खादिम यांचं घरही त्यात उद्ध्वस्त झालं होतं, त्यात त्यांच्या चार देखण्या मुली ढिगाऱ्याखाली गाडल्या गेल्या होत्या. मला माझे वडील व मदत साहित्य घेऊन जाणाऱ्या ट्रकांसोबत शांगलाला जायचं होतं, पण ते अत्यंत धोक्याचं असल्याचं माझ्या वडिलांनी मला सांगितलं.

काही दिवसांनी माझे वडील तिथून परत आले तेव्हा ते अक्षरश: राखाडी-करड्या रंगाचे दिसत होते. त्यांनी आम्हाला सांगितलं की, त्यांच्या प्रवासातला अखेरचा टप्पा भयंकर खडतर होता. रस्त्याच्या बहुतेकसा भाग नदीत कोसळला होता आणि मोठमोठे खडक कोसळून पुढे जाण्याचा मार्गच बंद झाला होता. आमच्या कुटुंबीयांना व मित्रपरिवाराला जगाची अखेर होणार, असं वाटलं होतं. त्यांनी तिथल्या अवस्थेचं वर्णन केलं... मोठमोठे खडक गर्जना करत डोंगरावरून खाली गडगडत येत होते आणि सगळे लोक कुरआन म्हणत घराबाहेर पळत येत

होते. छतं कोसळून पडताच किंकाळ्या आणि मेंढ्या-म्हशींचा करुण हंबरडा कानावर येत होता. भूकंपाचे धक्के सुरूच असल्यामुळे पर्वतराजींतल्या प्रचंड थंडीच्या कडाक्यातसुद्धा त्यांनी ऊब मिळवण्यासाठी एकत्र जमून अंगाची गठडी वळून सगळा दिवस आणि रात्रसुद्धा घराबाहेरच काढली होती.

अगदी सुरुवातीला तिथे स्थित असलेल्या एका परदेशी मदत एजन्सीचे काही कर्मचारी तिथे बचावकार्यासाठी पोचले, तसंच 'तहरिक-ए-निजाफ-ए-शरिआ-ए-मोहम्मदी' (TNSM) किंवा 'मूव्हमेन्ट फॉर द एन्फोर्समेन्ट ऑफ इस्लामिक लॉ' या सुफी मोहम्मद यांनी स्थापन केलेल्या समूहाचे स्वयंसेवकही तिथे मदतीला धावले होते. या समूहानेच अफगाणिस्तानला लढण्यासाठी माणसं पाठवली होती. २००२ सालापासून सुफी मोहम्मद तुरुंगात होते. अमेरिकेच्या दबावामुळे मुशर्रफनी अतिरेकी नेत्यांना अटक केलं होतं. त्यात त्यांनाही अटक झाली होती, पण अजूनही त्यांची संघटना कार्यरत होती. त्यांचा जावई मौलाना फजलुल्लाह ही संघटना चालवत होता. शांगलासारख्या ठिकाणी पोचणं अधिकाऱ्यांसाठी भलतंच अवघड होतं. कारण बहुतेकसे रस्ते आणि पूल नष्ट झाले होते. संपूर्ण प्रदेशात स्थानिक सरकारचं अस्तित्वच उरलं नव्हतं. आम्ही टीव्हीवर संयुक्त राष्ट्रसंघाच्या एका अधिकाऱ्याची प्रतिक्रिया ऐकली – ''द वर्स्ट लॉजिस्टिकल नाइटमेअर दॅट द यूएन हॅड एव्हर फेस्ड!''

जनरल मुशर्रफनी याला देशाची कसोटी असल्याचं म्हटलं होतं आणि त्यांनी लष्करामार्फत 'ऑपरेशन लाइफलाइन' सुरू केल्याचं जाहीर केलं. आमच्या लष्कराला त्यांच्या मोहिमांना नाव द्यायला फार आवडतं. बातम्यांमध्ये लष्कराची हेलिकॉप्टर्स आवश्यक वस्तू व तंबू घेऊन निघाल्याचं पाहायला मिळत होतं, पण अनेक अरुंद दऱ्यांमध्ये हेलिकॉप्टर्स उतरूच शकत नव्हती. त्यांनी वरून खाली सोडलेल्या वस्तूंची पुडकी बरेचदा उतारावरून घसरून नदीत जाऊन पडत होती. काही ठिकाणी, हेलिकॉप्टर्स दिसली की तिथले सगळे लोक त्याखाली गर्दी करत होते, त्यामुळे त्यांना तिथे सुरक्षितपणे वस्तू खाली सोडणं अशक्य होत होतं.

पण काही मदत मात्र पोचली. अमेरिकेने अत्यंत जलद मदत पुरवली, कारण त्यांच्या हजारो तुकड्या व शेकडो हेलिकॉप्टर्स अफगाणिस्तानात होती. त्यामुळे ते आम्हाला अगदी सहज मदत करू शकले आणि आमच्या गरजेच्या वेळी आम्हाला मदत करत असल्याचं दाखवू शकले, पण काही 'क्रू'वाल्यांनी हल्ल्याच्या भीतीनं हेलिकॉप्टर्सवरील अमेरिकी खुणा झाकल्या होत्या. या वेळी दुर्गम भागातील अनेक लोकांनी परदेशी माणूस प्रथमच पाहिला होता.

स्वयंसेवकांपैकी बहुतेक जण इस्लामी धर्मादाय संस्था व संघटनांकडून आले होते, पण यातील काही जण अतिरेकी गटांसाठी गुप्तपणे काम करणारे होते.

त्यातील सर्वांत लक्षात येणारी संघटना म्हणजे 'जमात-उल-दावा' (JUD) 'लष्कर-ए-तैबा'ची वेल्फेअर विंग. लष्कर-ए-तैबाचे आयएसआयशी जवळचे संबंध होते, त्यांना काश्मीर स्वतंत्र करायचं होतं. काश्मीरमध्ये बहुसंख्य मुस्लीम लोकसंख्या असल्यामुळे तो भारताचा नव्हे, तर पाकिस्तानचा भाग असावा असं आम्हाला वाटतं. लष्कर-ए-तैबाचा जहाल नेता हफिज सईद लाहोरचा प्रोफेसर होता. तो बरेचदा लोकांना भारतावर हल्ला करण्याचं टीव्हीवरून आवाहन करत असतो. भूकंप झाल्यानंतर आमच्या सरकारने भूकंपग्रस्तांच्या मदतीसाठी फारसं काही केलं नाही, तेव्हा 'जेयूडी'नं मदतीसाठी छावण्या उभारल्या. तिथे कलाश्निकोव्ह बंदुका आणि वॉकी-टॉकी घेतलेले लोक गस्त घालत होते. ही माणसं लष्कर-ए-तैबाची आहेत हे सर्वांना माहीत होतं. लवकरच त्यांचे काळे-पांढरे, परस्परांना छेदणाऱ्या तलवारींचं चित्र असलेले फलक डोंगरदऱ्यांत सर्वत्र फडकू लागले. 'आजाद काश्मीर'मधील मुजफ्फराबादमध्ये तर 'जेयूडी'नं भलंमोठं 'फिल्ड हॉस्पिटल' उभारलं होतं. हे हॉस्पिटल क्ष-किरण यंत्र, शस्त्रक्रियेची सुविधा, औषधांचा भरपूर साठा, दंतचिकित्सा विभाग अशा सोयींनी सुसज्ज होतं. हजारो तरुण स्वयंसेवकांबरोबरच डॉक्टर्स व शल्यविशारदांनीही तिथे स्वेच्छेने काम करण्याची तयारी दर्शवली होती.

भूकंपग्रस्तांनी या कार्यकर्त्यांची प्रशंसा केली. कारण या कार्यकर्त्यांनी त्या उद्ध्वस्त दऱ्याखोऱ्यातून कष्टप्रद पायपीट करत; अगदी दुर्गम भागांतसुद्धा वैद्यकीय मदत पोचवली होती. त्यांनी उद्ध्वस्त खेडी पुन्हा उभारण्याच्या कामी मदत केली होती, तसंच प्रार्थना करण्यासाठी व मृतदेहांचं दफन करण्याच्या कामातही पुढाकार घेतला होता.

अगदी आजही, बहुतेकशा परदेशी मदत संस्था परत गेल्या आहेत, कोसळलेल्या घरांचे अवशेष अजूनही रस्त्याकडेला दिसत आहेत, लोक अद्याप सरकारकडून नुकसानभरपाई मिळण्याच्या प्रतीक्षेत आहेत, पण जेयूडीचे फलक आणि मदतनीस मात्र अजूनही तिथे हजर आहेत. माझ्या इंग्लंडमध्ये शिकणाऱ्या एका भावाने सांगितलं की, तिथल्या पाकिस्तानी लोकांकडून त्यांनी बराच निधी गोळा केला होता. पुढे लोक म्हणू लागले की, यातील काही पैसा ब्रिटनहून अमेरिकेला जाणाऱ्या विमानांत बॉम्बहल्ले घडवण्याच्या कामासाठी वळवण्यात आला.

या भूकंपात प्रचंड जीवितहानी झाली. त्यात अनेक मुलं पोरकी झाली... जवळजवळ ११ हजार. आमच्या संस्कृतीमध्ये अनाथ मुलांना परिवारातील कुणीतरी सांभाळतं, पण या भूकंपाचा तडाखा इतका भयंकर होता की, अख्खी कुटुंबच्या कुटुंब खलास झाली, किंवा जी कुटुंब वाचली, त्यांचं सर्वस्व गमावलं होतं, त्यामुळे ते अशा मुलांची जबाबदारी घेण्याच्या अवस्थेत नव्हते. या सर्वांची काळजी राज्य घेईल असं सरकारने कबूल केलं, पण बहुतेकशा सरकारी वचनांप्रमाणेच हे

वचनही पोकळ असल्याचं जाणवलं. माझ्या वडिलांच्या कानावर आलं की, यातील अनेक मुलांना जेयूडीने आसरा दिला आणि त्यांच्या मदरशांमध्ये या मुलांच्या राहण्याची व्यवस्था केली. पाकिस्तानमध्ये मदरसा ही एक प्रकारची कल्याणकारी यंत्रणा असते. तिथे भोजन व निवासाची मोफत व्यवस्था असते, पण तिथे नेहमीचा अभ्यासक्रम शिकवला जात नाही. तिथे मुलं कुरआन तोंडपाठ करतात. तिथे त्यांना शिकवलं जातं की, विज्ञान किंवा साहित्य असं काही नसतंच, डायनॉसोर कधीच अस्तित्वात नव्हते, माणूस कधीही चंद्रावर गेलेला नाही!

या भूकंपानंतर संपूर्ण देश कितीतरी काळ धक्क्यातून सावरला नव्हता. आम्ही आधीच आमचे राजकारणी आणि लष्करी हुकूमशहा यांमुळे अत्यंत दुर्दैवी होतोच, आता साऱ्यावर कळस म्हणून आम्हाला नैसर्गिक आपत्तीलाही तोंड द्यावं लागलं होतं. 'टीएनएसएम'चे मुल्ला सांगत होते की, भूकंप हा देवानं दिलेला धोक्याचा इशारा आहे.

"जर आपण आपलं वागणं सुधारलं नाही आणि शरिअत किंवा इस्लामी कायद्यानुसार वागलो नाही..." ते कडाडत असत, "तर यापेक्षा भयंकर शिक्षा होईल!"

◆

भाग २

मृत्यूची दरी

رباب منگیه وخت د تېر شو   د کلي خوا ته طالبان راغلي دينه

Rabab mangia wakht de teer sho
Da kali khwa ta Talibaan raaghali dena

निरोपाचं संगीत! तुमची सर्वांत मधुर धूनसुद्धा मिटून ठेवा
गावात आलेल्या तालिबानने सगळे ओठ बंद केलेत...

९

रेडिओ मुल्ला

तालिबानने आमच्या खोऱ्यात प्रवेश केला तेव्हा मी १० वर्षांची होते. मोनिबा आणि मी त्या वेळी 'ट्वायलाइट' पुस्तकं वाचायचो. 'व्हॅम्पायर' व्हावं अशी आमची तीव्र इच्छा होती. आमच्या दृष्टीने तालिबान रात्रीच्या वेळी व्हॅम्पायर्ससारखेच आले होते. ते लोक गटागटाने दिसायचे, त्यांच्याजवळ सुरे व कलाश्निकोव्ह बंदुका असायच्या. ते पहिल्यांदा स्वातच्या वरच्या बाजूला माट्टाच्या डोंगराळ भागात दिसू लागले. सुरुवातीला ते स्वत:ला 'तालिबान' म्हणवत नव्हते. आम्ही फोटोत जे फेटाधारी, डोळ्यांच्या कडा काळ्या असणारे अफगाण तालिबान पाहिले होते, त्यांच्यासारखे ते दिसत नव्हते.

ही माणसं वेगळीच दिसायची. त्यांचे केस आणि दाढी लांब, विसकटलेली दिसायची, ते सलवार-कमीजवर लांब जाकीट घालायचे आणि त्यांची सलवार घोट्याच्या चांगली वर असायची. त्यांच्या पायात जॉगिंगचे बूट किंवा स्वस्त प्लॅस्टिकच्या सँडल असायच्या. कधीकधी त्यांचं डोकं पूर्ण झाकलेलं असायचं, डोळ्यांच्या जागी फक्त दोन भोकं असायची. ते त्यांच्या फेट्याच्या काठाला फर्कन् नाक शिंकरायचे. त्यांनी काळा बिल्ला लावलेला असायचा, त्यावर 'शरिअत या शहादत' असं लिहिलेलं असायचं. म्हणजे, शरिआ कायदा वा हौतात्म्य. काही वेळा त्यांचे फेटे काळ्या रंगाचे असायचे, म्हणून लोक त्यांना 'तोर पतकी' म्हणजेच 'काळे फेटेवाली ब्रिगेड' असं म्हणायचे. ते लोक इतके काळे आणि घाणेरडे दिसत की, माझ्या वडिलांच्या एका मित्राने 'अंघोळ न केलेले आणि न्हावी न मिळालेले लोक' असं त्यांचं वर्णन केलं होतं.

त्यांचा नेता होता, मौलाना फजलुल्लाह. हा २८ वर्षांचा तरुण 'पुली

चेअर'मधून स्वात नदी पार करायचा. त्याला बालपणी पोलिओ झाल्यामुळे तो उजवा पाय ओढत चालायचा. 'टीएनएसएम'चे संस्थापक मौलाना सुफी मोहम्मद यांच्या मदरशात त्यांचं शिक्षण झालं होतं आणि त्यांच्याच मुलीशी लग्नही झालं होतं. २००२ साली अतिरेकी नेत्यांना अटक झाली तेव्हा सुफी मोहम्मदनांही अटक झाली. त्यामुळे फजलुल्लाहने या चळवळीचं नेतृत्व हाती घेतलं. भूकंपाच्या आधी, काही दिवस फजलुल्लाह इमाम देरी या मिंगोरापासून अवघ्या काही मैलांवर असलेल्या छोट्या खेड्यात आला होता आणि स्वात नदीच्या पलीकडल्या तीरावर असलेल्या या खेड्यात त्याने अवैध रेडिओ केंद्र सुरू केलं होतं.

आमच्या खोऱ्यात आम्हाला बहुतेकशी माहिती रेडिओद्वारे मिळायची, कारण बऱ्याच लोकांकडे टीव्ही नव्हते आणि बरेच जण अशिक्षित होते. त्यामुळे लवकरच सगळीकडे या रेडिओ केंद्राची चर्चा सुरू झाली. हे रेडिओ केंद्र 'मुल्ला एफएम' म्हणून आणि फजलुल्लाह 'रेडिओ मुल्ला' म्हणून ओळखला जाऊ लागला! रोज रात्री आठ ते दहा आणि पुन्हा सकाळी सात ते नऊ या वेळेत या केंद्रावरून प्रसारण होऊ लागलं.

सुरुवातीला फजलुल्लाह अत्यंत सुज्ञपणे बोलत असे. त्याने स्वत:ची ओळख इस्लामी सुधारक व कुरआनचा व्याख्याता अशी करून दिली होती. माझी आई अतिशय धर्मपरायण आहे, त्यामुळे सुरुवातीला तिला फजलुल्लाह आवडला होता. तो या रेडिओ केंद्रावरून लोकांना चांगल्या सवयी आत्मसात करण्यासाठी प्रोत्साहित करत असे आणि वाईट वागणुकीचा त्याग करावा, असं आवाहन करत असे. तो पुरुषांनी दाढी राखावी असं सांगत असे. पण धूम्रपान आणि तंबाखू चघळणं बंद करावं असं सांगत असे. तसंच, लोकांनी हेरॉइन आणि चरस, आमच्या भाषेत हशिशचं सेवन बंद करावं असं आवाहन करत असे. तो लोकांना प्रार्थनेआधी विधीपूर्वक स्नानाची सुयोग्य पद्धत सांगत असे. सर्वप्रथम कोणता अवयव स्वच्छ धुवायचा हे सांगत असे. तो लोकांना त्यांचे खासगी अवयव कसे स्वच्छ धुवायचे हेसुद्धा सांगत असे.

कधीकधी त्याचा स्वर अगदी समजुतीचा असे. लहान मुलांना एखादी गोष्ट करायची नसते, तेव्हा मोठी माणसं त्यांनी ती करावी यासाठी त्यांच्या मागे लागतात, त्यांना समजावून सांगतात तसा तो बोलायचा. काही वेळा मात्र तो धडकी भरवणारा आणि अत्यंत जहाल असे. तो त्याच्या इस्लामप्रेमाबद्दल सांगताना बरेचदा रडत असे. तो थोडावेळ बोलत असे, त्यानंतर त्याचा प्रतिनिधी शाह दौरान येत असे. हा माणूस बाजारात सायकलवरून खाऊ विकायचा. ते लोकांना संगीत ऐकणं, चित्रपट आणि नृत्य न पाहण्याचा सल्ला देत असत.

"अशा पापकृत्यांमुळेच भूकंपाचं संकट ओढवलं आहे." फजलुल्लाह कडाडत

असे, ''आणि जर लोकांनी हे थांबवलं नाही तर ते पुन्हा देवाच्या क्रोधाला आमंत्रण दिल्यासारखं होईल.'' आमच्या देशात कुरआन आणि हदिथ शिकवताना मुल्ला लोक बरेचदा त्याचा चुकीचा अर्थ सांगतात. कारण, मूळ अरबी भाषा अगदी थोड्या लोकांना समजते. या अज्ञानाचा फजलुल्लाहने गैरफायदा घेतला.

''अबा, हे बरोबर सांगत आहेत?'' मी माझ्या वडिलांना विचारलं. भूकंपाच्या वेळी किती धडकी भरली होती, ते मला आठवत होतं.

''नाही गं, जानी,'' ते म्हणाले, ''तो फक्त लोकांना मूर्ख बनवतोय.''

माझे वडील म्हणाले की, या रेडिओ केंद्राची त्यांच्या स्टाफरूममध्येही चर्चा होती. त्या वेळेपर्यंत आमच्या शाळेत एकूण ७० शिक्षक होते, साधारण ४० पुरुष आणि ३० महिला. काही शिक्षक फजलुल्लाहविरोधी होते, पण बऱ्याच जणांचा त्याला पाठिंबा होता. लोकांना वाटत होतं की, तो पवित्र कुरआनचा उत्कृष्ट व्याख्याता आहे, त्याच्या करिष्म्याचं त्यांना कौतुक वाटत होतं. त्याचं इस्लामी कायदा परत आणण्यासंबंधीचं वक्तव्य त्यांना आवडत होतं. कारण, आमचा प्रदेश पाकिस्तानमध्ये विलीन झाल्यानंतर आमच्या न्यायव्यवस्थेच्या जागी आलेल्या पाकिस्तानी न्यायव्यवस्थेमुळे सर्व जण निराश झाले होते. जमिनीच्या वादांचे दावे तर आमच्या भागात अगदी सर्रास होत असत. या पूर्वी चटकन् सोडवल्या जाणाऱ्या वादांचा आता न्यायालयामार्फत निकाल मिळायला १० वर्षं लागत होती. आमच्या खोऱ्यात पाठवले जाणारे भ्रष्ट सरकारी अधिकारी परत जावेत, असं सर्वांनाच वाटत होतं. फजलुल्लाह पुन्हा अखेरच्या वलींच्या काळातल्यासारखं, आमचं जुनं राजाचं राज्य आणणार आहे असंच जणू त्यांना वाटत होतं.

त्यानंतर सहा महिन्यांत लोक टीव्ही, डीव्हीडी, सीडी टाकून देऊ लागले. फजलुल्लाहची माणसं ते सगळं गोळा करून रस्त्यावर त्यांचा भलामोठा ढीग पेटवून द्यायचे, त्याच्या दाट काळ्या धुराचे ढग आभाळात उंचउंच जायचे. सीडी आणि डीव्हीडीची शेकडो दुकानं स्वयंस्फूर्तीने बंद झाली. या दुकानदारांना तालिबानने नुकसानभरपाईची रक्कम दिली. माझ्या भावांना आणि मला फार चिंता वाटत होती. कारण आम्हाला आमचा टीव्ही खूप प्रिय होता, पण माझ्या वडिलांनी आम्हाला धीर दिला की, आपण टीव्ही टाकून-बिकून द्यायचा नाहीये. मग सुरक्षितता म्हणून आम्ही टीव्ही कपाटात ठेवला. आम्ही टीव्ही पाहताना त्याचा आवाज कमी ठेवायचो. कारण, तालिबान लोकांच्या दाराला कान लावून ऐकतात, आत टीव्ही सुरू असेल तर जबरदस्तीने घरात घुसतात, टीव्ही उचलून नेतात आणि रस्त्यावर नेऊन त्याचा चुराडा करतात, असं म्हटलं जायचं. आम्हाला अत्यंत प्रिय असलेल्या बॉलिवुड चित्रपटांचा फजलुल्लाहला तिरस्कार होता. त्याने ते 'अ-इस्लामी' असल्याचं जाहीर केलं होतं. फक्त रेडिओला परवानगी होती, तालिबान गीतांखेरीज सगळं

संगीत हराम असल्याचं जाहीर करण्यात आलं होतं.

एकदा माझे वडील त्यांच्या एका मित्राला पाहायला हॉस्पिटलमध्ये गेले होते, तेव्हा तिथे बरेच रुग्ण फजलुल्लाहच्या प्रवचनांच्या कॅसेट्स ऐकत होते.

''तुम्ही मौलाना फजलुल्लाहना भेटाच,'' लोकांनी त्यांना सांगितलं, ''ते थोर विद्वान आहेत.''

''त्याने मध्येच शाळा सोडली आहे, आणि त्याचं खरं नाव फजलुल्लाह नाहीये,'' माझ्या वडिलांनी त्यांना सणसणीत प्रत्युत्तर दिलं, पण ते ऐकायला तयार नव्हते. लोकांना फजलुल्लाहचे शब्द आणि त्याचा धार्मिक कल्पनाविलास आवडू लागला होता. त्यामुळे माझे वडील निराश झाले होते.

''हे हास्यास्पद आहे,'' माझे वडील म्हणायचे. ''हा तथाकथित विद्वान अज्ञान पसरवत आहे.''

फजलुल्लाह दुर्गम भागातील लोकांमध्ये विशेष लोकप्रिय होता. कारण, जेव्हा भूकंप झाला त्या वेळी सरकार कुठेही दिसत नसताना टीएनएसएमच्या स्वयंसेवकांनी कशी मदत केली होती, हे लोकांना स्मरत होतं. काही ठिकाणी मशिदींमध्ये रेडिओला ध्वनिक्षेपक जोडले होते, ज्यायोगे त्याचं प्रसारण खेडोपाडी, रानावनांत सर्वत्र सगळ्यांना ऐकता यावं. या कार्यक्रमातील सर्वांत लोकप्रिय भाग दररोज संध्याकाळी व्हायचा. त्या वेळी तो लोकांचा नामोल्लेख करायचा.

तो सांगायचा की, ''अमुक-अमुक चरस ओढायचे, पण हे पाप असल्यामुळे त्यांनी ते सोडलं आहे.''

किंवा ''क्षने दाढी राखल्याबद्दल मी त्याचे अभिनंदन करतो.''

किंवा ''यने त्याचं सीडीचं दुकान बंद केलं आहे.''

त्यांना याचं भविष्यात पुढच्या जन्मी फळ मिळेल, असं तो सांगायचा. लोकांना आपलं नाव रेडिओवर ऐकायला आवडायचं. तसंच आपले कोण कोण शेजारी पाप करत होते हेही त्यांना ऐकायला आवडायचं, मग त्यांना चर्चेला खाद्य मिळायचं : ''तुम्ही त्या अगक्या-तमक्याचं ऐकलंत का?''

मुल्ला एफएम लष्करावर विनोद करत असे. फजलुल्लाहने पाकिस्तानी सरकारी अधिकाऱ्यांना 'काफर' घोषित केलं होतं. ते शरिआ कायदा आणण्याच्या विरोधात आहेत असं त्याचं म्हणणं होतं. त्याने सांगितलं की, जर त्यांनी त्याची अंमलबजावणी केली नाही, तर माझी माणसं तो लागू करतील आणि त्यांचे तुकडेतुकडे करतील.

त्याचा एक आवडता विषय म्हणजे खानांच्या सरंजामशाही पद्धतीतील अन्याय. खानांना त्यांच्या कर्माची फळ भोगायला लागणार याचा गरीब लोकांना आनंद झाला. त्यांना फजलुल्लाह रॉबिन हूडसारखा वाटत होता आणि फजलुल्लाहच्या

हाती सत्ता येईल तेव्हा तो खानांच्या जमिनी गरिबांना देईल असा त्यांना विश्वास वाटत होता. त्यामुळे काही खान मंडळी पळून गेली. माझे वडील 'खानगिरी'च्या विरुद्ध होते, पण ते म्हणत की, तालिबान त्यापेक्षाही भयंकर आहे.

माझ्या वडिलांचे मित्र हिदायतुल्ला पेशावरमध्ये सरकारी अधिकारी झाले होते. त्यांनी आम्हाला सावध केलं, ''ही अतिरेक्यांची कार्यपद्धती असते. त्यांना लोकांच्या मनात आणि हृदयात स्थान मिळवायचं असतं, त्यासाठी ते सर्वप्रथम स्थानिक समस्यांवर लक्ष केंद्रित करतात आणि त्यासाठी जबाबदार असणाऱ्यांना लक्ष्य करतात. अशा प्रकारे ते बहुसंख्य मूक जनतेचा पाठिंबा मिळवतात. वजिरीस्तानमध्ये त्यांनी असंच केलं. त्या वेळी ते अपहरणकर्ते आणि लुटारूंच्या मागे गेले होते... सत्तेवर आल्यानंतर मात्र तेच गुन्हेगारांसारखे वागतात.''

फजलुल्लाहचं प्रसारण बरेचदा स्त्रियांना उद्देशून असायचं. बरेचसे पुरुष घरापासून दूर असतात, ते दक्षिणेकडे कोळसा खाणीत काम करतात किंवा आखातात बांधकाम उद्योगात काम करतात हे त्याला माहीत असणार.

काही वेळा तो सांगत असे, ''पुरुषांनो, तुम्ही बाहेर जा. मी महिलांशी बोलणार आहे.''

मग तो सांगायचा, ''महिला त्यांच्या घरातील जबाबदाऱ्या पार पाडण्यासाठी असतात. फक्त आणीबाणीच्या प्रसंगी त्या बाहेर जाऊ शकतात, पण त्या वेळी त्यांनी बुरखा परिधान केलाच पाहिजे.''

कधीकधी त्याची माणसं आधुनिक कपडे फडकवून सांगत असत की, त्यांना लाज आणणाऱ्या 'ऱ्हासोन्मुख स्त्रियां'कडून हे कपडे काढून घेतले आहेत.

शाळेत माझ्या मैत्रिणी त्यांच्या आया रेडिओ मुल्ला ऐकतात असं सांगायच्या, पण आमच्या मुख्याध्यापिका मॅडम मरियम आम्हाला 'ते ऐकू नका' असं सांगायच्या. आमच्या घरी माझ्या आजोबांचा जुना रेडिओ होता. तो मोडला होता, पण माझ्या आईच्या मैत्रिणी ते सगळं ऐकून माझ्या आईला सांगायच्या. त्या फजलुल्लाहची स्तुती करायच्या. त्याचे लांब केस, त्याचं घोड्यावर स्वार होणं, त्याचं प्रेषितांसारखं वागणं... या सगळ्याबद्दल बोलायच्या. बायका त्याला त्याची स्वप्नं सांगत असत आणि तो त्यांच्यासाठी प्रार्थना करत असे. माझी आई या गोष्टी आवडीने ऐकत असे, पण माझे वडील मात्र भयचकित होत.

फजलुल्लाहच्या शब्दांनी माझ्या डोक्यात गोंधळ उडायचा. पुरुषांनी बाहेर जावं आणि बायकांनी दिवसभर घरी काम करावं, असं पवित्र कुरआनमध्ये लिहिलेलं नाही. मी माझ्या आईला पाहतच होते... पश्तून स्त्रिया किती ताकदवान आणि कणखर असतात ते मला माहीत होतं. माझ्या आजोबांना अपघातात कंबरेला मोठी दुखापत झाली होती, त्यामुळे ते आठ वर्षं अंथरुणाला खिळून होते. त्या वेळी

माझ्या आजीने – आईच्या आईने – आठ मुलांचा संसार सांभाळला होता.

पुरुष बाहेर जाऊन काम करतो, पगार मिळवतो, घरी येतो, जेवतो, झोपतो. तो एवढंच करतो. आमच्या पुरुषांना वाटतं की, पैसा कमावणं आणि आजूबाजूच्यांना हुकूम देणं म्हणजे सामर्थ्य. दिवसभर घरी प्रत्येक गोष्ट सांभाळणाऱ्या आणि त्यांच्या मुलांना जन्म देणाऱ्या बाईच्या हातात ताकद आहे असा विचार ते करत नाहीत. माझे वडील त्यांच्या कामात अतिशय गर्क असल्यामुळे माझी आई आमच्या घरातील प्रत्येक गोष्ट सांभाळायची. माझी आई रोज सकाळी लवकर उठायची, आमच्या कपड्यांना इस्त्री करायची, आमच्यासाठी नाश्ता बनवायची, आम्हाला कसं वागावं ते शिकवायची. बाजारहाट, खरेदी, स्वयंपाक हे काम आईच करायची. हे सगळे तिने सांभाळलं होतं.

तालिबानच्या पहिल्या वर्षात माझ्यावर दोन शस्त्रक्रिया झाल्या. एक अपेंडिक्स काढण्याची आणि दुसरी टॉन्सिल काढण्याची. खुशालचीही अपेंडिक्सची शस्त्रक्रिया झाली. त्या वेळीसुद्धा माझ्या आईनेच आम्हाला दवाखान्यात नेलं होतं. माझे वडील फक्त आम्हाला पाहायला आले होते आणि त्यांनी आइसक्रीम आणून दिलं होतं. आणि तरीही, स्त्रियांनी बाहेर जाऊ नये आणि त्या ज्यांच्याशी लग्न करू शकत नाहीत असे नातेवाईक वगळता त्यांनी इतर पुरुषांशी बोलू नये असं कुरआनमध्ये लिहिलं आहे या सांगण्यावर माझ्या आईचा विश्वास बसायचा.

माझे वडील तिला म्हणायचे, ''पेकई, पडदा फक्त बुरख्यात नसतो, तो मनात असतो.''

फजलुल्लाहाचं बोलणं ऐकून बऱ्याच बायका इतक्या भारावल्या होत्या की, त्या त्याला सोनंनाणं व पैसे देत असत, विशेषत: गरीब खेड्यापाड्यांतल्या स्त्रिया व ज्यांचा नवरा परदेशी नोकरी करत आहेत अशा स्त्रिया. अशा स्त्रियांसाठी टेबल टाकण्यात आली होती, तिथे या बायका रांगा लावून त्यांच्या लग्नातील सोन्याच्या बांगड्या आणि हार देत असत. काही जणी हे त्यांच्या मुलांकरवी पाठवून द्यायच्या. काही बायकांनी तर त्यांची आयुष्यभराची पुंजी दिली, देव प्रसन्न होईल या विश्वासाने.

मग त्याने इमाम देरीमध्ये लाल विटांचं विस्तीर्ण मुख्यालय बांधायला सुरुवात केली. तिथे मदरसा, मशीद, सगळं काही होतं आणि स्वात नदीचं पाणी आत येऊ नये यासाठी मोठा बांध व भिंती उभारण्यात येत होत्या. त्याने सिमेंट व सळया कुठून आणल्या होत्या, ते कुणालाच माहीत नव्हतं. पण तिथे कामगार मात्र स्थानिक होते. बांधकामासाठी प्रत्येक खेड्यातून आळीपाळीने माणसं पाठवावी लागत असत.

एके दिवशी आमचे उर्दूचे शिक्षक नवाब अली माझ्या वडिलांना म्हणाले,

"उद्या मी शाळेत येऊ शकणार नाही."

माझ्या वडिलांनी त्यांना कारण विचारलं असता त्यांनी सांगितलं की, दुसऱ्या दिवशी फजलुल्लाहच्या बांधकामावर कामाला जाण्याची त्यांच्या खेड्याची पाळी होती.

"विद्यार्थ्यांना शिकवणं ही तुमची पहिली जबाबदारी आहे," माझे वडील म्हणाले.

माझे वडील त्या दिवशी धुमसतच घरी आले.

"लोकांनी जर अशाच प्रकारे शाळा उभारण्यास किंवा रस्ते बांधण्यास किंवा प्लॅस्टिकचा कचरा हटवून नदी स्वच्छ करण्यास मदत केली तर खरोखर फक्त वर्षभरात पाकिस्तानचं नंदनवन होईल!" ते म्हणाले, "त्यांचं औदार्य फक्त मशीद आणि मदरशासाठी मदत करण्यापुरतंच असतं."

त्यानंतर काही आठवड्यांनी, याच शिक्षकांनी माझ्या वडिलांना सांगितलं, "इथून पुढे मी मुलींना शिकवू शकणार नाही. कारण, मौलानांना ते आवडत नाही."

माझ्या वडिलांनी त्यांना समजावण्याचा खूप प्रयत्न केला.

"स्त्री शिक्षकांनी मुलींना शिकवलं पाहिजे हे मला मान्य आहे," ते म्हणाले, "पण मुळात आपण आधी मुलींना शिकवलं तर पाहिजे. म्हणजे त्या शिक्षिका होऊ शकतील!"

एके दिवशी सुफी मोहम्मदनी तुरुंगातून जाहीर केलं की, स्त्रियांना शिक्षण देऊ नये, अगदी मुलींच्या मदरशातसुद्धा त्यांना शिक्षण देऊ नये.

"इस्लामने महिला मदरशाला परवानगी दिल्याचं इतिहासातील एखादं उदाहरण जर कुणी दाखवू शकत असेल तर त्यांनी येऊन माझ्या दाढीवर मुतावं!" असं त्यांनी जाहीर केलं.

मग 'रेडिओ मुल्ला'ने शाळांना लक्ष्य केलं. त्याने शाळा प्रशासनाच्या विरुद्ध बोलायला आणि शाळा सोडणाऱ्या मुलींचं अभिनंदन करायला सुरुवात केली.

"कुमारी अमुक-अमुकनं शाळेत जाणं बंद केलं आहे, त्यामुळे आता ती स्वर्गात जाईल," तो सांगायचा. किंवा "य खेड्यातील कुमारी क्षने पाचवीतून शाळा सोडली आहे. मी तिचं अभिनंदन करतो."

माझ्यासारख्या अजूनही शाळेत जात असलेल्या मुलींना तो 'म्हशी आणि मेंढ्या' म्हणायचा.

शिक्षण घेण्यात इतकं काय गैर आहे, हे आम्हा मैत्रिणींना समजत नव्हतं.

"त्यांना मुलींनी शाळेत जाऊ नये असं का वाटतं?" मी माझ्या वडिलांना विचारलं.

"ते लेखणीला घाबरतात," माझे वडील उत्तरले.

त्यानंतर आमच्या शाळेतल्या आणखी एका लांब केस ठेवलेल्या गणिताच्या शिक्षकांनीही मुलींना शिकवण्यास नकार दिला. त्यामुळे माझ्या वडिलांनी त्यांना नोकरीवरून कमी केलं, पण बाकी काही शिक्षकांनी चिंतातुर होऊन, माझ्या वडिलांकडे एक शिष्टमंडळ पाठवलं.

"सर, तुम्ही असं करू नका." त्यांनी विनंती केली, "सध्या वाईट दिवस आले आहेत, त्यांना इथेच राहू दे, आम्ही त्यांचं काम करू."

अशा प्रकारे दररोज नवा हुकूम निघत होता. फजलुल्लाहने ब्यूटी पार्लर्स बंद केली आणि दाढी करण्यावर बंदी घातली. त्यामुळे न्हावी बेकार झाले. माझे वडील फक्त मिशा ठेवत असत, त्यांनी तालिबानमुळे मी दाढी वाढवणार नाही असं सांगितलं. तालिबानने महिलांना बाजारात जायचं नाही असं सांगितलं होतं. चीना बाजारमध्ये न जाण्याने मला काही फरक पडला नाही. मला खरेदी आवडत नाही, पण माझ्या आईला मात्र आवडते. तिला सुंदर पोशाख आवडतात, पण तेव्हा आमची परिस्थिती फारशी चांगली नव्हती.

माझी आई मला नेहमी सांगायची, "चेहरा झाकून घे... लोक तुझ्याकडे बघताहेत."

त्यावर मी म्हणायचे, "काय फरक पडतो, मीसुद्धा त्यांच्याकडे बघतीय." मग ती माझ्यावर भयंकर चिडायची.

माझी आई आणि तिच्या मैत्रिणी बाहेर खरेदीला जाता येत नसल्यामुळे फार वैतागल्या होत्या, विशेषत: ईदच्या सुट्टीच्या आधी. तेव्हा आम्ही साजशृंगार करतो, दिव्यांच्या माळांनी उजळलेल्या बांगड्यांच्या व मेंदीच्या दुकानात जातो. हे सगळं बंद झालं होतं. बायका बाजारात गेल्या तर त्यांच्यावर हल्ला होत नसे, पण तालिबान त्यांच्यावर ओरडून त्यांना धमकावत आणि त्यांना घरी राहायला भाग पाडत. एक तालिब अख्ख्या खेड्यात दहशत निर्माण करू शकायचा. आम्हा मुलांनासुद्धा खूप संताप यायचा. सर्वसाधारणपणे सुट्टीत नवे चित्रपट प्रदर्शित व्हायचे, पण फजलुल्लाहने डीव्हीडीची दुकानं बंद केली होती. तेव्हा माझी आईसुद्धा फजलुल्लाहला कंटाळली होती, विशेषत: त्याने शिक्षणविरोधी प्रवचनं झोडायला आणि जे शाळेत जातात ते नरकात जातील, असं सांगायला सुरुवात केली तेव्हापासून.

त्यानंतर फजलुल्लाहने 'शुरा' म्हणजेच एक प्रकारचं स्थानिक न्यायालय भरवण्यास सुरुवात केली. इथे न्याय जलद मिळत असल्यामुळे लोकांना ही पद्धत आवडली. पाकिस्तानी सरकारी न्यायालयात न्याय मिळण्यास विलंब होत असे. तिथे वर्षानुवर्षं वाट पाहावी लागते आणि लाच द्यावी लागते असं कानावर येत

असे. लोक व्यावसायिक बाबींपासून ते व्यक्तिगत भांडणांपर्यंत सगळ्या तक्रारी घेऊन फजलुल्लाह व त्याच्या माणसांकडे जाऊ लागले.

"माझा एक प्रश्न तीस वर्षं प्रलंबित होता, पण तो एका फटक्यात सुटला," एक माणूस माझ्या वडिलांना सांगत होता.

फजलुल्लाहच्या शुरामार्फत फटके मारण्याच्या शिक्षेसारख्या शिक्षा ठोठावल्या जायच्या. आम्ही हे यापूर्वी कधी पाहिलं नव्हतं. माझ्या वडिलांच्या एका मित्राने त्यांना सांगितलं की, दोन बायकांना पळवून नेण्यात सहभाग असल्याचा अपराध शुरांसमोर सिद्ध झाल्यामुळे तीन पुरुषांना सार्वजनिकरीत्या चाबकाने फोडलं जाताना त्यांनी पाहिलं होतं. फजलुल्लाहच्या केंद्राजवळ एक मंच उभारण्यात आला होता. शुक्रवारच्या प्रार्थनेच्या वेळी त्याला ऐकायला जमणारे शेकडो लोक ही चाबकाची शिक्षा पाहायला गोळा झाले होते आणि चाबकाच्या प्रत्येक फटक्यासोबत "अल्लाहू अकबर!", "देव महान आहे!" असा गजर करत होते. काही वेळा फजलुल्लाह काळ्या घोड्यावरून अवतरायचा.

त्याच्या माणसांनी पोलिओचे थेंब देणाऱ्या आरोग्यसेवकांना अडवलं. लसीकरण हे अमेरिकेचं मुस्लीम स्त्रियांना वांझ करण्याचं कारस्थान आहे – स्वातमधील लोक संपवण्यासाठी, असं त्याचं म्हणणं होतं.

"आजार होण्याआधीच तो दूर करणं हे शरिअत कायद्याला धरून नाही," फजलुल्लाहने रेडिओवर सांगितलं.

"तुम्हाला स्वातमध्ये कुठेही पोलिओचे थेंब पाजायला एकसुद्धा मूल सापडणार नाही."

फजलुल्लाहची माणसं रस्त्यावर गस्त घालायची. त्याचा आदेश धुडकावणाऱ्यांना शोधायची. आम्ही अफगाणिस्तानमधील तालिबान नीतिवादी पोलिसांबद्दल ऐकलं होतं, तशासारखं त्यांनी 'फाल्कन कमांडोज' म्हणून ओळखली जाणारी पोलीस यंत्रणा उभारली. हे पोलीस पिक-अप ट्रक्समधून मशीनगन घेऊन रस्त्यांवरून फिरायचे.

काही लोक समाधानी होते. एके दिवशी माझे वडील बँकेत गेले होते. तिथले मॅनेजर त्यांना म्हणाले, "फजलुल्लाह एक गोष्ट चांगली करतोय. ती म्हणजे, तो बायका-मुलींना चीना बाजारमध्ये जाण्याची बंदी करतोय, त्यामुळे आपला पुरुषांचा पैसा वाचतोय."

काही लोक मात्र मनातलं बोलून दाखवत होते. माझे वडील म्हणत की, बऱ्याच लोकांची अवस्था आपल्या गावातल्या न्हाव्यासारखीच आहे. तो एकदा माझ्या वडिलांसमोर कुरकुरत होता की, आत्ता माझ्याकडे फक्त ८० रुपयांचा गल्ला जमला आहे, पूर्वी माझ्या ड्रॉवरमध्ये याच्या दहापटीपेक्षा जास्त पैसे जमा होत

असत. याच्या आदल्याच दिवशी या न्हाव्याने एका पत्रकाराला तालिबान चांगले मुस्लीम असल्याचं सांगितलं होतं.

'मुल्ला एफएम'चं प्रसारण सुरू होऊन साधारण वर्षभराचा काळ गेल्यानंतर फजलुल्लाह अधिकच आक्रमक झाला. २००६ साली ऑक्टोबर महिन्याच्या अखेरीस, बजौरमधील मदरशावर अमेरिकी ड्रोन हल्ला झाला, त्यात जे लोक ठार झाले त्यामध्ये फजलुल्लाहचा भाऊ मौलाना लियाकत व लियाकतची तीन मुलं होती. या हल्ल्यात ८० लोक ठार झाले, त्यात काही १२ वर्षांची कोवळी मुलंसुद्धा होती. त्यांच्यापैकी काही स्वातमधून तिथे गेली होती. आम्हाला या हल्ल्यामुळे प्रचंड धक्का बसला होता. लोकांनी सूड घेण्याची प्रतिज्ञा केली. यानंतर १० दिवसांनी, इस्लामाबाद ते स्वात मार्गावरील दर्गाईमधील लष्करी बराकीवर एका आत्मघातकी बॉम्बरने स्वत:ला उडवून दिलं, त्यामध्ये ४२ पाकिस्तानी सैनिक ठार झाले. त्या काळी आत्मघातकी बॉम्बहल्ला ही गोष्ट पाकिस्तानात क्वचितच घडत असे. त्या वर्षात असे एकूण सहा हल्ले झाले. आणि हा पाकिस्तानी अतिरेक्यांनी आजवर घडवलेल्यातील सर्वांत मोठा हल्ला होता.

ईदच्या वेळी आम्ही बकरी किंवा मेंढ्या अशा प्राण्यांचा बळी देतो, पण फजलुल्लाहने सांगितलं की, "या ईदला दोन पायाच्या प्राण्यांचे बळी दिले जातील!"

लवकरच आम्हाला त्याच्या बोलण्याचा अर्थ पाहायला मिळाला. त्याच्या माणसांनी खान लोकांना आणि धर्मनिष्ठ व राष्ट्रीय पक्षाच्या विशेषत: 'अवामी नॅशनल पार्टी'(ANP)च्या कार्यकर्त्यांना ठार करायला सुरुवात केली. २००७ सालच्या जानेवारीत, माझ्या वडिलांच्या एका मित्राच्या जिवलग मित्राचं मुखत्राण घातलेल्या ८० बंदूकधारी माणसांनी त्याच्या खेड्यातून अपहरण केलं. या व्यक्तीचं नाव मलक बख्त बैदर. तो श्रीमंत खान कुटुंबातील होता आणि अवामी नॅशनल पार्टीचा स्थानिक उपाध्यक्ष होता. त्याचा मृतदेह त्यांच्या कुटुंबाच्या वडिलोपार्जित कबरस्तानात टाकून दिलेला आढळला. त्याचे हात-पाय सगळं मोडलेलं होतं. स्वातमधील ही पहिली 'लक्ष्य' हत्या होती. लोकांमध्ये चर्चा होती की, त्याने तालिबानची लपण्याची ठिकाणं शोधण्यात लष्कराला मदत केल्यामुळे हे घडलं.

अधिकाऱ्यांनी याकडे डोळेझाक केली. आमच्या प्रदेशातील सरकार अजूनही मुल्ला पक्षांनी बनलेलं होतं. ते इस्लामसाठी लढण्याचा दावा करत असलेल्या कुणावरही कडक टीका करायचं नाही. सुरुवातीला आम्हाला वाटलं होतं की, आम्ही मिंगोरामध्ये सुरक्षित आहोत. मिंगोरा हे स्वातमधील सर्वांत मोठं गाव होतं. पण फजलुल्लाहचं मुख्यालय तिथून अवघ्या काही मैलावर होतं, आणि तालिबान आमच्या घराजवळ आले नसले तरी ते बाजारपेठांत होते, रस्त्यावर होते, डोंगरटेकड्यांवर

होते. धोक्याच्या सावल्या आमच्याजवळ सरकू लागल्या होत्या.

त्यावर्षी आम्ही ईदला नेहमीप्रमाणे आमच्या खेड्यात गेलो. मी माझ्या चुलतभावाच्या गाडीत होते. वाटेत नदी पार करताना एके ठिकाणी रस्ता वाहून गेला होता, तिथे आम्हाला तालिबान तपासणीनाक्यावर थांबावं लागलं. मी गाडीत मागच्या बाजूला माझ्या आईजवळ बसले होते. माझ्या चुलतभावाने त्याच्याकडच्या गाण्यांच्या कॅसेट्स पटकन आमच्या पर्समध्ये लपवायला दिल्या. काळ्या पोशाखातील तालिबान्यांच्या हातात कलाश्निकोव्ह बंदुका होत्या. ते आम्हाला म्हणाले, ''ताई, तुम्ही लाजिरवाणं वागत आहात. तुम्ही बुरखा घातला पाहिजे.''

ईदच्या सुट्टीनंतर आम्ही पुन्हा शाळेत आलो तेव्हा शाळेच्या प्रवेशद्वारावर एक पत्र चिकटवलेलं होतं.

''सर, तुम्ही जी शाळा चालवताय ती पाश्चात्त्य आणि काफर आहे,'' असं त्या पत्रात लिहिलेलं होतं. *''तुम्ही मुलींना शिकवता आणि अ-इस्लामी गणवेश घालायला सांगता. हे थांबवा नाहीतर अडचणीत याल आणि तुमची मुलं तुमच्यासाठी आक्रोश करतील, रडतील.''* त्याखाली स्वाक्षरी होती, 'इस्लामी फिदायीन'.

माझ्या वडिलांनी मुलांचा गणवेश बदलायचं ठरवलं. त्यांना शर्ट-ट्राउझर्सऐवजी सलवार-कमीज असा गणवेश केला – पायजम्यासारखी घोळाची विजार आणि लांब शर्ट. आमचा मुलींचा गणवेश होता निळा सलवार-कमीज आणि पांढरा दुपट्टा. शाळेत येताना आणि बाहेर पडताना आम्हाला डोकं झाकून घ्या, असं सांगण्यात आलं.

माझ्या वडिलांचे मित्र हिदायतुल्ला यांनी त्यांना ठामपणे उभं राहायला सांगितलं.

''झियाऊद्दीन, तुझा करिष्मा आहे; तू त्यांच्याविरुद्ध बोलू शकतोस आणि लोकांना संघटित करू शकतोस,'' त्यांनी सांगितलं. ''जीवन म्हणजे फक्त ऑक्सिजन आत घेणं आणि कार्बन-डाय-ऑक्साइड बाहेर टाकणं एवढंच नसतं. तू तालिबानची प्रत्येक गोष्ट स्वीकारत राहू शकतोस किंवा त्यांच्या विरोधात उभा ठाकू शकतोस.''

हिदायतुल्लांनी त्यांना जे सांगितलं होतं ते माझ्या वडिलांनी आम्हाला सांगितलं. मग त्यांनी 'डेली आजादी' या आमच्याकडील स्थानिक वृत्तपत्रात एक पत्र लिहिलं.

प्रति

इस्लामी फिदायीन,

हा इस्लाम लागू करण्याचा योग्य मार्ग नाही. कृपया माझ्या मुलांना काहीही इजा करू नकोस. कारण, ज्या देवावर तुझी श्रद्धा आहे, त्याच देवाची ही मुलं रोज प्रार्थना करतात. तू माझे प्राण घे, पण माझ्या शाळेतल्या मुलांना ठार करू नकोस.

पण ते वृत्तपत्र पाहिल्यावर माझ्या वडिलांना फार दुःख झालं. ते पत्र आतल्या पानावर आलं होतं आणि संपादकांनी त्यांचं नाव आणि शाळेचा पत्ता छापला होता. माझ्या वडिलांना संपादकांनी असं करणं अपेक्षित नव्हतं, पण बऱ्याच लोकांनी फोन करून माझ्या वडिलांचं अभिनंदन केलं.

"तुम्ही स्थिर पाण्यावर पहिला दगड टाकला आहे." लोकांनी सांगितलं, "आता आमचं बोलायचं धाडस होईल."

◆

१०

टॉफी, टेनिस चेंडू आणि स्वातमधील बुद्धमूर्ती

तालिबानने सर्वप्रथम आमचं संगीत आमच्याकडून काढून घेतलं, त्यानंतर आमच्या बुद्धमूर्ती, आणि मग आमचा इतिहास. आमची एक आवडती गोष्ट होती शाळेची सहल. आम्ही स्वातसारख्या नंदनवनात राहत होतो हे आमचं सुदैव होतं. त्यामुळे आम्हाला सहलीला जाण्याजोगी अनेक सुंदर ठिकाणं होती – धबधबे, सरोवरं, स्की रिसॉर्ट, वलींचा प्रासाद, बुद्धमूर्ती असलेली स्थानं, स्वातच्या अखुंदांची कबर. ही सगळी ठिकाणं आमच्या खास कहाण्या सांगत असत. सहल ठरली की, आम्ही कितीतरी दिवस त्याबद्दल चर्चा करायला सुरुवात करायचो, आणि अखेर तो दिवस उजाडला की, छानपैकी कपडे घालून बसमध्ये बसायचो. सोबत चिकन आणि भाताचे डबे घेतलेले असायचे. आमच्यापैकी काही जणी कॅमेरे घेऊन यायच्या. त्या फोटो काढायच्या. दिवस मावळायला आला की, माझे वडील आम्हा सगळ्यांना एकत्र करायचे आणि दिवसभर काय काय पाहिलं ते आळीपाळीने समोर येऊन एका खडकावर उभं राहून सांगायला लावायचे. पण फजलुल्लाह आल्यापासून शाळेच्या सहली बंद झाल्या. मुलींनी असं बाहेर दिसून चालणार नव्हतं.

तालिबानने बौद्ध मूर्ती आणि आम्ही जिथे खेळलो होतो ते स्तूप उद्ध्वस्त केले. हजारो वर्षांपासून ते तिथे होते आणि कुशान राजांच्या काळापासून ते आमच्या इतिहासाचा भाग होते. तालिबान कोणतीही मूर्ती अथवा चित्र 'हराम' आणि 'पापकृत्य' मानत असल्यामुळे त्याला बंदी होती. एका काळ्या दिवशी त्यांनी जेहानाबाद बुद्ध मूर्तीचा चेहरा सुरुंगाच्या दारूने उडवून दिला. मिंगोरापासून गाडीने अर्ध्या तासाच्या अंतरावर एका डोंगरात ही २३ फूट उंचीची मूर्ती कोरलेली होती. पुरातत्त्ववेत्त्यांच्या मते बमियनाच्या बुद्ध मूर्ती इतकीच ही मूर्तीही महत्त्वाची होती.

अफगाण तालिबानने बमियनाची मूर्ती उडवून दिली होती.

ही मूर्ती उद्ध्वस्त करण्यासाठी त्यांना दोनदा प्रयत्न करावा लागला. पहिल्यांदा त्यांनी खडकात भोकं पाडली आणि त्यामध्ये सुरूंगाची दारू भरली, पण त्यांना यश आलं नाही. मग त्यांनी काही आठवड्यांनी, ८ ऑक्टोबर, २००७ रोजी पुन्हा प्रयत्न केला. या खेपेला त्यांनी बुद्धांचा चेहरा नष्ट केला... सातव्या शतकापासून ही मूर्ती संपूर्ण खोऱ्यात पाहिली जात होती. तालिबान कला, संस्कृती व आमच्या इतिहासाचा शत्रू बनला. स्वात वस्तुसंग्रहालयाने त्यांचा संग्रह सुरक्षित स्थळी हलवला. त्यांनी सगळ्या जुन्या गोष्टी उद्ध्वस्त केल्या आणि नवीन काहीही आणलं नाही. तालिबानने पाचूच्या पर्वताचा खाणींसह ताबा घेतला. त्यांची घाणेरडी शस्त्रं खरेदी करण्यासाठी तिथली देखणी, मौल्यवान रत्नं विकायला त्यांनी सुरुवात केली. आमची मौल्यवान झाडं तोडून लाकूड मिळवणाऱ्यांकडून आणि नंतर त्यांचे ट्रक तिथून जाऊ देण्यासाठी आणखी पैशाची मागणी करणाऱ्यांकडून त्यांनी पैसे घेतले.

त्यांच्या रेडिओचं क्षेत्र संपूर्ण खोऱ्यात आणि आजूबाजूच्या प्रदेशातही पसरलं होतं. आमच्याकडे अजूनही आमचा टीव्ही होता, पण त्यांनी केबल चॅनल्स बंद केली होती. मोनिबा आणि मी आता 'शरारत'सारखे आमचा आवडते बॉलिवुड कार्यक्रम पाहू शकत नव्हतो. तालिबानला जणू आम्ही काहीच करू नये असं वाटत होतं. त्यांनी आमच्या आवडत्या कॅरम या खेळावरसुद्धा बंदी घातली होती. आम्ही ऐकून होतो की, तालिबान लहान मुलांच्या हसण्याचा आवाज ऐकून तिथे धाडकन यायचे आणि कॅरमबोर्ड फोडून टाकायचे. तालिबानला आम्ही छोट्या बाहुल्या वाटतो की काय, असं आम्हाला वाटायचं... आम्ही काय करावं, काय कपडे घालावेत या गोष्टी ते सांगत होते. मला वाटायचं की, जर देवाला आम्ही तशा प्रकारचं व्हायला हवं असतं, तर त्याने आम्हाला इतकं वेगळं बनवलंच नसतं.

एके दिवशी आमच्या शिक्षिका मिस हमीदा ढसाढसा रडताना दिसल्या. त्यांचा नवरा माट्टा या छोटया गावात पोलीस होता. फजलुल्लाहच्या माणसांनी गावावर तुफानी हल्ला चढवला होता, त्यात काही पोलीस अधिकारी ठार झाले होते. त्यात त्यांच्या पतीचाही मृत्यू झाला होता. हा आमच्या खोऱ्यात पोलिसांवरील पहिला तालिबानी हल्ला होता. लवकरच त्यांनी अनेक खेड्यांवर ताबा मिळवला. फजलुल्लाहच्या संघटनेचे काळे-पांढरे झेंडे पोलीस ठाण्यांवर दिसू लागले. अतिरेकी मेगॅफोन्स घेऊन खेड्यात येत आणि पोलीस पळ काढत. त्यांनी अल्पावधीतच ५९ खेड्यांचा ताबा घेऊन, त्यांचं स्वत:च समांतर प्रशासन सुरू केलं. पोलिसांना त्यांची हत्या होईल याची इतकी भीती होती की, त्यांनी नोकरी सोडल्याचं वृत्तपत्रांतून जाहीर केलं.

हे सगळं घडत असताना कुणीच काही करत नव्हतं. जणू सगळे जण देहातीत स्थितीत होते. माझे वडील म्हणायचे की, फजलुल्लाहने लोकांना वाईट मार्गाला लावलं आहे. काही लोक त्याच्या माणसांना जाऊन मिळाले. आपल्याला अधिक चांगलं आयुष्य लाभेल असं त्यांना वाटत होतं. माझ्या वडिलांनी त्यांच्या मतप्रचाराला विरोध करण्याचा प्रयत्न केला, पण ते मुश्कील होतं.

''माझ्याकडे अतिरेकीही नाहीत आणि एफएम रेडिओही नाही,'' ते विनोदाने म्हणायचे.

त्यांनी एके दिवशी रेडिओ मुल्लाच्या खेड्यात जाऊन तिथल्या शाळेत भाषण देण्याचंसुद्धा धाडस दाखवलं होतं. त्यांनी एका धातूच्या पेटीतून नदी पार केली. ही पेटी एका पुलीला टांगलेली असे. आम्ही नदी पार करण्यासाठी हा तात्पुरता स्वरूपाचा पूल वापरायचो. वाटेत त्यांनी आभाळाला भिडणारे उंचच उंच धुराचे लोट पाहिले. इतका काळाकभिन्न धूर ते प्रथमच पाहत होते. सुरुवातीला त्यांना वाटलं की, हा वीटभट्टीतला धूर असेल, पण तिथे पोचल्यावर त्यांना फेटेवाली दाढीधारी माणसं टीव्ही आणि कॉम्प्यूटर्स जाळून टाकत असल्याचं दिसलं.

तिथल्या शाळेत भाषण देताना माझे वडील म्हणाले, ''मी तुमचे गावकरी या गोष्टी जाळत असल्याचं पाहिलं, यातून फक्त जपानमधील कंपन्यांचीच भरभराट होणार आहे, ते आणखी पैसे कमावतील, हे तुमच्या लक्षात येत नाहीये का?''

त्यावर उपस्थितांपैकी एक जण त्यांच्याजवळ येऊन कुजबुजला, ''अशा प्रकारचं आणखी काही बोलू नका... धोक्याचं आहे.''

दरम्यान, बहुतेकशा लोकांप्रमाणेच अधिकारिवर्गानेही काहीही केलं नाही.

संपूर्ण देशालाच वेड लागलं आहे, असं वाटत होतं. उर्वरित पाकिस्तानच्या डोक्यात वेगळाच विचार होता. तालिबान थेट आमच्या देशाच्या राजधानीतच घुसला होता. आम्ही बातम्यांमध्ये पाहत होतो. लोक जिला 'बुरखा ब्रिगेड' म्हणत, ती आमच्यासारख्या तरुण मुली व स्त्रियांची बुरखाधारी पलटण हातात काठ्या घेऊन इस्लामाबादच्या मध्यवस्तीतील बाजारपेठांतील सीडी व डीव्हीडीच्या दुकानांवर हल्ला चढवत होती.

या स्त्रिया 'जमिया हफसा' या आमच्या देशातील सर्वांत मोठ्या महिला मदरशातील – जी इस्लामाबादमधील 'लाल मस्जिद'चा भाग होती – होत्या. ही मशीद १९६५ साली बांधण्यात आली आहे. या मशिदीच्या लाल भिंतींमुळे तिला हे नाव पडलं आहे. ती संसद व आयएसआयच्या मुख्यालयापासून अगदी जवळ आहे. अनेक सरकारी अधिकारी व लष्कर तिथे प्रार्थनेसाठी जात असे. त्या मशिदीत दोन मदरसे होते – एक मुलांसाठी आणि एक मुलींसाठी. हे मदरसे अफगाणिस्तान

व काश्मीरमध्ये लढण्यासाठी स्वयंसेवकांची भरती व प्रशिक्षणासाठी अनेक वर्षं वापरले जात होते. अब्दुल अजिज व अब्दुल रशिद हे दोघं भाऊ ते चालवत असत. हे बिन लादेनबद्दलच्या मतप्रसाराचं केंद्र बनलं होतं. अब्दुल रशिद मुल्ला ओमरकडे गेला होता तेव्हा तो कंदाहारमध्ये बिन लादेनला भेटला होता. हे दोनही भाऊ त्यांच्या जहाल प्रवचनांसाठी प्रसिद्ध होते. त्यांनी हजारो पूजकांना आकर्षित केलं होतं, विशेषत: ९/११नंतर राष्ट्राध्यक्ष मुशर्रफ यांनी अमेरिकेला 'दहशतवादाशी युद्ध' करण्यात मदत करण्याचं मान्य केल्यानंतर या मशिदीनं त्यांचे लष्कराशी असलेले दीर्घ संबंध तोडले आणि ते सरकारविरोधी केंद्र बनलं. अब्दुल रशिदवर डिसेंबर २००३ साली रावळपिंडी येथे मुशर्रफ यांच्यावर झालेल्या हल्ल्याच्या कटात सहभागी असल्याचा आरोपसुद्धा होता. तपासकाम करणाऱ्या अधिकाऱ्याचं म्हणणं होतं की, त्यासाठी वापरण्यात आलेली स्फोटकं लाल मस्जिदमध्ये ठेवली होती, पण काही महिन्यांतच तो त्यातून सुटला.

मुशर्रफनी 'फाटा'मध्ये सैन्य पाठवलं. त्याची सुरुवात २००४ साली वजिरीस्तानमध्ये झाली. तेव्हा या बंधूंनी लष्करी कारवाई अ-इस्लामी असल्याचं घोषित करून त्याविरुद्ध मोहीम उघडली. त्यांची स्वत:ची वेबसाइट होती आणि अवैध एफएम केंद्रही होतं. त्यावरून ते फजलुल्लाहप्रमाणे कार्यक्रम प्रसारित करायचे.

स्वातमध्ये तालिबानचा उदय होत होता त्याच दरम्यान लाल मस्जिद मदरशातील मुलींनी इस्लामाबादच्या रस्त्यांवर दहशत माजवायला सुरुवात केली. त्यांनी काही घरांत मसाज सेंटर्स चालतात असं म्हणून त्या घरांवर धाडी घातल्या. काही बायका वेश्या असल्याचं सांगून त्यांचं अपहरण केलं. डीव्हीडीची दुकान बंद पाडून सीडी व डीव्हीडीच्या होळ्या केल्या.

तालिबानच्या सोयीचं असतं तेव्हा बायका बोलू शकतात, दिसू शकतात. त्या मदरशाची प्रमुख होती, थोरला भाऊ अब्दुल अजिजची बायको, उम्मे हस्सन. ती आपण बऱ्याच मुलींना आत्मघातकी बॉम्बर बनवण्याचं प्रशिक्षण दिल्याची फुशारकी मारायची. या मशिदीने सरकार अपयशी ठरल्याचं कारण देत, इस्लामी न्यायदानासाठी स्वत:ची न्यायालयंसुद्धा स्थापन केली होती. त्यांचे अतिरेकी पोलिसांचं अपहरण करत, सरकारी इमारती लुटत होते.

मुशर्रफ सरकारला काय करावं ते कळत नव्हतं, कदाचित लष्कराचे या मशिदीशी दृढ संबंध असल्यामुळे हे घडत असावं. २००७ सालाच्या मध्यात परिस्थिती इतकी बिकट झाली की, अतिरेकी राजधानीचा ताबा घेतील अशी लोकांना काळजी वाटू लागली. जे घडत होतं त्यावर विश्वास बसणं कठीण होतं. कारण, इस्लामाबाद हे एरवी शांत, शिस्तीचं, सुव्यवस्थित स्थान होतं. आमच्या

उर्वरित देशापेक्षा खूप वेगळं.

अखेर ३ जुलै रोजी सायंकाळी रणगाडे घेऊन कमांडो आणि सशस्त्र सैनिकांच्या वाहनांनी मशिदीला वेढा घातला. त्यांनी त्या भागातील वीजपुरवठा बंद केला. अंधार पडत आला, त्यादरम्यान अचानक बंदुकांच्या फैरी झडू लागल्या आणि स्फोट होऊ लागले. या तुकड्यांनी मशिदीभोवतीच्या भिंतीत भगदाड पाडलं आणि कुंपणाजवळचं चुन्याचं बांधकाम उडवून दिलं. कारण माथ्यावर सशस्त्र सुसज्ज हेलिकॉप्टर्स घिरट्या घालत होती. त्यांनी ध्वनिक्षेपकावरून तिथल्या मुलींना शरण येण्याचं आवाहन केलं.

मशिदीतील बरेच अतिरेकी अफगाणिस्तान किंवा काश्मीरमध्ये लढलेले होते. त्यांनी मदरशातील विद्यार्थी आणि त्यांच्या स्वत:च्या रक्षणासाठी क्राँक्रीट बंकरमध्ये वाळूच्या पोत्यांचे अडसर उभे केले. या विद्यार्थ्यांचे चिंताग्रस्त पालक मोबाइल फोनवरून मुलींना बाहेर येण्याची कळकळीची विनंती करत बाहेर जमले होते. आमच्या शिक्षकांनी आम्हाला हौतात्म्य पत्करणं ही उदात्त गोष्ट असल्याचं शिकवलं आहे, असं सांगून काही मुलींनी बाहेर येण्यास नकार दिला.

दुसऱ्या दिवशी सायंकाळी त्यापैकी काही मुली बाहेर आल्या. त्यांच्यामध्ये अब्दुल अजिज बुरखा घालून लपला होता. सोबत त्याची मुलगीही होती. पण त्याची बायको आणि धाकटा भाऊ बऱ्याच विद्यार्थ्यांसह आतच थांबले होते. त्यानंतर अतिरेकी आणि बाहेरच्या सैन्याच्या तुकड्या यांच्यात दररोज गोळीबार सुरू होता. अतिरेक्यांजवळ 'आरपीजीएस' आणि स्प्राइटच्या बाटल्यांचे बनवलेले पेट्रोल बॉम्ब होते. हा वेढा ९ जुलैपर्यंत होता. अखेर बाहेरच्या विशेष कृतिदलाच्या कमांडरचा मनोऱ्यावरील एका स्नाइपरच्या गोळीनं अचूक वेध घेतला तेव्हा लष्कराचा संयम संपला आणि त्यांनी कुंपणावर धडक मारली.

ही सगळी मोहीम भरपूर गोंधळ-गलक्याची असली तरी याला 'ऑपरेशन सायलेन्स' असं नाव देण्यात आलं होतं. आमच्या राजधानीच्या भरवस्तीत असं युद्ध आजवर कधी घडलं नव्हतं. कमांडोजनी तिथली खोलीन्‌खोली पिंजून काढली, अखेर त्यांनी तळघरात लपलेल्या अब्दुल रशिद व त्याच्या अनुयायांना शोधून काढलं आणि अब्दुल रशिदला ठार केलं. १० जुलैच्या रात्री, अखेर वेढा उठवण्यात आला. त्या वेळी सुमारे १०० लोक ठार झाले होते. त्यामध्ये बरेच सैनिक आणि लहान मुलं होती. बातम्यांमध्ये इथल्या विनाशाची भयानक चित्र दाखवण्यात येत होती... सगळीकडे रक्त, उद्‌ध्वस्त गवत आणि मृतदेह पडले होते. आम्ही भयभीत होऊन ते पाहत होतो. त्या दोन मदरशांमधील काही विद्यार्थी स्वातमधील होते. आमच्या राजधानीच्या शहरात व एका मशिदीत असा प्रकार कसा काय घडू शकतो? मशीद हे आमच्यासाठी पवित्र स्थान असतं.

लाल मस्जिदला सैन्याचा वेढा पडल्यानंतर स्वात तालिबान बदलून गेला. १२ जुलै रोजी ही तारीख माझ्या लक्षात राहण्याचं कारण म्हणजे, त्या दिवशी माझा वाढदिवस असतो. फजलुल्लाहने रेडिओवर भाषण दिलं, ते त्याच्या आधीच्या भाषणांपेक्षा सर्वस्वी निराळं होतं. त्याने लाल मस्जिदवरील हल्ल्याबद्दल तीव्र संताप व्यक्त केला आणि अब्दुल रशिदच्या मृत्यूचा बदला घेण्याची प्रतिज्ञा केली. त्यानंतर त्याने पाकिस्तानी सरकारशी युद्ध पुकारलं.

आता खऱ्या संकटाचा आरंभ झाला होता. आता फजलुल्लाह लाल मस्जिदच्या नावाखाली त्याच्या धमक्या वास्तवात उतरवू शकणार होता आणि त्याच्या तालिबानसाठी पाठिंबा मिळवू शकणार होता. यानंतर काही दिवसांतच त्यांनी स्वातच्या दिशेने येणाऱ्या लष्करी ताफ्यावर हल्ला केला. त्यात १३ सैनिक ठार झाले. हा उद्रेक फक्त स्वातमध्येच नव्हता, तर बजौरमधल्या आदिवासींनी प्रचंड विरोध दर्शवला. संपूर्ण देशात आत्मघातकी बॉम्बिंगची जणू लाटच आली होती.

अशा परिस्थितीत आशेचा एक किरण होता; बेनझीर भुट्टो परत येणार होत्या. अमेरिकेला त्यांचे मित्र जनरल मुशर्रफ तालिबानचा प्रभावी बीमोड करू न शकल्यामुळे पाकिस्तानात त्यांच्याबद्दल प्रचंड नाराजी आहे, या गोष्टीची काळजी लागली होती. त्यामुळे त्यांनी सत्ता-विभागणीचा विलक्षण सौदा ठरवण्यास मदत केली – मुशर्रफनी अखेर त्यांचा गणवेश उतरवून सिव्हिलिअन राष्ट्राध्यक्ष बनायचं आणि त्यासाठी त्यांना बेनझीर यांच्या पक्षाने पाठिंबा द्यायचा; त्याबदल्यात मुशर्रफनी बेनझीर व त्यांच्या पतीविरुद्धचे भ्रष्टाचाराचे आरोप काढून घ्यायचे आणि निवडणुका घ्यायच्या अशी योजना होती. या निवडणुकीनंतर बेनझीर पंतप्रधान होणार असं सर्वांनी गृहीतच धरलं होतं. माझ्या वडिलांसह कुणाही पाकिस्तानी माणसाला हा सौदा तडीला जाईल असं वाटत नव्हतं. कारण, मुशर्रफ आणि बेनझीर परस्परांचा तिरस्कार करत होते.

मी दोन वर्षांची असल्यापासून बेनझीर देशाबाहेर होत्या, पण मी माझ्या वडिलांकडून त्यांच्याबद्दल खूप ऐकलं होतं. त्या परत येणार आणि कदाचित पुन्हा एकदा आम्हाला महिला नेतृत्व लाभणार या कल्पनेने मी अतिशय रोमांचित झाले होते. बेनझीर भुट्टोंमुळे माझ्यासारख्या मुली निर्भयपणे स्वतःची मतं व्यक्त करण्याचा आणि राजकारणात येण्याचा विचार करू शकत होत्या. त्या आमचा आदर्श होत्या. त्या हुकूमशाहीची अखेर आणि लोकशाहीचा आरंभ याचं प्रतीक होत्या, तसंच त्यांनी उर्वरित जगाला आशा आणि सामर्थ्य यांचा संदेश दिला होता. अतिरेक्यांविरुद्ध बोलणाऱ्या त्या आमच्याकडील एकमात्र राजकीय नेता होत्या आणि त्यांनी पाकिस्तानी सीमेच्या आत बिन लादेनला शोधण्यासाठी अमेरिकी तुकड्यांना मदत देऊ केली होती.

काही लोकांना अर्थातच हे आवडलं नाही. १८ ऑक्टोबर, २००७ रोजी आम्ही सर्व जण टीव्हीवर अक्षरश: नजर खिळवून होतो... बेनझीरनी विमानाच्या पायऱ्या उतरून कराचीत पाय ठेवला. नऊ वर्षांच्या हद्दपारीच्या कालखंडानंतर पाकिस्तानी भूमीवर पाऊल ठेवताच त्यांना रडू कोसळलं. त्यानंतर त्या उघड्या बसमधून रस्त्यावरून निघाल्या तेव्हा त्यांना पाहण्यासाठी हजारो लोकांच्या झुंडीच्या झुंडी जमा होत होत्या. हे लोक संपूर्ण देशभरातून कुठून कुठून आले होते, त्यांच्यापैकी बऱ्याच जणांच्या कडेवर लहान मुलं होती. काहींनी शुभ्र कबूतरं उडवली, त्यातील एक कबूतर बेनझीर यांच्या खांद्यावर जाऊन बसलं. लोकांची इतकी प्रचंड गर्दी उसळली होती की, त्यांची बस अगदी पायी चालण्याच्या वेगानं पुढे सरकत होती. काही वेळाने आम्ही टीव्ही बंद केला. कारण त्यांना पोचण्यास कित्येक तास लागणार हे स्पष्ट दिसत होतं.

मी झोपायला गेले, तितक्यात मध्यरात्र होण्याच्या जरासं आधी अतिरेक्यांनी हल्ला केला. बेनझीर यांची बस उडवून देण्यात आली. केशरी ज्वाळांचा लोळ उसळला. मला सकाळी उठल्यावर वडिलांनी ही बातमी सांगितली. ते आणि त्यांचे मित्र या घटनेने इतके हादरून गेले होते की, ते रात्रभर जागेच होते.

सुदैवाने, बेनझीर या हल्ल्यातून बचावल्या. स्फोट होण्याच्या जरासं आधी त्या विश्रांती घेण्यासाठी सुरक्षित कम्पार्टमेंटमध्ये गेल्या होत्या. मात्र या स्फोटात १५० लोकांचे प्राण गेले. आमच्या देशातील हा सर्वांत मोठा बॉम्बस्फोट होता. मृतांमध्ये या बसभोवती मानवी साखळी करणारे अनेक विद्यार्थी होते. त्यांनी स्वत:ला 'बेनझीर यांच्यासाठी हुतात्मा होणारे' असं म्हटलं होतं. त्या दिवशी शाळेत सर्व जण, अगदी बेनझीर यांचे विरोधकसुद्धा उदास होते. आम्ही उद्ध्वस्त झालो होतो, पण बेनझीर वाचल्याबद्दल आम्ही देवाचे आभार मानले.

यानंतर साधारण आठवड्याभरात स्वातमध्ये जीप आणि हेलिकॉप्टर्सचा गोंगाट करत लष्कर दाखल झालं. पहिल्यांदा हेलिकॉप्टर्स आली तेव्हा आम्ही शाळेत होतो, आम्ही ती पाहून अतिशय हरखून गेलो होतो. आम्ही पळत आलो. त्यांनी खाली, आमच्या दिशेने टॉफी अणि टेनिस चेंडू टाकले, आम्ही ते झेलायला धावत गेलो. स्वातमध्ये हेलिकॉप्टर्स क्वचितच दिसायची, पण आमचं घर स्थानिक लष्करी मुख्यालयाच्या जवळ असल्यामुळे कधीकधी आम्हाला वरून जाणारी हेलिकॉप्टर्स दिसायची. आम्ही सगळ्यात जास्त टॉफी कोण गोळा करतं आहे, याची स्पर्धा लावायचो.

एके दिवशी एका माणसाने आम्हाला येऊन सांगितलं की, उद्या संचारबंदी असल्याचं मशिदींमध्ये जाहीर केलं आहे. आम्हाला संचारबंदी म्हणजे काय तेच

माहीत नव्हतं. त्यामुळे आम्ही काळजीत पडलो होतो. आमच्या आणि आमच्या शेजारी राहणाऱ्या सफिनाच्या घराच्या मधल्या भिंतीला छिद्र होतं, त्यातून आम्ही त्यांच्याशी संपर्क साधत असू. आम्ही इकडून भिंतीवर टकटक केली की, ते पलीकडे त्या छिद्रापाशी येत असत.

"संचारबंदी म्हणजे काय?" आम्ही विचारलं

त्यांनी आम्हाला त्याचा अर्थ सांगितला. त्यानंतर आम्ही काहीतरी भयंकर घडू शकेल या विचाराने आमच्या खोल्यांमधूनसुद्धा बाहेर आलो नाही. पुढे संचारबंदीनं आमच्या आयुष्याचा ताबाच घेतला.

मुशर्रफनी तालिबानशी लढण्यासाठी आमच्या खोऱ्यात सैन्याच्या तीन हजार तुकड्या पाठवल्याचं आम्ही बातम्यांत ऐकलं. त्यांना युद्धाच्या दृष्टीने महत्त्वपूर्ण वाटणाऱ्या सर्व सरकारी व खासगी इमारती त्यांनी ताब्यात घेतल्या. स्वातमधील घडामोडींकडे उर्वरित पाकिस्तान दुर्लक्ष करत आहे असं त्या वेळपर्यंत वाटत होतं. दुसऱ्याच दिवशी एका आत्मघाती बॉम्बरने स्वातमध्ये लष्कराच्या आणखी एका ट्रकवर हल्ला केला. यात १७ सैनिक व १३ नागरिक ठार झाले. त्यानंतर आम्ही संपूर्ण रात्रभर डोंगरटेकड्यांमधून घुमणारे तोफा व मशीनगन्सचे आवाज ऐकत होतो. त्या खडखडाटात झोप लागणं अवघडच होतं.

दुसऱ्या दिवशी आम्ही बातम्यांत ऐकलं की, उत्तरेकडील डोंगराळ भागात ही चकमक झडली होती. त्या दिवशी शाळेला सुट्टी दिली होती. त्यामुळे आम्ही घरीच होतो, बाहेर काय चाललं आहे ते समजून घेण्याचा प्रयत्न करत होतो. हे युद्ध मिंगोराबाहेर घडत असलं तरी आम्हाला बंदुकांचे आवाज ऐकू येत होते. लष्कराने शंभरांवर अतिरेक्यांना कंठस्नान घातल्याचं सांगितलं, पण त्यानंतर १ नोव्हेंबर रोजी, ख्वाजाखेलामध्ये ७०० तालिबान्यांनी लष्करी ठिकाणांवर कब्जा मिळवला. सुमारे ५० जणांनी सरहद्द कॉर्प्सचा त्याग केला, ४८ जणांना पकडून नंतर त्यांची धिंड काढण्यात आली. फजलुल्लाहच्या माणसांनी त्यांचे गणवेश आणि बंदुका काढून घेऊन त्यांचा अपमान केला आणि त्यांना परत जाण्यासाठी प्रत्येकी ५०० रुपये दिले. त्यानंतर तालिबानने ख्वाजाखेलामधील दोन पोलीस ठाणी ताब्यात घेतली. मग त्यांनी मद्यानच्या दिशेने कूच केलं. तिथे आणखी काही गोलिसांनी शस्त्र खाली ठेवली. लवकरच तालिबान मिंगोराबाहेरील बहुतेकशा स्वातचा ताबा घेतला.

१२ नोव्हेंबर रोजी मुशर्रफनी आमच्या खोऱ्यात शस्त्रसुसज्ज हेलिकॉप्टर्सची अतिरिक्त कुमक आणि सैन्याच्या आणखी १० हजार तुकड्या पाठवण्याचे आदेश दिले. आता सर्वत्र लष्करच लष्कर दिसत होतं. त्यांनी गोल्फच्या मैदानावरसुद्धा तळ उभारले. डोंगरांमध्ये त्यांच्या मोठमोठ्या तोफा-बंदुका आल्या. मग त्यांनी फजलुल्लाहविरुद्ध मोहीम सुरू केली. तीच पुढे 'स्वातचे पहिले युद्ध' म्हणून

ओळखली जाऊ लागली. खेरीज, आपल्याच लोकांविरुद्ध लष्कराने उघडलेली ही पहिलीच मोहीम होती. एकदा पोलिसांनी फजलुल्लाह एका सभेत भाषण देत असताना त्याला ताब्यात घेण्याचा प्रयत्न केला, पण तितक्यात प्रचंड वाळूचं वादळ झालं आणि तो निसटला. यामुळे तर त्याचं रहस्य आणि त्याची आध्यात्मिक कीर्ती अधिकच वाढली.

अतिरेक्यांनी सहजासहजी शरणागती पत्करली नाही. उलट त्यांनी पूर्वेच्या दिशेने कूच केलं आणि १६ नोव्हेंबर रोजी शांगलातील अल्पुरी हा मुख्य भाग ताब्यात घेतला. इथेही स्थानिक पोलीस त्यांच्याशी न लढता पळून गेले. तिथल्या लोकांनी सांगितलं की, त्यांच्यावर हल्ला करणाऱ्यांमध्ये चेचेन व उझबेक लोक होते. आम्हाला आमच्या शांगलातील परिवाराची खूप काळजी वाटत होती. आमचं खेडं खूप दुर्गम असल्यामुळे तालिबान तिथे जाण्याची तसदी घेणार नाही आणि 'गावातल्या लोकांनी आम्ही त्यांना बाहेरच ठेवू असं स्पष्ट सांगितलं आहे,' असं आम्हाला सांगून माझे वडील आम्हाला दिलासा देत होते, पण आम्हाला चिंता होतीच.

पाकिस्तानी लष्कराकडे कितीतरी अधिक सैन्य आणि सामर्थ्यशाली शस्त्रास्त्र होती. त्यामुळे त्यांनी खोऱ्याचा अल्पावधीतच पुन्हा ताबा घेतला. त्यांनी फजलुल्लाहचं मुख्यालय असलेलं इमाम देरी ताब्यात घेतलं. अतिरेकी जंगलात पळून गेले आणि डिसेंबरच्या आरंभी लष्कराने बहुतेकसा भाग मुक्त केल्याचं सागिंतलं. फजलुल्लाहने माघार घेत पर्वतराजीत आश्रय घेतला. पण लष्कर तालिबानला हुसकून लावू शकलं नाही.

''हे टिकणार नाही,'' माझ्या वडिलांनी अंदाज बांधलाच होता.

फजलुल्लाहचा गट हे अनर्थाचं एकमात्र कारण नव्हतंच. संपूर्ण वायव्य पाकिस्तानात विविध जमात-समूहांतील नेतृत्वाखाली निरनिराळे अतिरेकी गट उदयास आले होते. स्वातमधील युद्धानंतर एका आठवड्यात आमच्या प्रदेशातील ४० तालिबान नेत्यांची पाकिस्तानविरुद्ध युद्ध घोषित करण्यासाठी दक्षिण वजिरीस्तानमध्ये बैठक झाली. त्यांनी 'तेहरिक-ए-तालिबान-पाकिस्तान' म्हणजेच पाकिस्तान तालिबानच्या झेंड्याखाली एक संयुक्त आघाडी स्थापन करायचं ठरवलं. त्यांच्याकडे ४० हजार लढवय्ये असल्याचा त्यांचा दावा होता. या आघाडीच्या नेतेपदी बैतुल्लाह मसूद या साधारण चाळिशीला आलेल्या माणसाची निवड करण्यात आली. त्याने अफगाणिस्तानमध्ये युद्धात भाग घेतला होता. फजलुल्लाहची स्वात विभागाच्या प्रमुखपदी निवड करण्यात आली.

लष्कर आल्यावर आम्हाला हे युद्ध लवकरच संपेल असं वाटलं होतं, पण आमची समजूत चुकीची होती. आमच्या पुढ्यात अजून बरंच काही वाढून ठेवलेलं

होतं. तालिबानने फक्त राजकारणी, संसद-सदस्य व पोलिसांनाच नव्हे; तर पडदा न पाळणाऱ्या, चुकीच्या लांबीची दाढी राखणाऱ्या किंवा चुकीच्या प्रकारचा सलवार-कमीज घालणाऱ्या लोकांनाही लक्ष्य केलं.

२७ डिसेंबर रोजी बेनझीर भुट्टोंनी लियाकत बागमध्ये निवडणूक प्रचारसभेत भाषण केलं. रावळपिंडीमधील या उद्यानात आमचे पहिले पंतप्रधान लियाकत अली यांची हत्या झाली होती.

"आम्ही जनशक्तीच्या बळावर जहालमतवादी व अतिरेकी शक्तींचा बीमोड करू," बेनझीर म्हणाल्या. त्याला लोकांनी प्रचंड प्रतिसाद दिला. त्या खास बुलेटप्रूफ टोयोटा लँड क्रूजरमध्ये होत्या. त्या सभेनंतर तिथून बाहेर पडताना त्यांनी सीटवर उभं राहून गाडीच्या टपातून डोकं बाहेर काढलं आणि त्या उपस्थित जनसमुदायाला हात हलवून अभिवादन करू लागल्या. तितक्यात बंदुकीच्या गोळीचा आवाज आला आणि स्फोट झाला. आत्मघाती बॉम्बरने त्यांच्या गाडीपाशी स्वत:ला उडवून दिलं होतं.

बेनझीर खाली कोसळल्या. मुशर्रफ सरकारने नंतर सांगितलं की, त्यांचं डोकं छताच्या हॅन्डलवर आपटलं. बाकी लोकांत चर्चा होती की, त्यांना गोळी लागली.

आम्ही टीव्ही पाहत असताना बातम्या येऊ लागल्या.

माझी आजी म्हणाली, "बेनझीर शहीद होतील."

आम्ही सर्व जण रडू लागलो, त्यांच्यासाठी प्रार्थना करू लागलो. बेनझीर यांचं निधन झाल्याचं कळताच माझं मन मला म्हणालं, "तूच तिथे जाऊन महिलांच्या हक्कांसाठी का लढत नाहीस?"

आम्ही रागळे जण लोकशाही येण्याची वाट पाहत होतो, पण आता लोक म्हणू लागले, "जर बेनझीर मरू शकतात, तर कुणीच सुरक्षित नाही."

माझ्या देशाचा आशादीप विझून चालला आहे असं वाटत होतं. मुशर्रफनी बेनझीर यांच्या हत्येचं खापर 'टीटीपी'चा नेता बैतुल्लाह मसूद याच्यावर फोडलं. त्यांनी त्याच्या सहकारी अतिरेक्याशी या हल्ल्याच्या संदर्भातील संभाषणाचा मजकूर प्रसिद्ध केला. बैतुल्लाहने या हल्ल्याची जबाबदारी स्वीकारली नाही. तालिबानसाठी हे नवीन होतं.

आमच्याकडे इस्लामी अभ्यासाचे शिक्षक – कारी साहिब – असत. ते आमच्या घरी मला गावातल्या इतर मुलांना कुरआन शिकवायला यायचे. तालिबानचं आगमन झालं त्यादरम्यान माझं संपूर्ण कुरआन पठण – त्याला आम्ही 'खतम उल-कुरआन' म्हणतो – झालं होतं. माझ्या बाबांना, म्हणजे आजोबांना त्याचा खूप आनंद झाला

होता. आम्ही अरबीमध्ये पठण करतो. त्यामुळे बहुतेकशा लोकांना त्या रचनांचा खरा अर्थ माहीत नसतो, पण मी त्यांचं भाषांतरही शिकू लागले होते. एका कारी साहिबांनी बेनझीर यांच्या हत्येचं समर्थन करण्याचा प्रयत्न केला तेव्हा मी थक्कच झाले.

''तिला ठार करणं हे फार चांगलं काम झालं,'' ते म्हणाले. ''ती जिवंत होती तेव्हा काही कामाची नव्हतीच. ती इस्लाम व्यवस्थित अनुसरत नव्हती. ती जगली असती तर अराजक माजलं असतं.''

मला त्यांच्या बोलण्याचा प्रचंड धक्का बसला. मी माझ्या वडिलांना त्याबद्दल सांगितलं.

''आपल्याजवळ काही पर्यायच नाहीये. आपण कुरआन शिकण्यासाठी या मुल्लांवर अवलंबून असतो,'' वडील म्हणाले, ''पण तू फक्त शब्दांचा यथार्थ जाणून घेण्यासाठी त्यांचा उपयोग करून घे; त्यांचं स्पष्टीकरण किंवा ते त्याचा जो अर्थ सांगतील त्याकडे लक्ष देऊ नकोस. तू फक्त देव काय सांगतो ते शीक. त्याच्या शब्दांमध्ये सर्वोत्तम संदेश आहे, त्याचा अर्थ लावण्यास तू मुक्त आणि स्वतंत्र आहेस.''

◆

११

हुशार वर्ग

या अंधकारमय दिवसांत मी शाळेमुळे वाटचाल करत राहिले. रस्त्यावरून जाताना असं वाटायचं की, जवळून जाणारा प्रत्येक माणूस तालिब असेल की काय! आम्ही आमची दप्तरं आणि वह्या-पुस्तकं अंगावरच्या शालीत लपवायचो. माझे वडील नेहमी म्हणत की, सकाळच्या वेळी खेड्यातील सर्वांत सुंदर दृश्य म्हणजे शाळेच्या गणवेशातील लहान मुलं... पण आता आम्ही तोच गणवेश घालायला घाबरत होतो.

एव्हाना आम्ही हायस्कूलमध्ये आलो होतो. मॅडम मरियम म्हणायच्या की, तुम्ही फार प्रश्न विचारता त्यामुळे तुमच्या वर्गावर कुणी शिकवायला येण्यास तयार नसतं. आम्हाला 'हुशार मुली' म्हणवून घ्यायला आवडायचं. आम्ही सुट्टीत आणि लग्न समारंभासाठी हातावर मेंदी काढायचो तेव्हा फुलं किंवा फुलपाखरं अशी नक्षी काढण्याऐवजी कॅल्क्युलस आणि रासायनिक समीकरणं काढायचो. माझी मल्का-ए-नूरशी स्पर्धा सुरूच होती, पण तिनं शाळेत आल्या आल्या मला मागे टाकल्याच्या धक्क्यानंतर मी खूप मेहनत केली आणि पुन्हा माझं स्थान मिळवलं.... वर्गात पहिलं येणाऱ्या यशस्वी विद्यार्थ्यांचं नाव फलकावर झळकत असे, तिथे माझं नाव पुन्हा झळकलं. तिचा दुसरा क्रमांक आला आणि मोनिबाचा तिसरा. शिक्षकांनी आम्हाला सांगितलं की, परीक्षकांनी सर्वप्रथम आम्ही किती उत्तर लिहिलं आहे हे पाहिलं, त्यानंतर सादरीकरण कसं आहे ते पाहिलं. आमच्या तिघींत मोनिबाचं अक्षर आणि सादरीकरण सर्वांत सुंदर होतं, पण मी तिला नेहमी सांगायचे की, तुझा स्वत:वरच ठाम विश्वास नाही. ती खूप कष्ट करायची. कारण, तिला मार्क कमी पडले तर तिच्या घरातले पुरुष ते निमित्त करून तिचं शिक्षण बंद करतील

याची तिला चिंता वाटायची. मी गणितात अगदी कच्ची होते. एकदा तर एका चाचणीत मला शून्य मार्क पडले होते. पण मी गणितावर खूप कष्ट घेतले. आमचे रसायनशास्त्राचे शिक्षक सर ओबैदुल्लाह (आम्ही आमच्या सर्व शिक्षकांना 'सर' किंवा 'मिस' म्हणायचो) म्हणायचे की, तू उपजत राजकारणी आहेस. कारण तोंडी परीक्षेच्या सुरुवातीला मी नेहमी म्हणायचे, "सर तुम्ही बेस्ट टीचर आहात आणि तुमचा तास मला खूप आवडतो."

शाळा माझ्या वडिलांच्या मालकीची असल्यामुळे काही पालक मला शाळेत झुकतं माप मिळत असल्याची तक्रार करायचे, पण आम्हा विद्यार्थ्यांमध्ये स्पर्धा असूनही चांगली मैत्रीही होती, आम्हाला एकमेकींबद्दल मत्सर नव्हता, याचं लोकांना नेहमी आश्चर्य वाटायचं. आमच्याकडे ज्याला 'बोर्डाची परीक्षा' म्हणत त्यातसुद्धा आमची स्पर्धा होती. या परीक्षेत जिल्ह्यातल्या खासगी शाळांतील सर्वोत्तम विद्यार्थ्यांची निवड केली जात असे. एका वर्षी मल्का-ए-नूरला आणि मला समान मार्क पडले. मग हे बक्षीस कुणाला द्यायचं हे ठरवण्यासाठी आमच्या शाळेने पुन्हा पेपर घेतला, पण त्यातही आम्हाला पुन्हा समानच मार्क पडले. मला शाळेत खास वागणूक मिळत होती असं कुणी म्हणू शकणार नव्हतं. माझ्या वडिलांनी त्यांचे मित्र अहमद शाह यांच्या शाळेत आमचे पेपर घेण्याची व्यवस्था केली होती. तिथेही आम्हा दोघींना समान मार्क पडल्यामुळे आम्हा दोघींनाही ते बक्षीस मिळालं.

शाळेत शिकण्याजोगं खूप होतं. आम्हाला नाटकांत काम करायला आवडायचं. मी भ्रष्टाचाराबद्दल रोमिओ-ज्युलिएटच्या कथेवर आधारित एक विनोदी नाटिका लिहिली होती. मी रोमिओ झाले होते. तो 'सिव्हिल सर्व्हंट' असतो आणि नोकरीसाठी लोकांच्या मुलाखती घेत असतो. पहिला उमेदवार येतो. ती सुंदर मुलगी असते, तो तिला "सायकलला किती चाकं असतात?" यांसारखे अगदी सोपे प्रश्न विचारतो.

ती म्हणते, "दोन."

त्यावर तो म्हणतो, "तू खूप हुशार आहेस!"

तिच्यानंतर पुढचा उमेदवार येतो. तो तरुण मुलगा असतो. त्याला रोमिओ "तू तुझ्या खुर्चीतून न उठता, आपल्यावर जो पंखा आहे त्याची बनावट कसली आहे ते सांग," यांसारखे उत्तर देणं अशक्य असलेले प्रश्न विचारतो.

"मला कसं माहीत असणार?" तो उमेदवार म्हणतो.

"तू पीएचडी केलं आहे म्हणून सांगितलंस आणि तुला माहीत नाही!" रोमिओ म्हणतो, आणि ती नोकरी त्या मुलीला देण्याचं ठरवतो.

त्या मुलीची भूमिका अर्थातच मोनिबाने केली होती आणि आमच्याच वर्गातल्या

अत्तियाने माझ्या साहाय्यकाची भूमिका केली होती. तिने त्या भूमिकेत मीठमसाला पेरून ती भूमिका रंगतदार केली होती. ही नाटिका पाहताना सगळे जण खूप हसले.

मला लोकांच्या नकला करायला आवडतं. मधल्या सुट्टीत माझ्या मैत्रिणी आमच्या शिक्षकांच्या, विशेषत: सर ओबैदुल्लाह यांची नक्कल कर म्हणून मागे लागायच्या. तेव्हा आम्ही इतक्या वाईट काळातून जात होतो की, आम्हाला हसण्यासाठी अशी छोटी छोटी निमित्तं गरजेची होती.

२००७ सालाच्या अखेरीस, लष्कराची कारवाई तालिबानपासून पूर्ण सुटका मिळवून देऊ शकली नव्हती. स्वातमध्ये लष्कर तळ ठोकून होतं. गावात सर्वत्र लष्कराचे जवान तैनात होते, तरी अजूनही दररोज फजलुल्लाह रेडिओवरून भाषणं देतच होता. २००८ सालात बॉम्बस्फोट आणि हत्यांचं सत्र सुरूच राहिल्याने परिस्थिती आधीपेक्षाही बिकट झाली होती. त्या काळी आम्हा सर्वांच्या बोलण्यात फक्त लष्कर आणि तालिबान हाच विषय असायचा, आणि आपण या दोन्हींच्या मधे सापडलो आहे, असं आम्हाला वाटायचं.

अत्तिया मला चिडवायची, ''तालिबान चांगला आहे, लष्कर चांगलं नाही.'' त्यावर मी म्हणायचे, ''आपल्यावर साप आणि सिंह हल्ला करायला येत असतील, तर आपण त्यातलं कोण चांगलं म्हणायचं, साप का सिंह?''

बाहेरच्या भयावह परिस्थितीत आमची शाळा म्हणजे स्वर्ग होता. माझ्या वर्गातल्या सगळ्या मुलींना डॉक्टर व्हायचं होतं, पण मी ठरवल होतं, आपण संशोधक व्हायचं आणि तालिबान-विरोधी यंत्र तयार करायचं, जे त्यांचा शोध घेऊन, त्यांच्या बंदुका नष्ट करू शकेल. फजलुल्लाह मुलींनी घरीच राहिलं पाहिजे असं रेडिओवरून सांगतच होता आणि त्यांच्या माणसांनी शाळा उडवून देण्यास सुरुवात केली होती. रात्री संचारबंदीच्या वेळी मुलं तिथे नसताना ते शाळा उडवून द्यायचे.

सर्वप्रथम माट्टामधील शवार जांग्री ही मुलींची सरकारी शाळा उडवून देण्यात आली. असं कुणी करू शकेल यावर आमचा विश्वासच बसत नव्हता. त्यानंतर बॉंबस्फोटांची मालिकाच सुरू झाली. जवळजवळ रोजच बॉम्बस्फोट होत होते. मिंगोरातसुद्धा स्फोट झाले. एकदा मी स्वयंपाकघरात असताना दोन बॉम्बस्फोट झाले. ते आमच्या घराजवळच झाले. त्या धक्क्याने आमचं संपूर्ण घर हादरलं आणि खिडकीवरचा पंखा खाली पडला. त्यानंतर मला स्वयंपाकघरात जाण्याची इतकी भीती वाटायची की, मी पळतपळत आतबाहेर करायचे.

२००८ सालच्या फेब्रुवारी महिन्याच्या शेवटच्या दिवशी, आम्ही प्रचंड मोठा स्फोट ऐकला... कानाचे पडदे फाटतील इतका मोठा आवाज आला. मी त्या वेळी स्वयंपाकघरात होते. आमच्या घराजवळ स्फोट झाला होता हे उघड होतं. मग

आम्ही नेहमीप्रमाणे एकमेकांना फोन करून सगळे जण सुखरूप आहेत ना, याची खातरी करून घेतली...

"खैस्ता, पिशो, भाबी, खुशाल, अटल!"

त्यानंतर एकामागून एक भोंगे वाजू लागले. जणू मिंगोरातील सगळ्या रुग्णवाहिका रस्त्यावरून धावत होत्या. एका आत्मघाती बॉम्बरने हाजी बाबा हायस्कूलमध्ये बास्केटबॉल मैदानात स्फोट घडवला होता. जाविद इक्बाल या लोकप्रिय स्थानिक पोलीस अधिकाऱ्याच्या अंत्यविधीच्या प्रार्थना सुरू होत्या. दुर्गम भागात ते तालिबानच्या तावडीतून सुटका करून घेण्याच्या प्रयत्नात असताना, एका आत्मघाती बॉम्बरने त्यांना ठार केलं होतं. ते मिंगोराचे होते. त्यांचा मृतदेह अंत्यविधी व पोलीस मानवंदनेसाठी गावात आणला होता. आता तालिबाननं अंत्यविधीसाठी जमलेल्या नातेवाईक व मित्र परिवारावरच बॉम्बहल्ला केला होता. या स्फोटात ५५हून अधिक लोक ठार झाले, त्यात जाविद इक्बाल यांचा तरुण मुलगा व आमच्या परिचयाचे अनेक लोक होते. तिथे मोनिबाच्या घरचे दहा जण होते, त्यातील काही ठार झाले आणि काही जखमी झाले. मोनिका कोसळून गेली होती... संपूर्ण गाव हादरून गेलं होतं. प्रत्येक मशिदीत श्रद्धांजली वाहण्यात येत होती.

"आता तुम्हाला भीती वाटतेय?" मी माझ्या वडिलांना विचारलं.

"जानी, रात्रीच्या वेळी भीतीच्या सावल्या काळ्याकुट्ट होतात," ते म्हणाले, "पण सकाळी, उजेड आला की, आम्हाला पुन्हा धैर्य लाभतं."

आणि माझ्या कुटुंबाच्या बाबतीत हे खरंच आहे. आम्ही घाबरलो होतो, पण आमची भीती आमच्या धैर्याइतकी खंबीर नव्हती.

"आपण आपलं खोरं तालिबनमुक्त केलं पाहिजे, म्हणजे मग कुणाला या भीतीच्या सावटाखाली राहावं लागणार नाही," ते म्हणाले.

संकटसमयी आम्ही पश्तून लोक जुन्या विश्वासार्ह मार्गांचा आधार घेतो, त्याप्रमाणे २००८ साली स्वातमधील बुजुर्ग मंडळींनी फजलुल्लाहला आव्हान देण्यासाठी 'कौमी जिरग' नामक एक मंडळ स्थापन केलं. मुख्तार खान युसूफजई, खुर्शिद काकजी आणि जहीद खान या गावातील तिघा सद्गृहस्थांनी सर्व बुजुर्गांना एकत्र येण्यास तयार केलं. आमच्यातील सर्वांत वयोवृद्ध होते ७४ वर्षांचे शुभ्र दाढीवाले अब्दुल खान खालिक. इंग्लंडच्या महाराणी स्वातमध्ये आमच्या वलींकडे आल्या होत्या तेव्हा ते महाराणींच्या अंगरक्षक दलात होते. माझे वडील बुजुर्ग किंवा खान यांपैकी कुणी नसूनही त्यांना प्रवक्ता म्हणून निवडण्यात आलं. कारण ते निर्भयपणे बोलत असत. ते पश्तूमध्ये अधिक काव्यात्म असले, तरी त्यांना आमची राष्ट्रीय

भाषा उर्दू आणि इंग्रजी अस्खलित बोलता येत असे. त्यामुळे ते स्वातमध्ये व स्वातबाहेर दोन्हीकडे प्रभावी संपर्काचं माध्यम बनू शकत होते.

स्वातमधील बुजुर्ग मंडळींच्या या मंडळाच्या वतीने ते दररोज फजलुल्लाहला आव्हान देणाऱ्या एखाद्या परिषदेत अथवा प्रसारमाध्यमांशी बोलायचे.

''तुम्ही काय करताय?'' ते म्हणत, ''तुम्ही आमच्या आयुष्यांचा आणि संस्कृतीचा विनाश करत आहात.''

माझे वडील सांगत, ''शांततेसाठी काम करणाऱ्या कोणत्याही संघटनेत मी सहभागी होईन. तुम्हाला जर वाद सोडवायचा असेल किंवा एखाद्या संघर्षाची अखेर करायची असेल, तर सर्वप्रथम सत्य बोललं पाहिजे. जर तुमचं डोकं दुखत असेल आणि तुम्ही डॉक्टरांना तुमच्या पोटात दुखतंय म्हणून सांगितलंत, तर ते तुम्हाला कशी काय मदत करणार? तुम्ही सत्य बोललं पाहिजे. सत्यापुढे भय दूर होईल.''

ते त्यांच्या सहकारी कार्यकर्त्यांना, विशेषत: त्यांचे जुने मित्र अहमद शाह, मोहम्मद फारूक व जहिद खान यांना भेटायला जात. तेव्हा मी बरेचदा त्यांच्यासोबत जायचे. अहमद शाह यांचीही शाळा होती, तिथे मोहम्मद फारूक काम करायचे. कधीकधी त्यांच्या बागेत हे सर्व जण भेटायचे. जहिद खान यांचं हॉटेल होतं. त्यांचा भव्य हुजरा होता. ते आमच्या घरी येत तेव्हा मी त्यांना चहा नेऊन द्यायचे, आणि तिथे शांतपणे बसून त्यांचं बोलणं ऐकायचे. पुढे काय करायचं याबाबत त्यांच्या चर्चा व्हायच्या.

''ही फक्त झियाऊद्दीनची मुलगी नाही,'' ते म्हणत, ''ती आम्हा सर्वांची मुलगी आहे.''

ते बरेचदा पेशावर इस्लामाबादला जाऊन आले आणि त्यांनी रेडिओवर बऱ्याच मुलाखती दिल्या, विशेषत: 'व्हॉइस ऑफ अमेरिका' आणि 'बीबीसी'ला हे तिघं आळीपाळीने जायचे. त्यामुळे त्यांच्यापैकी एक जण तरी सदैव उपलब्ध असायचा.

त्यांनी लोकांना सांगितलं की, स्वातमध्ये जे काही सुरू आहे त्याचा इस्लामशी संबंध नाहीये. माझ्या वडिलांनी सांगितलं की, स्वातमध्ये तालिबानचं अस्तित्व हे लष्कर व नोकरशाहीतील काही जणांच्या मदतीशिवाय शक्यच नव्हतं. सरकार देशातील नागरिकांच्या हक्कांच्या रक्षणासाठी असतं, पण तुम्ही सरकारी व बिगर-सरकारी यांतील फरकच सांगू शकणार नाही अशी परिस्थिती असते, तेव्हा अवस्था बिकट होते. तेव्हा सरकार तुमचं बिगर-सरकारपासून रक्षण करेल याबद्दल भरवसा वाटत नाही.

आमचं लष्कर आणि आयएसआय खूप ताकदवान आहेत. बऱ्याच लोकांना अशा गोष्टी जाहीररीत्या बोलणं रुचलं नाही, पण माझे वडील व त्यांचे बरेच मित्र अजिबात डरत नव्हते.

"तुम्ही जे काही करत आहात ते आमच्या लोकांच्या आणि पाकिस्तानच्या विरुद्ध आहे." ते म्हणायचे, "तालिबानीकरणाला समर्थन देऊ नका, ते अमानुष आहे. आम्हाला सांगितलं जातंय की, पाकिस्तानसाठी स्वातचं बलिदान दिलं जात आहे, पण अशा प्रकारे कुणाचंही व कशाचंही बलिदान दिलं जाऊ नये. सरकार आईसारखं असतं, आणि आई कधी तिच्या मुलांना वाऱ्यावर सोडत नाही किंवा त्यांना कधीही फसवत नाही."

बरेच लोक उघड बोलत नाहीत ही गोष्ट त्यांना अजिबात आवडायची नाही. नाझी जर्मनीत राहिलेल्या मार्टिन निमोलर यांची एक कविता नेहमी त्यांच्या खिशात असे –

First they came for the communists,
and I didn't speak out because I wasn't communist.
Then they came for the socialists,
and I didn't speak out bacause I wasn't socialist.
Then they came for the trade unionists,
and I didn't speak out because I wasn't trade unionist.
Then they came for the Jews,
and I didn't speak out because I was not a Jew.
Then they came for the Catholics,
and I didn't speak out because I was not Catholic.
Then they came for me,
and there was no one left to speak for me.

त्यांचं म्हणणं बरोबर असल्याचं मला कळत होतं. लोक जर गप्प राहिले तर काहीच बदलणार नाही.

माझ्या वडिलांनी शाळेत शांतता फेरीचं आयोजन केलं. त्या वेळी त्यांनी आम्हाला आजूबाजूला जे काही घडत होतं त्याविरुद्ध आवाज उठवण्यासाठी प्रोत्साहित केलं. मोनिबाने ते खूप चांगल्या शब्दांत व्यक्त केलं. ती म्हणाली "आपण पश्तून धर्म-प्रेमी लोक आहोत. तालिबानमुळे संपूर्ण जग आपल्याला 'दहशतवादी' म्हणत आहे. पण प्रत्यक्षात असं नाहीये. आपण शांतताप्रिय आहोत. आपले पर्वत, आपली झाडं, आपली फुलं... आपल्या खोऱ्यातील सारं काही शांतीचं द्योतक आहे."

आम्ही काही मुलींनी 'एटीव्ही खैबर'ला मुलाखत दिली. ही खासगी मालकीची एकमात्र पश्तो दूरचित्रवाहिनी आहे. दहशतवादामुळे मुलींना शाळा सोडावी लागत

असल्याबद्दल आम्ही त्या मुलाखतीत बोललो. आमच्या शिक्षकांनी आमच्याकडून त्यांच्या प्रश्नाची उत्तरं कशी द्यायची याची आधी तयारी करून घेतली होती. मुलाखत देणारी मी एकटीच नव्हते. आम्ही ११-१२ वर्षांच्या होतो तेव्हा आम्ही सगळ्या जणींनी मिळून मुलाखत दिली होती, पण आता आम्ही १३-१४ वर्षांच्या झाल्यामुळे माझ्या मैत्रिणींचे भाऊ व वडील त्यांना परवानगी देईनात. आता तुम्ही वयात आला आहात आता तुम्ही पडदा पाळला पाहिजे, असं त्यांचं म्हणणं होतं. शिवाय भीती हेही कारण होतंच.

एके दिवशी मी आमच्या देशातल सर्वांत मोठ्या न्यूज चॅनल्सपैकी एक असलेल्या – 'जिओ'मध्ये गेले. त्यांच्या कार्यालयात स्क्रीन्सच्या भिंतीच्या भिंती होत्या. मी इतकी चॅनल्स पाहून थक्कच झाले. नंतर मनात आलं की, प्रसारमाध्यमांना मुलाखती हव्या आहेत. त्यांना एखाद्या लहान मुलीची मुलाखत हवी आहे, पण मुली घाबरतात. आणि त्या घाबरत नसल्या, तरी त्यांचे आईवडील त्यांना परवानगी देत नाहीत. माझे वडील निर्भय आहेत, ते माझ्या पाठीशी उभे राहून मला सांगायचे, "तू लहान मुलगी आहेस आणि बोलणं हा तुझा हक्क आहे." जसजशा मी अधिकाधिक मुलाखती दिल्या, तसं मी अधिक खंबीर बनत गेले आणि आम्हाला आणखी पाठिंबा लाभत गेला. मी त्या वेळी फक्त ११ वर्षांची होते, पण वयापेक्षा मोठी दिसायचे, आणि प्रसारमाध्यमांना तरुण मुलीचं मनोगत ऐकायला आवडत असावं. एका पत्रकाराने माझा 'तक्र जनई' म्हणजे तेजस्वी तरुणी असा उल्लेख केला होता, तर आणखी एकाने मला 'पख जेनई' म्हणजेच वयापेक्षा जास्त समंजस असं म्हटलं होतं. देव माझं रक्षण करेल अशी माझ्या मनात श्रद्धा होती. मी जर माझ्या हक्कांसाठी आवाज उठवत असेन, मुलींच्या हक्कांसाठी बोलत असेन तर त्यात मी काहीही चुकीचं करत नाहीये. हे माझं कर्तव्य आहे. अशा परिस्थितीत आपण कसे वागतो हे देवाला पाहायचं असतं. कुरआनमध्ये एक वचन आहे, "असत्याला जावं लागेल आणि सत्य टिकून राहील." जर फजलुल्लाहसारखा एखादा माणूस सगळं उद्ध्वस्त करू शकत असेल, तर एखादी मुलगी ही परिस्थिती का बदलू शकणार नाही?... माझ्या मनात यायचं. मी दररोज रात्री देवाला प्रार्थना करायचे की, मला शक्ती दे.

स्वातमध्ये प्रसारमाध्यमं दबावामुळे तालिबानचं सकारात्मक चित्रण करायचे. काही जण तर तालिबान प्रवक्ता मुस्लीम खानला 'स्कूल दादा' असं आदराने म्हणायचे. प्रत्यक्षात तो शाळा उद्ध्वस्त करायचा. पण बरेच स्थानिक पत्रकार त्यांच्या आजूबाजूच्या घडामोडींनी दुःखी होत होते. ज्या गोष्टी बोलण्याचं त्यांचं धाडस होत नव्हतं, त्या गोष्टी आम्हाला बोलता याव्यात यासाठी त्यांनी आम्हाला सामर्थ्यशाली पार्श्वभूमी उपलब्ध करून दिली होती.

आमच्याकडे कार नव्हती, त्यामुळे आम्ही मुलाखतीच्या ठिकाणी रिक्षाने जायचो किंवा माझ्या वडिलांचा एखादा मित्र आम्हाला तिथे नेऊन सोडायचा. एकदा मी आणि माझे वडील बीबीसीवरील एका उर्दू टॉक शोसाठी पेशावरला गेलो होतो. सुप्रसिद्ध स्तंभलेखक वसतुल्लाह खान या टॉक शोचं संचालन करत असत. आमच्यासोबत माझ्या वडिलांचे मित्र फाजल मौला आणि त्यांची मुलगी होते. दोन पिता आणि दोन मुली. तालिबानचा प्रतिनिधी म्हणून मुस्लीम खान बोलणार होता, पण तो स्टुडिओत आलेला नव्हता. मी जराशी घाबरले होते, पण ही मुलाखत महत्त्वाची असल्याचं मला माहीत होतं. कारण, संपूर्ण पाकिस्तानभर अनेक लोक ही मुलाखत ऐकणार होते.

''तालिबान माझा शिक्षणाचा मूलभूत अधिकार कसा काय हिरावून घेतो?'' मी म्हणाले.

त्यावर मुस्लीम खानकडून काही प्रतिसाद आला नाही. कारण त्याची फोनवरून घेतलेली मुलाखत आधीच ध्वनिमुद्रित झालेली होती. 'लाइव्ह' प्रश्नाला 'रेकॉर्डिंग' कसं काय उत्तर देऊ शकेल?

त्यानंतर लोकांनी माझं अभिनंदन केलं. माझे वडील हसून म्हणाले, ''तू राजकारणात जायला हवंस. तू अगदी लहान होतीस तेव्हासुद्धा राजकारणी माणसासारखं बोलायचीस.'' ते माझी चेष्टा करायचे. पण मी माझ्या मुलाखती कधीही ऐकल्या नाहीत. या अगदी छोट्या पायऱ्या आहेत हे मी ओळखून होते.

आमचे शब्द वसंतात बहरलेल्या निलगिरीच्या झाडांच्या गंधासारखे वाऱ्यासोबत उडून गेले. शाळांचा विध्वंस सुरूच राहिला. ७ ऑक्टोबर, २००८च्या रात्री आम्ही दूरवर स्फोटांची मालिकाच ऐकली. दुसऱ्या दिवशी सकाळी समजलं की, बुरखाधारी अतिरेक्यांनी संगोटा कॉन्व्हेंट स्कूल या मुलींच्या शाळेत व एक्सेल्सिअर कॉलेज या मुलांच्या कॉलेजमध्ये शिरून 'इंप्रोवाइज्ड इक्स्प्लोसिव्ह डिव्हाइसेस' म्हणजेच 'आयईडी'द्वारे स्वत:ला उडवून दिलं होतं. शिक्षकांनी धमक्या मिळत असल्यामुळे ही ठिकाणं आधीच रिकामी केली होती. या शिक्षणसंस्था – विशेषत: संगोटा – खूप प्रसिद्ध होत्या. अखेरच्या वलींच्या काळापासून सुरू असलेल्या या शिक्षणसंस्था त्यांच्या शैक्षणिक गुणवत्तेसाठी विख्यात होत्या. तसंच, आकारमानानेही मोठ्या होत्या. एक्सेल्सिअरमध्ये सुमारे दोन हजार, तर संगोटामध्ये एक हजार विद्यार्थी शिकत होते. या बॉम्बस्फोटानंतर माझे वडील तिथे गेले होते. त्यांनी त्या इमारती पूर्णत: धराशायी झालेल्या पाहिल्या. फुटलेल्या दगड-विटा आणि जळालेल्या वह्या-पुस्तकांच्या उद्ध्वस्त ढिगाऱ्यावर त्यांनी टीव्हीच्या वृत्तप्रतिनिधींना मुलाखती दिल्या. ते घरी परत आले तेव्हा सुन्न झाले होते.

''दगडविटांचा नुसता खच पडलाय...'' त्यांनी सांगितलं.

अशा परिस्थितीतही माझे वडील आशावादी राहिले. एक ना एक दिवस हा विनाश थांबेल असा त्यांना विश्वास होता. पण त्यांना अतिशय उद्वेग आला तो या उद्ध्वस्त शाळांची लुटालूट पाहून! स्थानिक लोकांनी या शाळांतलं फर्निचर, पुस्तकं, कॉम्प्यूटर सगळं लंपास केल्याचं कळलं तेव्हा ते अक्षरश: रडले.

"मेलेल्या माणसावर झडप घेणारी गिधाडं आहेत ही," ते म्हणाले.

दुसऱ्या दिवशी त्यांनी 'व्हॉइस ऑफ अमेरिका'वरील लाइव्ह शोमध्ये या हल्ल्यांचा संतप्त होऊन धिक्कार केला. तालिबानचा प्रवक्ता मुस्लीम खान फोनवर होता.

"तुम्ही या दोन शाळा बॉम्बने उडवाव्यात असं काय चुकीचं केलं होतं त्यांनी?" माझ्या वडिलांनी त्याला विचारलं.

मुस्लीम खानने सांगितलं की, संगोटा हे ख्रिस्ती धर्माची शिकवण देणारं कॉन्व्हेंन्ट स्कूल होतं आणि एक्सेल्सिअरमध्ये मुला-मुलींना एकत्र शिक्षण दिलं जात होतं.

"या दोन्ही गोष्टी चूक आहेत!" माझे वडील म्हणाले. "१९६०च्या दशकापासून संगोटा स्कूल सुरू आहे. त्यांनी कधीही कुणाचं धर्मपरिवर्तन करून त्या व्यक्तीला ख्रिस्ती बनवलेलं नाही. खरंतर त्यांच्यातील काहींनी धर्मपरिवर्तन करून इस्लाम धर्म स्वीकारला आहे. आणि एक्सेल्सिअरमध्ये फक्त प्राथमिक विभागात मुला-मुलींची एकत्र शाळा आहे."

त्यावर मुस्लीम खान काहीही बोलला नाही.

"त्यांच्या स्वत:च्या मुलीचं काय?" मी माझ्या वडिलांना विचारलं, "आपल्या मुलींनी शिकावं असं त्यांना वाटत नाही का?"

आमच्या मुख्याध्यापिका मॅडम मरियम संगोटामध्ये शिकल्या होत्या, आणि त्यांची धाकटी बहीण आयेशाही त्याच शाळेत शिकत होती. या घटनेनंतर आयेशा आणि संगोटामधील आणखी काही मुली आमच्या शाळेत दाखल झाल्या. शाळेच्या मासिक फीमधून आमचे सगळे खर्च कधीच भागत नसत. त्यामुळे जादा फी मिळत असेल तर आनंदच होता. पण माझ्या वडिलांना मात्र घडल्या प्रकाराचं दु:ख होत होतं. ते जिथे जातील तिथे (या दोन्ही शाळा पुन्हा उभारण्यासाठी) आवाहन करत होते. एकदा एका मोठ्या सभेत बोलताना त्यांनी श्रोत्यांपैकी एकाच्या छोट्या मुलीला उचलून कडेवर घेत उपस्थितीतांना विचारलं, "ही मुलगी आपलं भविष्य आहे. आपण तिला अडाणी राहू द्यायचं का?"

त्यावर उपस्थित सर्वांनी आपल्या मुलीच्या शिक्षणाच्या बाबतीत हार मानण्यापेक्षा स्वत: आहुती देण्याची तयारी दर्शवली. आमच्या शाळेत आलेल्या या नवीन

मुलींकडून काळजाचं पाणी करणाऱ्या कहाण्या ऐकायला मिळत होत्या. आयेशाने सांगितलं की, ती एक दिवस शाळेतून घरी परत येत असताना तिने एक तालिबान पाहिला. त्याच्या हातात एका पोलिसाचं शिर होतं, त्याच्या मानेतून रक्त ठिबकत होतं.

संगोटामधल्या मुली खूप हुशारही होत्या, म्हणजे आता स्पर्धा वाढणार होती. त्यांच्यापैकी रिदा नावाची एक मुलगी भाषणं खूप छान देत असे. मोनिबा आणि माझी तिच्याशी चांगली मैत्री झाली. तीन हा आकडाच अवघड असल्यामुळे कधीकधी आमच्यात भांडणं व्हायची. मोनिबा बरेचदा शाळेत काहीतरी खाऊ आणत असे. तिच्या डब्यात फक्त एकच जादा चमचा असे.

''तू माझी मैत्रीण आहेस का रिदाची?'' मी एकदा मोनिबाला विचारलं. त्यावर ती हसून म्हणाली, ''आपण तिघीही चांगल्या मैत्रिणी आहोत.''

२००८ सालाच्या अखेरपर्यंत तालिबाने जवळजवळ ४०० शाळा उद्ध्वस्त केल्या होत्या. आमच्याकडे बेनझीर भुट्टोंचे पती असिफ झरदारी यांच्या नेतृत्वाखाली नवं सरकार आलं होतं, पण स्वातबद्दल त्यांना काही वाटतं आहे, असं दिसत नव्हतं. मी लोकांना सांगायचे की, जर झरदारींच्या मुली स्वातमधील शाळेत असत्या, तर परिस्थिती वेगळी असती. संपूर्ण देशभर आत्मघाती बॉम्बहल्ल्यांचं सत्र सुरू होतं. इस्लामाबादमधील मॅरिएट हॉटेलसुद्धा उडवून देण्यात आलं होतं.

स्वातमध्ये दुर्गम भागापेक्षा गावात राहणं अधिक सुरक्षित होतं. त्यामुळे आमच्या खेड्यातील परिवारातले बरेच सदस्य आमच्याकडे राहायला आले. आमचं घर लहान होतं. आमच्याकडे त्याआधीच राहायला आलेल्या भावंडांमुळे घरात भरपूर दाटीवाटी झालेलीच होती. आता तर फारसं काही करताच येत नव्हतं. पूर्वी आम्ही रस्त्यावर किंवा छतावर क्रिकेट खेळायचो, तसं आता खेळता येत नव्हतं. मग आम्ही अंगणात गोट्या खेळायचो. माझं खुशालशी सतत भांडण सुरू असायचं. आमचं भांडणं झालं की, तो रडत आईकडे जायचा. खुशाल आणि मलाला यांचं कधीही जुळलं नाही.

मला माझ्या केसांच्या निरनिराळ्या तऱ्हा करायला आवडायचं. मी बाथरूममध्ये कितीतरी वेळ आरशासमोर उभं राहून सिनेमात पाहिलेले 'लुक्स' करून पाहायचे. मी आठ-नऊ वर्षांची होईपर्यंत माझी आई माझे केस माझ्या भावांसारखेच बारीक कापायची. त्यामागे उवा होऊ नयेत हे कारण होतंच, शिवाय ते धुणं-विंचरणं सोपं व्हावं हाही उद्देश होता. कारण माझ्या शालीमुळे केसांत खूप जटा व्हायच्या. पण अखेर मी तिच्या मागे लागून लागून खांद्यापर्यंत केस वाढवण्याची परवानगी मिळवली. मोनिबाचे केस सरळ आहेत, पण माझे मात्र कुरळे आहेत. मी त्यांचे

'कर्ल्स' करायचे किंवा वेणी घालायचे.

"पिशो, आत काय चाललंय तुझं?" माझी आई बाहेरून ओरडायची. "आपल्या पाहुण्यांना बाथरूममध्ये जायचं आहे. सगळे जण थांबले आहेत तू बाहेर येण्याची वाट बघत..."

२००८ सालचा रमदानचा उपासाचा महिना अत्यंत वाईट ठरला. रमदानच्या काळात, दिवसा-उजेडी मुस्लीम व्यक्तीच्या मुखात अन्नाचा कण किंवा पाण्याचा थेंब जाऊ शकत नाही. तालिबानने वीजकेंद्र बॉम्बने उडवून दिल्यामुळे आमच्याकडे वीज नव्हती. त्यानंतर काही दिवसांनी त्यांनी पाइपलाइन उडवून दिल्यामुळे आम्हाला गॅसही मिळेनासा झाला होता. आम्ही एरवी ज्या किमतीला गॅस सिलिंडर विकत घ्यायचो त्याच्या आता दुप्पट पैसे मोजावे लागत होते. त्यामुळे आम्ही खेड्यात जसा चुलीवर स्वयंपाक करायचो तसंच माझी आई आता चुलीवर स्वयंपाक करू लागली होती. पण तिची काहीही तक्रार नव्हती... स्वयंपाक तर करावाच लागणार होता, तो ती करायची. काही जणांची अवस्था तर आमच्यापेक्षाही बिकट होती. आम्हाला स्वच्छ पाणी मिळत नव्हतं. त्यामुळे लोक अतिसाराने मरू लागले होते. इतक्या रुग्णांची दवाखान्यात व्यवस्था होऊ शकत नव्हती. त्यामुळे लोकांवर उपचार करण्यासाठी दवाखान्याबाहेर मोठमोठे तंबू उभारले होते.

आमच्या घरात जनरेटर नव्हता, पण माझ्या वडिलांनी शाळेसाठी मात्र एक जनरेटर आणला होता. आणि तसंच बोअरिंगचं पाणी काढण्यासाठी पाण्याचा पंपही बसवला होता. आजूबाजूच्या परिसरातील सगळी मुलं तिथे पाणी भरायला यायची. दररोज तिथे पाण्याचे जग, बाटल्या आणि पिंपं घेऊन पाणी भरायला येणाऱ्या लोकांच्या रांगा लागायच्या. ते पाहून आमचे एक शेजारी भयभीत होऊन आले.

"काय करताय तुम्ही हे?" ते म्हणाले, "रमदानच्या महिन्यात तुम्ही लोकांना पाणी देत आहात, हे तालिबानला समजलं तर ते आपल्याला बॉम्बने उडवून देतील!"

माझे वडील त्यांना म्हणाले की, "लोकांचा तहानेने तरी जीव जाईल नाहीतर बॉम्बस्फोटात तरी!"

आम्ही पिकनिक किंवा सहलींना जायचो ते दिवस आता स्वप्नवत वाटू लागले. सूर्यास्तानंतर घराबाहेर पडण्याचं कुणी धाडस करत नव्हतं. दहशतवाद्यांनी 'स्की लिफ्ट' आणि मलाम जब्बामधील मोठं हॉटेलसुद्धा उडवून दिलं होतं. या हॉटेलमध्ये पर्यटक राहायचे. सुट्टीसाठी नंदनवन मानल्या जाणाऱ्या या स्थानाचा नरक बनला होता. आता कुणी पर्यटक तिथे येण्याचं धाडस करत नव्हते.

त्यानंतर २००८ सालाच्या अखेरीस फजलुल्लाहचा सहकारी मौलाना शाह दौराननं रेडिओवर मुलींच्या सर्व शाळा बंद करण्याचं जाहीर केलं. १५ जानेवारीपासून

मुलींनी शाळेत जायचं नाही, असा त्याने इशारा दिला. सुरुवातीला मला हा विनोद वाटला.

"ते आपल्याला शाळेत जाण्यापासून कसं काय अडवू शकतात?" मी माझ्या मैत्रिणींना म्हणाले, "त्यांना तसं करण्याचा अधिकार नाही. ते आम्ही पर्वत उद्‌ध्वस्त करू असं सांगत आहेत, पण त्यांना तर रस्त्यावरसुद्धा ताबा ठेवता येत नाहीये."

बाकीच्या मुली मात्र माझ्याशी सहमत नव्हत्या.

"त्यांना कोण रोखणार?" त्या म्हणाल्या, "त्यांनी यापूर्वी शेकडो शाळा उडवून दिल्या आहेत, तरी कुणी काही केलं नाही."

माझे वडील म्हणायचे की, स्वातमधील लोक आणि शिक्षक आपल्या मुलांना अखेरच्या श्वासापर्यंत शिक्षण देत राहतील. अखेरचा शिक्षक आणि अखेरचा विद्यार्थी जिवंत असेपर्यंत. माझ्या आईवडिलांनी मला मी शाळा सोडावी असं कधीही सुचवलं नाही, कधीही नाही. आम्हाला शाळा अत्यंत प्रिय होती. पण तालिबानने आम्हाला शाळेत जाण्यापासून रोखण्याचा प्रयत्न करेपर्यंत शिक्षण किती महत्त्वाचं आहे, हे आमच्या लक्षात आलं नव्हतं. शाळेत जाणं, अभ्यास करणं, गृहपाठ करणं हा फक्त वेळ घालवण्याचा एक मार्ग नव्हता, तर ते आमचं भविष्य होतं.

त्या वर्षीच्या हिवाळ्यात बर्फ पडलं. आम्ही बर्फाची अस्वलंही केली, पण त्यात फारशी मजा नव्हती. हिवाळ्यात तालिबानी पर्वतराजींत गडप व्हायचे, पण ते पुन्हा येणार; हे आम्ही ओळखून होतो आणि पुढे काय वाढून ठेवलं आहे ते आम्हाला माहीत नव्हतं. आमची शाळा पुन्हा सुरू होईल असा आम्हाला विश्वास होता. तालिबान आमची पेनं आणि पुस्तकं काढून घेऊ शकत होते. पण ते आमचे विचार थांबवू शकत नव्हते.

◆

१२

रक्तलांच्छित चौक

रात्रीच्या वेळी मृतदेह चौकात आणून टाकले जायचे, दुसऱ्या दिवशी सकाळी आपापल्या उद्योगासाठी बाहेर पडलेल्या सर्वांना ते दिसावेत यासाठी! 'लष्कराच्या एजन्टची ही अशी गत होते,' किंवा 'सकाळी ११ वाजेपर्यंत या मृतदेहाला हात लावायचा नाही. अन्यथा पुढचा नंबर तुमचा असेल,' यासारख्या मजकुराची चिठ्ठी या मृतदेहासोबत असायची.

अशा हत्यांच्या काही रात्री भूकंपही व्हायचे. त्यामुळे तर लोक अधिकच घाबरायचे. कारण आम्ही प्रत्येक नैसर्गिक संकटाचा मानवी अनर्थाशी संबंध लावतो.

जानेवारी, २००९मध्ये थंडीने गोठवणाऱ्या एका रात्री त्यांनी शबानाची हत्या केली. ती बन्न बझारमध्ये राहत होती. मिंगोरामधील हा अरुंद रस्ता नृत्य व गाण्या-बजावण्यासाठी प्रसिद्ध आहे. शबानाच्या वडिलांनी सांगितलं की, काही माणसं तिच्या घरी आली होती. त्यांनी तिच्याकडे नृत्याची फर्माईश केली. त्यानुसार ती नृत्याचा पोशाख करायला गेली. ती तयार होऊन त्यांच्यासमोर येताच त्यांनी बंदुका काढून तिचा गळा चिरण्याची धमकी दिली. रात्री नऊ वाजता संचारबंदी सुरू झाल्यानंतर हा प्रकार घडला. लोकांनी तिच्या किंकाळ्या ऐकल्या.

"मी हे बंद करीन, मी वचन देते! मी वचन देते, मी पुन्हा कधी नाचगाणं करणार नाही. सोडा मला! मी स्त्री आहे, मुस्लीम आहे. मला ठार मारू नका!"

त्यांनतर बंदुकीच्या गोळ्यांचे आवाज घुमले आणि तिचा गोळ्यांनी छिन्नविच्छिन्न झालेला देह फरफटत 'ग्रीन चौका'त आणून टाकण्यात आला. अशा प्रकारे या चौकात अनेक मृतदेह आणून टाकण्यात आले होते. त्यामुळे लोक या ठिकाणला

'रक्तलांच्छित चौक' म्हणू लागले.

आम्हाला दुसऱ्या दिवशी सकाळी शबानाच्या मृत्यूची बातमी कळली. मुल्ला एफएमवरून फजलुल्लाहने सांगितलं की, अनैतिक वर्तनाबद्दल तिला मृत्युदंड मिळायलाच हवा होता, आणि आता जर कुठली मुलगी बन्र बझारमध्ये नाचगाणं सादर करताना दिसली, तर त्यांचाही एकामागून एक खातमा केला जाईल. आम्हाला स्वातमधील आमच्या संगीताचा व कलेचा अभिमान वाटत असे, पण आता बहुतेकशा नर्तिका लाहोर वा दुबईला पळून गेल्या. संगीतकारांनी गायन-वादन बंद केल्याचं वृत्तपत्रांतून जाहीर केलं आणि तालिबानचा राग शमवण्यासाठी धर्मनिष्ठ आचरण करण्याचा शब्द दिला.

लोक शबानाच्या वाईट चारित्र्याबद्दल बोलत असत, पण आमच्याकडच्या पुरुषांना तिचं नृत्यही पाहायचं असे आणि ती नर्तिका असल्यामुळे ते तिला तुच्छही मानत असत. खान व्यक्तीची मुलगी न्हाव्याच्या मुलाशी लग्न करू शकत नाही आणि न्हाव्याची मुलगी खान व्यक्तीच्या मुलाशी लग्न करू शकत नाही. आम्हा पश्तून लोकांना पादत्राणं आवडतात. पण आम्हाला चांभार आवडत नाहीत. आम्हाला डोक्याला बांधायचे रुमाल आणि ब्लँकेट आवडतात, पण आम्ही विणकराला मान देत नाही. हस्तकला क्षेत्रात पारंगत असणाऱ्या लोकांनी आमच्या समाजासाठी खूप मोठं योगदान दिलं आहे, पण त्यांना नाव किंवा ओळख मिळालेली नाही. आणि यामुळेच त्यांच्यातील अनेक जण तालिबानमध्ये गेले, स्थान आणि ताकद मिळवण्यासाठी.

लोकांना शबानाचं नृत्य पाहायला आवडायचं, पण तिच्याबद्दल त्यांना आदर नव्हता. तिची हत्या झाली या गोष्टींवर कुणी काहीही बोललं नाही. काही जणांनी तर तिच्या हत्येचं समर्थनसुद्धा केलं... तालिबानच्या भीतीमुळे किंवा तेही त्यांच्या बाजूचे असल्यामुळे .

"शबाना मुस्लीम नव्हती," ते म्हणाले. "ती वाईट होती, त्यामुळे तिला ठार केलं ते योग्यच होतं."

हा सर्वांत वाईट दिवस होता असं मी म्हणू शकत नाही. कारण शबानाची हत्या झाली त्यादरम्यान प्रत्येक दिवसच सर्वांत वाईट आहे असं वाटत होतं... प्रत्येक क्षण भयंकर होता. सगळीकडे भयानक बातम्या होत्या. अमक्या माणसाच्या घरी बॉम्बस्फोट झाला, अमकी शाळा उडवून दिली, सार्वजनिकरीत्या चाबकानं फोडून काढलं... या भयकथांना काही अंतच नव्हता... हे ऐकून मन बधिर झालं होतं.

शबानाच्या हत्येनंतर काही दिवसांतच माट्टामधील एका शिक्षकाची हत्या झाली. कारण त्यांनी तालिबान ज्या पद्धतीने घोट्याच्या वर येणारी सलवार

घालतात तशी घोट्याच्या वर येणारी सलवार घालण्यास नकार दिला होता. इस्लाममध्ये असं कुठेही सांगितलेलं नाही, असं या शिक्षकाचं म्हणणं होतं. मग त्यांनी या शिक्षकाला फाशी दिली आणि नंतर त्याच्या वडिलांना गोळ्या घातल्या.

तालिबानला काय करायचं आहे हेच मला समजत नव्हतं.

''ते आपल्या धर्माचा अपमान करत आहेत,'' मी मुलाखतींमध्ये सांगायचे. ''मी तुमच्या डोक्याला बंदूक लावली आणि इस्लाम हा खरा धर्म आहे असं सांगितलं, तर तुम्ही इस्लाम कसा स्वीकाराल? त्यांना जर जगातील सर्व माणसं मुस्लीम असायला हवी असतील तर आधी ते स्वत: चांगले मुस्लीम असल्याचं का दाखवून देत नाहीत?''

आजूबाजूला घडलेल्या भयानक गोष्टी पाहून अथवा त्याबद्दल ऐकून माझे वडील घरी यायचे तेव्हा ते हादरून गेलेले असायचे... पोलिसांचा शिरच्छेद करून, त्यांच्या शिरांची गावातून वरात काढलेली पाहून ते आतून हलायचे. सुरुवातीला, फजलुल्लाहची माणसं ही इस्लामची पताका धरणारे सच्चे अग्रणी आहेत, असं मानून त्याला समर्थन देणारे आणि त्याला आपल्याजवळचं सोनंनाणं देणारे लोकसुद्धा आता त्याच्या विरोधात जाऊ लागले.

माझ्या वडिलांनी मला एका बाईच्या बाबतीत घडलेला प्रसंग सांगितला. या बाईचा नवरा परदेशात नोकरीला होता. तिने तालिबानला उदारहस्ते देणगी दिली होती. तिच्या नवऱ्याला घरी परत आल्यावर तिने तिच्या जवळचं सोनं देऊन टाकल्याचं समजलं तेव्हा तो प्रचंड भडकला. एका रात्री त्यांच्या खेड्यात छोटा स्फोट झाला. तेव्हा ती बाई रडू लागली.

''रडू नकोस,'' तिचा नवरा म्हणाला, ''हा तुझ्या कानातल्यांचा आणि नथन्यांचा धमाका आहे. आता तुझ्या गळ्यातल्या दागिन्यांचा आणि बांगड्यांचा आवाज ऐक!''

तरीसुद्धा अद्याप फार थोडे लोक याबद्दल उघडपणे बोलत होते. कॉलेजच्या राजकारणातील माझ्या वडिलांचे जुने प्रतिस्पर्धी एहसान उल-हक हक्कानी इस्लामाबादमध्ये पत्रकार झाले होते. त्यांनी स्वातमधील परिस्थितीसंदर्भात एक परिषद आयोजित केली होती. त्यांनी स्वातमधील ज्या वकील व विद्वान लोकांना त्यामध्ये बोलण्यासाठी आमंत्रित केलं होतं, त्यातील कुणीही फिरकलं नाही. फक्त माझे वडील व काही पत्रकार या परिषदेला गेले. तालिबान इथेच राहणार आहे आणि त्यांच्याशी जमवून घेणं उत्तम, असं लोकांनी ठरवलं असावं असं एकूण चित्र दिसत होतं.

''तुम्ही जेव्हा तालिबानमध्ये असता तेव्हा तुमचे प्राण शंभर टक्के सुरक्षित असतात,'' लोक म्हणायचे. त्यामुळेच त्यांच्या घरातले तरुण स्वयंस्फूर्तीने त्यात

सहभागी व्हायचे. तालिबान लोकांच्या घरी येऊन कलाश्निकोव्ह बंदुका विकत घेण्यासाठी पैशाची मागणी करायचे किंवा त्यांच्यासोबत लढण्यासाठी त्या घरातल्या मुलांना त्यांच्याकडे सोपवण्याची मागणी करायचे. त्यामुळे बरीच श्रीमंत माणसं पळून गेली, पण गरीब लोकांना तिथेच राहून जगायचं असेल तर दुसरा कुठला पर्यायच नव्हता. त्यामुळे आमच्याकडचे जे पुरुष बायका-मुलं घरी ठेवून खाणीत किंवा आखाती देशांत कामासाठी गेले होते, अशा पित्याचं छत्र नसलेल्या घरातली मुलं सहज त्यांच्या तावडीत सापडत होती.

आता धमकीच्या लाटा घराच्या उंबऱ्याजवळ येऊ लागल्या होत्या. एक दिवशी अहमद शाह यांना अज्ञात लोकांकडून ठार करण्याची धमकी आली. त्यामुळे ते आमच्या खोऱ्यात काय चाललं आहे याबाबतीत जनजागृती करण्यासाठी काही दिवस इस्लामाबादला गेले. त्या काळातील एक अत्यंत वाईट गोष्ट म्हणजे, त्यादरम्यान आम्ही एकमेकांबद्दल शंका घेऊ लागलो होतो. यात माझ्या वडिलांकडेसुद्धा बोट दाखवलं जात होतं.

"आमची माणसं ठार होत आहेत, पण हा झियाऊद्दीन मात्र इतका स्पष्टवक्ता असूनही अजून जिवंत आहे! तो 'सीक्रेट एजन्ट' असणार!"

खरंतर माझ्या वडिलांनाही धमकी आली होती, पण त्यांनी आम्हाला सांगितलं नव्हतं. त्यांनी पेशावरमध्ये एका पत्रकार परिषदेत तालिबानविरुद्ध लष्करी कारवाई करून त्यांच्या कमांडर्सच्या मागे लागण्याची मागणी केली होती. त्यानंतर मुल्ला एफएमवरून शाह दौरानकडून त्यांना धमकी देण्यात आल्याचं ऐकलं, असं लोकांनी त्यांना सांगितलं होतं.

माझ्या वडिलांनी त्याकडे साफ दुर्लक्ष केलं, पण मला मात्र खूप काळजी वाटायची. ते अत्यंत स्पष्टवक्ते होते आणि ते बऱ्याच समूह व समित्यांमध्ये असल्यामुळे बरेचदा रात्री खूप उशिरा घरी परत यायचे. तालिबान त्यांना लक्ष्य करण्यासाठी आलेच तर आम्हाला त्यांची झळ बसू नये यासाठी ते त्यांच्या एका मित्राच्या घरी झोपायला जाऊ लागले. आमच्यासमोर त्यांची हत्या होणं हा विचारसुद्धा त्यांना सहन व्हायचा नाही. ते घरी परत आल्यावर बाहेर फाटकाला कुलूप घालेपर्यंत मला झोप लागायची नाही. ते घरी असायचे तेव्हा माझी आई मागच्या अंगणात बाहेरच्या भिंतीला शिडी लावून ठेवायची. समजा, अचानक काही संकट उभं राहिलं तर त्यांना त्यावरून उतरून खाली रस्त्यावर पोचता यावं असा तिचा उद्देश असे. या कल्पनेला ते हसायचे.

"खारोटीसारख्या अटलला ते जमेल कदाचित, पण मला नाही!" तालिबान समोर आला तर काय करायचं, याचा माझी आई सतत विचार करत असायची. झोपताना उशीखाली सुरी घेऊन झोपावं का... मी म्हणायचे की, मी हळूच संडासात

सटकीन आणि तिथून पोलिसांना फोन करीन... आम्ही भावंडं भुयारी मार्ग तयार करता येईल का याचा विचार करायचो... तालिबानला अदृश्य करण्यासाठी आपल्याला जादूची छडी मिळावी, असं मला पुन्हा वाटू लागलं होतं.

एके दिवशी माझा धाकटा भाऊ अटल आमच्या बागेत अगदी त्वेषाने खणत होता.

''काय करतोयस?'' मी विचारलं.

''कबर खणतोय,'' तो म्हणाला.

आमच्याकडील वृत्तपत्रात हत्या आणि मृत्यूच्या बातम्या खचाखच भरलेल्या असल्यामुळे अटलच्या मनात शवपेट्या आणि कबरींचा विचार येणं स्वाभाविक होतं. आता मुलं लपाछपी व चोर-पोलीस अशा खेळांऐवजी 'लष्कर विरुद्ध तालिबान' असं खेळत होती... झाडाच्या फांद्यांची रॉकेट, काठ्यांच्या कलाश्निकोव्ह बंदुका... त्यांचे खेळ असे भयावह असायचे.

आमचं रक्षण करायला कुणीचं नव्हतं. आमचे डेप्यूटी कमिशनर सईद जाविद तालिबानच्या बैठकांना जात होते, त्यांच्या मशिदीत प्रार्थना करत होते, त्यांच्या बैठकांचं नेतृत्व करत होते. ते परिपूर्ण तालिब बनले होते. तालिबानचं एक लक्ष्य होतं बिगर-सरकारी संस्था म्हणजेच एनजीओ. त्यांच्यामते या संस्था इस्लामविरोधी होत्या. या एनजीओंना तालिबानकडून धमकीची पत्रं आली की, त्या मदतीसाठी डेप्यूटी कमिशनरकडे जायच्या, पण ते तर त्यांचं ऐकूनसुद्धा घ्यायचे नाहीत.

एकदा एका बैठकीत माझ्या वडिलांनी त्यांना थेट आव्हान दिलं. ''तुम्ही कुणाचे प्रतिनिधी आहात? फजलुल्लाहचे का सरकारचे?''

अरबीमध्ये एक वचन आहे, त्याचा अर्थ आहे – यथा राजा तथा प्रजा. जेव्हा आपल्या भागातील सर्वोच्च पदावरील अधिकारीच तालिबानमध्ये जातो, तेव्हा तालिबानीकरण ही नित्याची गोष्ट बनते.

आम्हाला पाकिस्तानमध्ये कट-कारस्थानांचे तर्क वा कल्पना फार आवडतात आणि आमच्याकडे तसं बरेचदा होऊन गेलं आहे. काही लोकांचं मत होतं की, अधिकारिवर्ग तालिबानला जाणूनबुजून प्रोत्साहन देत आहे. त्यांचं म्हणणं होतं की, लष्कराला स्वातमध्ये तालिबान हवा होता. कारण अमेरिकेला त्यांची ड्रोन्स सोडण्यासाठी तिथे हवाईतळ हवा होता. तालिबान खोऱ्यात आल्यामुळे आमचं सरकार अमेरिकेला सांगू शकत होतं की, आम्हाला आमच्या समस्या असल्यामुळे आम्ही तुम्हाला मदत करू शकत नाही. शिवाय, आमचं लष्कर तालिबानला रोखण्याऐवजी उलट त्यांना मदतच करत आहे, या अमेरिकेच्या वाढत्या टीकेला उत्तर देण्याचा हा एक मार्ग होता. कारण आता आमचं सरकार म्हणू शकत होतं. ''आम्ही तुमचा पैसा घेऊन या दहशतवाद्यांना मदत करत आहोत असं तुम्ही म्हणता, पण जर तसं

असतं तर त्यांनी आमच्यावरसुद्धा हल्ले का केले असते?''

''तालिबानला अदृश्य शक्तींचा पाठिंबा आहे हे उघड आहे.'' माझे वडील म्हणायचे, ''म्हणजे जे काही घडत आहे, ते साधं-सरळ नाही, तुम्ही जसजसं अधिकाधिक समजून घ्याल तसा त्यातील गुंता अधिकच वाढत जातो.''

त्या वर्षी म्हणजे, सन २००८मध्ये सरकारने 'टीएनएसएम'चा नेता सुफी मोहम्मदची तुरुंगातून सुटकासुद्धा केली. त्याचा जावई फजलुल्लाहपेक्षा थोडा सौम्य असल्याचं बोललं जायचं, आणि तो स्वातमध्ये शरिअत कायदा लागू करण्यासाठी सरकारशी शांतता स्थापनेची बोलणी करेल आणि आमची तालिबानच्या हिंसाचारातून सुटका करेल अशी आशा होती. माझ्या वडिलांचंही असंच मत होतं. यामुळे या साऱ्याची अखेर होणार नाही हे आम्हाला माहीत होतं. पण माझ्या वडिलांच्या मते, आपल्याकडे शरिअत असेल तर तालिबानला लढण्यासाठी काही कारण उरणार नाही. मग ते त्यांची शस्त्रं खाली ठेवतील आणि सामान्य माणसांसारखं आयुष्य व्यतीत करतील. पण जर तसं झालं नाही, तर त्यांचा खरा उद्देश काय आहे ते उघड होईल.

लष्कराच्या तोफा-बंदुका अजूनही पर्वतावरून मिंगोरावर रोखलेल्या होत्या. आम्ही बिछान्यात रात्रभर ते धडामधूम आवाज ऐकत असायचो. कधीकधी पाच-दहा किंवा १५ मिनिटं शांततेत जायची, जरासा डोळा लागायचा अन् त्या क्षणी पुन्हा धडामधूम सुरू व्हायचं. काही वेळा आम्ही कान झाकून घ्यायचो किंवा उशांखाली डोकं खुपसून झोपायचो, पण गोळीबाराचा आवाज इतका मोठा असायचा की, तो झाकणं शक्यच नसायचं. त्यानंतर दुसऱ्या दिवशी सकाळी आम्हाला टीव्हीवर तालिबानने आणखी काही हत्या केल्याचं पाहायला मिळायचं. तेव्हा मनात यायचं की, इतक्या सगळ्या धडामधूम तोफा घेऊन लष्कर काय करत आहे? आणि ते मुल्ला एफएमचं दैनंदिन प्रसारणसुद्धा का थांबवू शकत नाहीयेत?

लष्कर आणि तालिबान दोन्हीही ताकदवान होते. काही वेळा तर त्यांनी एकाच रस्त्यावर एक किलोमीटरपेक्षा कमी अंतरात अडथळे रचलेले असायचे. तिथे ते आम्हाला अडवायचे, पण त्यांना एकमेकांच्या अस्तित्वाची जाणीव नाही असं दिसायचं. यावर विश्वास बसणं कठीण होतं. आमचं रक्षण का केलं जात नाहीये, हे कुणालाच समजत नव्हतं. ते एकाच नाण्याच्या दोन बाजू आहेत असं लोक म्हणायचे. माझे वडील म्हणायचे की, आपण सामान्य माणसं पाणचक्कीच्या दोन दगडांत सापडलेल्या चिपाडासारखे आहोत. पण तरीही ते अजिबात घाबरले नव्हते. आपण याविरुद्ध आवाज उठवत राहिलं पाहिजे असं ते म्हणायचे.

बंदुकीच्या फैरी ऐकल्या की, माझं काळीज जोरात धडधडू लागायचं. कधीकधी मला खूप भीती वाटायची, पण मी चकार शब्द काढायचे नाही. भीती वाटते म्हणून

मी शाळेत जाणं बंद करेन असा अर्थ मुळीच नव्हता. खरंतर भीती फार सामर्थ्यवान असते. अखेर लोक शबानाविरुद्ध जाण्याचं कारण ही भीतीच होतं. दहशतीने लोकांना क्रूर बनवलं होतं. तालिबानने आमची पश्तून मूल्यं आणि इस्लामची मूल्यं दोन्हीही उद्ध्वस्त केली होती.

मी चित्त दुसरीकडे वळवण्यासाठी स्टीफन हॉकिंग्ज यांचं 'अ ब्रिफ हिस्ट्री ऑफ टाइम' वाचायचे. त्यामध्ये विश्वाची उत्पत्ती कशी झाली, कालचक्र उलटं फिरू शकेल का, यांसारख्या मोठमोठ्या प्रश्नांची उत्तरं होती. त्या वेळी मी फक्त ११ वर्षांची होते. मला तसं व्हावं असं वाटायचं.

सुडाचा दगड कधीही झिजत नाही आणि तुम्ही एखादं दुष्कृत्य करता तेव्हा तुम्हाला ते फेडावंच लागतं असं आम्ही पश्तून मानतो, पण तसं कधी घडणार आहे?

आम्ही सतत स्वत:लाच विचारायचो.

◆

१३

'गुल मकई'ची रोजनिशी

त्या काळ्याकुट्ट, झाकोळलेल्या काळात माझ्या वडिलांना त्यांचे मित्र अब्दुल हई काकर यांचा फोन आला. ते बीबीसी रेडिओचे प्रतिनिधी होते. ते पेशावरमध्ये राहायचे. ते तालिबानच्या सावटाखालील जीवनाबद्दल रोजनिशी लिहू शकेल अशा शिक्षिकेच्या अथवा शाळकरी मुलीच्या शोधात होते. त्यांना स्वातमधील महासंकटाची मानवी बाजू समोर आणायची होती. सुरुवातीला मॅडम मरियम यांची धाकटी बहीण आयेशा ही रोजनिशी लिहायला तयार झाली, पण तिच्या वडिलांना याबद्दल कळल्यावर त्यांनी तिला मनाई केली. त्यांना हे अत्यंत धोक्याचं वाटत होतं.

माझे वडील याबद्दल बोलत असताना मी ऐकलं. मी म्हणाले, ''मी लिहू का?''

आमच्या आजूबाजूला घडणाऱ्या गोष्टी लोकांना कळाव्यात, असं मला वाटत होतं. ''शिक्षण हा आमचा हक्क आहे,'' मी म्हणाले; जसा गाणं म्हणणं हा आमचा हक्क आहे तसाच, इस्लामने आम्हाला हा अधिकार दिला आहे. प्रत्येक मुला-मुलीने शाळेत जावं असं तो सांगतो. कुरआनमध्ये 'तुम्ही ज्ञानप्राप्ती करा, खूप अभ्यास करा आणि आपल्या जगाची रहस्यं शिका,' असं सांगितलं आहे.

मी याआधी कधी रोजनिशी लिहिली नव्हती, त्यामुळे मला सुरुवात कशी करावी ते कळत नव्हतं. आमच्याकडे कॉम्प्यूटर होता. पण वीज वरचेवर जायची आणि इंटरनेट ॲक्सेसही काही ठिकाणीच होता. त्यामुळे हई काकर मला माझ्या आईच्या मोबाइलवर संध्याकाळी फोन करायचे. त्यांचा फोन गुप्तचर संस्थांकडून टॅप होत असल्यामुळे आमच्याबाबतीत कुठल्या संकटाला निमंत्रण नको म्हणून ते त्यांच्या बायकोच्या फोनवरून कॉल करायचे. ते मला ही रोजनिशी लिहिण्याबाबत

मार्गदर्शन करायचे, मला दिवस कसा गेला हे विचारायचे आणि मला छोट्याछोट्या गोष्टी सांगायला सांगायचे किंवा तुझ्या स्वप्नांबद्दल बोल असं म्हणायचे. आम्ही अर्धा-पाऊण तास उर्दूत बोलत असू. आम्ही दोघंही पश्तून असलो तरी तो ब्लॉग उर्दूमध्ये असणार होता आणि त्यांना स्वर शक्य तितका अस्सल हवा होता. मग ते माझं बोलणं शब्दबद्ध करायचे आणि आठवड्यातून एकदा तो मजकूर बीबीसी उर्दू वेबसाइटवर प्रसिद्ध व्हायचा. त्यांनी मला ॲन फ्रँकची गोष्ट सांगितली. ही १३ वर्षीय ज्यू मुलगी युद्धकाळात तिच्या कुटुंबासह नाझींपासून लपून ॲमस्टरडॅममध्ये राहिली होती. त्यांनी मला तिच्या रोजनिशीबद्दल सांगितलं. त्यांचं सगळ्यांचं दाटीवाटीचं आयुष्य, त्यांचे दिवस कसे पार पडत असत, तिच्या भावना काय होत्या, हे सगळं तिने रोजनिशीत लिहिलं होतं. तिच्या जीवनाची अत्यंत दु:खद अखेर झाली. तिच्या कुटुंबाला विश्वासघाताने अटक झाली आणि ॲन वयाच्या अवघ्या पंधराव्या वर्षी छळछावणीत मरण पावली. पुढे तिची ही रोजनिशी प्रसिद्ध झाली आणि आता तो अत्यंत समर्थ दस्तऐवज बनला आहे.

हई काकर म्हणाले की, मी खऱ्याखुऱ्या नावाने रोजनिशी लिहिणं धोक्याचं ठरू शकेल. त्यामुळे त्यांनी मला टोपणनाव दिलं, 'गुल मकई'. याचा अर्थ कॉर्नफ्लॉवर... म्हणजेच एक निळं रानफूल. हे पश्तून लोककथेतील एका नायिकेचं नाव आहे. ही लोककथा रोमिओ-ज्युलिएटच्या गोष्टीसारखी आहे. या लोककथेत गुल मकई आणि मुसा खान यांची शाळेत भेट होते आणि ते दोघं प्रेमात पडतात. पण ते दोघं निरनिराळ्या जमातीतील असल्याने त्यांचं प्रेम युद्धाचं कारण ठरतं. पण शेक्सपिअरच्या नाटकासारखी त्यांची शोकांतिका होत नाही. गुल मकई ज्येष्ठ मंडळींना कुरआनातील शिकवण सांगते की, युद्ध वाईट आहे. अखेर ते युद्ध थांबवतात आणि या प्रेमी युगुलाला एकत्र येण्याची परवानगी देतात, अशी ती कथा आहे.

माझी पहिली रोजनिशी ३ जानेवारी, २००९ रोजी 'मला भीती वाटते' या मथळ्याखाली प्रसिद्ध झाली.

"काल रात्री मला भयंकर स्वप्न पडलं. स्वप्नात लष्कराची हेलिकॉप्टर्स आणि तालिबान दिसले. स्वातमध्ये लष्करी कारवाई सुरू झाल्यापासून मला असली स्वप्नं पडू लागली आहेत."

त्यात मला तालिबानच्या हुकुमामुळे शाळेत जाण्याची भीती वाटते, मी सतत आजूबाजूला पाहत असते, याबद्दल लिहिलं होतं, तसंच शाळेतून घरी परत येताना वाटेत घडलेला एक प्रसंग लिहिला होता. तो असा :

"माझ्या मागून एका माणसाचा आवाज आला – 'मी तुला ठार करीन'," ते ऐकताच मी चालण्याचा वेग वाढवला. काही वेळाने मी मागे वळून पाहिलं... तो माझा पाठलाग तर करत नाही ना हे पाहण्यासाठी... पण तो फोनवर बोलत होता... ते पाहून मी सुटकेचा नि:श्वास सोडला... तो फोनवर दुसऱ्या कुणाशीतरी बोलत होता."

वेबसाइटवर स्वत:चे शब्द पाहताना मी थरारून जायचे. सुरुवातीला मी जराशी बुजले होते, पण काही दिवसांनी, हई काकरना माझ्याकडून काय येणं अपेक्षित आहे हे लक्षात आल्यावर माझा आत्मविश्वास दुणावला. त्यांना व्यक्तिगत भावना आवडायच्या, आणि माझं लेखनही. माझ्या लेखनातील 'झणझणीत वाक्यं' – हा त्यांचाच शब्द – त्यांना आवडायची. त्यांना तालिबानच्या दहशतीच्या छायेत दैनंदिन कौटुंबिक जीवनाचं चित्रण हवं होतं.

मी शाळेबद्दल बरंच लिहिलं. कारण तेच आमच्या आयुष्याचं केंद्र होतं. मला आमच्या शाळेचा गडद निळा गणवेश खूप आवडत असे, पण आम्हाला गणवेश न घालता, साधा पोशाख घालून वह्यापुस्तकं शालीत लपवून न्यावीत, असं सांगण्यात आलं होतं.

त्या रोजनिशीच्या एका पानात मी लिहिलं होतं, "रंगीबेरंगी कपडे परिधान करू नका." त्यामध्ये मी लिहिलं होतं –

"मी शाळेत जाण्याची तयारी करत होते. मी माझा गणवेश चढवणार, इतक्यात मला आमच्या मुख्याध्यापक मॅडमचं सांगणं आठवलं, मग मी माझा आवडता गुलाबी ड्रेस घालायचं ठरवलं."

मी बुरख्याबद्दलसुद्धा लिहिलं होतं. तुम्ही अगदी लहान असता, तेव्हा तुम्हाला बुरखा फार आवडतो. कारण, तेव्हा तो छान आवरून तयार होण्याचा एक भाग वाटतो. पण जेव्हा तुम्हाला तो घालायला लावला जातो, तेव्हा गोष्ट वेगळी असते. शिवाय तो घालून चालणंही अवघड असतं! एकदा मी, माझी आई आणि चुलतभावासोबत चीना बझारमध्ये खरेदीला गेले असताना घडलेला एक प्रसंग मी त्या रोजनिशीत लिहिला होता.

"आम्ही तिथे एक किस्सा ऐकला की, एके दिवशी शटलकॉक बुरखा घातलेली बाई धाडदिशी पडली. ते पाहून एक माणूस तिच्या मदतीला धावला, तेव्हा तिने त्याची मदत नाकारत त्याला सांगितलं, "दादा, मला मदत करू नका,

नाहीतर फजलुल्लाहला प्रचंड आनंद होईल.''''

तिथे आम्ही एका नेहमीच्या दुकानात जाताच दुकानदार हसून म्हणाला, ''तुम्ही आत्मघाती बॉम्बर असाल या कल्पनेने मी घाबरलो होतो.'' कारण बरेच आत्मघाती बॉम्बर बुरखा घालायचे.''

आमच्या शाळेत या रोजनिशीची बरीच चर्चा सुरू झाली. एका मुलीने तर त्याची प्रिंट काढून माझ्या वडिलांना दाखवायला शाळेत आणली.

''फारच छान लिहिलं आहे,'' माझे वडील स्मित करत म्हणाले.

मला लोकांना हे मीच लिहीत असल्याचं सांगावं असं वाटायचं, पण त्यामुळे मला धोका निर्माण होऊ शकेल म्हणून बीबीसीकडून मला ते गुप्त ठेवण्याबद्दल सांगण्यात आलं होतं. मी तर लहान मुलगी आहे, लहान मुलीवर कोण कशाला हल्ला करेल असं मला वाटायचं. त्यामुळे ते नाव गुप्त का राखत आहेत, असा मला प्रश्न पडायचा.

पण माझ्या काही मैत्रिणींनी त्यातील घटना-प्रसंग ओळखले होते. एकदा मला हे लपवणं जवळजवळ अशक्यच झालं होतं. कारण मी त्या रोजनिशीत लिहिलं होतं –

''माझ्या आईला माझं 'गुल मकई' हे टोपणनाव खूप आवडलं. ती मजेने माझ्या वडिलांना आपण हिचं नाव बदलू या असं म्हणाली... मलाही हे नाव खूप आवडतं, कारण माझ्या खऱ्या नावाचा अर्थ 'दुःखात चूर' असा आहे.''

आमच्या काही शिक्षकांनी शाळेत येणं बंद केलं होतं. एका शिक्षकाने सांगितलं की, त्यांना मुल्ला फजलुल्लाहने इमाम देरीमधील त्यांच्या केंद्राच्या बांधकामात मदत करण्याचा आदेश दिला आहे. दुसऱ्या एका शिक्षकाने सांगितलं की, त्यांनी वाटेत शिर नसलेला मृतदेह पाहिला होता. त्यांना शिकवण्याचं काम करून त्यांचे प्राण संकटात टाकायचे नव्हते. बरेच लोक घाबरले होते. आमचे शेजारपाजारी सांगत की, तालिबानच्या लोकांना सूचना आहेत की, जर तुमच्या मुली अविवाहित असतील तर ते मशिदीत कळवा. म्हणजे त्यांचा विवाह करता येईल... बहुधा अतिरेक्यांशी!

जानेवारी, २००९मध्ये माझ्या वर्गात फक्त १० मुली उरल्या होत्या. एकेकाळी हीच संख्या २७ होती. माझ्या बऱ्याच मैत्रिणी आमचं खोरं सोडून शिक्षणासाठी पेशावरला गेल्या होत्या, पण आपण इथून जायचं नाही असा माझ्या वडिलांचा आग्रह होता.

''स्वातने आपल्याला खूप काही दिलं आहे. अशा खडतर काळात आपण

आपल्या खोऱ्यासाठी खंबीरपणे उभं राहिलं पाहिजे,'' ते म्हणायचे.

एके दिवशी रात्री आम्ही सगळे आमच्या वडिलांच्या एका मित्राच्या घरी जेवायला गेलो होतो. त्यांचं नावं, डॉ. अफजल. त्यांचं हॉस्पिटल आहे. जेवण झाल्यावर डॉक्टर आम्हाला गाडीने घरापर्यंत सोडायला आले. वाटेत रस्त्याच्या दुतर्फा बंदूकधारी तालिबान दिसले. त्यांनी चेहरा झाकलेला होता. आम्ही घाबरून गेलो होतो. डॉ. अफजल यांचं हॉस्पिटल ज्या भागात होतं, तो भाग तालिबानने ताब्यात घेतला होता. तिथे सतत बंदुकीच्या गोळ्यांचे आवाज आणि संचारबंदी असायची. यामुळे त्यांना हॉस्पिटल चालवणं अशक्य झालं होतं. म्हणून त्यांनी हॉस्पिटल बारिकोटला हलवल्यामुळे लोकांमध्ये ओरड सुरू झाली. मग तालिबानचा प्रवक्ता मुस्लीम खानने डॉक्टरांना पुन्हा हॉस्पिटल सुरू करायला सांगितलं होतं. डॉक्टरांनी याबाबतीत माझ्या वडिलांना सल्ला विचारला होता.

माझ्या वडिलांनी त्यांना सांगितलं, ''वाईट लोकांकडून आलेल्या चांगल्या गोष्टी मान्य करू नका.''

तालिबानचं रक्षण लाभलेलं हॉस्पिटल ही चांगली गोष्ट नसल्यामुळे त्यांनी त्यास नकार दिला.

डॉ. अफजल यांचं घर आमच्या घरापासून फार लांब नव्हतं. त्यामुळे आम्ही सुखरूप घरी पोचल्यानंतर, माझ्या वडिलांनी पुन्हा त्यांच्याबरोबर जाण्याचा आग्रह धरला... जर परत जाताना तालिबानने त्यांना लक्ष्य करेल, अशी भीती वाटल्याने माझे वडील आणि ते गाडीतून त्यांच्या घरी निघाले. वाटेत डॉक्टरांनी घाबरून विचारलं, ''जर त्यांनी आपल्याला अडवलं तर आपण आपली नावं काय सांगायची?''

''तुम्ही डॉ. अफजल आहात, आणि मी झियाऊद्दीन युसूफजई.'' माझे वडील म्हणाले, ''आपण काहीही चुकीचं केलेलं नाही. आपण आपलं नाव का बदलायचं?... गुन्हेगार तसं करतात.''

सुदैवाने वाटेत तालिबान नव्हते. माझ्या वडिलांनी ते दोघंही सुखरूप पोचल्याचं फोन करून सांगितलं तेव्हा आम्ही सर्वांनी सुटकेचा निःश्वास सोडला.

माझीही शरणागती पत्करण्याची तयारी नव्हती, पण तालिबाने सांगितलेली कार्यमर्यादेची अंतिम तारीख जवळ येत होती. मुलींना शाळेत जाणं बंद करावं लागणार होतं. एकविसाव्या शतकात ५० हजारांपेक्षा जास्त मुलींना शाळेत जाण्यापासून ते कसं काय रोखू शकतात? असं काहीतरी घडेल की, शाळा बंद होणार नाहीत अशी मी आशा करत होते. पण अखेर तो क्षण आलाच. जर तशी वेळ आलीच, तर 'खुशाल स्कूल'ची घंटा वाजणं सर्वांत शेवटी बंद होईल असा आमचा निश्चय होता. मॅडम मरियमने तर स्वातमध्ये राहता यावं यासाठी लग्नसुद्धा केलं होतं. पण त्यांचं कुटुंब या गदारोळापासून दूर राहण्यासाठी कराचीत राहायला

गेलं होतं आणि एक स्त्री म्हणून त्या एकटीने राहू शकत नव्हत्या.

१४ जानेवारी, बुधवार. त्या दिवशी माझी शाळा बंद झाली. त्या दिवशी मी सकाळी उठले, तेव्हा माझ्या खोलीत कॅमेरे दिसले. इरफान अशरफ नावाचे पाकिस्तानी पत्रकार माझ्या मागे फिरत होते... मी प्रार्थना करत असताना, मी दात घासत असतानासुद्धा.

माझ्या वडिलांची मन:स्थिती वाईट होती हे कळत होतं. त्यांच्या एका मित्राने त्यांच्या मागे लागून 'न्यू यॉर्क टाइम्स'च्या वेबसाइटसाठी तयार करण्यात येणाऱ्या माहितीपटात त्यांना सहभागी व्हायला लावलं. आमच्या बाबतीत जे काही घडत होतं ते जगाला दाखवण्यासाठी हा माहितीपट बनवण्यात येत होता. त्याआधी काही दिवसांपूर्वी आम्ही पेशावरमध्ये ॲडम एलिक या अमेरिकी व्हिडिओ जर्नालिस्टला भेटलो होतो. ही भेट मजेशीर झाली. कारण त्यांनी माझ्या वडिलांची इंग्रजीत दीर्घ मुलाखत घेतली, पण मी एक शब्दही बोलले नाही. मग त्यांनी विचारलं की, मी हिच्याशी बोलू का? मग त्यांनी इरफानला दुभाष्या करून मला प्रश्न विचारले. पण १० मिनिटांतच माझ्या भावमुद्रांवरून त्यांच्या लक्षात आलं की, मला त्यांचं बोलणं व्यवस्थित समजतं आहे.

''यू स्पिक इंग्लिश?'' त्यांनी विचारलं.

''येस, आय वॉज जस्ट सेइंग देअर इज अ फिअर इन माय हार्ट,'' मी म्हणाले.

ॲडम थक्कच झाले.

''तुम्ही असं काय करताय?'' ते इरफान आणि माझ्या वडिलांना म्हणाले, ''तुमच्यापेक्षा ती इंग्रजी उत्तम बोलतीय आणि तुम्ही तिचं बोलणं भाषांतर करून सांगताय!''

त्यावर आम्ही सगळे हसलो.

या माहितीपटाची मूळ कल्पना अशी होती की, त्यामध्ये माझ्या वडिलांचा शाळेतील अखेरचा दिवस चित्रित करायचा, पण आमच्या त्या भेटीनंतर इरफाननी मला विचारलं, ''जर असा दिवस उजाडला की, तुला तुझ्या खोऱ्यात किंवा शाळेत परत जाता येणार नाही, तर तू काय करशील?''

''असं होणारच नाही,'' मी म्हणाले. पण त्यांनी विचारलं की, समजा तसं झालंच तर तू काय करशील?

त्यावर मी रडू लागले.

मला वाटतं, त्याच वेळी ॲडमनी माझ्यावर लक्ष केंद्रित करायचं ठरवलं असावं.

अ‍ॅडम स्वातमध्ये येऊ शकत नव्हता. कारण, परदेशी लोकांसाठी तर ते आणखी धोक्याचं होतं. मग इरफान आणि कॅमेरामन मिंगोराला आले. ते पाहून आमच्याकडे राहायला आलेले माझे काका सारखं सांगत होते की, असं घरात कॅमेरे येऊ देणं फार धोक्याचं आहे. माझे वडीलही त्यांना 'कॅमेरे लपवा' असं सारखं सांगत होते. पण ते इतक्या लांबून आले होते आणि आम्हा पश्तूनांना पाहुण्यांचं आदरातिथ्य न करणं शक्य नसतं. त्याचबरोबर हा आमचा बाहेरच्या जगताशी संपर्क साधण्याचा 'मेगॅफोन' ठरू शकेल ही गोष्ट माझे वडील ओळखून होते. त्यांच्या एका मित्राच्या मते, तुम्ही असं दारोदारी फिरत परवड करून घेत राहण्यापेक्षा, याचा खूप मोठा परिणाम घडू शकला असता.

मी दूरचित्रवाहिन्यांना बऱ्याच मुलाखती दिल्या होत्या. मायक्रोफोनवर तर मी इतकं बोलले होते की, त्यावरून मैत्रिणी माझी चेष्टा करायच्या. पण आत्ता कॅमेरा घरी आला होता, तशा प्रकारचा मला कधी अनुभव नव्हता.

''सहज स्वाभाविक रहा,'' इरफाननी मला सांगितलं. कॅमेऱ्याची माझ्यावर सतत नजर असताना ते सोपं नव्हतं. मी अगदी दात घासायला गेले तरी कॅमेरा मागे होता. मी त्यांना माझा शाळेचा गणवेश दाखवला. आता तो मला परिधान करता येत नव्हता. मी त्यांना सांगितलं की, तालिबानने मला शाळेत जाताना पकडलं तर ते अफगाणिस्तानमधल्या मुलींसारखं माझ्या चेहऱ्यावर अ‍ॅसिड फेकतील याची मला भीती वाटते आहे.

शाळेच्या शेवटच्या दिवशी आमची विशेष असेम्ब्ली ठेवली होती, पण माथ्यावर घरघरणाऱ्या हेलिकॉप्टर्सच्या आवाजात नीट काही ऐकूच येत नव्हतं. शाळेत अखेरची घंटा झाली... अखेरची... आणि मग मॅडम मरियमनी हिवाळ्याची सुट्टी लागल्याचं जाहीर केलं. पण नेहमीप्रमाणे पुढचं सत्र कधी सुरू होणार याची तारीख मात्र जाहीर झाली नाही. या सगळ्या परिस्थितीतसुद्धा काही शिक्षकांनी आम्हाला गृहपाठ दिला. बाहेर आवारात आल्यावर मी माझ्या सगळ्या मैत्रिणींना आलिंगन दिलं. मी शाळेच्या सन्मानफलकाकडे नजर टाकली... मनात आलं, 'पुन्हा यावर आपलं नाव कधी दिसेल का? तुम्ही अभ्यासच करू शकणार नसाल, तर पहिलं येण्याचं काय महत्त्वं? जेव्हा कुणीतरी तुमचं पेन काढून घेतं तेव्हा शिक्षणाचं काय महत्त्व आहे ते लक्षात येतं.'

शाळेचं दार लावून घेण्याआधी मी एकदा मागे वळून पाहिलं; जणू ही शाळेत येण्याची अखेरचीच वेळ असावी तसं....

त्या माहितीपटाच्या एका भागाचा हा 'क्लोजिंग शॉट' होता. प्रत्यक्षात मी पुन्हा शाळेत गेले. आम्हा मैत्रिणींना तो दिवस संपूच नये असं वाटत होतं, त्यामुळे

आम्ही त्या दिवशी आणखी काही वेळ शाळेत थांबायचं ठरवलं होतं. आम्ही प्राथमिक शाळेत गेलो. तिथे पळापळी करायला जास्त जागा हाती. तिथे आम्ही चोर-पोलीस खेळलो, त्यानंतर मँगो-मँगो खेळलो या खेळात सगळे जण गोल करतात आणि गाणं म्हणतात. गाणं थांबलं की, सगळ्यांनी जागीच स्तब्ध व्हायचं असतं. जो कुणी हलेल किंवा हसेल तो बाद!

त्या दिवशी आम्ही शाळेतून उशिरा घरी आलो. एरवी आम्ही दुपारी एक वाजता शाळेतून निघायचो, पण त्या दिवशी आम्ही तीन वाजेपर्यंत थांबलो होतो. शाळेतून निघताना मोनिबाचं आणि माझं काहीतरी अगदी फालतू कारणावरून भांडणं झालं. ते कारण इतकं क्षुल्लक होतं की, आता मला ते आठवतसुद्धा नाही. आमच्या मैत्रिणींना ते फार विचित्र वाटलं.

"काहीतरी महत्त्वाचं असतं तेव्हा तुम्ही दोघी नेहमी भांडता!" त्या म्हणाल्या.

निरोप घेण्याची ही चांगली पद्धत नव्हती.

मी माहितीपट करणाऱ्यांना म्हणाले, "ते मला थांबवू शकत नाहीत. मी घरी राहिले, शाळेत गेले किंवा आणखी कुठे गेले तरी मी शिक्षण घेईनच. आमची जगाला विनंती आहे... आमच्या शाळा वाचवा, आमचा पाकिस्तान वाचवा, आमचं स्वात वाचवा!"

घरी आल्यावर मी ढसाढसा रडले. मला शिक्षण थांबवायचं नव्हतं. त्या वेळी मी फक्त ११ वर्षांची होते, पण मला सर्वस्व गमावल्यासारखं वाटत होतं. मी वर्गात सगळ्या मुलींना सांगितलं होतं की, तालिबान असं काही करणार नाही.

ते अगदी आपल्या राजकारण्यांसारखे आहेत. ते नुसत्या गप्पा मारतात, पण ते काही करणार नाहीत, असं मी तेव्हा म्हणाले होते.

पण त्यांनी आमच्या शाळा बंद केल्या होत्या, त्यामुळे मला शरमल्यासारखं झालं होतं. मला स्वतःला सावरता येत नव्हतं. मी नुसती रडत होते. माझी आईही रडत होती. पण माझे वडील ठाम होते.

"तू पुन्हा शाळेला जाशील," ते म्हणाले.

त्यांच्या दृष्टीने शाळा बंद पडणं म्हणजे व्यावसायिक नुकसानही होतं. मुलांची शाळा हिवाळ्याच्या सुट्टीनंतर सुरू होणार होती, पण मुलींची शाळा बंद पडण्याने आमच्या उत्पन्नात मोठी घट होणार होती. अजून निम्म्यापेक्षा जास्त फी जमा व्हायची होती. शाळेच्या अखेरच्या दिवशी माझे वडील शाळेचं भाडं, बाकीची बिलं आणि शिक्षकांचे पगार देण्यासाठी पैशाची जुळवाजुळव करत होते.

त्या रात्री तोफांचा भडिमार सुरू होता. मी रात्री तीन वेळा दचकून जागी झाले. दुसरा दिवस उजाडला तेव्हा सगळं बदलून गेलं होतं. मी विचार करत होते... आपण

शिक्षणासाठी पेशावरला जावं का परदेशात जावं... का आमच्या शिक्षकांना घरीच एखादी गुप्त शाळा सुरू करायला सांगावं... तालिबान राजवटीत काही अफगाण लोकांनी तसं केलं होतं.

त्यानंतर मी शक्य तितक्या रेडिओ व टीव्ही चॅनल्सवर गेले.

"ते आम्हाला शाळेत जाण्यापासून रोखू शकतात, पण शिकण्यापासून नाही," मी म्हणाले.

मी वरकरणी आशावादी असल्याचं दाखवत असले तरी मनातून मात्र चिंतातुर होते. मी आणि माझे वडील, आम्ही दोघं पेशावरला गेलो आणि अनेक ठिकाणी जाऊन लोकांना ही गोष्ट सांगितली. तालिबानला महिलांसाठी शिक्षिका व महिला-डॉक्टर्स हव्या आहेत, पण या कामासाठी आवश्यक अर्हता मिळवण्यासाठी ते मुलींना शाळेत जाऊ देत नाहीत या विरोधाभासाबद्दल मी बोलले.

मुलींनी शाळेत जाऊ नये आणि पाश्चात्त्य पद्धतींचं अनुकरण करू नये, असं मुस्लीम खानने एकदा सांगितलं होतं. दीर्घकाळ अमेरिकेत राहिलेल्या माणसाचं हे म्हणणं होतं! तो त्याची स्वत:ची शिक्षणपद्धती सुरू करण्याबाबत आग्रही होता.

"मुस्लीम खान स्टेथस्कोप आणि थरमॉमीटरऐवजी काय वापरणार आहे?" माझे वडील म्हणायचे, "आजारी माणसावर उपचार करण्यासाठी कुठली पौवार्त्य उपकरणं आहेत का?"

तालिबान शिक्षणाच्या विरोधी आहे, कारण मुलांनी पुस्तकं वाचली किंवा इंग्रजी शिकलं किंवा विज्ञानाचा अभ्यास केला, तर ती मुलं-मुली पाश्चात्त्य वळणाची होतील असं त्यांना वाटतं. पण मी म्हणाले, "शिक्षण हे शिक्षण आहे. आपण सगळ्या गोष्टी शिकल्या पाहिजेत आणि मग कोणता मार्ग अनुसरायचा ते ठरवलं पाहिजे."

शिक्षणात ना पौर्वात्य असतं ना पाश्चिमात्य; ते मानवतावादी असतं.

माझी आई मला प्रसारमाध्यमांशी बोलताना चेहरा झाकून घ्यायला सांगायची, कारण त्या वयात मी पडदा राखणं अपेक्षित होतं. त्यामुळे माझ्या सुरक्षेची तिला काळजी वाटत असे. पण तिने मला कोणतीही गोष्ट करण्यास कधीही मनाई केली नाही. तो काळ भय आणि दहशतीचा होता. लोक बरेचदा म्हणायचे की, तालिबान माझ्या वडिलांची हत्या करेल; पण माझी नाही.

"मलाला लहान आहे," लोक म्हणायचे, "आणि तालिबान लहान मुलांची हत्या करत नाही."

पण माझ्या आजीला मात्र या गोष्टीची खातरी नव्हती. मला टीव्हीवर बोलताना पाहिलं किंवा घरातून बाहेर जाताना पाहिलं की, ती देवाची प्रार्थना करायची.

"देवा, कृपा करून मलालाला बेनझीर भुट्टोंसारखं बनव, पण तिला बेनझीरसारखं

अल्पायुषी करू नकोस.''

आमची शाळा बंद झाल्यानंतरसुद्धा मी ब्लॉग लिहीतच राहिले. मुलींच्या शाळेवर बंदी घातल्यानंतर चार दिवसांनी, आणखी पाच शाळा उद्ध्वस्त करण्यात आल्या.

''मला आश्चर्य वाटतंय,'' मी लिहिलं, *''कारण या शाळा तर बंद झाल्या होत्या, तरी त्या उद्ध्वस्त करण्याची काय गरज होती? तालिबानने दिलेल्या 'डेडलाइन'नुसार कोणीही शाळेला गेलेलं नाही. लष्कर यासंदर्भात काहीही करत नाहीये. ते डोंगरमाथ्यावर त्यांच्या बंकरमध्ये बसले आहेत, बकऱ्या कापून त्यावर मजेत ताव मारत आहेत.''*

मी त्या रोजनिशीत मुल्ला एफएमवरून जाहीर केलेल्या फटक्यांच्या शिक्षा पाहायला जाणाऱ्या लोकांबद्दल लिहिलं होतं. त्या ठिकाणी पोलीस चुकूनही कुठे दिसत नव्हते.

एके दिवशी आम्हाला अमेरिकेच्या स्टॅनफर्ड विद्यापीठातील एका विद्यार्थिनीचा फोन आला. तिचं नाव शिझा शाहिद. ती इस्लामाबादची होती. तिने न्यू यॉर्क टाइम्सचा तो माहितीपट – 'क्लास डिसमिस्ड इन स्वात व्हॅली' – पाहून आमचा पाठपुरावा करून आमच्याशी संपर्क केला होता. त्या वेळी आम्हाला प्रसारमाध्यमांची ताकद कळली. ती आमचा मोठा आधार बनली. मला त्या माहितीपटात पाहून माझ्या वडिलांचा ऊर अभिमानाने भरून आला होता.

''बघा,'' ते ॲडम एलिकना सांगत होते, ''ती आभाळात भरारी घेण्यासाठी जन्मली आहे असं नाही वाटत तुम्हाला?''

वडील म्हणजे... कधीकधी अगदी अवघड करून ठेवतात!

ॲडमनी आम्हाला इस्लामाबादेत नेलं. मी प्रथमच इस्लामाबाद पाहत होते. ते अतिशय देखणं शहर होतं... सुरेख शुभ्र बंगले... रुंद रस्ते... त्यापैकी कशालाही स्वातच्या नैसर्गिक सौंदर्याचा स्पर्श घडलेला नसला तरी ते शहर छान होतं. आम्ही तिथे लाल मस्जिद पाहिली... लष्कराने वेढा दिला होता ते ठिकाण... संसद भवन आणि राष्ट्राध्यक्ष निवास... आता तिथे झरदारी राहत होते – याकडे जाणारे प्रशस्त 'कॉन्स्टिटट्यूशन ॲव्हेन्यू' पाहिले... रस्त्याच्या दुतर्फा उभ्या राहिलेल्या शुभ्र इमारती पाहिल्या. जनरल मुशर्रफ त्या वेळी हद्दपार होते. ते लंडनमध्ये राहत होते.

आम्ही दुकानात गेलो. तिथे मी शाळेची पुस्तकं विकत घेतली. ॲडमनी मला 'अगली बेट्टी'सारख्या अमेरिकी टीव्हीवर लागणाऱ्या कार्यक्रमांच्या डीव्हीडी घेऊन

दिल्या. मला त्या खूप आवडल्या. आपणही एक दिवस न्यू यॉर्कला जाऊन तिच्यासारखं मासिकाचं काम करायचं असं मी मनोमन ठरवलं. आम्ही 'लोक विरसा' वस्तुसंग्रहालय पाहिलं. आमच्या राष्ट्रीय वारशाचं स्मरण मोठं आनंददायी होतं. आमचं स्वातमधील वस्तुसंग्रहालय बंद झालं होतं.

बाहेर पायऱ्यांवर एक वयोवृद्ध माणूस पॉपकॉर्न विकत होता. तो आमच्यासारखाच पश्तून होता. माझ्या वडिलांनी त्यांना विचारलं, ''तुम्ही इस्लामाबादचे आहात का?''

त्यावर ते म्हणाले, ''इस्लामाबाद कधी आपल्या पश्तून लोकांचं होईल असं तुम्हाला वाटतं का?''

ते मोहमंडचे होते. हा एक आदिवासी भाग होता. लष्करी कारवाईमुळे त्यांना तिथून पळून यावं लागलं होतं.

त्या वेळी माझ्या आईवडिलांच्या डोळ्यांत मी अश्रू तरळलेले पाहिले.

तिथे बऱ्याच इमारतींभोवती कॉंक्रीटचे ब्लॉक लावलेले होते आणि आत्मघाती बॉम्बर्सपासून रक्षणासाठी, इमारतीत येणाऱ्या वाहनांसाठी तपासणीनाका होता.

वाटेत एका ठिकाणी आमच्या बसचं चाक खड्ड्यातून गेलं, त्यामुळे हादरा बसला. त्या वेळी माझा भाऊ खुशाल गाढ झोपला होता. तो ताडदिशी उठला.

''बॉम्बस्फोट झाला का?'' त्याने विचारलं.

आमच्या दैनंदिन आयुष्यात भीतीचं हे असं होतं. कुठ खुट्ट झालं तरी तो बॉम्बस्फोट किंवा बंदुकीच्या फैरी असतील असं वाटायचं.

आमच्या या छोट्या छोट्या सहलींमध्ये आम्ही स्वातमधील आमचे त्रास विसरून जायचो, पण आमच्या खोऱ्यात परत आलो की, दहशत-भीती-धमक्यांचं सावट पुन्हा घेरून यायचं. काहीही असलं तरी, स्वात आमचं घर होतं आणि आम्ही ते सोडायला तयार नव्हतो.

मिंगोराला परत आल्यावर, मी माझं कपाट उघडलं तेव्हा सर्वप्रथम दिसला तो माझा शाळेचा गणवेश. माझं शाळेचं दप्तर आणि भूमितीचा संच! मला खूपच वाईट वाटलं. इस्लामाबादच्या सफरीने सुट्टी फार सुंदर गेली होती, पण आता माझ्यासमोर हेच वास्तव होतं.

◆

१४

शांतता!! (?)

हिवाळ्याच्या सुट्टीनंतर माझ्या भावांची शाळा सुरू झाली, तेव्हा खुशाल म्हणू लागला की, मीही शाळेला न जाता हिच्यासारखाच घरी राहतो. तेव्हा मी त्याच्यावर चिडलेच.

''तू किती भाग्यवान आहेस ते तुला कळत नाहीये!'' मी म्हणाले. शाळेला जायचं नाही हे काहीतरी विचित्रच वाटत होतं. आमच्याकडे टीव्हीही नव्हता. आम्ही इस्लामाबादला गेलो होतो, तेव्हा माझ्या वडिलांसाठी असलेल्या 'संकटकालीन बाहेर पडण्याचा मार्ग' म्हणजेच शिडीवरून घरात शिरून कुणीतरी आमचा टीव्ही चोरून नेला होता.

कुणीतरी मला पाउलो कोएलो यांचं 'द अल्केमिस्ट' दिलं होतं. ही बोधकथा आहे – एक मेंढपाळ मुलगा खजिन्याच्या शोधात पिरॅमिड्सपर्यंत जातो, पण खजिना तर सदैव त्याच्या घरातच असतो... मला ते पुस्तक खूप आवडलं होतं. मी त्याची पारायणं केली. 'तुम्हाला एखादी गोष्ट आत्यंतिकतेने हवी असते तेव्हा ती तुम्हाला मिळवून देण्यासाठी अखिल विश्व साहाय्य करतं,' असं त्यात म्हटलं आहे. पाउलो कोएलोंचा कधी तालिबानशी किंवा आमच्या परिणामशून्य राजकारण्यांशी संबंध आला नसावा!

फजलुल्लाह आणि त्यांच्या कमांडर्सशी हई काकर गुप्त चर्चा करत आहेत हे मला माहीत नव्हतं. मुलाखतींच्या निमित्ताने त्यांची या लोकांशी ओळख झाली होती आणि ते त्यांना मुलींच्या शिक्षणावर बंदी घालण्याच्या निर्णयाचा पुनर्विचार करण्याची गळ घालत होते.

''हे बघा मौलाना,'' त्यांनी फजलुल्लाहला सांगितलं, ''तुम्ही लोकांना ठार

केलंत, त्यांची कत्तल केलीत, तुम्ही लोकांचे शिरच्छेद केलेत, तुम्ही शाळा उद्ध्वस्त केल्यात आणि तरीही पाकिस्तानात कुणीही विरोध केला नाही. पण जेव्हा तुम्ही मुलींच्या शिक्षणावर बंदी आणलीत, तेव्हा लोक उघड बोलू लागले. अगदी पाकिस्तानी प्रसारमाध्यमंसुद्धा – जी आजपर्यंत तुमच्याबाबतीत अगदी मवाळ राहिली आहेत – आता संतापली आहेत.''

संपूर्ण देशभरातून आलेल्या दबावाचा उपयोग झाला आणि फजलुल्लाहने १० वर्षांपर्यंतच्या मुलींच्या शिक्षणावरील बंदी उठवण्याचं मान्य केलं – म्हणजे चौथीपर्यंत. मी पाचवीत होते. आम्ही काही जणी आमच्या वयापेक्षा लहान असल्याचं सांगत पुन्हा शाळेला जाऊ लागलो. आम्ही नेहमीच्या साध्या पोशाखात, वह्या-पुस्तकं अंगावरच्या शालीत लपवून शाळेला जायचो. ते धोक्याचं होतं, पण त्यादरम्यान माझी ती एकमात्र महत्त्वाकांक्षा होती. मॅडम मरियम शूर होत्या आणि त्यांनी नोकरी सोडावी या दबावाला त्या पुरून उरल्या होत्या हेही आमचं भाग्य होतं. त्या १० वर्षांच्या असल्यापासून माझ्या वडिलांना ओळखत होत्या. त्या दोघांचा परस्परांवर पूर्ण विश्वास होता – माझे वडील भाषण करताना फार वेळ बोलत राहिले की, मॅडम मरियम त्यांना भाषण आवरतं घेण्याची खूण करायच्या... असं बरेचदा व्हायचं!

मी माझ्या रोजनिशीत त्याबद्दल काहीही लिहिलं नाही. जर आम्ही त्यांना सापडलो असतो, तर त्यांनी आम्हाला चाबकाने फोडून काढलं असतं किंवा शबानासारखी आमची हत्यासुद्धा केली असती. काही लोकांना भुतांची भीती वाटते, काही जणांना कोळ्यांची अथवा सापांची... पण त्या काळी आम्हाला आमच्यासारख्याच मनुष्यप्राण्यांची भीती वाटत होती!

शाळेत जाताना मला कधीकधी टोप्या घातलेले व लांब घाणेरड्या केसांचे तालिबान दिसायचे. बहुतेक वेळा त्यांचा चेहरा झाकलेला असायचा. ते चमत्कारिक, भयंकर दिसायचे. मिंगोराचे रस्ते रिकामे रिकामे असायचे, कारण जवळपास एक तृतीयांश रहिवासी खोरं सोडून गेले होते. माझे वडील म्हणायचे की, गाव सोडून जाण्याबद्दल तुम्ही लोकांना दोष देऊ शकत नाही. कारण सरकारकडे ताकदच नाहीये. आमच्या भागात त्या वेळी लष्कराच्या १२ हजार तुकड्या होत्या – म्हणजे तालिबानच्या चौपट संख्या होती. शिवाय ते रणगाडे, हेलिकॉप्टर्स आणि अत्याधुनिक शस्त्रसामग्रीने सुसज्ज होते, तरीही ७० टक्के स्वात तालिबानच्या ताब्यात होतं.

आम्ही पुन्हा शाळेत जाऊ लागल्यानंतर, आठवड्याभरात, १६ फेब्रुवारी, २००९ रोजी रात्री आम्हाला बंदुकीच्या फैरींच्या आवाजाने जाग आली. आमच्याकडे पूर्वापारपासून लोक बाळ जन्माला आल्याचा आनंद साजरा करण्यासाठी किंवा लग्नसमारंभात, रायफलचे बार उडवतात, पण आता या

संघर्षादरम्यान तेसुद्धा बंद झालं होतं. त्यामुळे आधी आम्हाला काहीतरी संकट कोसळलं आहे असं वाटलं. मग आम्हाला त्या बंदुकीच्या फैरी कशासाठी आहेत ते समजलं. त्या आनंदाप्रीत्यर्थ होत्या. तालिबान आणि आमच्या प्रदेशाचं सरकार यांच्यादरम्यान शांतता करार झाला होता. हे सरकार आता 'एएनपी'चं होतं, मुल्लांचं नव्हतं. सरकारने संपूर्ण स्वातमध्ये शरिअत कायदा लागू करण्याचं मान्य केलं होतं आणि त्याबदल्यात अतिरेक्यांनी लढा थांबवायचा होता. तालिबानने १० दिवसांची युद्धबंदी मान्य केली होती आणि शांतता स्थापनेचं पाऊल म्हणून सहा महिन्यांपूर्वी अपहरण केलेल्या चीनी टेलिफोन इंजिनिअरची मुक्तता केली होती.

आम्हालाही या गोष्टीचा खूप आनंद झाला होता. मी आणि माझे वडील नेहमी या शांतता कराराबद्दल बोलयचो, पण त्याची अंमलबजावणी कशी होणार याबद्दल प्रश्न उपस्थित करायचो. तालिबान सर्वसामान्य नागरिक म्हणून आयुष्य जगतील अशी लोकांना आशा वाटत होती. स्वातमधील शरिअत अफगाणिस्तानपेक्षा निराळी असेल, अशी त्यांनी स्वत:ची समजूत घातली होती... आमच्याकडे मुलींच्या शाळा सुरू राहतील, तसंच आमच्याकडे 'नैतिक पोलीस' असणार नाहीत, असं त्यांना वाटत होतं. स्वात स्वातच राहील, फक्त न्यायव्यवस्था वेगळी असेल, असं त्यांना वाटत होतं. मलाही ते असंच व्हावं असं वाटत होतं, पण मी चिंतातुर होते. माझ्या मानत आलं, 'एखादी व्यवस्था कशा पद्धतीने चालणार हे नक्कीच त्यावर देखरेख करणाऱ्या लोकांवर अवलंबून असतं... म्हणजेच तालिबानवर.'

आणि या सगळ्या दु:स्वप्नांची अखेर झाली आहे यावर विश्वासच बसत नव्हता! एक हजारावर सामान्य माणसं आणि पोलिसांचा बळी गेला होता. महिलांना पडद्यात ठेवण्यात आलं होतं, शाळा आणि पूल उडवून दिले होते, उद्योगधंदे बंद केले होते. आम्ही रानटी सार्वजनिक न्यायलयं व हिंस्र न्यायाचे भोग भोगले होते. आणि आम्ही सतत भीतीच्या छायेत वावरत होतो. आता हे सगळं थांबणार होतं.

नाश्ता करताना मी माझ्या भावांना म्हटलं की, आता युद्धाबद्दल नव्हे तर शांतीबद्दल बोलू या. पण नेहमीप्रमाणे त्यांनी माझ्याकडे दुर्लक्ष केलं आणि त्यांचे युद्धखेळ सुरू ठेवले. खुशालकडे खेळण्यातलं हेलिकॉप्टर होतं आणि अटलकडे कागदाचं बनवलेलं पिस्तूल.

दोघांपैकी एक जण ओरडायचा, ''फायर!''

दुसरा म्हणायचा, ''टेक पोझिशन.''

मी त्यांच्याकडे दुर्लक्ष केलं आणि माझ्या खोलीत जाऊन माझा गणवेश पाहिला. आता लवकरच मला तो उघडपणे परिधान करता येणार आहे याचा मला खूप आनंद झाला होता. आमच्या मुख्याध्यापिका मॅडमचा निरोप आला की,

मार्चच्या पहिल्या आठवड्यात आमची परीक्षा होईल. आता पुस्तकांकडे वळण्याची वेळ आली होती.

पण आमचा हा आनंद फार काळ टिकला नाही. त्यानंतर दोनच दिवसांनी मी ताजमहाल हॉटेलच्या छतावर हमीद मीर नामक सुप्रसिद्ध वृत्तप्रतिनिधीला शांतता करारासंदर्भात मुलाखत देत असताना, दुसऱ्या एका टीव्ही चॅनलच्या वृत्तप्रतिनिधीची हत्या झाल्याची बातमी समजली. हे वृत्तप्रतिनिधी आमच्या परिचयाचे होते. त्यांचं नाव मुसा खान खेल. त्यांनी बरेचदा माझ्या वडिलांची मुलाखत घेतली होती. त्यादिवशी ते सुफी मोहम्मदच्या नेतृत्वाखाली निघालेल्या शांतताफेरीचं वार्तांकन करत होते. खरंतर ती फेरी नव्हती, तो गाड्यांचा ताफा होता. त्यानंतर मुसा खान यांचा मृतदेह जवळच सापडला. त्यांच्यावर बऱ्याच गोळ्या झाडल्या होत्या आणि त्यांचा गळा अर्धवट चिरला गेला होता. ते २८ वर्षांचे होते.

आम्ही याबद्दल आईला सांगितलं तेव्हा तिला इतकं वाईट वाटलं की, ती रडतच झोपायला गेली. शांतता करारानंतर इतक्या लगेच खोऱ्यात पुन्हा सुरू झालेल्या हिंसाचाराने ती काळजीत पडली होती. हा करार म्हणजे केवळ भ्रम आहे का, ती विचार करत होती.

त्यानंतर थोड्याच दिवसात, २२ फेब्रुवारी रोजी डेप्यूटी कमिशनर सैद जाविद यांनी मिंगोराच्या 'स्वात प्रेस क्लब'मध्ये 'कायमचा युद्धविराम' घोषित केला. त्यांनी सर्व स्वातवासीयांना परत येण्याचं आवाहन केलं. त्यानंतर तालिबानचा प्रवक्ता मुस्लीम खानने अनिश्चित काळासाठी युद्धविराम केल्याचं सांगितलं. राष्ट्राध्यक्ष झरदारी या शांतता कराराचं कायद्यात रूपांतर करणार होते, तसंच सरकारने यात बळी पडलेल्या लोकांच्या कुटुंबीयांना नुकसानभरपाई देण्याचंही मान्य केलं.

स्वातमधील सर्व जण विजयानंदात होते. मला तर सर्वाधिक आनंद झाला होता. कारण आता शाळा व्यवस्थित सुरू होणार होत्या. शांतता करारानंतर मुली शाळेत जाऊ शकतील, पण त्यांनी बुरखा घातला पाहिजे असं तालिबानने सांगितलं होतं. आम्ही म्हटलं, 'तुम्हाला तेच हवं असेल तर ठीक आहे, निदान आम्ही आमचं आयुष्य तरी जगू शकू.'

या करारामुळे सगळेच जण खूश होते असं मात्र नव्हतं. आमचे अमेरिकी मित्र भडकले होते.

''मला वाटतं, तालिबान व जहालमतवाद्यांना पाकिस्तान सरकार मार्ग मोकळा करून देत आहे,'' अमेरिकेच्या 'सेक्रेटरी ऑफ स्टेट' हिलरी क्लिंटन यांची प्रतिक्रिया होती. 'डॉन' या पाकिस्तानी वृत्तपत्राने त्यांच्या संपादकीयामध्ये हा करार 'अनर्थकारक संदेश' देत असल्याचं म्हटलं होतं – देशाशी लष्करी पद्धतीने लढा, म्हणजे तो तुम्हाला हवं ते देईल आणि त्याबदल्यात काहीही मागणार नाही, असा

संदेश यामुळे जात होता.

पण या इथल्या लोकांपैकी कुणालाही इथे राहायचं नव्हतं. आम्हाला शांतता हवी होती, मग ती कुणी का आणेना. आमच्याबाबतीत ते काम सुफी मोहम्मद नामक शुभ्र दाढीधारी अतिरेक्याने केलं. त्याने डिरमध्ये 'शांतता छावणी' तयार केली आणि तो आमच्या 'तबलिग मरकाज' या प्रसिद्ध मशिदीत आमच्या भूमीचा मालक असल्याच्या थाटात बसला. त्याने तालिबान शस्त्रं खाली ठेवेल आणि खोऱ्यात शांतता प्रस्थापित होईल याची हमी घेतली होती. लोक त्याला मुजरा करून त्याच्या हाताचं चुंबन घेण्यासाठी त्याला भेटायला जात होते. कारण ते युद्ध आणि आत्मघाती बॉम्बस्फोटांना कंटाळले होते.

मार्च महिन्यात मी ब्लॉग लेखन थांबवलं. कारण हई काकरना काही सांगण्यासारखं उरलेलं नाही असं वाटत होतं. पण परिस्थिती फारशी बदललेली नव्हती, अजूनही धडकी भरवणाऱ्या घटना सुरूच होत्या. आता तालिबान अधिकच रानटी बनला होता. आता ते सरकारमान्य दहशतवादी होते. आमचा भ्रमनिरास झाला होता आणि अपेक्षाभंगही! शांतता करार म्हणजे केवळ मृगजळ होतं. एके दिवशी रात्री तालिबानने आमच्या रस्त्याजवळ आम्ही ज्याला ध्वजसंचलन म्हणतो ते केलं आणि त्यांनी ते लष्करच असावेत अशा थाटात बंदुका आणि काठ्या घेऊन गस्त सुरू केली.

त्यांची अजूनही चीना बझारमध्ये गस्त सुरूच होती. एके दिवशी माझी आई माझ्या चुलतबहिणीला घेऊन खरेदीला गेली होती. माझ्या या बहिणीचं लग्न ठरलं होतं, त्यासाठी तिला खरेदी करायची होती. वाटेत एका तालिबानने त्यांना हटकलं होतं. तो त्यांची वाट अडवून म्हणाला, "मी तुम्हाला पुन्हा जर बुरखा न घालता फक्त रुमाल बांधलेलं पाहिलं, तर मी तुम्हाला फोडून काढीन."

माझी आई तशी सहजासहजी घाबरत नाही, तिने स्वतःचा तोल ढळू दिला नाही. "बरं, आम्ही बुरखा घालू," ती म्हणाली.

माझी आई नेहमी डोकं झाकून घेते, पण बुरखा हा आमच्या पश्तून परंपरेचा भाग नाही.

तालिबानने एका दुकानदारावर हल्ला केल्याचंही आम्ही ऐकून होतो. कारण काय, तर त्याच्या सौंदर्यप्रसाधनांच्या दुकानात कुणाला सोबत न घेता एकटी आलेली बाई लिपस्टिक पाहत होती.

"बाजारात फलक लावलेला आहे. त्यावर लिहिलं आहे की, कुणी पुरुष नातलग सोबत नसलेल्या स्त्रियांना दुकानात प्रवेश द्यायचा नाही, तरी तू ते जुमानलं नाहीस," असं म्हणून त्यांनी त्या दुकानदाराला भयंकर मारहाण केली. त्या दुकानदाराच्या मदतीला कुणीही पुढे आलं नाही.

एकदा माझे वडील आणि त्यांचे मित्र मोबाइलवर एक व्हिडिओ पाहत होते.

ते दृश्य धक्कादायक होतं. काळा बुरखा आणि लाल सलवार घातलेली एक किशोरवयीन मुलगी जमिनीवर पालथी पडली होती आणि काळा फेटा बांधलेला एक दाढीवाला दिवसाढवळ्या तिला चाबकाने फोडत होता.

"मारू नका, कृपा करून मारू नका!" ती चाबूक कडाडला की किंचाळत-रडत, पश्तू भाषेत विनवत होती.

"अल्लाह, मी मरेन हो!"

तालिबान गरजत होता, "धरा तिला, तिचे हात धरून ठेवा."

तिला मारताना मध्येच तिचा बुरखा घसरला, तेव्हा तो नीट करण्यासाठी ते क्षणभर थांबले आणि पुन्हा तिला चाबकाने फोडू लागले. त्यांनी तिला ३४ फटके मारले. ते बघायला गर्दी जमली होती, पण कुणीही पुढे आलं नाही. तिचा एक नातलग तर तिला धरून ठेवायला मदत करत होता.

काही दिवसांनी तो व्हिडिओ सर्वत्र पोचला. इस्लामाबादमधील एका चित्रपट निर्मातीने तो पाहिल्यावर, तो पाकिस्तान टीव्हीवरून पुन:पुन्हा दाखवला गेला आणि त्यानंतर तो जगभर पोचला. लोक तो व्हिडिओ पाहून भयंकर संतापले, पण आम्हाला त्यांची प्रतिक्रिया विचित्र वाटली. कारण त्यावरून हे दिसून आलं की, त्यांना आमच्या खोऱ्यात काय भयंकर प्रकार सुरू आहेत याची कल्पनाच नव्हती. माझी मनोमन इच्छा होती की, तालिबानने मुलींच्या शिक्षणावर घातलेल्या बंदीबाबतही असाच जनक्षोभ उसळावा.

पंतप्रधान युसूफ रजा गिलानी यांनी यासंदर्भात चौकशी केली आणि एखाद्या मुलीला अशा प्रकारे चाबकाने फोडून काढणं इस्लामच्या शिकवणीविरुद्ध असल्याचं विधान केलं.

"इस्लाम आपल्याला स्त्रियांशी सभ्यतेने वागण्याची शिकवण देतो," ते म्हणाले.

काही लोकांनी तर हा व्हिडिओ बनावट असल्याचा दावा केला. काही जण म्हणाले की, ही घटना जानेवारीत घडली होती – म्हणजे शांतता कराराच्या आधी. आता हा व्हिडिओ प्रसारित करणं ही विरोधी चाल आहे. पण मुस्लीम खानने सत्यतेची खातरी दिली.

"ती तिच्या घरातून परपुरुषाबरोबर बाहेर आली – तो तिचा नवरा नव्हता – म्हणून आम्हाला तिला शिक्षा द्यावी लागली," त्याने सांगितलं, "काही मर्यादा ओलंडायच्या नसतात."

साधारण त्याच दरम्यान, एप्रिलच्या प्रारंभी जाहिद हुसैन नामक आणखी एक सुप्रसिद्ध पत्रकार स्वातमध्ये आले. ते डीसींना भेटायला त्यांच्या अधिकृत निवासस्थानी गेले तेव्हा डीसी पाहुण्यांच्या आदरातिथ्यात होते... तिथे तालिबानच्या

हाती सूत्रं आल्याचा आनंदोत्सव सुरू होता. तिथे सशस्त्र संरक्षक दलासह बरेच वरिष्ठ तालिबान कमांडर्स होते – त्यात मुस्लीम खान आणि फकीर मोहम्मदसुद्धा होते. फकीर मोहम्मद म्हणजे बजौरमधील अतिरेक्यांचा म्होरक्या. लष्कराशी झालेल्या धुमश्चक्रीत तो होताच. फकीरच्या शिरावर दोन लाख डॉलर्सचं बक्षीस लावलेलं होतं, तरी तो सरकारी अधिकाऱ्याच्या घरात मेजवानीचा आस्वाद घेत होता. लष्कराचे ब्रिगेडियर फजलुल्लाहच्या मार्गदर्शनाखाली होणाऱ्या प्रार्थनांना गेल्याचंही आम्ही ऐकलं होतं.

''एका म्यानात दोन तलवारी राहू शकत नाहीत.'' माझ्या वडिलांचे एक मित्र म्हणाले, ''एकाच भूमीत दोन राजे असू शकत नाहीत. इथे राज्य कुणाचं आहे... सरकारचं की फजलुल्लाहचं?''

पण तरीही आम्हाला शांतता स्थापन होईल असं वाटत होतं. सर्व जण २० एप्रिल रोजी होणाऱ्या भव्य जाहीर सभेकडे डोळे लावून होते. या सभेत सुफी मोहम्मद स्वातमधील लोकांना उद्देशून भाषण देणार होता.

त्या दिवशी सकाळी आम्ही सर्व जण घरी होतो. माझे वडील आणि भाऊ बाहेर उभे होते. तेवढ्यात किशोरवयीन तालिबानांचा एक गट मोबाइलवर विजयगीतं वाजवत निघून तिथून गेला.

''ओह, अबा, बघा ते,'' खुशाल म्हणाला, ''माझ्याकडे कलाश्निकोव्ह असती, तर मी त्यांना ठार केलं असतं.''

तो वसंतऋतूतला सुंदर दिवस होता. सर्व जण रोमांचित झाले होते. कारण, सुफी मोहम्मद शांतता स्थापना व विजयाची घोषणा करणार आणि तालिबानला शस्त्रं खाली ठेवायला सांगणार असं सर्वांना वाटत होतं. माझे वडील त्या सभेला गेले नव्हते. त्यांनी 'सरोश अकादमी'च्या छतावरून ती सभा पाहिली. त्यांचे मित्र अहमद शाह 'सरोश अकादमी' ही शाळा चालवायचे. याच ठिकाणी ते आणि त्यांचे कार्यकर्ते बरेचदा संध्याकाळी एकत्र जमायचे. या शाळेच्या छतावरून सभेच्या व्यासपीठाचं दृश्य व्यवस्थित दिसत असल्यामुळे प्रसारमाध्यमांतील काहींनी त्यांचे कॅमेरे तिथे लावले होते.

त्या सभेला प्रचंड गर्दी झाली होती – जवळजवळ ३० ते ४० हजार माणसं होती – ते फेटे बांधून, तालिबान व जिहादी गीतं म्हणत होते.

''तो पूर्णत: तालिबानीकरणाचा गुंजारव होता,'' माझे वडील सांगत होते. त्यांच्यासारख्या उदारमतवादी पुरोगामी व्यक्तींना ही गाणी रुचली नाहीत. त्यांना ती विखारी वाटली; विशेषत: त्या काळात.

सुफी मोहम्मद व्यासपीठावर बसले होते आणि त्यांना मुजरा करण्यासाठी लोकांची लांबच लांब रांग लागली होती. या सभेचा प्रारंभ विजयोध्यायाने –

कुरआनमधील सुरह पठणाने – झाला. त्यानंतर आमच्या खोऱ्यातील पाच प्रदेशांतील – कोहिस्तान, मलकंद, शांगला, अप्पर डिर आणि लोअर डिर – विविध नेत्यांची भाषणं झाली. ते सर्व जण अतिशय उत्साहात होते. कारण त्या सर्वांना आपापल्या प्रदेशाचा 'आमिर' बनवलं जाण्याची अपेक्षा होती, म्हणजे शरिअत लागू करण्याची सूत्रं त्यांच्याकडे जाणार होती. पुढे या नेत्यांची हत्या झाली असती किंवा त्यांना तुरुंगात टाकण्यात आलं असतं, पण त्या वेळी तरी ते सत्तास्वप्न बघत होते. त्यामुळे सर्व जण अत्यंत अधिकारवाणीने बोलले. ते प्रेषितांनी मक्केवर विजय मिळवला तेव्हासारखा उत्सव साजरा करत होते, पण प्रेषितांचे बोल क्षमाशीलतेचे होते, क्रूर विजयाचे नव्हते.

त्यानंतर सुफी मोहम्मद बोलू लागले. ते उत्तम वक्ता नव्हते. ते वयोवृद्ध होते आणि त्यांची तब्येतही बरी नव्हती. त्यांनी ४५ मिनिटं मुद्दा सोडून भरकटत भाषण केलं. ते पूर्ण अनपेक्षित गोष्टी बोलले, जणू त्यांच्या मुखातून दुसरंच कुणी बोलत असावं. त्यांनी पाकिस्तानी न्यायालयं 'अ-इस्लामी' असल्याचं सांगितलं. ते म्हणाले, "मी पाश्चात्त्य लोकशाही ही काफर लोकांनी आपल्यावर लादलेली व्यवस्था मानतो. लोकशाही वा निवडणुकांना इस्लाम परवानगी देत नाही."

सुफी मोहम्मद शिक्षणाबद्दल काहीही बोलले नाहीत. त्यांनी तालिबानला शस्त्रं खाली ठेवायला व हुजरा सोडून जायला सांगितलं नाही. उलट त्यांनी जणू संपूर्ण देशालाच धमकी दिली. "आता बघाच, आम्ही इस्लामाबादला येत आहोत," ते गरजले.

आम्ही सर्व जण अवाक झालो. हे म्हणजे लवलवत्या ज्वाळांवर पाणी ओतल्यासारखं होतं... त्या ज्वाळा अकस्मात विझल्या होत्या. लोकांची घोर निराशा झाली, त्यामुळे ते त्यांच्याबद्दल अपशब्द वापरू लागले.

"तो दुष्ट काय म्हणाला?" लोक बोलू लागले, "तो शांतता स्थापन करणार नाही, त्याला आणखी हत्या घडायला हव्या आहेत."

माझ्या आईनं हे उत्तम शब्दात मांडलं. "त्यांना नायक बनण्याची संधी होती, पण त्यांनी ती घेतली नाही."

सभेला जाताना आमचा जो मूड होता, तो घरी परत येताना पूर्ण बदललला होता.

त्या रात्री माझे वडील जिओ टीव्हीवर बोलले. त्यांनी कामरान खानना सांगितलं की, लोकांच्या प्रचंड अपेक्षा होत्या, पण त्यांचा अपेक्षाभंग झाला आहे. सुफी मोहम्मद यांनी जे करायला हवं होतं ते त्यांनी केलं नाही. त्यांनी समेट घडवण्याचं व हिंसाचार थांबवण्याचं आवाहन करून शांतता करारावर शिक्कामोर्तब करणं अपेक्षित होतं.

जे काही घडलं त्याबद्दल लोकांमध्ये वेगवेगळे तर्कवितर्क होते. कुणी म्हणत होतं

की, सुफी मोहम्मदला वेड लागलं आहे. कुणी म्हणत होतं की, त्यांना असं भाषण देण्याचा हुकूम होता आणि 'जर तुम्ही तसं केलं नाहीत, तर सभास्थानी असलेले चार-पाच आत्मघाती बॉम्बर तुम्हाला आणि येथील सर्वांना उडवून देतील' अशी धमकी देण्यात आली होती. ते भाषणाआधी व्यासपीठावर अस्वस्थ दिसत होते, असंही लोक म्हणत होते. लोक पडद्यामागचे हात आणि अदृश्य शक्तींबद्दल कुजबुजत होते.

'पण या सगळ्यामुळे काय फरक पडतो?...' माझ्या मनात आलं... मुद्दा असा आहे की, आपलं 'तालिबान राज्य' आहे.

त्यानंतर माझे वडील पुन्हा तालिबानमुळे आम्हाला होणारा त्रास यावर विविध परिषदांमध्ये बोलू लागले. एकदा आमच्या प्रदेशाच्या माहिती मंत्र्यांनी वक्तव्य केलं की, तालिबानीकरण ही आमच्या देशाच्या अतिरेक्यांना प्रशिक्षित करून त्यांना अफगाणिस्तानला पाठवण्याच्या धोरणाची परिणती आहे... आधी रशियाशी लढण्यासाठी, नंतर अमेरिकेशी लढण्यासाठी!

"आपण परकीय शक्तींच्या आदेशानुसार मदरशातील विद्यार्थ्यांच्या हातात बंदुका दिल्या नसत्या, तर आज आपल्याला अदिवासी प्रदेश व स्वातमधील रक्तपात पाहावा लागला नसता," ते म्हणाले.

अमेरिकेने कराराबद्दल व्यक्त केलेलं मत बरोबर होतं ही गोष्ट लवकरच स्पष्ट झाली. पाकिस्तानी सरकारने शरणागती पत्करली असून आपण हवं ते करायला मोकळे आहोत, अशी तालिबानची समजूत झाली. त्यांनी बुनेर या इस्लामाबादपासून अवघ्या ६५ मैलांवर असलेल्या स्वातच्या अग्नेय भागातील जिल्ह्यात धडक मारली. बुनेरमधल्या लोकांनी कायमच तालिबानला विरोध केला होता, पण स्थानिक अधिकाऱ्यांनी त्यांना दोन हात न करण्याचे आदेश दिले होते. आरपीजी आणि बंदुकांनीशी सुसज्ज अतिरेकी तिथे येताच पोलीस ठाणी सोडून पळाले, त्यामुळे लोकांना पळ काढावा लागला. तालिबाननं सर्व जिल्ह्यात शरिअत न्यायालयं स्थापन केली आणि ते मशिदींतून प्रवचनं प्रसारित करून स्थानिक तरुणांना त्यांच्यामध्ये सहभागी होण्याचं आवाहन करू लागले.

स्वातमधल्यासारखंच तिथेही त्यांनी टीव्ही, चित्रं, डीव्हीडी आणि टेप जाळल्या. त्यांनी सुप्रसिद्ध तीर्थक्षेत्र असलेल्या सुफी संत पीरबाबा यांच्या पवित्र कबरस्थानाचाही ताबा घेतला. लोक या तीर्थक्षेत्री आध्यात्मिक मार्गदर्शन घेण्यासाठी, आजार बरे व्हावेत यासाठी, तसंच आपल्या मुलांचे संसार सुखाचे व्हावेत यासाठी जात असत. पण आता हे स्थान कुलूपबंद करण्यात आलं होतं.

पाकिस्तानच्या 'लोअर' भागातील लोक अतिशय चिंतातुर झाले होते. कारण, तालिबानने राजधानीच्या दिशेने कूच केलं होतं. फटक्यांची शिक्षा भोगणाऱ्या त्या

काळ्या बुरख्यातील मुलीचा व्हिडिओ सर्वांनी पाहिला असावा, कारण सगळेच विचारत होते, ''पाकिस्तानमध्ये आपल्याला हे हवं आहे का?''

अतिरेक्यांनी बेनझीर यांची हत्या केली, देशातील सर्वांत प्रसिद्ध हॉटेल उडवून दिलं, आत्मघाती बॉम्बर्सद्वारे हजारो लोकांचे प्राण घेतले, लोकांचे शिरच्छेद केले आणि शेकडो शाळा उद्ध्वस्त केल्या... आता लष्कर आणि सरकारला त्यांचा प्रतिकार करण्यास आणखी काय हवं होतं?

वॉशिंग्टनमध्ये राष्ट्राध्यक्ष ओबामा यांच्या सरकारने तालिबानविरुद्ध लढण्यासाठी आणखी २१ हजार तुकड्या अफगाणिस्तानमध्ये पाठवत असल्याचं जाहीर केलं होतं. पण आता त्यांना अफगाणिस्तानपेक्षा पाकिस्तानची अधिक धास्ती आहे असं वाटत होतं. त्याचं कारण माझ्यासारख्या मुली व आमची शाळा हे नव्हतं, तर आमच्या देशात असलेल्या दोनशेहून अधिक आण्विक 'वॉरहेड्स'चा ताबा कोण घेणार याची त्यांना चिंता होती. ते अब्जावधी डॉलर्सची मदत थांबवून, त्याऐवजी सैन्याच्या तुकड्या पाठवणार होते.

मे महिन्याच्या प्रारंभी आमच्या लष्कराने तालिबानला स्वातमधून हुसकावून लावण्यासाठी 'ऑपरेशन ट्रू पाथ' सुरू केलं. ते उत्तरेकडील पर्वतरांगांमध्ये हेलिकॉप्टर्समधून शेकडो कमांडो उतरवणार आहेत असं आमच्या कानावर आलं. मिंगोरामध्येसुद्धा लष्कराच्या आणखी तुकड्या दाखल झाल्या. या खेपेला त्यांनी सगळं गाव सोडून जाण्यास सांगितलं.

आपण तिथेच राहू या, असं माझ्या वडिलांचं म्हणणं होतं, पण बंदुकांच्या फैरींच्या आवाजात रात्ररात्र आमच्या डोळ्याला डोळा लागायचा नाही. सर्व जण सतत चिंतेच्या ओझ्याखाली वावरायचे. एका रात्री आम्हाला किंचाळण्याच्या आवाजाने जाग आली. तेव्हा आमच्याकडे काही प्राणी-पक्षी होते... तीन पांढरीशुभ्र कोंबडीची पिल्लं आणि एक सफेद पांढरा ससा. खुशालच्या एका मित्राने त्याला तो ससा दिला होता. तो दिवसभर आमच्या घरभर फिरायचा. त्या वेळी अटल फक्त पाच वर्षांचा होता, त्याचा त्या सशावर खूप जीव होता, त्यामुळे माझ्या आईवडिलांच्या बेडखाली त्या सशाला झोपायला जागा केली होती. पण तो ससा सगळीकडे शू करून ठेवायचा म्हणून आम्ही रात्रीच्या वेळी त्याला बाहेर ठेवायचो. तेव्हा मध्यरात्रीच्या सुमाराला एका मांजराने त्याच्या नरडीचा घोट घेतला. आम्ही सर्वांनी त्या सशाच्या आर्त किंकाळ्या ऐकल्या. अटलचं रडं तर थांबता थांबत नव्हतं.

''उद्या उजाडू दे, मी त्या मांजराला धडा शिकवणार आहे.'' तो स्फुंदत म्हणाला, ''मी त्याला ठार करणार आहे.''

हा जणू अपशकुनच घडला होता.

◆

१५

खोरं सोडून जाताना...

आमचं खोरं सोडून जाणं ही माझ्यासाठी आजवरच्या आयुष्यातील सर्वांत कठीण गोष्ट होती. मला आजीची 'तापा' आठवत होती –

कोणताही पश्तून माणूस त्याच्या भूमीचा स्वेच्छेने त्याग करत नाही. त्याला एकतर गरिबीमुळे जावं लागतं किंवा तो प्रेमासाठी जातो.

आता आम्हाला मायभूमी सोडणं भाग पडत होतं ते तिसऱ्याच कारणासाठी, जे तापा रचणाऱ्यालाही कधी सुचलं नसेल... तालिबान!

घर सोडून जाताना माझ्या काळजाच्या ठिकऱ्या उडत होत्या. मी आमच्या छतावर उभी राहून पर्वतरांगा पाहत होते... बर्फाचा मुकुट ल्यालेला माउंट एलम... जिथे पोचून ॲलेक्झांडर-द-ग्रेटने गुरुला स्पर्श केला होता. मी आजूबाजूला नजर टाकली. सगळ्या झाडांना पालवी फुटत होती. आमच्या जर्दाळूच्या झाडाचे जर्दाळू यंदा दुसरंच कुणीतरी खाईल... सारं कसं शांत शांत होतं... नीरव शांतता... ना नदीची खळखळ होती, ना वाऱ्याचा सूं सूं आवाज... पक्षीसुद्धा किलबिल करत नव्हते.

मला ढसाढसा रडावंसं वाटत होतं. कारण, आपण पुन्हा कदाचित कधीच इथे येऊ शकणार नाही असं आत कुठेतरी वाटत होतं. माहितीपट करणाऱ्यांनी मला विचारलं होतं की, जर कधी तुला स्वात सोडावं लागलं आणि पुन्हा कधी तिथे कधीच परत येता आलं नाही तर तुला काय वाटेल? त्या वेळी मला हा प्रश्न मूर्खपणाचा वाटला होता, पण तेव्हा मी कधी कल्पनासुद्धा करू शकत नव्हते

अशा गोष्टी आता घडत होत्या. मला आमची शाळा कधी बंद होणार नाही, असं वाटत होतं, पण तरी बंद झाली होती. मला आपण कधीही स्वात सोडून जाणार नाही असं वाटत होतं, पण आत्ता ती वेळ येऊन ठेपली होती. एक दिवस स्वात तालिबानच्या विळख्यातून मुक्त होईल आणि आम्हाला सुखाचे दिवस येतील असं मला वाटत होतं, पण कदाचित तसं घडणार नाही हे आता माझ्या लक्षात आलं होतं. मी रडू लागले... जणू प्रत्येक जण कुणीतरी रडण्याची वाट बघत असावा अशी अवस्था होती. मी रडू लागताच माझ्या चुलतभावाची बायको – हनी रडू लागली आणि मग आम्ही सगळेच रडू लागलो. पण माझी आई मात्र शांत, स्थिरचित्त आणि खंबीर होती.

मी आधी माझ्या दप्तरात माझी सगळी वह्या-पुस्तकं भरली आणि मग कपड्यांची बॅग भरली. माझं मन सैरभैर झालं होतं, त्यामुळे मी एका ड्रेसची सलवार घेतली तर दुसऱ्या ड्रेसचा कमीज. त्यामुळे माझ्या बॅगेत परस्परांशी रंगसंगती न साधणाऱ्या गोष्टी भरल्या गेल्या. आम्ही एकांच्या कारमधून जाणार होतो, त्यामुळे जागा अगदी थोडी होती. म्हणून मी मला शाळेत मिळालेली बक्षिसं किंवा फोटो किंवा खासगी गोष्टींपैकी काहीही सोबत घेतलं नव्हतं. आमच्याकडे लॅपटॉप किंवा दागदागिने असल्या कुठल्या महागड्या गोष्टी नव्हत्याच; आमच्याकडच्या मौल्यवान वस्तू म्हणजे टीव्ही, फ्रीज आणि वॉशिंग मशीन. आमचं सुखसोयींनीयुक्त आरामदायी जीवन नव्हतंच... आम्ही पश्तून लोक खुर्च्यांपेक्षा जमिनीवर बसण्यास पसंती देतो. आमच्या घरात भिंतींना भसके पडलेले होते आणि प्रत्येक बशी व कपाला तडे गेलेले होते.

माझ्या वडिलांचा अगदी अखेरपर्यंत जाण्यास विरोध होता, पण तितक्यात त्यांच्या मित्रांपैकी एकाच्या नातेवाइकाचा गोळीबारात मृत्यू झाल्यामुळे ते त्यांच्या घरी सांत्वनाला गेले. त्या काळी असं साहस कुणी करत नव्हतं, तरीही माझे आईवडील गेले होते. त्यांच्यावर कोसळलेला दु:खाचा डोंगर पाहिल्यावर माझ्या आईचा निश्चय अधिकच दृढ झाला. तिने माझ्या वडिलांना सांगितलं, ''तुम्ही आला नाहीत तरी चालेल, पण मी जाणार आहे आणि मुलांनाही शांगलाला घेऊन जाणार आहे.''

ते तिला एकटीला जाऊ देणार नाहीत हे तिला माहीत होतं. माझ्या आईने गोळीबाराचा ताण आणि दडपण भरपूर सोसलं होतं. तिने डॉ. अफजलना फोन करून माझ्या वडिलांना तिथून जाण्यास तयार करण्याची विनंती केली होती. ते त्यांच्या कुटुंबासह जाणारच होते. त्यामुळे त्यांनी आम्हाला 'लिफ्ट' देऊ केली. आमच्याकडे कार नव्हती, पण आमचं सुदैव म्हणजे आमचे शेजारी – सफिना आणि तिच्या घरचे लोकही – घर सोडून जात होते, त्यामुळे आमच्यापैकी काही

जणांना त्यांच्या कारमध्ये जागा मिळाली होती. आणि बाकीचे डॉ. अफजल यांच्या कारमधून जाणार होते.

५ मे, २००९ रोजी आम्ही 'आयडीपी' म्हणजे 'इन्टर्नली डिस्प्लेस्ड पर्सन्स' बनलो! हे एखाद्या आजारासारखं वाटत होतं.

आमचा गोतावळा भरपूर होता. फक्त आम्ही पाच जणच नाही तर माझी आजी, माझा चुलतभाऊ, त्याची बायको हनी आणि त्यांचं बाळही होतं. माझ्या भावांना त्यांनी पाळलेल्या कोंबडीच्या पिल्लांनाही सोबत घ्यायचं होतं. माझं पिल्लू मेलं होतं. मी त्याला हिवाळ्यात एक दिवस गार पाण्याने अंघोळ घातली होती. मी त्याला घरात बुटांच्या खोक्यात घालून ऊब देण्याचा प्रयत्न केला होता आणि आजूबाजूच्या सर्वांना त्याच्यासाठी प्रार्थना करायला लावली होती, पण काहीही उपयोग झाला नव्हता. माझ्या आईने त्या पिल्लांना सोबत घेण्यास ठाम नकार दिला.

"त्यांनी कारमध्ये घाण करून ठेवली तर काय करायचं?" तिने विचारलं.

त्यावर अटलने त्यांच्यासाठी नॅपी घेऊ या, हा मार्ग सुचवला! अखेर आम्ही त्यांच्यासाठी भरपूर पाणी आणि मक्याचे दाणे घालून त्यांना घरीच ठेवलं.

आईने जागा अगदी कमी असल्यामुळे मलाही शाळेचं दप्तर घरीच ठेवायला सांगितलं. ते ऐकून मला धडकीच भरली. मग मी माझ्या पुस्तकांचं रक्षण व्हावं म्हणून त्यांच्यापाशी जाऊन कुरआनमधील पंक्ती म्हटल्या.

अखेर आम्ही सर्व जण निघालो. माझी आई, वडील, आजी, माझ्या चुलतभावाची बायको, त्यांचं बाळ आणि माझे भाऊ – इतके लोक डॉ. अफजल यांच्या व्हॅनमध्ये मागच्या बाजूला चेंगरून बसलो होतो. शिवाय त्या व्हॅनमध्ये डॉ. आफजल यांची बायको आणि मुलं होतीच. लहान मुलं मोठ्या मुलांच्या मांडीवर आणि मोठी मुलं मोठ्या माणसांच्या मांडीवर असे सर्व जण दाटीवाटीने बसले होते. मी त्यातल्या त्यात सुदैवी होते. सफिनाच्या कारमध्ये थोडेच लोक होते; पण मी माझं शाळेचं दप्तर मागेच ठेवावं लागल्यामुळे हताश झाले होते. मी माझ्या वह्या-पुस्तकांचा स्वतंत्र डाग केल्यामुळे मला ते सगळंच मागे ठेवून निघावं लागलं होतं.

आम्ही सर्वांनी कुरआनमधील 'सुरह' आणि आमची घरं व शाळा यांचं रक्षण करण्यासाठी विशेष प्रार्थना म्हटल्या. त्यानंतर सफिनाच्या वडिलांनी गाडी सुरू केली आणि आम्ही आमच्या रस्त्यालगतचं आमचं इवलंसं विश्व – घर आणि शाळा – सोडून अज्ञाताच्या दिशेने निघालो. आम्ही पुन्हा कधी आमचं गाव पाहू शकणार होतो की नाही, कोण जाणे? बजौरमध्ये अतिरेक्यांविरुद्ध उघडलेल्या मोहिमेत लष्कराने सगळं कसं भुईसपाट केलं होतं. त्याचे आम्ही फोटो पाहिले होते, त्यामुळे आमच्या परिचयाचं हे सगळं उद्ध्वस्त होणार आहे, असं वाटत होतं.

रस्त्यावर प्रचंड गर्दी होती. मी आमच्याकडच्या रस्त्यावर इतकी गर्दी कधी पाहिली नव्हती. सगळीकडे गाड्याच गाड्या दिसत होत्या. शिवाय लोकांनी व त्यांच्या सामानसुमानाने खचाखच भरलेल्या रिक्षा, खेचरगाड्या आणि ट्रकही होते; सगळं कुटुंबच्या कुटुंब घेऊन कसरत करत निघालेल्या दुचाकी गाड्याही दिसत होत्या. हजारो लोक पाठीवर फक्त कपड्याचं गाठोडं बांधून गाव सोडून निघाले होते... जणू संपूर्ण खोरंच रिकामं होतं आहे, असं वाटत होतं.

काही लोक मानतात की, पश्तून इस्रायलमधील एका जमातीचे वंशज आहेत.

माझे वडील म्हणाले की, "आपण इजिप्त सोडून जाणाऱ्या इस्रायलींसारखे असू, पण आपल्याला मार्ग दाखवायला कुणी मोझेस नाहीये."

आपण कुठे चाललो आहोत ते फार थोड्या लोकांना माहीत होतं. आपल्याला इथून जावं लागणार आहे एवढंच त्यांना ठाऊक होतं. हे पश्तून इतिहासातील सर्वांत मोठं सामूहिक स्थलांतर होतं... सर्वांत मोठं 'एक्झोडस'.

एरवी मिंगोरातून बाहेर पडण्यास अनेक मार्ग आहेत, पण तालिबानने सफरचंदाची अनेक मोठमोठी झाडं तोडून, त्यांचा अडसर बनवून काही रस्ते बंद केले होते. त्यामुळे सर्वांना एकाच रस्त्यावरून चेंगराचेंगरी करत प्रवास करणं भाग होतं. लोकांचा जणू महासागर उसळला होता. तालिबान हातात बंदुका घेऊन रस्त्यांवर गस्त घालत होते, इमारतींच्या छतांवरून आमच्यावर नजर ठेऊन होते. ते वाहतुकीला शिस्त लावत गाड्यांची रांग सुरळीत राखत होते, पण शिट्टीने नव्हे तर शस्त्रास्त्रांच्या बळावर.

"ट्रॅफिक तालिबान," आम्ही वातावरण हलकंफुलकं राखण्यासाठी विनोद करत होतो. वाटेत रस्त्यावर ठरावीक अंतरावर लष्कराचे आणि तालिबानचे तपासणीनाके जवळजवळच होते. लष्कराला तेव्हाही तालिबानच्या अस्तित्वाची जाणीव दिसत नव्हती.

"बहुधा त्यांची दृष्टी कमजोर असावी," आम्ही हसून म्हणालो, "त्यामुळे त्यांना दिसत नसावं."

रस्त्यावर गर्दी वाढतच होती. त्यामुळे प्रवास दीर्घ आणि मंदगतीनं सुरू होता. आम्ही सगळे दाटीवाटीने बसल्यामुळे घामाघूम झालो होतो. एरवी कारमधून प्रवास करणं आम्हा मुलांसाठी अपूर्वाई असे. कारण आम्ही क्वचितच कुठे जात असू, पण आत्ताचा हा प्रवास तसा नव्हता. सगळे जण उदास झाले होते.

डॉ. अफजल यांच्या व्हॅनमधून माझे वडील प्रसारमाध्यमांशी बोलत होते, आमच्या खोऱ्यातून होत असलेल्या स्थलांतराचं समालोचन करत होते. माझी आई त्यांना 'हळू बोला' असं सारखं सांगत होती, कारण तालिबान ते ऐकेल याची भीती तिला वाटत होती. माझ्या वडिलांचा आवाज इतका खणखणीत आहे की, माझी

आई नेहमी मजेत म्हणते, "त्यांनी फोन करायची गरजच नाही, ते इथून बोलले तरी बास आहे!"

अखेर आम्ही मलकंदजवळ खिंड ओलांडली आणि स्वात मागे पडलं. एव्हाना दुपार टळून गेली होती. आम्ही मर्दानला पोचलो होतो. ते अत्यंत गजबजतं आणि उकाड्याचं शहर आहे.

माझे वडील सर्वांना "आपण थोड्या दिवसांत परत जाऊ. सगळं ठीक होईल," असं सांगत होते, पण ते काही खरं नाही हे आम्हाला कळत होतं.

मर्दानमध्ये 'यूएनएचसीआर'ने (युनायटेड नेशन्स हाय कमिशनर फॉर रेफ्यूजीज) पांढरे तंबू उभारले होते. पेशावरमध्ये अफगाण शरणार्थींसाठी जशा छावण्या उभारल्या होत्या तशाच या मोठमोठ्या छावण्या उभारण्यात आल्या होत्या. आम्ही तिथे राहणार नव्हतो, कारण तो प्रकार भयंकरच होता. आम्ही सुमारे २० लाख लोक स्वात सोडून आलो होतो. त्या छावण्यांमध्ये इतक्या लोकांची सोय होणं शक्यच नव्हतं, आणि समजा तिथे आमच्यासाठी तंबू मिळाला असता, तरी आत प्रचंड उकाडा होता. तिथे कॉलरासारखे आजार पसरत असल्याचंही कानावर येत होतं. माझ्या वडिलांनी तर असंही ऐकलं होतं की, काही तालिबान त्या छावण्यांमध्येसुद्धा लपले आहेत आणि ते स्त्रियांना त्रास देत आहेत.

ज्या लोकांना शक्य होतं ते लोक तिथल्या स्थानिक लोकांच्या घरी आपापल्या गोतावळ्यासह व मित्रपरिवारासह राहत होते. विलक्षण गोष्ट म्हणजे या सर्व 'आयडीपी'पैकी तीन चतुर्थांश लोक मर्दान आणि तिथून जवळच असलेल्या स्वाबी गावातील लोकांनी त्यांच्या घरी सामावून घेतले होते. त्यांनी त्यांच्या घराची दारं, शाळा आणि मशिदी या निर्वासितांसाठी खुल्या केल्या होत्या. आमच्या संस्कृतीत स्त्रियांनी नातेवाईक नसलेल्या कुठल्याही पुरुषांशी संपर्क ठेवायचा नसतो. स्त्रियांना पडदा पाळता यावा, यासाठी निर्वासितांचा पाहुणचार करणाऱ्या घरातले पुरुष स्वत:चं घर सोडून दुसरीकडे झोपायला जायचे. ते आयडीपींचे स्वयंसेवक बनले होते. हे पश्तून आदरातिथ्याचं विस्मयकारक उदाहरण होतं. या स्थलांतरितांची व्यवस्था सरकारने केली असती, तर कित्येक लोकांचा भूकबळी केला असता किंवा ते आजारी पडून मेले असते याची आम्हाला खातरी होती.

मर्दानमध्ये आमचे कुणी नातेवाईक नसल्यामुळे आम्ही आमच्या खेड्यात – शांगलाला जायचं ठरवत होतो. आत्ता आम्ही त्याच्याविरुद्ध दिशेला बरंच दूरवर आलो होतो, पण स्वातमधून बाहेर पडण्यासाठी आम्हाला ही 'लिफ्ट' घेणं भाग होतं.

त्या दिवशी रात्री आम्ही डॉ. अफजल यांच्या घरी राहिलो. त्यानंतर माझे

वडील आम्हाला तिथेच सोडून पेशावरला गेले, आजूबाजूला जे काही घडत होतं ते लोकांना सांगण्यासाठी. त्यांनी आम्हाला नंतर शांगलामध्ये भेटू असं सांगितलं. माझ्या आईने त्यांना आमच्यासोबत येण्याचा खूप आग्रह केला, पण त्यांनी ऐकलं नाही. त्यांना पेशावर व इस्लामाबादमधील लोकांना आयडीपी अत्यंत भयंकर परिस्थितीत जगत आहेत आणि लष्कर काहीही करत नाहीये, या गोष्टींची कल्पना द्यायची होती. आम्ही त्यांना निरोप दिला, पण पुन्हा त्यांची भेट कधी होईल का, याची काळजी लागून राहिली होती.

दुसऱ्या दिवशी आम्हाला अबोटाबादला जाण्यासाठी 'लिफ्ट' मिळाली. तिथे माझ्या आजीचं कुटुंब राहायचं. आम्हाला माझा एक भाऊ खानजी भेटला होता. तोही आमच्यासारखाच उत्तरेकडे निघाला होता. तो स्वातमध्ये मुलांचं वसतिगृह चालवायचा. तो सात-आठ मुलांना घेऊन कोहिस्तानला जाणार होता. त्याच्याकडे गाडी होती. तो बेशमला जाणार होता, तिथून आम्हाला दुसऱ्या कुणाचीतरी लिफ्ट घेऊन शांगलाला जावं लागणार होतं.

बरेच रस्ते बंद असल्यामुळे आम्हाला बेशमला पोचायला रात्र झाली. तिथे आम्ही एका स्वस्त, घाणेरड्या हॉटेलमध्ये रात्र काढली. माझा चुलतभाऊ शांगलाला जाण्यासाठी व्हॅनची व्यवस्था करण्याच्या प्रयत्नात होता.

तिथे एक माणूस माझ्या आईजवळ आलेला मी पाहिला. माझ्या आईने पायतलं काढून त्याला खाड खाड लगावली, त्याबरोबर तो पळून गेला. तिने त्याला इतकं जोरात मारलं की, तिची चप्पल तुटली. माझी आई अत्यंत कणखर आहे हे मला माहीतच होतं, पण आता मी तिच्याकडे एका नव्या आदरभावाने पाहू लागले.

बेशमहून आमच्या खेड्यापर्यंत पोचणं सोपं नव्हतं. आम्हाला आमच्या सामानाचं ओझं वागवत २५ किलोमीटर अंतर पायी पार करावं लागलं. वाटेत एका ठिकाणी लष्कराच्या जवानांनी आम्हाला अडवलं. त्यांनी 'आम्हाला पुढे जाता येणार नाही, मागे फिरा,' असं सांगितलं.

"आमचं घर शांगलामध्ये आहे. आम्ही कुठे जाणार?" आम्ही त्यांना विनवत होतो.

माझी आजी रडू लागली. इतके वाईट दिवस कधी आयुष्यात पाहिले नव्हते असं म्हणून तिने अश्रूंना वाट करून दिली. अखेर, त्यांनी आम्हाला पुढे जाऊ दिलं. लष्कर आणि त्यांच्या मशीनगन्स सगळीकडे दिसत होत्या. संचारबंदी आणि तपासणीनाक्यांमुळे रस्त्यावर लष्कराच्या वाहनांखेरीज दुसरं कुठलं वाहन नव्हतं. आम्ही कोण आहोत हे लक्षात न आल्यामुळे लष्कर आम्हाला गोळ्या घालेल याची आम्हाला भीती वाटत होती.

आम्ही खेड्यात पोचलो तेव्हा आमचा परिवार आम्हाला पाहून आश्चर्यचकित झाला. तालिबान शांगलामध्ये परत येणार याची सर्वांनाच खातरी असल्यामुळे, आम्ही मर्दानमध्येच का राहिलो नाही हे त्यांना समजत नव्हतं.

आम्ही माझ्या आईच्या खेड्यात – कर्शातमध्ये माझ्या मामांच्या, फैज मोहम्मद यांच्या घरी राहिलो. आम्ही फारसं सामान बरोबर घेतलेलं नसल्यामुळे आम्हाला नातेवाइकांकडून कपडे घ्यावे लागले. माझी मामे-बहीण सुम्बूल भेटल्यामुळे मला आनंद झाला होता. ती माझ्यापेक्षा एक वर्षाने मोठी आहे. आम्ही तिथे स्थिरस्थावर होताच, मी तिच्याबरोबर शाळेत जाऊ लागले. मी त्या वेळी सहावीत होते, पण तिच्याबरोबर सातवीच्या वर्गात बसू लागले. त्या इयत्तेच्या वर्गात फक्त तीनच मुली होत्या, कारण खेड्यात त्या वयाच्या बहुतेकशा मुली शाळेत जात नाहीत. त्या शाळेत फक्त तीन मुलींचा वेगळा वर्ग करण्याइतकी जागा व शिक्षक नसल्यामुळे आम्हाला मुलांच्याच वर्गात शिकवलं जायचं. मी माझा चेहरा झाकून घेत नसल्यामुळे इतर मुलींपेक्षा वेगळी दिसायचे आणि मी प्रत्येक शिक्षकाशी बोलायचे व त्यांना प्रश्न विचारायचे. मी आज्ञाधारक आणि विनम्रपणे वागण्याचा प्रयत्न सतत करायचे... ''यस सर, यस सर,'' म्हणायचे.

मामांच्या घरापासून शाळेत जायला अर्धा तास लागायचा. पण मला सकाळी लवकर उठणं म्हणजे संकट वाटायचं. त्यामुळे शाळेच्या दुसऱ्याच दिवशी आम्हाला शाळेत जायला उशीर झाला. त्यामुळे शिक्षा म्हणून मला शिक्षकांनी हातावर छडी मारली... मला धक्काच बसला, पण मग मी विचार केला की, याचा अर्थ ते मला स्वीकारत आहेत आणि वेगळी वागणूक तरी देत नाहीयेत. इथे मिंगोरातल्यासारखी गोळ्या-चॉकलेटं आणि कुरकरीत-खुसखुशीत चटकमटक मिळत नव्हतं, त्याऐवजी इथे काकड्या-कलिंगडं मिळायची.

एके दिवशी शाळेत 'पेरेन्ट्स डे' आणि बक्षीस-समारंभ होता. त्यात सर्व मुलांना भाषण करण्यासाठी प्रोत्साहन दिलं जात होतं. काही मुली बोलणार होत्या, पण सर्वांसमोर नाही. मुली वर्गात मायक्रोफोनवर बोलणार होत्या आणि त्यांचा आवाज मुख्य सभागृहात ऐकवण्यात येणार होता. पण मला जाहीर भाषण द्यायची सवय होती, त्यामुळे मी बाहेर आले आणि सगळ्या मुलांसमोर एक 'नात' – म्हणजे कविता म्हटली. त्यात मी प्रेषितांची स्तुती केली. त्यानंतर मी शिक्षकांना आणखी कविता सादर करू का असं विचारलं आणि आपल्या मनातील इच्छाआकांक्षा पूर्ण करण्यासाठी कठोर मेहनत घ्यावी लागते, अशा आशयाची कविता सादर केली.

''अगदी छोटा अलंकार बनण्याआधी हिरा अनेकदा कापावा लागतो,'' मी म्हणाले.

त्यानंतर मी 'मैवंदची मलालाई' या माझ्या नावाशी साधर्म्य असणाऱ्या स्त्रीबद्दल बोलले. तिच्यात हजारो शूरवीरांइतकी ताकद आणि सामर्थ्य होतं. त्यामुळेच तिच्या काही काव्यपंक्तींनी संपूर्ण परिवर्तन घडवलं आणि ब्रिटिशांचा पाडाव झाला.

श्रोत्यांच्या चेहऱ्यावर आश्चर्य दिसत होतं. त्यांना मी भाव मारते आहे असं वाटत होतं, का मी बुरखा का घातलेला नाही हा प्रश्न ते स्वत:ला विचारत होते, कोण जाणे?

माझ्या मामेभावंडांच्या सहवासात छान वाटत होतं, पण मला माझ्या पुस्तकांची आठवण होत होती. मी घरी ठेवून आलेल्या शाळेच्या दप्तराचा विचार सतत माझ्या मनात यायचा. त्यातच 'ऑलिव्हर ट्विस्ट' आणि 'रोमिओ ॲन्ड ज्यूलिएट' वाट पाहत होते. शेल्फवर 'अगली बेट्टी'च्या डीव्हीडी होत्या... पण आता आमच्या आयुष्यातील नाट्य सुरू होतं. आम्ही किती सुखात जगत होतो... पण आमच्या आयुष्यावर कसलीतरी काळीकुट्ट सावली पडली... आता आम्ही सुखान्त होण्याच्या प्रतीक्षेत होतो. मी पुस्तकांबद्दल तक्रार केली, तेव्हा माझे भाऊ त्यांच्या कोंबडीच्या पिल्लांबद्दल कुरकुरू लागले.

लष्कराने मिंगोरात युद्ध छेडल्याची बातमी आम्ही रेडिओवर ऐकली होती. त्यांनी पॅराशूटच्या मदतीनं सैनिक गावात उतरवले होते आणि रस्त्यावर समोरासमोर युद्ध सुरू झालं होतं. तालिबान हॉटेलं आणि सरकारी इमारतींचा 'बंकर' म्हणून वापर करत होते. चार दिवसांच्या धुमश्चक्रीनंतर लष्कराने 'ग्रीन चौक'सहित तीन चौक ताब्यात घेतले. याच ग्रीन चौकात तालिबान त्यांच्या बळींचे शिर नसलेले मृतदेह दिमाखात दाखवायचे. त्यानंतर लष्कराने विमानतळ ताब्यात घेतला आणि आठवड्याभरात शहर परत मिळवलं.

आम्हाला वडिलांची काळजी सतत कुरतडत होती. शांगलामध्ये मोबाइल फोनचा सिग्नल मिळणं मुश्कील होतं. आम्हाला शेतात एखाद्या उंच खडकावर उभं राहून फोन लागतो आहे का ते पाहावं लागायचं आणि तिथे एखाद्या रेघेपेक्षा अधिक नेटवर्क क्वचितच मिळायचं, त्यामुळे त्यांच्याशी बोलता येत नव्हतंच. आम्ही शांगलामध्ये आल्यानंतर सुमारे दीड महिन्याने माझ्या वडिलांनी आम्हाला पेशावरला यायला सांगितलं. तिथे ते त्यांच्या तीन मित्रांसमवेत एका खोलीत राहत होते.

त्यांना पाहताच आमचा कंठ दाटून आला... अक्षरश: भावना आवरेनात. आमचं कुटुंब पुन्हा एकत्र झालं होतं. तिथून आम्ही इस्लामाबादला गेलो आणि शिझांच्या – आम्हाला स्टॅनफोर्डहून फोन करण्याऱ्या बाईंच्या – घरी राहू लागलो.

तिथे असताना पाकिस्तान आणि अफगाणिस्तानचे अमेरिकी राजदूत रिचर्ड हॉलब्रुक 'सेरेना हॉटेल'मध्ये या संदर्भात एक बैठक घेणार असल्याचं आम्ही ऐकलं. त्या बैठकीला माझ्या वडिलांनी व मी प्रवेश मिळवला.

मी गजर नीट लावला नसल्यामुळे आमची ती बैठक हुकायच्याच बेतात होती, त्यामुळे माझे वडील माझ्याशी बोलायला तयार नव्हते. लालबुंद चेहऱ्याचे हॉलब्रुक रागीट व कडक वाटले, पण त्यांनी बोस्नियात शांतता स्थापनेसाठी मदत केल्याचं लोक सांगत होते. मी त्यांच्या शेजारी बसले होते. त्यांनी मला विचारलं, ''तुझं वय काय?''

''मी बारा वर्षांची आहे.'' मी शक्य तितक्या उंच दिसण्याचा प्रयत्न करत म्हणाले, ''माननीय राजदूत महोदय, माझी तुम्हाला विनंती आहे, कृपया आम्हा मुलींना शिक्षण घेता यावं यासाठी मदत करा.'' यावर ते हसले.

''तुमच्या इथे आधीच भरपूर समस्या आहेत आणि आम्ही तुमच्यासाठी खूप काही करत आहोत,'' ते म्हणाले, ''आम्ही तुम्हाला आर्थिक मदत म्हणून अब्जावधी डॉलर्स दिले आहेत; आम्ही वीज, गॅस वगैरे बाबी पुरवण्यासाठी तुमच्या सरकारसोबत कामही करत आहोत... पण तुमच्या देशासमोर बऱ्याच समस्या आहेत.''

मी 'पॉवर ९९' या रेडिओ स्टेशनला मुलाखत दिली. त्यांना ती खूप आवडली. त्यांनी आम्हाला सांगितलं की, आमचं अबोटाबादमध्ये गेस्ट हाउस आहे, तिथे तुम्ही राहू शकता. मग आम्ही एक आठवडा तिथे राहिलो. आनंदाची गोष्ट म्हणजे मला मोनिबाही अबोटाबादमध्येच असल्याचं समजलं. तसंच आमच्या एक शिक्षिका आणि एक मैत्रीणही इथेच होती. आम्ही आयडीपी बनलो त्या दिवशी आमचं भांडण झालं होतं, तेव्हापासून आम्ही एकमेकींशी बोललो नव्हतो. इथे आम्ही एका बागेत भेटायचं ठरवलं. मी तिच्यासाठी पेप्सी आणि बिस्किटं नेली होती.

''सगळी चूक तुझी होती,'' ती म्हणाली. मी मान्य केलं. मला त्याचं काहीही वाटलं नाही, मला फक्त मैत्री हवी होती.

लवकरच त्या गेस्ट हाउसमधील आठवडा सरला. त्यानंतर आम्ही हरिपूरला गेलो. तिथे माझी एक मावशी राहायची. दोन महिन्यांत आम्ही चवथ्यांदा दुसऱ्या शहरात आलो होतो. छावण्यांमध्ये राहणाऱ्या, तळपत्या उन्हात तासन्‌तास अन्न आणि पाण्यासाठी रांगेत उभं राहावं लागणाऱ्या लोकांपेक्षा आमची अवस्था खूप चांगली होती, हे मला कळत होतं. पण मला माझ्या खोऱ्याची खूप आठवण होत होती. माझा बारावा वाढदिवस या शहरात झाला. कुणाच्या तो लक्षातही नव्हता. माझ्या वडिलांच्यासुद्धा तो लक्षात नव्हता. त्यांची प्रचंड धावपळ सुरू होती. मला

खूप वाईट वाटत होतं. माझा अकरावा वाढदिवस किती वेगळा होता... मी ते क्षण आठवत होते. मी माझ्या मैत्रिणींना केक दिला होता... फुगे लावले होते... माझ्या बाराव्या वाढदिवशीही मी मनोमन तशीच इच्छा केली, पण त्या वेळी केक नव्हता आणि मेणबत्त्याही नव्हत्या. याही वाढदिवशी माझी आमच्या खोऱ्यात शांतता नांदावी अशीच मनोकामना होती.

◆

भाग ३

तीन मुली, तीन गोळ्या...

سر د په لوړه تيګه کېږده   پردې وطن دې په کښې نشته بالختونه

Sir de pa lowara tega kegda
Praday watan de paki nishta balakhtona

हे पांथस्था! खडकाळ शिळेवर तुझं मस्तक विसाव
ही परकीय भूमी आहे – ही तुझ्या राजाची नगरी नव्हे!

१६

व्हॅली ऑफ सॉरोज

हे सगळं एखाद्या दु:स्वप्नासारखं वाटत होतं. आम्हाला आमच्या घरापासून दूर जाऊन जवळजवळ तीन महिने झाले होते. आम्ही 'चर्चिल्स पिकेट' मागे टाकून, डोंगरावरचे प्राचीन अवशेष, भव्य बौद्ध स्तूप मागे टाकून आमच्या खोऱ्याच्या दिशेने परत येत होतो... समोर स्वात नदीचं विस्तीर्ण पात्र दिसलं आणि माझ्या वडिलांना अश्रू अनावर झाले. स्वातवर पूर्णत: लष्कराचा ताबा दिसत होता. मलकंद खिंडीकडे जाण्याआधी आमच्या वाहनांनासुद्धा स्फोटकं-तपासणीनाक्यातून पार व्हावं लागलं. तिथून पार होऊन आम्ही खाली खोऱ्यात उतरलो तेव्हा सर्वत्र लष्कराचे तपासणीनाके दिसले आणि बऱ्याच घरांच्या छतांवर सैनिकांनी त्यांच्या मशीनगन्ससाठी खोपटी बांधली होती.

आम्ही जसजसं पुढे जाऊ लागलो तसतसं उद्ध्वस्त इमारतींचे अवशेष आणि बेचिराख झालेल्या वाहनांचे सांगाडे दिसू लागले. आमचा खुशाल जे व्हिडिओ गेम आवडीने खेळायचा त्यामधल्यासारखं किंवा जुन्या युद्धपटांची आठवण करून देणारं ते चित्र होतं. आम्ही मिंगोरात पोचलो तेव्हा समोरचं दृश्य पाहून आम्हाला धक्का बसला. लष्कर आणि तालिबान रस्त्यारस्त्यांवर लढले होते, त्यामुळे जवळजवळ प्रत्येक घराच्या भिंतीवर बंदुकीच्या गोळ्यांच्या खुणा होत्या. तालिबान ज्या इमारतींचा लपण्यासाठी वापर करायचे, त्या इमारती उडवून दिल्यामुळे दगडविटांचा खच पडला होता, भग्न अवशेषांचे ढीगच्या ढीग दिसत होते. सर्वत्र वाकलेल्या सळया, पत्रे अशा सर्वत्र उद्ध्वस्ततेच्या खुणा दिसत होत्या. बहुतेकशा दुकानांना पत्र्याची जाड शटर्स होती, त्यामुळे त्यांची लूट झाली नव्हती. संपूर्ण शहर शांत आणि रिकामं झालं होतं... ना लोक दिसत होते, ना वाहतूक... जणू प्लेगची

साथ पसरली असावी... सर्वांत विचित्र वाटत होता तो बस स्टँड. तिथे नेहमी बस, गाड्या, रिक्षा यांचा प्रचंड गलबला असायचा, पण आता ते पूर्ण वैराण दिसत होतं. आम्ही फरश्यांच्या भेगातून वर डोकावत असलेली रोपटीसुद्धा पाहिली. आमच्या शहराची अशी अवस्था आम्ही पहिल्यादांच पाहत होतो.

पण निदान आत्ता तिथे तालिबानची चाहूल तरी नव्हती.

त्यानंतर एका आठवड्याने, २४ जुलै, २००९ रोजी आमच्या पंतप्रधानांनी तालिबानचा सफाया झाल्याचं जाहीर केलं. त्यांनी गॅसपुरवठा पुन्हा सुरळीत करण्याचं, तसंच बँका पुन्हा उघडतील असं आश्वासान देऊन स्वातमधील लोकांना परत येण्याचं आवाहन केलं. आमच्या खोऱ्यातील १८ लाख लोकसंख्येपैकी जवळजवळ निम्मे लोक खोरं सोडून गेले होते. आम्हाला जे दिसत होतं, त्यानुसार, त्यांपैकी बहुतेक लोकांना परत येणं सुरक्षित वाटत नव्हतं.

आमचं घर जवळ आलं तसे आम्ही सगळेच गप्प झालो, अगदी तोंडाची टकळी सतत सुरू असणारा अटलसुद्धा. आमचं घर 'सर्किट हाउस'च्या म्हणजे लष्कराच्या मुख्यालयाच्या जवळ होतं, त्यामुळे युद्धाच्या धुमश्चक्रीत ते जमीनदोस्त झालं असेल का, याची आम्हाला चिंता होती. बऱ्याच घरांची लुटालूट झाल्याचं आम्ही ऐकलं होतं. माझ्या वडिलांनी फाटकाचं कुलूप काढलं. आम्ही श्वास रोखून आत पाऊल टाकलं. आत गेल्या गेल्या पहिल्यांदा लक्षात आलं ते म्हणजे, आम्ही नसतानाच्या त्या तीन महिन्यांत आमच्या बागेचं अक्षरश: जंगल झालं होतं.

माझे भाऊ त्यांची कोंबडीची पिल्लं पाहायला घाईने धावले, पण ते दोघं रडतच परत आले. घरात उरली होती ती त्या पिल्लांची पिसं आणि त्यांच्या इवल्या इवल्या हाडांची पुरचुंडी. ते पाहून त्या पिल्लांनी एकमेकांना मिठी मारून अंतिम श्वास घेतला असावा, असं वाटत होतं. बिचारी उपासमारीने मेली होती.

मला माझ्या भावांची अवस्था पाहून खूप वाईट वाटलं, पण अजून मला माझी एक गोष्ट सुखरूप आहे ना ते पाहायचं होतं. आनंदाची गोष्ट म्हणजे माझं शाळेचं दप्तर अगदी जसंच्या तसं होतं. माझ्या प्रार्थनेला फळ आलं होतं. माझी पुस्तकं सुखरूप ठेवल्याबद्दल मी देवाचे आभार मानले. मग दप्तरातून एकेक पुस्तक बाहेर काढून त्याकडे नुसतं पाहत बसले... गणित, भौतिकशास्त्र, उर्दू, इंग्रजी, पश्तो, रसायनशास्त्र, जीवशास्त्र, इस्लमियत, पाकिस्तान स्टडीज... अखेर मी कसल्याही भयाविना पुन्हा शाळेला जाऊ शकणार होते.

मग मी माझ्या बेडवर बसले. मनात नुसता विचारांचा गोंधळ उडाला होता.

आमचं घर फोडलं नव्हतं हे आमचं नशीब. आमच्या रस्त्यावरची चार-पाच घरं लुटून टीव्ही, सोन्याचे दागदागिने चोरून नेले होते. आमच्या शेजारच्या

सफिनाच्या आईने तिचे दागिने सुरक्षित राहावेत म्हणून बँकेच्या लॉकरमध्ये ठेवले होते, पण तेसुद्धा चोरीला गेले होते.

माझ्या वडिलांना शाळेची काळजी होती. मी त्यांच्यासोबत शाळेत गेले. मुलींच्या शाळेसमोरची इमारत क्षेपणास्त्राने उद्ध्वस्त झालेली दिसत होती, पण आमची शाळा मात्र आहे तशी दिसत होती. माझ्या वडिलांकडची किल्ली का कोण जाणे लागेना, म्हणून आम्ही एका मुलाला भिंतीवरून चढून आत जायला सांगितलं. त्याने आतून दार उघडलं. आता समोर काहीही अघटित असू शकेल या चिंतेने आम्ही धावतच आत गेलो.

आम्ही शाळेच्या आवारात पाऊल टाकताच माझे वडील म्हणाले, ''कुणीतरी येऊन गेलंय इथे.'' आजूबाजूला सिगारेटची थोटकं आणि खाद्यपदार्थांची रिकामी वेष्टनं पडली होती. खुर्च्या उलट्यापालट्या करून टाकलेल्या होत्या.

माझ्या वडिलांनी 'खुशाल स्कूल'चा फलक उचलून बाहेर आवारात आणून ठेवला. तो फलक भिंतीला टेकवून ठेवला होता. आम्ही दोघांनी तो उचलताच मी किंचाळले. त्या फलकाखाली बकऱ्यांच्या मुंड्या कुजलेल्या अवस्थेत होत्या. कुणीतरी जेवून उरलेलं खरकटं तसंच टाकलेलं दिसत होतं.

त्यानंतर आम्ही वर्गांमध्ये गेलो. तिथे भिंतीवर सगळीकडे तालिबानविरोधी घोषवाक्यं चितारून ठेवली होती. कुणीतरी व्हाइट बोर्डवर पर्मनंट मार्करने 'आर्मी झिंदाबाद' असं लिहिलं होतं. तिथे कोण राहत होतं हे आता आमच्या लक्षात आलं. एका सैनिकाने तर आमच्या वर्गातल्या एका मुलीच्या डायरीत आचरट प्रेमकविता लिहून ठेवल्या होत्या. बंदुकीच्या गोळ्यांची कवचं सगळीकडे विखुरली होती. सैनिकांनी भिंतीत एक छिद्र पाडलं होतं, तिथून खालचं संपूर्ण शहर दिसत होतं. कदाचित त्यांनी या छिद्रातून लोकांवर गोळ्यासुद्धा झाडल्या असतील. आमच्या बहुतेक शाळेची अशी युद्धभूमी झालेली पाहून मला वाईट वाटलं.

आम्ही अवतीभवती पाहत होतो, तितक्यात खालच्या मजल्यावरच्या दारावर थापा ऐकू आल्या.

''मलाला, दार उघडू नकोस!'' माझे वडील म्हणाले.

माझ्या वडिलांच्या ऑफिसमध्ये लष्कराने ठेवलेलं एक पत्र सापडलं. त्या पत्रात आमच्यासारख्या नागरिकांनी तालिबानला स्वातचा ताबा घेऊ दिल्याबद्दल आमच्यावर खापर फोडण्यात आलं होतं.

'आम्ही आमच्या जवानांचे अमूल्य प्राण गमावले आहेत आणि हे तुमच्या निष्काळजीपणामुळे घडलं आहे. पाक लष्कर अमर होवो,' असं त्या पत्रात म्हटलं होतं.

''हे बरं आहे,'' माझे वडील म्हणाले, ''आधी आम्हा स्वातवासीयांना

तालिबानने मार्गभ्रष्ट केलं, मग त्यांना ठार मारलं आणि आता आम्हालाच दोष द्या. आधी मार्गभ्रष्ट करा... ठार मारा... दोष द्या.''

एका अर्थाने लष्कर अतिरेक्यांपेक्षा फार वेगळं दिसत नव्हतं. आमच्या एका शेजाऱ्यांनी सांगितलं की, त्यांनी तालिबानांचे मृतदेह रस्त्यावर सर्वांना दिसावेत म्हणून तसेच टाकले होते. आता त्यांच्या हेलिकॉप्टर्सच्या जोड्या 'घूं घूं' करणाऱ्या मोठ्या काळ्या किड्यांसारख्या आमच्या माथ्यावरून उडत होत्या. आम्ही घरी येताना भिंतीच्या कडेकडेने यायचो, त्यांना दिसू नये म्हणून.

हजारो लोकांना अटक झाल्याचं कानावर येत होतं. त्यामध्ये अगदी आठ वर्षांची लहान मुलंसुद्धा होती. त्या मुलांचं सक्तीने मतपरिवर्तन घडवून त्यांना आत्मघाती बॉम्बहल्ल्यासाठी प्रशिक्षित केलं गेलं होतं. लष्कर अशा जिहादींचं आमूलाग्र परिवर्तन घडवण्यासाठी त्यांना विशेष कॅम्पमध्ये पाठवत होतं. अटक झालेल्यांमध्ये आमचे जुने उर्दू शिक्षकही होते. ते मुलींना शिकवण्यास नकार देऊन, सीडी व डीव्हीडी गोळा करून नष्ट करण्याच्या कामात फजलुल्लाहच्या माणसांना मदत करू लागले होते.

फजलुल्लाह स्वत: मात्र अजूनही मोकाट होता. लष्कराने त्याचं इमाम देरीमधील मुख्यालय उद्ध्वस्त केलं होतं आणि पिओछरच्या दऱ्याडोंगरात त्याला घेरल्याचा दावा केला होता. नंतर त्यांनी सांगितलं की, तो प्रचंड जखमी झाला असून, त्यांनी त्याचा प्रवक्ता मुस्लीम खानला ताब्यात घेतलं आहे.

त्यानंतर ही कहाणी वेगळीच झाली... नंतर त्यांनी सांगितलं की, फजलुल्लाह निसटून गेला असून तो कनार इलाख्यात आहे. काही लोकांचं म्हणणं होतं, फजलुल्लाहला पकडलं आहे, पण लष्कर व आयएसआय यांचं त्याच्याबाबतीत काय करायचं यावर मतैक्य झालेलं नाही. लष्कराला त्याला तुरुंगात टाकायचं होतं. पण गुप्तचर सेवेने वरचढ भूमिका बजावत त्याला बजौरमध्ये नेलं, जिथून तो निसटून अफगाणिस्तानमध्ये जाऊ शकेल.

मुस्लीम खान आणि मेहमूद नावाचा एक कमांडर एवढेच तालिबान नेते फक्त तुरुगांत होते, बाकी सगळे जण अजूनही मोकळे होते. फजलुल्लाह अजूनही आजूबाजूलाच असल्यामुळे तालिबान पुन्हा संघटित होऊन सत्तेवर येण्याची मला भीती वाटत होती. कधीकधी मला भयंकर स्वप्न पडायची, पण आता निदान रेडिओवरून प्रसारित होणारे कार्यक्रम तरी थांबले होते.

माझ्या वडिलांचे मित्र अहमद शाह याला 'नियंत्रित शांतता आहे, पण चिरस्थायी नाही' असं म्हणायचे. पण तरीही लोक हळूहळू खोऱ्यात परत येत होते. कारण स्वात अतिशय सुंदर स्थान आहे, आम्ही फार काळ त्यापासून दूर राहू शकत नाही.

१ ऑगस्ट रोजी आमच्या शाळेची घंटा पुन्हा वाजली. तो नाद ऐकणं आणि शाळेच्या पायऱ्यांवर नेहमीसारखी पळापळी करणं मोठं विलक्षण होतं. मला माझ्या सगळ्या जुन्या मैत्रिणींना भेटून अत्यानंद झाला होता. आम्हा सर्व जणींजवळ आम्ही 'आयडीपी' असतानाच्या काळातल्या खूप गोष्टी होत्या. आमच्यापैकी बहुतेक जण आपापल्या मित्रपरिवारासोबत अथवा नातेवाइकांकडे राहिले होते, पण काहींना मात्र छावण्यांमध्ये राहावं लागलं होतं. याबाबतीत आम्ही सुदैवी होतो याची आम्हाला जाणीव होती. बऱ्याच मुलांचे वर्ग तंबूत भरायचे, कारण तालिबानने त्यांच्या शाळा उद्ध्वस्त केल्या होत्या. माझ्या एका मैत्रिणीचे – सुन्दूसचे – वडील एका स्फोटात ठार झाले होते.

मी बीबीसीवर रोजनिशी लिहीत होते ही गोष्ट सगळ्या मुलींना माहीत होती. काही जणींना माझे वडील माझ्या वतीने लिहीत असतील असं वाटत होतं, पण आमच्या मुख्याध्यापिका मॅडम मरियमनी त्यांना सांगितलं, ''नाही, मलाला उत्तम वक्ता आहे; तशीच ती उत्तम लेखिकाही आहे.''

त्या उन्हाळ्यात आमच्या वर्गात सर्वांमुखी फक्त एकच विषय होता. आमची इस्लामाबादची मैत्रीण – शिझा शाहीद – यांनी स्टॅनफोर्डमधील अभ्यासक्रम पूर्ण केला होता. त्यांनी 'खुशाल स्कूल'मधील २७ मुलींना इस्लामाबादला काही दिवसांच्या सहलीसाठी बोलावलं होतं. या सहलीत तालिबान राजवटीत जगताना मनावर झालेल्या आघातांमधून वर येण्यास साहाय्यभूत ठरतील अशा कार्यशाळा व स्थळदर्शन असा कार्यक्रम होता. आमच्या वर्गातून मी, मोनिबा, मल्का-ए-नूर, रिदा, करिष्मा आणि सुन्दूस जाणार होतो. आमच्या सोबतीला माझी आई आणि मॅडम मरियम येणार होत्या.

आम्ही १४ ऑगस्ट रोजी, स्वातंत्र्यदिनी बसने आमच्या राजधानीकडे प्रयाण केलं. आम्ही सर्व जणी नुसत्या थरारून गेलो होतो. आमच्यापैकी बहुतेकशा मुली कधी खोऱ्याबाहेरसुद्धा गेलेल्या नव्हत्या. फक्त आम्ही 'आयडीपी' झालो तेव्हा त्या खोऱ्याबाहेर पडल्या होत्या, एवढंच. पण ही सहल वेगळी, आम्ही कादंबऱ्यांत वाचायचो तशा सुट्टीतील सहलीसारखी होती.

आम्ही तिथे विश्रामगृहात राहिलो आणि बाह्यजगताला आमची कथा कशाप्रकारे सांगायची, जेणेकरून त्यांना आमच्या खोऱ्यात काय घडतंय हे कळेल आणि ते आम्हाला साहाय्य करतील, यासंदर्भात कार्यशाळा केल्या. अगदी पहिल्या सत्रापासूनच आमची दृढ इच्छाशक्ती व बोलका स्वभाव पाहून शिझा स्तिमित झाल्या आहेत असं मला वाटलं.

''इथे मलालाच मलाला आहेत,'' त्या माझ्या वडिलांना म्हणाल्या.

तिथे आम्ही बागेत जाणं, गाणी ऐकणं अशी मौजमजासुद्धा केली. बऱ्याच लोकांना त्यात काय विशेष, असं वाटू शकेल, पण स्वातमध्ये या गोष्टी राजकीयविरोधी कृती बनल्या होत्या. तिथे आम्ही विविध ठिकाणांना भेटी दिल्या. मार्गारा हिल्सच्या पायथ्याशी वसलेली 'फैजल मशीद' पाहिली. सौदी लोकांनी अब्जावधी रुपये खर्चून ही मशीद बांधली आहे. ही अत्यंत भव्य, पांढरीशुभ्र मशीद उंच उंच मनोऱ्यांमध्ये चमचमता तंबू सोडला असावा तशी दिसते. या सहलीत आम्ही आयुष्यात पहिल्यांना थिएटरमध्ये गेलो. तिथे आम्ही 'टॉम, डिक अॅन्ड हॅरी' हे इंग्रजी नाटक पाहिलं, तसंच काही कलावर्गांनाही गेलो. आम्ही उपाहारगृहात गेलो आणि पहिल्यांदाच 'मॅकडोनाल्ड्स'लाही भेट दिली. अशा कितीतरी गोष्टी आम्ही पहिल्यांदाच अनुभवत होतो. माझी फक्त चायनीज उपाहारगृहात खाण्याची संधी हुकली. कारण त्या वेळी मी 'कॅपिटल टॉक' नामक टीव्ही शोसाठी गेले होते. त्यानंतर आजवर कधी मला 'डक पॅनकेक्स'चा आस्वाद घेता आलेला नाही!

इस्लामाबाद स्वातपेक्षा पूर्ण वेगळं होतं. इस्लामाबादच्या दृष्टीने न्यू यॉर्क जितकं वेगळं आहे, तितकं आमच्या दृष्टीने इस्लामाबाद वेगळं होतं. शिझांनी आमची काही स्त्रियांशी ओळख करून दिली. त्या वकील होत्या, डॉक्टर होत्या, कार्यकर्त्यासुद्धा होत्या. स्त्रिया महत्त्वाची पदं सांभाळताना आपली संस्कृती आणि परंपराही सांभाळू शकतात हे आम्ही पाहिलं. आम्ही रस्त्यावर पडदा न पाळणाऱ्या, डोकं न झाकता ते उघडं टाकणाऱ्या बायका पाहिल्या. मीही काही ठिकाणी डोक्यावर शाल न पांघरता जाऊ लागले... आपण आधुनिक मुलगी झालो आहोत असं समजून. पुढे माझ्या लक्षात आलं की, फक्त डोकं झाकून न घेण्याने तुम्ही आधुनिक होत नाही.

आम्ही तिथे एक आठवडा राहिलो होतो. त्यादरम्यान अपेक्षेप्रमाणे मोनिबाचं आणि माझं भांडण झालंच. तिने मला एक वर्ष वरच्या इयत्तेतील एका मुलीशी गप्पा मारताना पाहिलं.

"आता तू रेशमबरोबर आहेस आणि मी रिदाबरोबर," तिने मला सांगून टाकलं.

शिझांना आम्हाला काही प्रभावशाली व्यक्तींना भेटवायचं होतं. आमच्या देशात याचा बरेचदा अर्थ असतो – लष्कर. आमची मेजर जनरल अख्तर अब्बास यांच्याशी भेट ठरली होती. ते लष्कराचे मुख्य प्रवक्ता व जनसंपर्क प्रमुख होते. आम्ही त्यांना भेटायला इस्लामाबादचे जुळे शहर रावळपिंडी येथील त्यांच्या ऑफिसमध्ये गेलो. बाकी शहरांपेक्षा लष्कराचं मुख्यालय इतकं सुव्यवस्थित पाहून आमचे डोळे विस्फारले... अगदी आखीवरेखीव हिरवीगार हिरवळ आणि फुलांचे बहरलेले ताटवे! तिथे सगळी झाडंसुद्धा एकाच आकाराची होती आणि झाडांची खोडं बरोबर निम्म्यापर्यंत पांढऱ्याशुभ्र रंगाने रंगवलेली होती. त्याचं कारण मात्र मला कळलं नाही.

लष्कराच्या मुख्यालयात ऑफिसमध्ये आम्ही टीव्हीची अनेक चॅनेल्स पाहिली. तिथे लोक प्रत्येक चॅनलवर लक्ष ठेवून होते. एका अधिकाऱ्याने माझ्या वडिलांना कात्रणांची चांगली जाडजूड फाइल दाखवली. त्या फाइलमध्ये त्या दिवशीच्या वृत्तपत्रात लष्कराचा उल्लेख असलेल्या प्रत्येक बातमीचं कात्रण होतं. ते पाहून माझे वडील थक्क झाले. लष्कराचा जनसंपर्क आमच्या राजकारण्यांपेक्षा भलताच प्रभावी दिसत होता.

तिथे आम्हाला एका हॉलमध्ये नेण्यात आलं. आम्ही तिथे जनरल महोदयांची प्रतीक्षा करत थांबलो. हॉलच्या भिंतीवर आमच्या सर्व लष्करप्रमुखांची छायाचित्रं होती... आमच्या देशातील सर्वांत सामर्थ्यवान व्यक्तींची. त्यात मुशर्रफ व धडकी भरवणारे झिया या हुकूमशहांचीही छायाचित्रं होती.

पांढरे हातमोजे घातलेल्या एका नोकराने आमच्यासाठी चहा, बिस्किटं आणि छोटे छोटे मटण सामोसे आणले. ते मटण सामोसे तोंडात टाकताच विरघळत होते. जनरल अब्बास येताच आम्ही सर्व जण उभे राहिलो.

त्यांनी स्वातमधील लष्करी कारवाईबाबत बोलायला सुरुवात केली. त्यांनी हे 'ऑपरेशन' विजयी मोहीम अशा स्वरूपात सादर केलं. यामध्ये १२८ सैनिक आणि १६०० अतिरेकी ठार झाल्याचं त्यांनी सांगितलं.

त्यांच्या भाषणानंतर आम्हाला त्यांना प्रश्न विचारता येणार होते. आम्हाला ते प्रश्न आधीच तयार करून ठेवायला सांगितलं होतं. मी सात-आठ प्रश्न तयार करून ठेवले होते. ते वाचून शिझा हसल्या होत्या आणि "ते यातल्या बऱ्याच प्रश्नांची उत्तरं देऊ शकणार नाहीत," असं म्हणाल्या होत्या.

मी पहिल्या रांगेत बसले होते. सर्वप्रथम मलाच प्रश्न विचारायला सांगण्यात आलं.

मी विचारलं, "दोन-तीन महिन्यांपूर्वी तुम्ही आम्हाला फजलुल्लाह आणि त्याचा डेप्यूटी गोळीबारात जखमी झाल्याचं सांगितलं होतं, नंतर तुम्ही म्हणालात की, ते स्वातमध्ये होते, काही वेळा तुम्ही म्हणता की, ते अफगाणिस्तानमध्ये आहेत. ते तिथे कसे पोचले? तुमच्याजवळ जर इतकी सगळी माहिती आहे, तर तुम्ही त्यांना पकडू का शकत नाही?"

त्यावर त्यांनी १०-१५ मिनिटं उत्तर दिलं, पण मला काही ते कळलं नाही!

मग मी त्यांना पुनर्रचनेसंदर्भात विचारलं.

"लष्कराने फक्त लष्करी कारवायांवर लक्ष केंद्रित न करता खोऱ्याच्या भविष्यासाठी काहीतरी केलं पाहिजे," मी म्हणाले.

मोनिबानेही अशाच प्रकारचा प्रश्न विचारला.

"या सगळ्या इमारती व शाळा पुन्हा कोण बांधून देणार?" तिला जाणून घ्यायचं होतं.

जनरलनी अगदी लष्करी छापाचं उत्तर दिलं.

“ऑपरेशननंतर सर्वप्रथम आम्ही गमावलेल्या गोष्टी परत मिळवू, त्यानंतर पुनर्वसन करू आणि त्यानंतर सर्व ताबा मुलकी अधिकाऱ्यांकडे सोपवू.”

आम्ही सर्व मुलींनी आम्हाला तालिबानला न्यायव्यवस्थेसमोर उभं करून शिक्षा झालेलं पाहायचं आहे ही गोष्ट स्पष्टपणे सांगितली, पण तसं घडू शकेल याबाबत मात्र आम्हाला खातरी नव्हती.

त्यानंतर जनरल अब्बासनी आमच्यापैकी काही जणींना त्यांचं व्हिजिटिंग कार्ड दिलं आणि जर कधी कशाचीही गरज लागली तर संपर्क करा, असं सांगितलं.

आमच्या सहलीच्या शेवटच्या दिवशी आम्हा सर्वांना ‘इस्लामाबाद क्लब’मध्ये तालिबानी राजवटीत खोऱ्यात राहत असताना आलेल्या अनुभवासंदर्भात भाषण द्यायचं होतं. मोनिबाला बोलताना अश्रू आवरेनात. त्यानंतर काही वेळातच सगळेच रडू लागले.

आम्ही इस्लामाबादमधील वेगळ्या आयुष्याची झलक अनुभवली होती. आम्ही खूश होतो. मी माझ्या भाषणात श्रोत्यांना सांगितलं की, आजवर कधी मी इंग्रजी नाटक पाहिलं नव्हतं आणि पाकिस्तानात इतकी बुद्धिमान आणि कुशल माणसं आहेत हे मला माहीत नव्हतं.

“आपण भारतीय चित्रपट पाहण्याची आवश्यकता नाही हे आता आमच्या लक्षात आलं आहे,” मी गमतीने म्हणाले.

आमची सहल मस्त झाली. आम्ही स्वातमध्ये परत आल्यावर मला भविष्याबाबत इतकं आशावादी वाटलं की, मी रमदानच्या काळात आमच्या बागेत आंब्याची कोय लावली. आंबा हे माझं आवडतं फळ आहे. उपास सोडल्यानंतर आंबे खाता येतील या विचाराने.

पण माझ्या वडिलांसमोर मोठी समस्या उभी राहिली होती. आम्ही आयडीपी असतानाच्या काळात आणि इतके महिने शाळा बंद असल्यामुळे त्यांच्याकडे शाळेची फी जमा झाली नव्हती, पण शाळेतल्या शिक्षकांना पगार द्यावे लागणार होते. ही रक्कम १० लाख रुपयांवर जात होती. त्यादरम्यान सगळ्या खासगी शाळांची हीच अवस्था होती. एका शाळेने त्यांच्या शिक्षकांना एक महिन्याचा पगार दिला होता, पण बऱ्याच शाळांना काय करावं तेच सुचत नव्हतं. त्यांना पगार देणं शक्यच नव्हतं. खुशाल स्कूलमधल्या शिक्षकांची थोडे तरी पैसे मिळावेत अशी मागणी होती. त्यांना आपापले खर्च होतेच. आमच्या शाळेतील मिस हेरा या शिक्षिकेचं लग्न जवळ येऊन ठेपलं होतं. त्या समारंभासाठी आर्थिक हातभार म्हणून त्यांची भिस्त पगारावरच होती.

माझ्या वडिलांची अवस्था फार बिकट झाली होती. मग आम्हाला जनरल अब्बास व त्यांनी दिलेल्या व्हिजिटिंग कार्डची आठवण झाली. तालिबानला हुसकून लावण्यासाठी लष्कराने आखलेल्या मोहिमेमुळे आम्हा सर्वांना गाव सोडून जावं लागलं होतं आणि आज आमची ही अवस्था झाली होती. त्यामुळे मॅडम मरियम व मी, आम्ही दोघींनी जनरल अब्बासना ई-मेल करून सगळी परिस्थिती सांगितली. ते अत्यंत दयाळू होते. त्यांनी आम्हाला ११ लाख रुपये पाठवले, जेणेकरून माझ्या वडिलांना सर्व शिक्षकांचा मागील तीन महिन्यांचा पगार देता येईल. सर्व शिक्षकांना खूप आनंद झाला. त्याच्यापैकी बऱ्याच जणांना एकावेळी इतके पैसे कधी मिळाले नव्हते. मिस हेरांनी साश्रू नयनांनी माझ्या वडिलांना कृतज्ञतेचा फोन केला आणि आता त्यांचं लग्न ठरल्याप्रमाणे होऊ शकणार असल्याचं सांगितलं.

याचा अर्थ आम्हाला लष्कराचा अनुभव सुखावह होता असं नाही. तालिबान नेतृत्वाला पकडण्यात लष्कराला आलेल्या अपयशाबद्दल आम्ही अत्यंत नाखूश होतो. त्यामुळे मी आणि माझे वडील बऱ्याच मुलाखती देत होतो. आमच्यासोबत बरेचदा माझ्या वडिलांचे मित्र आणि 'स्वात कौमी जिरगा'चे सहकारी सदस्य जहीद खान यायचे. ते 'ऑल स्वात हॉटेल्स असोसिएशन'चेही अध्यक्ष होते. त्यामुळे ते जनजीवन सुरळीत होऊन पर्यटक पुन्हा यावेत यासाठी विशेष उत्सुक होते. माझ्या वडिलांसारखेच तेही अत्यंत स्पष्टवक्ते होते. त्यामुळे त्यांनाही धमकी आलेली होतीच. नोव्हेंबर, २००९मधील एका रात्री ते अगदी थोडक्यात बचावले होते. ते सर्किट हाउसमध्ये लष्करी अधिकाऱ्यांसोबत एका बैठकीला गेले होते. बैठक झाल्यावर रात्री उशिरा ते घरी परत येत असताना, दबा धरून बसलेल्या हल्लेखोरांनी त्यांच्यावर हल्ला केला. सुदैवाने, त्यांच्या परिवारातील बरेच जण त्याच भागात राहत असल्यामुळे त्यांनी या हल्लेखोरांवर गोळीबार करून त्यांना पळून जाण्यास भाग पाडलं.

त्यानंतर, १ डिसेंबर, २००९ रोजी सुप्रसिद्ध स्थानिक 'एएनपी'चा नेता आणि 'खैबर पख्तूनवाला असेम्ब्ली'चे सदस्य डॉ. समशेर अली खान यांच्यावर आत्मघाती हल्ला झाला. फजलुल्लाहचं मुख्यालय असलेल्या इमाम देरीपासून अवघ्या मैलावर असलेल्या त्यांच्या हुजरामध्ये ते त्यांच्या मित्रांचं व मतदारांचं स्वागत करत होते, तिथेच बॉम्बस्फोट झाला. डॉ. शमशेर तालिबानवर स्पष्टपणे टीका करायचे. या बॉम्बस्फोटात त्यांचा जागीच मृत्यू झाला आणि नऊ लोक जखमी झाले. तो बॉम्बर १८ वर्षांचा मुलगा असल्याचं लोकांनी सांगितलं. पोलिसांना त्याचे पाय आणि देहाचे इतर अवशेष सापडले.

या घटनेनंतर काही दिवसांनी आमच्या शाळेला 'डिस्ट्रिक्ट चाइल्ड असेम्ब्ली स्वात'मध्ये भाग घेण्यास सांगण्यात आलं. ही असेम्ब्ली 'युनिसेफ' आणि 'ख्पाल

कोर (माझे घर) फौंडेशन फॉर ऑर्फन्स' यांच्यातर्फे स्थापन करण्यात आली होती. यामध्ये संपूर्ण स्वातमधून ६० विद्यार्थ्यांची सदस्यपदी निवड करण्यात आली होती. त्यात मुख्यत्वे मुलं होती, पण माझ्या शाळेतील ११ मुलीही होत्या. त्यांची पहिली बैठक एका हॉलमध्ये झाली. त्या बैठकीला बरेच राजकारणी व कार्यकर्ते उपस्थित होते. आम्ही 'स्पीकर' पदासाठी निवडणूक घेतली, त्यात मी जिंकले! व्यासपीठावर उभं राहणं आणि लोकांनी माझा 'मॅडम स्पीकर' असा उल्लेख करणं काहीतरीच वाटायचं, पण आमचं कुणीतरी ऐकून घेत आहे याचं बरं वाटत होतं. ही असेम्ब्लीची निवड एका वर्षासाठी होती. तिथे आम्ही जवळजवळ दर महिन्याला भेटायचो. आम्ही बालमजुरी बंद करण्यासाठी, अक्षम व रस्त्यावर भटकणाऱ्या मुलांना शाळेत जाता यावं यासाठी, तसंच तालिबानने नष्ट केलेल्या सर्व शाळांच्या पुनर्बांधणीसाठी नऊ ठराव संमत केले. हे ठराव अधिकाऱ्यांकडे पाठवले. त्यातील अगदी मूठभर बाबींसंदर्भात काही कार्यवाही झाली.

मोनिबा, आयेशा आणि मी 'इन्स्टिट्यूट फॉर वॉर अ‍ॅन्ड पीस रिपोर्टिंग' या ब्रिटिश संस्थेकडून पत्रकारितेबाबत धडे घेण्यासही प्रारंभ केला. ही संस्था 'ओपन माइंड्स पाकिस्तान' नामक प्रकल्प राबवायची. एखाद्या गोष्टीचं व्यवस्थितपणे वार्तांकन कसं करायचं हे शिकणं मोठं मौजेचं होतं. माझ्या शब्दांनी बराच फरक पडू शकतो हे पाहिल्यावर मला पत्रकारितेमध्ये रस निर्माण झाला होता. त्यात 'अगली बेट्टी' या अमेरिकी मासिकाभोवती गुंफलेल्या जीवनकहाणीच्या डीव्हीडी पाहण्याचीही भर पडली होती. हे काम काहीसं वेगळं होतं. आम्ही आमच्या आवडत्या विषयांवर – म्हणजे जहालमतवाद व तालिबान – अशा विषयांवर लिहायचो, त्यात कपडेलत्ते, केशरचना असे विषय असायचे.

लवकरच आमची परीक्षा आली. या परीक्षेत मी अगदी थोड्या मार्कांनी, पण मल्का-ए-नूरच्या पुढे गेले आणि पुन्हा पहिला नंबर मिळवला. आमच्या मुख्याध्यापक मॅडमनी तिला वर्गप्रमुख होण्याचा आग्रह केला, पण ती अभ्यासाकडे दुर्लक्ष होईल अशी कोणतीही गोष्ट करायला तयार नव्हती.

"तू मलालासारख्या इतर गोष्टीही केल्या पाहिजेत," मॅडम मरियम तिला म्हणाल्या. "तेही अभ्यासाइतकंच महत्त्वाचं असतं. अभ्यास म्हणजेच सर्वस्व नसतं." पण मी तिला दोष देऊ शकत नाही. तिला तिच्या आईवडिलांना, विशेषत: आईला आनंद द्यायचा होता.

आता स्वात पूर्वीसारखं राहिलं नव्हतं; कदाचित पुन्हा कधीही ते पूर्ववत होणार नाही; पण ते पूर्वपदावर येऊ लागलं होतं. बन्र बझारमधल्या काही नर्तिकासुद्धा परत आल्या होत्या, पण आता त्या प्रत्यक्ष कार्यक्रम सादर करण्याऐवजी, मुख्यत्वे

डीव्हीडी बनवून विकत होत्या. आम्ही तालिबानच्या काळात कधी न ऐकलेले शांतता उत्सव नृत्यसंगीतासोबत साजरे करत होतो. माझ्या वडिलांनी मार्घजरमध्ये अशा एका उत्सवाचं आयोजन करून लोअर प्रदेशातील आयडीपींचा पाहुणचार करणाऱ्यांना त्यांचे आभार मानण्यासाठी निमंत्रित केलं होतं. त्या वेळी संपूर्ण रात्रभर गाण्यांचे सूर गुंजत होते.

माझ्या वाढदिवसाच्या दरम्यान नेहमी काहीतरी घडत असतं. जुलै २०१०मध्ये मी १३ वर्षांची झाले. त्याच दरम्यान पावसाला सुरुवात झाली. स्वातमध्ये एरवी आमच्याकडे मान्सून नसतो. त्यामुळे पीक उत्तम येईल असं आम्हाला वाटत होतं. पण पाऊस धुंवाधार, अविरत कोसळत होता... इतका की, समोर उभा राहिलेला माणूस दिसत नव्हता. आमचे डोंगर-पर्वत तालिबान व लाकूड तस्करांनी झाडं तोडून उघडेबोडके केले आहेत याकडे लक्ष वेधून पर्यावरणतज्ज्ञांनी सावधानतेचा इशारा दिला होता. पावसामुळे दऱ्यांमधून चिखलांचे लोंढे वाटेत येईल ते सगळं आपल्यासोबत घेऊन वाहू लागले.

पूर आला तेव्हा आम्ही शाळेत होतो. आम्हाला घरी सोडण्यात आलं. पण बाहेर इतकं पाणीच पाणी झालं होतं की, गलिच्छ नाल्यावरील पूलसुद्धा पाण्याखाली गेला होता. त्यामुळे आम्हाला दुसरा रस्ता शोधावा लागला. तिथला दुसरा पूलसुद्धा पाण्याखाली गेला होता, पण पाणी फार खोल नव्हतं. त्यामुळे आम्ही त्यातून वाट काढली. पाण्याला प्रचंड दुर्गंधी येत होती. घरी पोचेपर्यंत आम्ही भिजून चिंब आणि घाणेरडे झालो होतो.

दुसऱ्या दिवशी आम्हाला पुराचं पाणी शाळेत शिरल्याचं कळलं. ते पाणी ओसरायला खूप दिवस लागले. आम्ही शाळेत परत आलो तेव्हा आम्हाला पुराच्या पाण्याच्या छातीइतक्या उंचीच्या खुणा भिंतीवर उमटलेल्या दिसल्या. सगळीकडे नुसता चिखल, चिखल आणि चिखल होता! आमची डेस्क, खुर्च्या सगळं चिखलमय झालं होतं. वर्गात अतिशय घाण वास येत होता. या पुराने शाळेचं बरंच नुकसान झालं होतं. माझ्या वडिलांना दुरुस्तीसाठी ९० हजार रुपये खर्च आला. म्हणजे ९० विद्यार्थ्यांच्या मासिक फी इतका.

संपूर्ण पाकिस्तानात अशीच अवस्था होती. हिमालयातून खाली केपीके व पंजाबमधून कराची आणि अरबी समुद्राच्या दिशेने जाणाऱ्या सामर्थ्यशाली सिंधू नदीचा प्रचंड प्रपात किनारे उद्‌ध्वस्त करत गेला होता. रस्ते, पिकं आणि अख्खी खेडीच्या खेडी वाहून गेली होती. जवळजवळ दोन हजार लोक पुरात बुडून मेले होते आणि एक कोटी ४० लाख लोकांना पुराचा तडाखा बसला होता. अनेक लोकांची घरं गेली होती, सात हजार शाळा उद्‌ध्वस्त झाल्या होत्या. तो आजवरच्या

आठवणीतला सर्वांत वाईट पूर होता. संयुक्त राष्ट्रसंघाचे प्रमुख बान की-मून यांनी याला 'मंदगती त्सुनामी' असं म्हटलं होतं. आशियातील त्सुनामी, २००५ साली आमच्याकडे झालेला भूकंप, कॅटरिना चक्रीवादळ आणि हैतीमधील भूकंप या सगळ्यांमध्ये मिळून जेवढं नुकसान झालं असेल त्यापेक्षा जास्त नुकसान या आपत्तीमुळे झाल्याचं आम्ही वाचलं.

पुराचा सर्वाधिक तडाखा बसलेल्या प्रदेशांमध्ये स्वात होतं. आमच्याकडील ४२ पुलांपैकी ३४ पूल वाहून गेले होते, त्यामुळे बऱ्याच भागांचा संपर्क तुटला होता. विजेचे खांब अक्षरश: मोडून तुटून ठिकऱ्या ठिकऱ्या झाल्या होत्या. त्यामुळे आमच्याकडे वीज नव्हती. आमच्या घराजवळचा रस्ता डोंगरावरून जात होता. त्यामुळे आमचं दुथडी भरून वाहणाऱ्या नदीपासून काही प्रमाणात रक्षण झालं होतं, पण नदीच्या पाण्याचा आवाज ऐकून थरकाप उडत होता. नदीचा प्रपात गुरगुरत्या, फूत्कार टाकणाऱ्या ड्रॅगनसारखा, वाटेत येईल ते गिळंकृत करत भरधाव जात होता. नदीकिनारी वसलेली हॉटेल्स आणि उपाहारगृहं – जिथे पर्यटक ट्राउट माशांचा आस्वाद घेत असत आणि रमणीय निसर्गसौंदर्य पाहत असत – पूर्णत: उद्ध्वस्त झाली होती. स्वातमधील सर्वांत क्षतिग्रस्त भाग म्हणजे पर्यटन केंद्रं. मलाम जब्बा, मद्यान आणि बहरैनसारखी हिल स्टेशन रिसॉर्ट्स पूर्णत: उद्ध्वस्त झाली होती. तिथली हॉटेल्स, बाजार सगळं वाहून गेलं होतं.

त्यानंतर काही काळातच आम्हाला आमच्या नातेवाइकांकडून शांगलामध्ये महाभयंकर नुकसान झाल्याचं कळलं. शांगलाची राजधानी अल्पुरीपासून आमच्या खेड्याकडे येणारा मुख्य रस्ता वाहून गेला होता आणि सगळी खेडी पाण्याखाली गेली होती. कर्शात, शाहपूर आणि बरकाना या डोंगराळ भागातील अनेक घरं चिखलाच्या लोंढ्यात गडप झाली होती. माझ्या आईचं माहेर म्हणजे फैज मोहम्मद मामा राहायचे ते घर तग धरून उभं होतं, पण त्या घराजवळचा रस्ता गडप झाला होता.

लोक त्यांचं उरलंसुरलं वाचवण्याचा आणि गुरंढोरं उंच ठिकाणी नेण्याचा जिवापाड प्रयत्न करत होते, पण त्यांचं मक्याचं पीक पाण्यात गेलं होतं, फळबागा उद्ध्वस्त झाल्या होत्या आणि म्हशी बुडाल्या होत्या. खेड्यातील माणसं अगतिक झाली होती. खेड्यात लोकांनी उभारलेले तात्पुरते जलविद्युत प्रकल्प चूर चूर झाल्यामुळे कुठेही वीज नव्हती. नदीत सगळे उद्ध्वस्त अवशेष मिसळल्यामुळे लोकांना पिण्याचं स्वच्छ पाणी मिळत नव्हतं. नदी तपकिरी झाली होती. पाण्याचा वेग इतका प्रचंड होता की, अगदी कॉंक्रीटच्या इमारतीसुद्धा आडव्या झाल्या होत्या आणि दगडविटांचे खच दिसत होते. शाळा, दवाखाने, मुख्य रस्त्यावरचं विद्युतकेंद्रं सगळं आडवं झालं होतं.

हे कसं घडलं ते कुणालाच समजत नव्हतं. सुमारे तीन हजार वर्षांपासून लोक स्वातमध्ये नदीकिनारी राहत आहेत. आम्ही या नदीला कायम आमची जीवनदायिनी

मानलं आहे, कधी धोका मानलेलं नाही आणि आमच्या खोऱ्याचा स्वर्ग!

माझा चुलतभाऊ सुलतान रोम म्हणाला, ''आता हा भाग 'व्हॅली ऑफ सॉरोज' (म्हणजेच दु:खाचं खोरं) बनला आहे.''

आधी भूकंप, मग तालिबान, त्यानंतर लष्करी कारवाई आणि आता; आम्ही नुकतेच कुठे उभं राहू लागलो होतो तितक्यात हा विनाशकारी पूर... त्याने आमच्या सगळ्या प्रयत्नांवर पाणी पाडलं होतं. या सगळ्या गोंधळाचा फायदा घेऊन तालिबान पुन्हा खोऱ्यात परत येईल याची लोकांना भयंकर काळजी वाटत होती.

माझ्या वडिलांनी त्यांच्या मित्रपरिवाराकडून व 'स्वात असोशिएशन ऑफ प्रायव्हेट स्कूल्स'कडून मदतनिधी गोळा करून त्यातून शांगलाला अन्नपदार्थ आणि मदत पाठवली. आमच्या स्नेही शिझा आणि इस्लामाबादमध्ये आम्हाला भेटलेल्या काही कार्यकर्त्यांनी मिंगोराला येऊन भरपूर अर्थसाहाय्य केलं. पण याही वेळी, भूकंपाच्या वेळेसारखंच, अत्यंत दुर्गम आणि दूरवरच्या भागात मदत पोचवण्याचं काम सर्वप्रथम इस्लामी गटांच्या स्वयंसेवकांनीच मुख्यत्वे केलं. नुकतेच आम्ही उत्सव साजरे करून नृत्यसंगीताचा आनंद घेतला होता, त्यामुळे 'हा देवाचा आणखी एक कोप आहे' असं बरेच जण म्हणत होते. मात्र, या खेपेला एक दिलासा होता, हा संदेश पसरवण्यासाठी रेडिओ नव्हता!

हे सगळे दु:खभोग सुरू असताना, लोकांना त्यांच्या प्रियजनांचा कायमचा वियोग घडत असताना, त्यांची घरं व त्यांची उपजिविकेची साधनं हिरावली जात असताना, आमचे राष्ट्राध्यक्ष असिफ झरदारी फ्रान्समधल्या प्रासादात सुट्टी घालवत होते.

''अबा, मला कळत नाही,'' मी माझ्या वडिलांना म्हणाले, ''सगळ्या राजकारणी लोकांना चांगली कामं करण्यात कसली अडचण असते? आपल्या जनतेने सुरक्षित राहावं, त्यांना अन्न मिळावं, वीज मिळावी, असं त्यांना का नाही वाटत?''

इस्लामी गटांनंतर लष्कराकडून मुख्य मदत आली. फक्त आमच्याच लष्कराकडून नव्हे; तर अमेरिकेनेही हेलिकॉप्टर्स पाठवली. त्यामुळे काही लोकांच्या मनात संशय निर्माण झाला. एक मतप्रवाह असा होता की, हा विनाश अमेरिकेने 'एचएएआरपी' नामक तंत्रज्ञान वापरून घडवला आहे. एचएएआरपी म्हणजे 'हाय फ्रीक्वेन्सी ॲक्टिव्ह ऑरोरल रिसर्च प्रोग्राम'. त्यामुळे महासागराच्या तळाशी प्रचंड लाटा तयार होऊन आमच्या भूमीत पूर आला असावा. त्यानंतर ते या भागाला मदत करत असल्याच्या नावाखाली कायदेशीरपणे पाकिस्तानात प्रवेश करून आमच्या सर्व गुपितांची हेरगिरी करू शकत होते.

अखेर पाऊस एकदाचा थांबला, पण आयुष्य कंठणं फार कठीण झालं होतं. आम्हाला स्वच्छ पाणी मिळत नव्हतं, वीज तर नव्हतीच. ऑगस्ट महिन्यात

मिंगोरात कॉलराचा रुग्ण आढळला आणि लवकरच रुग्णालयांबाहेर रुग्णांसाठी तंबू उभारण्याची वेळ आली. आमच्यापर्यंत पोचणारे मार्ग बंद झाल्यामुळे जे काही थोडंफार अन्नधान्य उपलब्ध होतं, ते अतिशय महाग झालं होतं. तेव्हा पीच आणि कांद्याचा हंगाम असल्यामुळे शेतकरी त्यांची पिकं वाचवण्याचा आटोकाट प्रयत्न करत होते. बरेच जण पुराच्या फुगलेल्या प्रक्षुब्ध प्रवाहातून रबरी टायर्सच्या बोटीतून धोकादायक प्रवास करून त्यांचा माल बाजारात नेण्याचा प्रयत्न करत होते. बाजारात पीच विकायला आलेली पाहून आम्हाला खूप आनंद झाला.

एरवी आम्हाला जितकी परदेशी मदत मिळाली असती त्यापेक्षा आत्ता कमी मदत मिळाली. पश्चिमेतील समृद्ध देश आर्थिक आणीबाणीला तोंड देत होते आणि राष्ट्राध्यक्ष झरदारी यांच्या युरोपभरच्या दौऱ्यांनी त्यांचा सहानुभूतीचा ओलावा कमी झाला होता. आमचे बहुतेकसे राजकारणी एक पैही आयकर भरत नाहीत ही गोष्ट परदेशी सरकारांनी दाखवून दिली होती. त्यामुळे त्यांच्या देशातील कराच्या ओझ्याखाली पिचलेल्या करदात्यांनी मदतनिधीत योगदान देण्याची मागणी जरा अतिच होत होती. तसंच, तालिबान प्रवक्त्याने पाकिस्तान सरकारने ख्रिश्चन व ज्यू लोकांची मदत नाकारावी अशी मागणी केल्यामुळे मदत करणाऱ्या परदेशी संस्थांना त्यांच्या कर्मचाऱ्यांच्या सुरक्षिततेची काळजी वाटत होती. त्यांचा इशारा गंभीर असल्याबद्दल कुणालाही शंका नव्हती. आदल्या वर्षी ऑक्टोबरमध्ये, इस्लामाबाद येथील 'जागतिक अन्न कार्यक्रम' कार्यालयावर बॉम्बहल्ला झाला होता, त्यात पाच मदत-कार्यकर्ते ठार झाले होते.

तालिबान स्वातमधून खरे कधीच गेले नव्हते. याच्या आणखी काही खुणा आम्हाला दिसू लागल्या. आणखी दोन शाळा उडवून देण्यात आल्या आणि ख्रिश्चन मदतगटांत काम करणाऱ्या तीन परदेशी कार्यकर्त्यांचं मिंगोराला त्यांच्या मदतकेंद्रात परत येत असताना अपहरण झालं आणि नंतर त्यांची हत्या झाली.

आम्हाला आणखी एक धक्कादायक बातमी समजली. माझ्या वडिलांचे मित्र, स्वात विद्यापीठाचे कुलगुरू डॉ. मोहम्मद फारूक यांची दोघा बंदूकधाऱ्यांनी त्यांच्या ऑफिसमध्ये घुसून हत्या केली. डॉ. फारूक इस्लामी विद्वान होते. ते 'जमात-ए-इस्लामी' पक्षाचे माजी सदस्य होते. ते तालिबानीकरणाचे प्रखर विरोधक असल्यामुळे, त्यांनी आत्मघाती हल्ल्यांविरुद्ध फतवासुद्धा जारी केला होता.

आम्हाला पुन्हा एकदा प्रचंड उद्विग्नता आली. आम्ही घाबरून गेलो. आम्ही आयडीपी होतो तेव्हा मी राजकारणात जायचं असं ठरवलं होतं. आपला निर्णय योग्यच होता हे आता मला कळत होतं. आमच्या देशापुढे अगणित अडचणी होत्या, पण त्या सोडवण्यासाठी खऱ्या नेतृत्वाचा अभाव होता.

◆

१७

देवा, मला उंच कर!

मी १३ वर्षांची झाल्यावर माझी उंची वाढायची थांबली. मी कायमच वयापेक्षा मोठी दिसायचे, पण आता अकस्मात माझ्या सगळ्या मैत्रिणी माझ्यापेक्षा उंच होऊ लागल्या होत्या. आमच्या ३० मुलींच्या वर्गातील तीन सर्वांत बुटक्या मुलींत मी होते. मी माझ्या मैत्रिणींसोबत असायचे तेव्हा मला खूप लाज वाटायची. रोज रात्री मी अल्लाहना 'मला उंच करा' अशी प्रार्थना करायचे. मी माझ्या खोलीच्या भिंतीवर पट्टीने स्वत:ची उंची मोजून पेन्सिलीने खूण केली होती. रोज सकाळी मी तिथे उभी राहून, माझी उंची वाढली आहे का ते पाहायचे. पण पेन्सिलीची खूण पाच फुटांवरच अडून होती. मी तर अल्लाहना असंसुद्धा कबूल केलं होतं की, माझी अगदी थोडीशी जरी उंची वाढली, तरी मी शंभर 'राकत नफ्ल' म्हणजे नित्य पाच प्रार्थनांखेरीज स्वेच्छेने जादा प्रार्थना करीन.

मी बऱ्याच प्रसंगी भाषणं देत होते, पण माझी उंची कमी असल्यामुळे माझी अधिकारवाणीची छाप पटकन पडायची नाही. काही वेळा तर मी माइकपाशी पोचायचेसुद्धा नाही. त्यामुळे उंच टाचाच्या चपला आवडत नसल्या, तरी मी त्या वापरू लागले.

त्या वर्षी आमच्या वर्गातली एक मुलगी शाळेत परत आली नव्हती. तिचं वयात आल्याबरोबर लग्न झालं होतं. तिच्या वयाच्या मानाने ती मोठी दिसायची. पण ती होती फक्त १३ वर्षांचीच. त्यानंतर काही काळातच तिला दोन मुलं झाल्याचं कळलं. आम्ही वर्गात रसायनशास्त्राच्या तासाला हायड्रोकार्बनची सूत्रं घोकत असायचो, त्या वेळी माझ्या मनात यायचं – 'शाळा सोडून घरात नवऱ्याची तैनात सांभाळत राहताना कसं वाटत असेल?'

आता आम्ही तालिबानखेरीज इतर गोष्टींचाही विचार करू लागलो होतो, पण ते पूर्णत: विसरणं शक्य नव्हतं. आमच्या लष्कराचे कॉर्नफ्लेक्स, खतांचे कारखाने यांसारखे बरेच जोडव्यवसाय होते. ते आता दैनंदिन धारावाहिक मालिका बनवू लागले होते. संपूर्ण पाकिस्तानातील नागरिक टीव्हीवर प्राइम-टाइमला प्रसारित होणारी 'बियाँड द कॉल ऑफ ड्यूटी' नामक मालिका पाहण्यासाठी टीव्हीला चिकटून बसायचे. ही मालिका स्वातमध्ये अतिरेक्यांशी लढणाऱ्या सैनिकांच्या खऱ्या जीवनकथांवर आधारित होती.

लष्कराच्या कारवाईत शंभरहून अधिक सैनिक ठार झाले होते, तर ९०० जखमी झाले होते. त्यांना स्वत:ला 'हिरो' म्हणून दाखवायचं होतं. त्यांच्या बलिदानामुळे पुन्हा सरकारची सत्ता आल्याचं मानलं जात असलं, तरी आम्ही अजूनही कायद्याचं राज्य येण्याची वाट पाहत होतो. मी दुपारी शाळेतून घरी यायचे तेव्हा बरेचदा आमच्या घरी आलेल्या बायका रडत असायच्या. लष्करी मोहिमेदरम्यान शेकडो पुरुष बेपत्ता झाले होते. लष्कराने किंवा आयएसआयने पकडलं असावं असा अंदाज होता. पण तसं कुणी म्हणत नव्हतं. बायकांना त्यांच्या नवऱ्याचं किंवा मुलांचं काही हालहवालसुद्धा कळत नव्हता. ते जिवंत आहेत की नाही; हेसुद्धा त्यांना कळायचा काही मार्ग नव्हता. काही जणींची अवस्था तर अत्यंत बिकट होती. त्यांच्याजवळ उपजीविकेचा कुठला मार्गही नव्हता. एखाद्या बाईचा नवरा मृत झाला आहे असं जाहीर झालं, तरच ती पुनर्विवाह करू शकते, तो बेपत्ता आहे एवढ्यावर नाही.

माझी आई त्यांना चहा-पाणी द्यायची, पण त्या बायका त्यासाठी आलेल्या नसायच्या. त्यांना माझ्या वडिलांची मदत हवी असायची. 'स्वात कौमी जिरगा'चे प्रवक्ता असल्यामुळे, ते लोक आणि लष्कर यांच्यातील दुवा बनायचे.

''मला माझा नवरा जिवंत आहे की नाही, एवढंच कळायला हवंय,'' एक बाई कळकळीने बोलत होती. ''जर त्यांनी त्याला ठार केलं असेल तर मी माझ्या मुलांना अनाथाश्रमात ठेवू शकेन. पण आता मी विधवाही नाही आणि विवाहितही नाही.''

आणखी एक बाई तिचा मुलगा बेपत्ता असल्याचं सांगत होती. ती बाई म्हणाली की, बेपत्ता लोकांचं तालिबानशी संधान नव्हतं. कदाचित त्यांना आदेश आल्यामुळे त्यांनी या लोकांना पेलाभर पाणी किंवा रोटी दिली असेल. तरीही या निष्पाप लोकांना पकडण्यात आलं होतं आणि तालिबान नेते मात्र सुटले होते.

आमच्या शाळेत एक शिक्षका होत्या. त्यांचं घर आमच्या घरापासून पायी १० मिनिटांच्या अंतरावर होतं. त्यांच्या भावाला लष्कराने पकडून नेल होतं. त्याचा अनन्वित छळ करून त्याला फ्रिजमध्ये ठेवलं होतं प्राण जाईपर्यंत. या माणसाचा तालिबानशी काडीमात्र संबंध नव्हता. तो साधा-सरळ दुकानदार होता.

नंतर लष्कराने या मॅडमची माफी मागितली आणि नावाचा गोंधळ झाल्यामुळे त्यांनी चुकीच्या माणसाला अटक केल्याचं सांगितलं!

आमच्या घरी फक्त गरीब बायकाच येत होत्या असं नाही. एके दिवशी मस्कतहून एक श्रीमंत उद्योगपती आमच्या घरी आले. त्यांचा भाऊ आणि पाच का सहा पुतणे बेपत्ता झाल्याचं त्यांनी माझ्या वडिलांना सांगितलं. आपल्या या नातेवाइकांना ठार केलं आहे का अटक केलं आहे, हे त्यांना जाणून घ्यायचं होतं. म्हणजे त्यांना या लोकांच्या पत्नीसाठी दुसरा नवरा शोधायचा का, हे ठरवता येणार होतं. त्यांच्यापैकी एक जण मौलाना होते. माझ्या वडिलांनी त्यांची मुक्तता करवली.

हे फक्त स्वातमध्येच घडत होतं असं नाही. संपूर्ण पाकिस्तानातून हजारो जण बेपत्ता झाल्याचं आम्ही ऐकून होतो. बरेच जण न्यायालयाबाहेर निदर्शनं करत होते किंवा त्यांच्या बेपत्ता व्यक्तींची पोस्टर्स लावत होते, पण व्यर्थ! त्यांच्या हाती काहीही लागत नव्हतं.

दरम्यान आमची न्यायालयं दुसऱ्या विषयात गर्क होती. आमच्याकडे पाकिस्तानमध्ये 'ब्लास्फेमी लॉ' नावाचा कायदा आहे, जो पवित्र कुरआनचे पावित्र्यभंगापासून रक्षण करतो. जनरल झियांच्या इस्लामीकरण मोहिमेदरम्यान हा कायदा अधिक कडक करण्यात आला, ज्यायोगे पूज्य प्रेषितांच्या पवित्र नावाचा अनादर करणाऱ्या व्यक्तीला मृत्युदंड किंवा जन्मठेपेची शिक्षा होऊ शकते.

नोव्हेंबर, २०१०मध्ये असिया बिबी नावाच्या एका ख्रिश्चन महिलेला फाशीची शिक्षा सुनावण्यात आल्याची बातमी प्रसिद्ध झाली. पंजाबमधील एका खेड्यात राहत असलेली ही महिला फळं गोळा करून पोट भरायची. तिला पाच मुलं होती. एकदा प्रचंड उकाडा असताना तिने तिच्या सहकारी महिलांसाठी प्यायला पाणी आणलं. पण ती ख्रिश्चन असल्यामुळे ते पाणी 'अशुद्ध' असल्याचं सांगत, त्यातील काहींनी ते पाणी पिण्यास नकार दिला. तिच्यासोबत पाणी प्यायलो तर 'मुस्लीम' म्हणून आपला पावित्र्यभंग होईल असं त्यांना वाटत होतं. त्या लोकांपैकी एक जण असिया बिबीची शेजारी होती. असिया बिबीच्या बकरीने या शेजारणीच्या जनावरांना पाणी पिण्यासाठी ठेवलेल्या टाकीचं नुकसान केल्याचा राग या शेजारणीच्या मनात होता. त्यावरून त्यांचं भांडणही झालं होतं. अर्थात आमची शाळेत भांडणं होतात तेव्हा जसं घडतं तसं याही बाबतीत होतं. कोण काय बोललं यांची वेगवेगळी रूपं ऐकायला मिळाली. कुणी म्हणत होतं, त्या असिया बिबीला धर्मपरिवर्तन करून इस्लाम स्वीकारण्यास तयार करण्याचा प्रयत्न करत होत्या.

त्यावर असिया बिबीने 'ख्रिस्त ख्रिश्चन लोकांच्या पापांसाठी सुळावर चढला, पण प्रेषित मोहम्मद यांनी मुस्लिमांसाठी काय केलं आहे?' असं विचारलं. ही गोष्ट

फळं तोडणाऱ्या एका बाईने स्थानिक इमामांना सांगितली. त्यांनी ती पोलिसांना सांगितली. हा खटला न्यायालयात जाण्याआधी वर्षभराहून अधिक काळ असिया बिबीला तुरुंगवास भोगावा लागला आणि तिला मृत्युदंड ठोठावण्यात आला.

मुशर्रफनी उपग्रह वाहिन्यांना परवानगी दिल्यामुळे आता आमच्याकडे बरीच चॅनल्स दिसत होती. अकस्मात आम्हाला टीव्हीवर अशा घटना पाहायला मिळू लागल्या होत्या. ही बातमी पाहून संपूर्ण जगभरात संतप्त प्रतिक्रिया उमटल्या होत्या. सगळ्या टॉक शोजनी या बातमीची दखल घेतली होती. पाकिस्तानात जे काही मोजके लोक असिया बिबीच्या बाजूने उघड बोलत होते, त्यापैकी एक होते पंजाबचे राज्यपाल – सलमान तासीर. ते बेनझीर यांचे निकटवर्ती आणि राजकीय कैदीही होते. पुढे ते धनाढ्य 'मीडिया किंग' बनले. ते असिया बिबीला भेटायला तुरुंगात गेले होते. राष्ट्राध्यक्ष झरदारी यांनी तिला माफ करावं, असं त्यांचं म्हणणं होतं. त्यांनी 'ब्लास्फेमी लॉ'ला 'काळा कायदा' असं संबोधलं. हा शब्दप्रयोग आमच्या काही टीव्ही अँकर्सनी वारंवार उच्चारून हा विषय चेतवला. त्यानंतर रावळपिंडीच्या सर्वांत मोठ्या मशिदीत काही इमामांनी शुक्रवारच्या प्रार्थनेच्या वेळी राज्यपालांचा धिक्कार केला.

त्यानंतर काही दिवसांतच, ४ जानेवारी, २०११ रोजी सलमान तासीर यांच्यावर इस्लामबादमधील एका अद्ययावत कॉफी बारमधून जेवून बाहेर पडत असताना त्यांच्याच एका अंगरक्षकाने गोळ्या घातल्या. त्या माणसाने त्यांच्यावर २६ गोळ्या झाडल्या. रावळपिंडीतून शुक्रवारची प्रार्थना ऐकल्यानंतर हे कृत्य देवासाठी केल्याचं त्याने नंतर सांगितलं. त्या मारेकऱ्यांचं लोक कौतुक करत आहेत हे पाहून आम्हाला धक्काच बसला. त्याला न्यायालयात नेलं होतं त्या वेळी चक्क वकिलांनी त्याच्यावर गुलाबाच्या पाकळ्यांचा वर्षाव केला. दरम्यान, स्वर्गीय राज्यपालांच्या मशिदीच्या इमामांनी त्यांच्या अंत्यविधीच्या प्रार्थना करण्यास नकार दिला आणि राष्ट्राध्यक्षही त्यांच्या अंत्यविधीला उपस्थित राहिले नाहीत.

आमच्या देशात हे काय सुरू होतं. आता आम्ही खुन्यांच्या गळ्यात फुलांच्या माळा घालत होतो?

त्यानंतर काही दिवसांतच माझ्या वडिलांना ठार करण्याची आणखी एक धमकी आली. त्यांनी हाजीबाबा हायस्कूलमधील बॉम्बस्फोटाच्या तिसऱ्या स्मृतीदिनानिमित्त आयोजित केलेल्या कार्यक्रमात भाषण दिलं होतं. त्या कार्यक्रमात माझे वडील अतिशय तळमळीने बोलले होते, "फजलुल्लाह सगळ्या दुष्टांचा सरदार आहे!" ते गरजले, "त्याला अजून का पकडलेलं नाही?"

त्या कार्यक्रमानंतर लोकांनी माझ्या वडिलांना सावध राहण्याचा सल्ला दिला.

त्यांनतर आमच्या घरी माझ्या वडिलांसाठी एक निनावी पत्र आलं.

"असलामु अलैकुम," पत्राची सुरुवात होती. *"तुम्हाला शांती लाभो."* पण शांतीचा सूर तर अजिबात नव्हता. पत्रात लिहिलं होते –

"तुम्ही धर्मोपदेशकाचे पुत्र आहात, पण तुम्ही चांगले मुस्लीम नाही. तुम्ही कुठेही गेलात, तरी मुजाहिद्दीन तुम्हाला शोधून काढतील."

हे पत्र आल्यानंतर काही दिवस माझे वडील चिंताग्रस्त वाटत होते, पण त्यांनी त्यांचं काम थांबवण्यास नकार दिला आणि लवकरच ते इतर गोष्टींत गुंतून गेले.

त्याकाळी सगळे जण जणू फक्त अमेरिकेबद्दलच बोलत होते. एके काळी आम्ही प्रत्येक गोष्टीचं खापर आमचा जुना शत्रू भारतावर फोडायचो तसं आता अमेरिकेच्या बाबतीत सुरू होतं. जवळजवळ दर आठवड्यात 'एफएटीए'(फाटा)मध्ये होत असलेल्या ड्रोन हल्ल्यांबाबत सर्वांची तक्रार होती. त्यात बरेच नागरिक ठार झाल्याचं आम्ही ऐकून होतो. त्यानंतर सीआयएच्या रेमंड डेव्हिस नामक एजंटनी मोटरबाइकवरून त्यांच्या कारजवळ पोचलेल्या दोघांना गोळ्या घालून ठार केलं. त्या दोघांनी त्यांना लुटण्याचा प्रयत्न केला असं या एजंटचं म्हणणं होतं. अमेरिकेने तो सीआयएचा माणूस नसून तो सामान्य प्रतिनिधी असल्याचा दावा केला. त्यामुळे सर्वांच्याच मनात संशय आणखी गडद झाला. सामान्य प्रतिनिधी ग्लॉक पिस्तुलं घेऊन 'अनमार्क्ड' कारमधून फिरत नाहीत ही गोष्ट अगदी आम्हा शाळकरी मुलांनासुद्धा ठाऊक होती.

डेव्हिस हा सीआयएने पाकिस्तानात पाठवलेल्या गुप्त लष्कराचा घटक असल्याचं आमच्या प्रसारमाध्यमांचं म्हणणं होतं. त्यांचा आमच्या गुप्तहेर संस्थावर विश्वास नसल्यामुळे त्यांनी असं गुप्त लष्कर पाठवलं आहे असं म्हटलं जात होतं. डेव्हिस लाहोरस्थित 'लष्कर-ए-तैबा' नामक अतिरेकी गटाची हेरगिरी करत असल्याचं म्हटलं जात होतं. लष्कर-ए-तैबानं भूकंप आणि पूरग्रस्तांना खूप मदत केली होती. २००८ साली मुंबईत झालेल्या भयंकर हत्याकांडामागे ते असल्याचं म्हटलं जात होतं. भारतीय राजवटीतून काश्मिरी मुस्लिमांना मुक्त करणं हे या गटाचं मुख्य उद्दिष्ट होतं, पण अलीकडे ते अफगणिस्तानमध्ये सक्रिय झाले होते.

काही लोकांचं म्हणणं होतं की, डेव्हिस आमच्या आण्विक शस्त्राबाबत हेरगिरी करता होता.

लगेचच रेमंड डेव्हिस पाकिस्तानात सर्वांत प्रसिद्ध अमेरिकी माणूस बनला. संपूर्ण देशभर निदर्शनं झाली. लोकांना वाटत होतं की, आमच्या बाजारपेठांत रेमंड डेव्हिसच रेमंड डेव्हिस भरले आहेत आणि ते गुप्तपणे माहिती गोळा करून आपल्या देशात पाठवत आहेत. त्यानंतर, डेव्हिसने ठार केलेल्या दोघांपैकी एकाच्या पत्नीने न्याय न मिळाल्यामुळे निराश होऊन उंदराचं औषध घेऊन स्वत:ला संपवलं.

वॉशिंग्टन व इस्लामाबाद यांच्या दरम्यान किंवा त्यापेक्षा रावळपिंडीतील लष्करी मुख्यालयादरम्यान बरेच दिवस वाटाघाटी होऊन अखेर हे प्रकरण निकाली निघालं. त्यांनी आमच्या पारंपरिक 'जिरगा'सारखंच केलं. अमेरिकेनं २३ लाख डॉलर्स दिले आणि डेव्हिसला झटपट न्यायालयासमोर उभं करून देशाबाहेर पाठवण्यात आलं. त्यानंतर सीआयएने त्यांचे कंत्राटदार परत पाठवावेत अशी पाकिस्तानने मागणी केली आणि व्हिसा मंजूर करणं बंद केलं. या सगळ्या प्रकारणाने खूप कडवटपणा निर्माण झाला. विशेषत:, १७ मार्चच्या घटनेने, डेव्हिसची मुक्तता झाल्याच्या दुसऱ्याच दिवशी उत्तर वजिरीस्तानमधील आदिवासी समितीवर ड्रोन हल्ला झाला. सीआयए आमच्या देशात त्यांना हवं ते करू शकते हेच जणू या हल्ल्यातून त्यांना व्यक्त करायचं असावं.

एका सोमवारची गोष्ट. मी सकाळी उठल्यावर भिंतीपाशी जाऊन रात्रीत माझी उंची वाढण्याचा चमत्कार घडला आहे का हे पाहणार इतक्यात घराबाहेर मोठमोठ्याने बोलण्याचे आवाज आले. माझ्या वडिलांचे मित्र जी बातमी घेऊन आले होते, त्यावर विश्वास ठेवणं कठीण होतं. रात्री अमेरिकेच्या 'नेव्ही सील्स' नामक विशेष दलाने अबोटाबादमध्ये – आम्ही आयडीपी म्हणून या ठिकाणी राहिलो होतो – छापा टाकला होता आणि ओसामा बिन लादेनला शोधून ठार केलं होतं. तो आमच्या लष्करी अकादमीपासून एका मैलापेक्षा कमी अंतरावर एका उंच भिंतींचं कुंपण असलेल्या घरात राहत होता. लष्कराला बिन लादेनचा काहीच ठावठिकाणा माहीत नव्हता, यावर आमचा विश्वास बसला नाही. वृत्तपत्रांनी म्हटलं होतं की, त्याच्या घरालगतच्या विस्तीर्ण मैदानावर मुलांनी प्रशिक्षण घेतलं होतं. ही कुंपणाची भिंत १२ फूट उंच होती आणि त्यावर काटेरी तारा लावलेल्या होत्या. बिन लादेन सर्वांत वरच्या मजल्यावर त्याच्या सर्वांत लहान पत्नीसोबत राहत होता. तिचं नाव अमल. ती येमेनी होती. त्याच्या आणखी दोन पत्नी व ११ मुलं खालच्या मजल्यावर राहत होते. एक अमेरिकी सिनेटर म्हणाले की, बिन लादेनच्या लपण्याच्या ठिकाणी फक्त एकच गोष्ट नव्हती, ती म्हणजे 'निऑन साइन.'

प्रत्यक्षात पश्तून प्रदेशात बरेच लोक अशा उंच भिंतीचं कुंपण असलेल्या घरात राहतात. त्याचं कारण पडदा पाळणं आणि खासगीपण जपणं हे असतं. त्यामुळे त्या घरात विशेष वेगळं असं काहीच नव्हतं. फक्त एकच गोष्ट विचित्र होती, ती म्हणजे या घरातील रहिवासी कधीही बाहेर जात नव्हते आणि त्या घरात फोन किंवा इंटरनेट कनेक्शन नव्हतं. त्यांच्यासाठी अन्नधान्य आणण्याचं काम दोघं भाऊ करायचे. तेही त्यांच्या पत्नीसह याच आवारात राहायचे. ते बिन लादेनसाठी जासुदाचं काम करायचे. त्यापैकी एकाची पत्नी स्वातमधील होती!

'सील्स'नी बिन लादेनला डोक्यात गोळी घातली आणि त्याचा मृतदेह हेलिकॉप्टरमधून दुसरीकडे नेण्यात आला. त्याने काही प्रतिकार केला असावा असं वाटत नव्हतं. दोघे भाऊ आणि बिन लादेनच्या मोठ्या मुलांपैकी एक मुलगाही यात ठार झाला, पण बिन लादेनच्या पत्नी व बाकीच्या मुलांना तिथेच बांधून ठेवण्यात आलं. नंतर त्यांना पाकिस्तानने ताब्यात घेतलं. अमेरिकेने बिन लादेनचा मृतदेह समुद्रात विसर्जित केला. राष्ट्राध्यक्ष ओबामा अतिशय खूश होते. आम्ही टीव्हीवर 'व्हाइट हाउस'च्या बाहेर साजरा झालेला मोठा समारंभ पाहिला.

आमच्या सरकारला हे माहीत असणार आणि त्यांचा अमेरिकेच्या या मोहिमेत सहभाग असणार असं आम्ही सुरुवातीला गृहीत धरलं होतं. पण हे अमेरिकेने एकट्याने केलं होतं हे आम्हाला लवकरच कळलं. ही गोष्ट आमच्या लोकांना रुचली नाही. ही मोहीम संयुक्त असणं अपेक्षित होतं. दहशतवादविरोधी युद्धात त्यांच्यापेक्षा आमच्या सैनिकांचा अधिक बळी गेला होता. त्यांनी आवाज न करणारी खास हेलिकॉप्टर्स वापरून रात्रीच्या वेळी आमच्या देशात प्रवेश केला होता आणि इलेक्ट्रॉनिक अडथळ्याद्वारे आमचं रडार बंद केलं होतं. या घटनेनंतर त्यांनी त्यांच्या या मोहिमेबद्दल फक्त आर्मी चीफ ऑफ स्टाफ, जनरल अशफाक कयानी आणि राष्ट्राध्यक्ष झरदारी यांना सांगितलं. लष्करातील बहुतेक अधिकाऱ्यांना ही बातमी टीव्हीवरून कळली.

अमेरिकेने सांगितलं की, आमच्यापुढे हे करण्याखेरीज कुठला पर्यायच नव्हता. कारण, आयएसआय कुणाच्या बाजूला आहे हे खरं कुणालाच माहीत नव्हतं आणि आम्ही बिन लादेनपर्यंत पोचण्याआधीच कुणीतरी त्याला खबर दिली असती. सीआयएच्या संचालकांनी म्हटलं होतं की, पाकिस्तानचा सहभाग असणं किंवा ते अकार्यक्षम असणं, यातील कोणतीच गोष्ट फारशी चांगली ठरली नसती.

हा लाजिरवाणा दिवस असल्याचं माझे वडील म्हणाले. "एक कुप्रसिद्ध दहशतवादी इतकी वर्षं पाकिस्तानात कसा काय लपून राहू शकला?" त्यांनी विचारलं. बाकीचे लोकही हाच प्रश्न विचारत होते.

आमच्या गुप्तचर सेवेला बिन लादेनचा ठावठिकाणा माहीत असणार असं सगळ्यांना वाटत होतं. आयएसआय ही प्रचंड मोठी संघटना आहे, तिचे एजंट्स सगळीकडे आहेत. तरी तो राजधानीपासून अवघ्या ६० मैलांवर कसा काय राहू शकला? आणि तेसुद्धा इतके दिवस! लपून राहण्यासाठी साधं सरळ ठिकाण सर्वोत्तम ठरू शकेल, पण तो २००५ सालच्या भूकंपापासून त्या घरात राहत होता. त्याच्या दोन मुलांचा जन्मसुद्धा अबोटाबाद हॉस्पिटलमध्ये झाला होता. त्याचं नऊ वर्षांपेक्षा अधिक काळ पाकिस्तानमध्ये वास्तव्य होतं. अबोटाबादच्या आधी तो

हरिपूरमध्ये होता आणि त्याआधी आमच्या स्वात खोऱ्यात लपला होता. तिथे त्याची ९/११चा 'मास्टरमाइंड' खालिद शेख मोहम्मदशी भेट झाली.

बिन लादेनला ज्या पद्धतीने शोधून काढण्यात आलं ते काहीसं आमच्या खुशालला आवडतात तसल्या हेरगिरीच्या चित्रपटातल्यासारखं होतं. आपल्याला शोधता येऊ नये यासाठी त्याने फोन किंवा ई-मेलऐवजी मानवी जासूद वापरले होते. पण अमेरिकेने त्याच्या एका जासुदाला शोधलंच आणि त्याच्या कारच्या नंबर प्लेटवरून त्याचा पेशावरहून अबोटाबादपर्यंत माग काढला. त्यानंतर खास क्ष-किरण दृष्टी असलेल्या एका ड्रोनद्वारे त्या घरावर नजर ठेवण्यात आली होती. त्यामध्ये त्यांना एक चांगला उंचापुरा दाढीवाला माणूस त्या घराच्या आवारात येरझाऱ्या घालताना दिसला. त्यांनी त्याला 'पेपर' नाव दिलं.

दररोज कळणाऱ्या नवनव्या तपशिलांबद्दल लोकांमध्ये कुतूहल होतं, पण त्यांना जगातील सर्वांत मोठा दहशतवादी आमच्या भूमीत राहत होता या वस्तुस्थितीपेक्षा अमेरिकेच्या आकस्मिक हल्ल्याचा जास्त राग आलेला दिसत होता. काही वृत्तपत्रांमध्ये अशाही बातम्या आल्या होत्या की, अमेरिकेने बिन लादेनला बरेच वर्षांपूर्वीच ठार केलं होतं आणि त्याचा मृतदेह फ्रिजमध्ये ठेवला होता. त्यानंतर त्याचा मृतदेह अबोटाबादमध्ये आणून ठेवला आणि पाकिस्तानला अडचणीत आणण्यासाठी छापा टाकण्याचा बनाव केला.

त्यानंतर आम्हाला टेक्स्ट मेसेज यायला सुरुवात झाली. त्यामध्ये आम्ही रस्त्यारस्त्यांवर मोर्चे काढून आमचा लष्कराला पाठिंबा दर्शवावा असं म्हटलं होतं.

"१९४८, १९६५ आणि १९७१ साली आम्ही तुमच्यासाठी सज्ज होतो," एका मेसेजमध्ये आमच्या भारताशी झालेल्या तिन्ही युद्धांचा संदर्भ होता. "आता आमच्या पाठीत खंजीर खुपसला आहे, अशा वेळी तुम्ही आमची साथ द्या."

मात्र लष्कराची टर उडवणारेही काही मेसेज येत होते. जर चार अमेरिकी हेलिकॉप्टर्स आमच्या रडारचा डोळा चुकवून येऊ शकत असतील, तर आपण दरवर्षी लष्करावर सहा अब्ज डॉलर्स म्हणजे आम्ही शिक्षणासाठी खर्च करतो त्याच्या सात पट जास्त खर्च कशाला करायचा, असा प्रश्न लोक विचारत होते. आणि जर ते असं करू शकत असतील तर शेजारच्या भारतीयांना काय अवघड होतं?

"कृपया हॉर्न वाजवू नये, लष्कर झोपले आहे." एक मेसेज फिरत होता. आणखी एक मेसेज होता, "सेकंड-हँड रडार विकणे आहे. ते अमेरिकी हेलिकॉप्टर टिपू शकत नाही, पण केबल टीव्ही छान दिसतो!"

जनरल कयानी आणि आयएसआयचे प्रमुख जनरल अहमद शुजा पाशा यांना संसदेसमोर साक्ष देण्यासाठी बोलावण्यात आलं. यापूर्वी असं कधी घडलं नव्हतं. आमच्या देशाचा अपमान झाला होता आणि आम्हाला त्याचं कारण जाणून घ्यायचं होतं.

आम्हाला असंही समजलं की, बिन लादेन धडधडीत आमच्यासमोर राहत होता. या गोष्टींमुळे अमेरिकी राजकारणी संतापले होते. तो एखाद्या गुहेत राहतो आहे असं ते इतके दिवस समजत होते. आठ वर्षांत त्यांनी आम्हाला सहकार्यासाठी २० अब्ज अमेरिकी डॉलर्स दिले होते. कधीकधी वाटायचं हा सगळा पैशाचा खेळ आहे. त्यातील बहुतेकशी रक्कम लष्कराकडेच गेली होती. सामान्य माणसाला काहीही मिळालं नव्हतं.

त्यानंतर काही महिन्यांनी, ऑक्टोबर २०११मध्ये माझ्या वडिलांनी त्यांना एक ई-मेल आल्याचं सांगितलं. बालहक्कांचा पुरस्कार करणाऱ्या 'किड्स राइट्स' या ॲमस्टरडॅम स्थित समूहाच्या आंतरराष्ट्रीय शांतता पुरस्कारासाठी माझं नामांकन झालं होतं. या पुरस्कारासाठी एकूण पाच जणांचं नामाकंन झालं होतं. दक्षिण आफ्रिकेच्या आर्चबिशप डेस्मंड टुटू यांनी माझं नाव सुचवलं होतं. त्यांच्या वर्णसंकरविरोधी धोरणाविरुद्ध लढ्यामुळे माझे वडील त्यांना खूप मानायचे. मला तो पुरस्कार मिळाला नाही म्हणून माझ्या वडिलांचा अपेक्षाभंग झाला. पण मी त्यांच्या लक्षात आणून दिलं की, मी फक्त निर्भयपणे माझं मत व्यक्त केलं आहे, पण पुरस्कार विजेत्यांप्रमाणे आपली प्रत्यक्षात काही कार्य करणारी संस्था/संघटना नाही.

त्यानंतर काही दिवसांनी मला पंजाबचे मुख्यमंत्री शाहबाज शरीफ यांनी लाहोर येथील एका शैक्षणिक कार्यक्रमात भाषण देण्यासाठी निमंत्रित केलं. ते नव्या शाळांचं नेटवर्क तयार करत होते. त्याला त्यांनी 'दानिश स्कूल्स' असं नाव दिलं होतं. ते विद्यार्थ्यांना मोफत लॅपटॉप देत होते. तो लॅपटॉप सुरू करताच स्क्रीनवर त्यांची छबी दिसत असे. सर्व प्रांतातील विद्यार्थ्यांना प्रोत्साहन देण्यासाठी ते परीक्षेत उत्तम कामगिरी करणाऱ्या मुला-मुलींना रोख बक्षीस द्यायचे. माझ्या कन्या हक्क चळवळीसाठी त्यांनी मला पाच लाख रुपयांचा चेक दिला होता.

मी त्या कार्यक्रमाला गुलाबी ड्रेस घालून गेले होते. आम्ही तालिबानचा हुकूम न जुमानता गुपचूप शाळेला कसे जायचो याबद्दल मी प्रथमच तिथे जाहीर बोलले.

''माझं पेन आणि पुस्तकं माझ्याकडून जबरदस्ती काढून घेतली होती, त्यामुळे मला शिक्षणाचं महत्त्व ठाऊक आहे,'' मी म्हणाले, ''स्वातच्या मुली कुणालाही घाबरत नाहीत. आम्ही आमचं शिक्षण सुरूच ठेवलं आहे.''

त्यानंतर एके दिवशी वर्गात माझ्या मैत्रिणींनी बातमी दिली, ''तुला खूप मोठं बक्षीस मिळालं आहे. पाच लाख रुपयांचं!'' मग माझ्या वडिलांनी सांगितलं की, मला पाकिस्तान सरकारने देशातील पहिला 'राष्ट्रीय शांतता पुरस्कार' जाहीर केला आहे.

माझा माझ्या कानावर विश्वासच बसेना. त्या दिवशी आमच्या शाळेत पत्रकारांची इतकी झुंबड उडाली की, आमची शाळा म्हणजे बातम्यांचा स्टुडिओ बनला होता!

पुरस्कार प्रदान समारंभ २० डिसेंबर, २०११ रोजी पंतप्रधानांच्या अधिकृत निवासस्थानी होता. मी इस्लामाबादला गेले होते तेव्हा मी 'कॉन्स्टिट्यूशन अॅव्हेन्यू'च्या टोकाला, टेकडीवर वसलेलं ते भव्य पांढरशुभ्र निवासस्थान पाहिलं होतं. एव्हाना मी राजकारण्यांना भेटायला सरावले होते. पंतप्रधान गिलानी संतांच्या कुटुंबातील आहेत, असं सांगून माझ्या वडिलांनी मला घाबरवण्याचा प्रयत्न केला, पण मी अजिबात दडपण घेतलं नव्हतं. पंतप्रधानांनी मला पुरस्कार आणि धनादेश दिल्यानंतर मी त्यांच्यासमोर मागण्यांची मोठी यादी सादर केली. मी त्यांना सांगितलं की, आम्हाला आमच्या शाळा पुन्हा बांधून हव्या आहेत आणि स्वातमध्ये मुलींचं विद्यापीठ हवं आहे. ते माझ्या मागण्यांचा गांभीर्याने विचार करणार नाहीत हे माहीत असल्यामुळे मी फार रेटलं नाही. मी विचार केला. एक दिवस मी राजकारणात येईन, त्या वेळी माझ्या मी या गोष्टी करेन.

हा पुरस्कार दरवर्षी १८ वर्षांखालील मुलांना देण्याचं आणि माझ्या सन्मानार्थ त्याचं 'मलाला पुरस्कार' असं नामकरण करण्याचं ठरलं होतं. माझे वडील या कल्पनेवर फारसे खूश नव्हते हे माझ्या लक्षात आलं. बहुतेकशा पश्तून लोकांसारखेच तेही थोड्याफार काही समजुती मानणारे आहेत. पाकिस्तानात माणूस जिवंत असेपर्यंत त्याला असं सन्मानित करण्याची संस्कृती नाही, फक्त मरणोत्तर असा सन्मान केला जातो. त्यामुळे त्यांना हा अपशकुन वाटला.

माझ्या आईला पुरस्कार आवडायचे नाहीत. कारण माझी जास्त प्रसिद्धी होऊन मला लक्ष्य केलं जाईल या गोष्टीची तिला भीती वाटत होती. ती स्वत: कधी लोकांसमोर यायची नाही. ती तिचे फोटो काढायलासुद्धा नकार द्यायची. ती अत्यंत पारंपरिक स्त्री आहे आणि ही आमची अतिप्राचीन संस्कृती आहे. मी जर ही परंपरा मोडली असती तर लोक तिच्याविरुद्ध बोलले असते, विशेषत: आमच्याच परिवारातील लोक. मी आणि माझे वडील जे कार्य करत होतो त्याबद्दल तिला वाईट वाटतं असं ती कधीही म्हणाली नाही, पण जेव्हा मला पुरस्कार मिळाले तेव्हा ती म्हणाली, "मला पुरस्कार नकोत, मला माझी मुलगी हवी आहे. संपूर्ण जगाच्या बदल्यात मी माझ्या मुलीच्या पापणीचा केससुद्धा देणार नाही."

माझे वडील म्हणायचे की, ज्या ठिकाणी मुलं मुक्तपणे शिकू शकतील अशी शाळा सुरू करणं हीच त्यांची कायम एकमात्र इच्छा राहिली आहे. पण आमच्यासमोर राजकारणात सहभागी होऊन शिक्षणासाठी चळवळ उभारण्याखेरीज दुसरा पर्यायच उरला नव्हता.

"माझ्या मुलांना आणि माझ्या देशाला माझ्या कुवतीनुसार सर्वतोपरी शिक्षित

करणं ही माझी एकमात्र महत्त्वाकांक्षा आहे, पण जेव्हा तुमच्याकडचे निम्मे नेते खोटं बोलतात आणि उरलले निम्मे तालिबानशी वाटाघाटी करत असतात, तेव्हा कुणाकडे जायचं? अशा वेळी निर्भयपणे बोलावंच लागतं,'' ते म्हणाले.

आम्ही घरी परत आल्यावर समजलं की, माझी मुलाखत घेण्यासाठी शाळेत पत्रकारांचा एक गट आला आहे आणि मला छान कपडे घालून जायचं आहे.

सुरुवातीला मला अगदी छानसा ड्रेस घालून जावं असं वाटलं, पण मग मी मुलाखतीसाठी अधिक साधा-सभ्य ड्रेस घालून जायचं ठरवलं. कारण मला लोकांचं लक्ष माझ्या संदेशाकडे वेधलं जायला हवं होतं, माझ्या कपड्यांकडे नव्हे!

मी शाळेत पोचले तेव्हा माझ्या सगळ्या मैत्रिणी छान आवरून आलेल्या होत्या. मी आत जाताच त्यांनी जोरात गजर कला.

''सरप्राइज!''

त्यांनी पैसे जमवून माझ्यासाठी पार्टी ठेवली होती. मोठा पांढरा केक आणला होता. त्यावर चॉकलेट आयसिंगने 'सक्सेस फॉरएव्हर' अशी अक्षरं रेखाटली होती. माझ्या मैत्रिणी माझ्या यशात सहभागी होत आहेत याचं मला खूप बरं वाटलं. आमच्या वर्गातल्या मुलींना जर त्यांच्या आईवडिलांचा पाठिंबा मिळाला असता, तर त्यांच्यापैकी कुणालाही मी जे साध्य केलं ते करता आलं असतं हे मी जाणून होते.

''आता वर्गात जाऊन अभ्यासाला लागा,'' आम्ही केक फस्त केल्यावर मॅडम मरियम म्हणाल्या, ''मार्चमध्ये परीक्षा आहे!''

पण ते वर्ष दुःखद वळणावर येऊन संपलं. मला पुरस्कार मिळाल्यानंतर पाचच दिवसांनी माझ्या आईची थोरली बहीण – माझी बाबो मावशी – अकस्मात वारली. तिने वयाची पन्नाशीसुद्धा गाठली नव्हती. तिला मधुमेह होता. तिने टीव्हीवर लाहोरमधील एका डॉक्टरची जाहिरात पाहिली होती. त्यांच्या 'जादूई उपचारां'बद्दल ऐकून तिने नवऱ्याच्या मागे लागून तिला तिथे न्यायला लावलं होतं. त्या डॉक्टरने तिला कसलं इंजेक्शन दिलं कोण जाणे, पण ती शॉकमध्ये गेली आणि त्यातच तिचा मृत्यू झाला. माझे वडील म्हणाले, ''तो डॉक्टर भोंदू होता. आपण अडाणीपणाविरुद्ध लढा सुरू ठेवण्याची गरज आहे ती यामुळेच!''

त्या वर्षाखेरीज माझ्याजवळ भरपूर पैसे गोळा झाले होते. पंतप्रधान व पंजाबच्या मुख्यमंत्र्यांकडून प्रत्येकी पाच लाख रुपये, तसंच खैबर पश्तूनवाला व सिंध सरकारकडूनही प्रत्येकी पाच लाख रुपये मिळाले होते. तसंच स्थानिक लष्कर कमांडर मेजर जनरल गुलाम कमर यांनीसुद्धा आमच्या शाळेत विज्ञान प्रयोगशाळा व ग्रंथालय उभारण्यासाठी आमच्या शाळेला एक लाख रुपये दिले होते. पण माझा लढा संपला नव्हता. मला आमच्या इतिहासातील धड्यांचं स्मरण होत होतं. त्यात

आम्ही युद्ध जिंकल्यानंतर लष्कराच्या लूट किंवा औदार्याबद्दल वाचलं होतं. मी हे पुरस्कार आणि ओळख यांकडे याच दृष्टीने पाहू लागले. ही फारसा काही अर्थ नसलेली इवली इवली रत्नं होती. मी हा लढा जिंकण्यावर लक्ष केंद्रित करणं गरजेचं होतं.

माझ्या वडिलांनी या पैशातून माझ्यासाठी नवा बेड आणि कपाट घेऊन दिलं, माझ्या आईच्या दातांच्या उपचारासाठी थोडे पैसे खर्च केले आणि शांगलामध्ये थोडी जमीन खेरदी केली. बाकीचे पैसे आम्ही गरजू लोकांच्या मदतीसाठी वापरायचं ठरवलं. मला एक शिक्षण प्रतिष्ठान सुरू करायचं होतं. मी जेव्हा पूर्वी कचऱ्याच्या ढिगाजवळ ती मुलं पाहिली होती, तेव्हापासून ते माझ्या मनात होतं. मी तिथे पाहिलेले काळे उंदीर, कचरा उसकणारी ती मातकट केसांची मुलगी... हे चित्र आजही माझ्या डोळ्यांसमोरून हलत नव्हतं. आम्ही २१ मुलींची बैठक घेऊन, स्वातमधील प्रत्येक मुलीसाठी शिक्षण – विशेषतः रस्त्यावर भटकणाऱ्या व बालमजुरी करणाऱ्या मुलांना – शिक्षणाच्या प्रवाहात आणणं हा आमचा प्राधान्याचा विषय ठरवला.

आम्ही मलकंद खिंड ओलांडत असताना मी संत्री विकणारी लहान मुलगी पाहिली. तिला लिहिता-वाचता येत नसल्यामुळे ती विकलेल्या संत्र्यांचा हिशोब ठेवण्यासाठी कागदावर खुणा करत होती. मी तिचा फोटो काढला आणि तिच्यासारख्या मुलींना शिक्षण मिळावं यासाठी मी सर्वतोपरी प्रयत्न करीन, अशी प्रतिज्ञा केली. मी हे युद्ध लढणार होते.

◆

१८

स्त्री आणि समुद्र

नजमा आत्याच्या डोळ्यांत अश्रू तरळले होते. तिने याआधी कधी समुद्र पाहिला नव्हता. मी माझ्या कुटुंबासमवेत खडकांवर बसून पाणी निरखत होते आणि अरबी समुद्राजवळची खारट हवा उरात भरून घेत होते. समोर विशाल समुद्र पसरला होता. तो कुठे संपतो ते कुणीच सांगू शकणार नाही. त्याक्षणी मी अतिशय आनंदात होते.

"एक दिवस मी हा समुद्र पार करीन," मी म्हणाले.

"ती काय म्हणतीय?" मी काहीतरी अशक्यप्राय बोलत असल्यासारखं, माझ्या आत्याने विचारलं.

मी अजूनही ही वस्तुस्थिती पचवण्याचा प्रयत्न करत होते की, माझी आत्या ३० वर्षं समुद्रकिनाऱ्यावरील कराची शहरात राहत असून तिने कधी समुद्र पाहिला नव्हता. तिच्या नवऱ्याने तिला कधी समुद्रकिनारी नेलं नव्हतं, आणि समजा ती घरातून सटकली असती तरी तिला समुद्रापर्यंत जाण्यासाठी पाट्या वाचता येत नसल्यामुळे जाता आलं नसतंच!

मी समुद्रकिनारी खडकावर बसून पाण्यापलीकडल्या भूमीचा – जिथे स्त्रिया स्वतंत्र असतात – विचार करत होते. पाकिस्तानात आमच्या पंतप्रधान एक महिला होत्या आणि इस्लामाबादमध्ये मी मोठी पदं सांभाळणाऱ्या अथवा उत्तम काम करणाऱ्या 'वर्किंग विमेन' पाहिल्या होत्या. तरीही आमच्या देशात जवळपास सर्व महिला पूर्णत: पुरुषांवर अवलंबून होत्या हे वास्तव होतं. आमच्या मुख्याध्यापिका मॅडम मरियम अत्यंत खंबीर व सुशिक्षित असूनही, आमच्या समाजात त्या एकटीने राहून नोकरीवर जाऊ शकत नव्हत्या. त्यांना पती, भाऊ किंवा आईवडिलांसोबत

राहावं लागायचं.

पाकिस्तानात स्त्रिया जेव्हा आम्हाला स्वातंत्र्य हवं आहे असं म्हणतात तेव्हा लोकांना वाटतं की, त्यांना त्यांचे वडील, भाऊ किंवा नवऱ्याची आज्ञा पाळायची नाहीये. पण त्याचा अर्थ तसा नसतो. त्याचा अर्थ आम्हाला स्वत:चे निर्णय स्वत: घ्यायचे असतात. आम्हाला शाळेत जाण्याचं किंवा कामावर जाण्याचं स्वातंत्र्य हवं असतं. स्त्रीने पुरुषावर अवलंबून राहिलं पाहिजे असं कुरआनमध्ये कुठेही लिहिलेलं नाही. प्रत्येक स्त्रीने पुरुषाचं ऐकलं पाहिजे हे शब्द स्वर्गातून आलेले नाहीत.

''जानी, तू लक्षावधी मैल दूर आहेस,'' माझे वडील माझी विचारशृंखला तोडत म्हणाले, ''कसला विचार करत आहेस?''

''महासागर पार करण्याचा, अबा,'' मी म्हणाले.

''ते जाऊ दे!'' अटल ओरडला. ''आपण समुद्रावर आलोय. मला उंटावरून सफर करायची आहे!''

जानेवारी २०१२मध्ये आम्ही कराचीत 'जिओ टीव्ही'चे अतिथी म्हणून आलो होतो. सिंध सरकारने माझ्या सन्मानार्थ मिशन रोडवरील मुलींच्या माध्यमिक शाळेचं पुनर्नामकरण करून त्या शाळेला माझं नाव देण्याचं जाहीर केलं होतं.

त्यादरम्यान खुशाल अबोटाबादच्या शाळेत होता. त्यामुळे मी, माझे आईवडील आणि अटल कराचीला आलो हातो. आम्हा सर्वांचा तो पहिलाच विमानप्रवास होता. दोन तासांचा तो प्रवास ही माझ्यासाठी नवलाई होती. आम्हाला बसने जायला किमान दोन दिवस लागले असते. विमानात आमच्या लक्षात आलं की, काही लोकांना अक्षरं व आकडे वाचताच येत नसल्यामुळे त्यांना त्यांच्या सीट्स सापडत नव्हत्या. मला खिडकीजवळची सीट मिळाली होती. तिथून मला खाली आमच्या भूमीतील ओसाड प्रदेश व डोंगर-दऱ्या दिसत होत्या. आम्ही दक्षिणेकडे गेलो तसं जमीन अधिक शुष्क दिसू लागली. मला स्वातमधील हिरवाई दिसत नसल्यामुळे चुकल्यासारखं होत होतं. आमच्याकडचे लोक नोकरीधंद्याच्या निमित्ताने कराचीला गेले, तरी त्यांची आमच्या शीतल खोऱ्यात चिरविश्रांती घेण्याचीच इच्छा का असते, ते आता मला कळत होतं.

विमानतळावरून हॉस्टेलच्या दिशेने जाताना वाटेत इतके लोक, घरं आणि गाड्या पाहून मला नवल वाटत होतं. कराची हे पृथ्वीतलावरील सर्वांत मोठ्या शहरांपैकी एक शहर आहे. पाकिस्तानची निर्मिती झाली तेव्हा हे फक्त तीन लाख लोकसंख्येचं एक बंदर होतं. हा विचार आता मजेशीर वाटत होता. जिना या शहरात राहायचे. त्यांनी ही आमची पहिली राजधानी केली होती. काही काळातच हे शहर भारतातून आलेल्या, उर्दू बोलणाऱ्या लक्षावधी मुस्लीम निर्वासितांनी

गजबजून गेलं. त्यांना 'मोहाजिर' म्हणजे स्थलांतरित असं म्हटलं जातं. आज या शहराची लोकसंख्या सुमारे दोन कोटी २० लाख आहे. खरंतर, हे शहर आमच्या भूमीपासून बरंच दूर असलं तरी हे सर्वांत मोठं पश्तून शहर आहे. ५० ते ७० लाख पश्तून लोक तिथे नोकरीधंद्यासाठी गेले आहेत.

दुर्दैवाने कराची हे अत्यंत अशांत शहर बनलं आहे. तिथे मोहाजिर आणि पश्तून लोकांदरम्यान सतत संघर्ष सुरू असतात. आम्ही पाहिलेले मोहाजिर भाग अत्यंत सुव्यवस्थित आणि टापटीप वाटले, तर पश्तून भाग गलिच्छ आणि गोंधळ कलकलीचे वाटले. जवळपास सर्व मोहाजिर अल्ताफ हुसैन यांच्या नेतृत्वाखालील 'एमक्यूएम' नामक पक्षाला पाठिंबा देतात. अल्ताफ हुसैन हद्दपार आहेत. ते लंडनमध्ये राहतात. ते स्काइपवरून त्यांच्या लोकांशी संपर्क करतात. एमक्यूएम ही अत्यंत उत्तमरीत्या संघटित चळवळ असून, मोहाजिर समूदाय एकमेकांना धरून राहतो.

त्याउलट, आम्हा पश्तून लोकांमध्ये फाटाफूट आहे. काही जण इम्रान खान यांना मानतात; कारण ते पश्तून आहेत आणि महान क्रिकेटपटू आहेत, तर काही जण मौलाना फजलूर रेहमान यांना मानतात, कारण त्यांचा पक्ष 'जेयूआय' इस्लामी आहे. काही जण धर्मनिरपेक्ष 'एएनपी'ला मानतात. कारण तो पश्तून राष्ट्रीय पक्ष आहे आणि काही जण बनेझीर भुट्टोंचा 'पीपीपी' अथवा नवाज शरीफ यांचा 'पीएमएलएन' मानतात.

आम्ही सिंध असेम्ब्लीमध्ये गेलो. तिथे सर्व सदस्यांनी माझं टाळ्यांच्या गजरात स्वागत केलं. त्यानंतर आम्ही काही शाळांना भेट दिली, त्यात माझं नाव दिलेल्या शाळेतही गेलो. तिथे मी 'शिक्षणाचं महत्त्व' या विषयावर भाषण दिलं, तसंच बेनझीर भुट्टोंबद्दलही बोलले. कारण हे त्यांचं शहर होतं.

''आपण सर्वांनी कन्या हक्कांसाठी एकत्र येऊन काम केलं पाहिजे,'' मी म्हणाले.

शाळेतील मुलींनी माझ्यासाठी गीत सादर केलं आणि मी वर आकाशात पाहाते आहे, असं माझं चित्र मला भेट मिळालं. अफगाणिस्तानमध्ये जसं बऱ्याच शाळांना मैवंदच्या मलालाईचं नाव दिलं गेलं आहे, तसंच तिच्या नावाची साधर्म्य असणारं माझं नाव शाळेला दिलेलं पाहून मनात काहीतरी विचित्र व विलक्षण अशा भावना भरून आल्या होत्या. पुढच्या सुट्टीत स्वातच्या दुर्गम पहाडी भागांत जाऊन तिथल्या पालक व त्यांच्या मुलांना भेटून त्यांना लिहायला-वाचायला शिकण्याचं महत्त्व सांगायचं, असं मी आणि माझ्या वडिलांनी ठरवलं.

''आपण शिक्षण उपदेशक होऊ,'' मी म्हणाले.

त्यानंतर आम्ही माझ्या आत्याच्या घरी गेलो. त्यांचं घर अगदी लहान होतं.

माझे वडील विद्यार्थिदशेत असताना या मेव्हण्याने त्यांना का सोबत नेलं नव्हतं, ते अखेर माझ्या वडिलांच्या ध्यानात आलं. वाटेत आम्हाला आशिकाँ-ए-रसूल चौक लागला. तिथे राज्यपाल सलमान तासीर यांच्या मारेकऱ्याच्या फोटोला तो कुणी संत महात्मा असल्याच्या थाटात गुलाबाच्या पाकळ्यांचे हार घातलेले पाहून आम्ही सुन्न झालो. माझ्या वडिलांना संताप आला होता.

"दोन कोटी वीस लाख लोकांच्या या शहरात हे खाली उतरवणारा एकही माणूस नाही?"

कराचीत आम्ही समुद्रकिनारी भटकलो. मोठमोठ्या बाजारांत फिरलो. तिथे माझ्या आईने भरपूर कपडेखरेदी केली, पण या सगळ्या भ्रमंतीमध्ये आम्हाला आणखी एका ठिकाणी जायचंच होतं. आमच्या देशाचे संस्थापक व थोर नेते मोहम्मद अली जिना यांच्या वस्तुसंग्रहालयाला भेट द्यायची होती. पांढऱ्या संगमरवरात बांधलेली ही इमारत अत्यंत शांत आणि शहराच्या गजबजाटापासून काहीशी वेगळी वाटत होती. आम्हाला ती अत्यंत पवित्र वाटली. बेनझीर पाकिस्तानात परत आल्यानंतर भाषण देण्यासाठी इथेच येत होत्या. पण त्यांची गाडी उडवून देण्यात आली.

तिथल्या सुरक्षारक्षकाने सांगितलं की, मुख्य दालनामध्ये भव्य चिनी झुंबराखाली जी कबर आहे, त्यात जिनांचा मृतदेह नसून, खरी कबर खालच्या मजल्यावर आहे. तिथे ते त्यांची बहीण फातिमा यांच्या कबरीशेजारी चिरविश्रांती घेत आहेत. त्यांच्या बहिणीचं त्यांच्यानंतर बऱ्याच काळाने निधन झालं. त्याशेजारीच आमचे पहिले पंतप्रधान लियाकत अली खान यांची कबर आहे. त्यांची हत्या झालेली होती.

त्यानंतर आम्ही गागच्या बाजूला असलेल्या छोट्याशा वस्तुसंग्रहालयात गेलो. तिथे जिना पॅरिसमधून मागवत असलेले खास सफेद बो टाय ठेवले होते. त्यांचे लंडनमध्ये शिवलेले थ्री पीस सूट्स, त्यांचे गोल्फ क्लब्ज आणि एका खास प्रवासी पेटीच्या ड्रॉवर्समध्ये त्यांच्या आवडत्या दुरंगी बुटांचे १२ जोड ठेवले होते. तिथल्या भिंतीवर फोटो लावलेले होते. पाकिस्तानच्या निर्मितीच्या सुरुवातीच्या काळातील फोटोत त्यांच्या ओढलेल्या चेहऱ्यावरून त्यांची ढासळलेली तब्येत लक्षात येत होती. त्यांची त्वचा कागदासारखी पातळ दिसत होती. पण त्या वेळी ही गोष्ट गुप्त ठेवली होती. जिना दिवसाला ५० सिगरेटी ओढत असत. भारताचे अखेरचे ब्रिटिश व्हाइसरॉय लॉर्ड माउंटबॅटन यांनी भारताच्या विभाजनाला मान्यता दिली त्यादरम्यान क्षयरोग व फुप्फुसाच्या कर्करोगाने त्यांचं शरीर पोखरलं होतं. नंतर माउंटबॅटन म्हणाले की, जर जिना अखेरचे दिवस मोजत आहेत हे माहीत असतं तर हा निर्णय पुढे ढकलला असता आणि पाकिस्तान झाला नसता. पाकिस्तानच्या निर्मितीनंतर अवघ्या वर्षात सप्टेंबर, १९४८मध्ये जिनांचं निधन झालं. त्यानंतर तीन वर्षांहून

थोड्या अधिक काळाने आमच्या पहिल्या पंतप्रधानांची हत्या झाली. अगदी आरंभापासून आमचा देश दुर्दैवी ठरला आहे.

जिनांची काही सर्वांत प्रसिद्ध भाषणंही तिथे पाहायला मिळाली. त्यांचं एक भाषण नव्या पाकिस्तानात सर्वधर्मीय लोक आपल्या आराध्याची उपासना करायला मुक्त आहेत यासंदर्भात होतं. आणखी एका भाषणात त्यांनी स्त्रियांची महत्त्वपूर्ण भूमिका याबाबत विचार मांडले आहेत. मला त्यांच्या आयुष्यातील स्त्रियांचे फोटो पाहायचे होते. पण त्यांची पत्नी तरुणपणीच वारली होती. ती पारशी होती. त्यांची एकुलती एक मुलगी दिना भारतात राहत होती आणि तिने पारशी माणसाशी लग्न केलं होतं. नव्या मुस्लीम मायभूमीत ही गोष्ट फारशी रुचणारी नव्हती. आता ती न्यू यॉर्कमध्ये राहते. त्यामुळे तिथे बहुतेकशा फोटोत त्यांची बहीण फातिमा होती.

त्या स्थळाला भेट देऊन, तिथली भाषणं वाचताना, जिनांचा पाकिस्तानाबाबत घोर अपेक्षाभंग झाला असता हा विचार मनात आल्यावाचून राहिला नाही. कदाचित ते म्हणतील की, मी ज्या देशाचं स्वप्न पाहिलं होतं, तो हा देश नाही. त्यांची आम्ही स्वतंत्र सहिष्णू व्हावं, परस्परांशी सहृदयतेने वागावं अशी इच्छा होती. कुणाच्याही श्रद्धा काहीही असल्या तरी सर्वांना स्वातंत्र्य असावं, अशी त्यांची इच्छा होती.

"जर आपण स्वतंत्र न होता, भारताचा भाग म्हणून राहिलो असतो तर ते अधिक बरं झालं असतं का?" मी माझ्या वडिलांना विचारलं. मला असं वाटत होतं की, पाकिस्तानच्या निर्मितीआधी हिंदू व मुस्लिमांदरम्यान अखंड संघर्ष सुरू होता. पण मग आम्हाला आमचा स्वत:चा देश मिळाल्यानंतरही संघर्ष सुरूच होता. आता फक्त तो मोहाजिर व पश्तून आणि सुन्नी व शिया यांच्या दरम्यान होता. आमचे चार प्रांत परस्परांशी गोडीत न राहता त्यांना परस्परांशी जमवून घेणं मुश्कील होतं. सिंधी नेहमी स्वतंत्र होण्याची भाषा करतात आणि बलुचिस्तानमध्ये सुरू असलेल्या युद्धाची फारशी चर्चाही होत नाही. कारण, तो प्रदेश दुर्गम आहे. या सर्व संघर्षाचा अर्थ आम्हाला आमच्या देशाचं पुन्हा विभाजन करायचं आहे असा आहे का?

आम्ही वस्तुसंग्रहालयातून बाहेर पडलो तेव्हा काही झेंडाधारी तरुण बाहेर निदर्शन करत होते. ते दक्षिण पंजाबमधून आलेले सेरैकी प्रवक्ते होते, त्यांना त्यांचा स्वतंत्र प्रांत हवा होता.

लोकांचा अनेक गोष्टींसाठी लढा सुरू आहे असं दिसत होतं. जर बरेच लोक म्हणतात त्यानुसार ख्रिश्चन, हिंदू किंवा ज्यू आमचे खरे शत्रू असतील तर आम्ही मुस्लीम एकमेकांशी का लढत आहोत? आमच्या लोकांची दिशाभूल केली जात आहे. ते इस्लामचं रक्षण हा त्यांच्या सर्वोच्च आस्थेचा विषय मानतात आणि

कुरआनचा जाणूनबुजून चुकीचा अर्थ लावणारे तालिबानसारखे त्यांना भलत्याच मार्गाला लावतात. आम्ही व्यावहारिक मुद्द्यांवर लक्ष केंद्रित करण्याची गरज आहे. आमच्या देशात अनेक लोक अशिक्षित आहेत. कित्येक स्त्रियांना शिक्षणाचा गंधही नाही. आम्ही अशा ठिकाणी राहतो आहे, जिथे शाळा उडवून दिल्या जातात. आम्हाला भरवशाचा नियमित विद्युतपुरवठा होत नाही. किमान एका तरी पाकिस्तानी व्यक्तीची हत्या झाली नाही असा एकही दिवस जात नाही.

एक दिवस आम्हाला शेह अंजुम नावाच्या बाई हॉस्टेलमध्ये भेटायला आल्या. त्या पाकिस्तानी पत्रकार होत्या. त्या अलास्कात राहायच्या. न्यू यॉर्क टाइम्सच्या वेबसाइटवर आमच्याबद्दलचा माहितीपट पाहून त्या मला भेटायला आल्या होत्या. थोडावेळ माझ्याशी बोलून नंतर त्या माझ्या वडिलांशीही बोलल्या. त्यांचे डोळे भरून आले आहेत हे माझ्या लक्षात आलं.

नंतर त्यांनी माझ्या वडिलांना विचारलं, ''झियाऊद्दीन, तालिबानने या निष्पाप मुलीला धमकी दिली आहे. हे तुम्हाला माहीत आहे ना?''

त्या कशाबद्दल बोलत आहेत ते आम्हाला कळत नव्हतं, म्हणून त्यांनी आम्हाला इंटरनेटवर त्या दिवशी तालिबानने दोन स्त्रियांना दिलेल्या धमकीबाबतचा मजकूर दाखवला. डिरमधील कार्यकर्त्या शाद बेगम व मलाला – म्हणजे मला धमकी देण्यात आली होती.

''या दोघी धर्मनिरपेक्षता पसरवत आहेत, त्यांना ठार केलं पाहिजे,'' असं त्यात म्हटलं होतं.

मी ते फार गांभीर्याने घेतलं नाही, कारण इंटरनेटवर अशा बऱ्याच गोष्टी असतात. जर ते खरं असतं तर ते दुसऱ्या कुठूनतरी आमच्या कानावर आलं असतं, असं मला वाटत होतं.

त्या दिवशी सायंकाळी आमच्या घरात राहणाऱ्या कुटुंबाचा माझ्या वडिलांना फोन आला. हे लोक १८ महिने आमच्या घरात राहत होते. त्यांच्या घराचं मातीचं छप्पर पावसात गळायला लागलं होतं. आमच्या घरात दोन जादा खोल्या होत्या. तिथे ते अगदी नाममात्र भाडं देऊन राहत होते आणि त्यांची मुलं आमच्या शाळेत मोफत शिकत होती. त्यांना तीन मुलं होती. त्यांचं आमच्यासोबत राहणं आम्हाला आवडायचं. कारण आम्ही सगळी मुलं मिळून घराच्या छतावर चोर-पोलीस खेळायचो.

त्या कुटुंबाने माझ्या वडिलांना सांगितलं की, पोलीस घरी येऊन आम्हाला काही धमकी वगैरे आली आहे का, याची चौकशी करत होते.

हे समजताच माझ्या वडिलांनी पोलीस उपअधीक्षकांना फोन केला. त्यांनीही तोच प्रश्न विचारला.

"का, तुम्हाला तशी काही माहिती मिळाली आहे का?" माझ्या वडिलांनी विचारलं.

मग त्यांनी माझ्या वडिलांना स्वातमध्ये परत आल्यावर भेटायला बोलावलं.

त्यानंतर माझे वडील बेचैन झाले. त्यांचं कराचीत लक्ष लागेना. माझे आईवडील दोघंही प्रचंड अस्वस्थ झाले होते. माझी आई अजूनही माझ्या मावशीच्या वियोगाच्या दुःखात होती आणि मला इतके पुरस्कार मिळत आहेत या गोष्टीने दोघंही अस्वस्थ झाले आहेत, हे मला माहीत होतं. पण या वेळी चिंतेचं सावट अधिक गडद वाटत होतं.

"तुम्हाला काय होतंय?" मी विचारलं, "तुम्हाला कसलीतरी चिंता लागून राहिलीय, पण तुम्ही आम्हाला सांगत नाही आहात."

मग त्यांनी मला घरून आलेल्या फोनबद्दल सांगितलं. त्यांनी ती धमकी गांभीर्याने घेतली होती. का कोण जाणे, पण मला लक्ष्य केलं आहे हे ऐकल्यावर मला काळजी वाटली नाही. मला वाटत होतं की, आपण एक दिवस मरणार आहोत हे प्रत्येकालाच माहीत असतं. कुणीही मृत्यूला थांबवू शकत नाही, मग तो तालिबकडून होणार असो वा कर्करोगाने; त्यामुळे आपण आपल्याला हवं ते करावं असं मला वाटत होतं.

"जानी, आपण काही दिवस आपली मोहीम थांबवावी आणि काही काळ गप्प बसावं," माझे वडील म्हणाले.

"आपण असं कसं करू शकतो?" मी म्हणाले, "आपण जर एखाद्या गोष्टीचं महत्त्व आपल्या जिवापेक्षा जास्त मानत असू तर आपला जीव गेला तरी आपले आवाज बहुगुणित होतील असं तुम्हीच म्हणता ना? आपण आपली मोहीम अशी सोडू शकत नाही!"

लोक मला कार्यक्रमांमध्ये भाषण करायला सांगायचे. त्यांना सुरक्षिततेची अडचण सांगून नकार कसा द्यायचा? आम्ही असं करू शकत नव्हतो, विशेषतः पश्तून-अभिमानी म्हणून तर नाहीच नाही? माझे वडील नेहमी म्हणतात की, पश्तून गुणसूत्रांमध्येच धैर्य असतं.

असं असूनही, आम्ही जड अंतःकरणाने स्वातमध्ये परत आलो. माझे वडील पोलिसांना भेटायला गेले तेव्हा त्यांनी माझ्या वडिलांना माझी फाइलच दाखवली. त्यांनी सांगितलं की, माझा राष्ट्रीय आणि आंतरराष्ट्रीय प्रोफाइल असल्यामुळे मी तालिबानचं लक्ष वेधून घेतलं आहे. त्यामुळे मला ठार करण्याची धमकी मिळाली आहे आणि मला संरक्षण देण्याची गरज आहे. त्यांनी आम्हाला सुरक्षा देऊ केली. पण माझे वडील त्याला तयार नव्हते. स्वातमधील अनेक बुजुर्ग लोकांची अंगरक्षक असूनही हत्या झाली होती आणि पंजाबच्या राज्यपालांची तर त्यांच्या स्वतःच्याच

अंगरक्षकाने हत्या केली होती. अशा सशस्त्र रक्षकांमुळे शाळेतील विद्यार्थ्यांचे पालक घाबरतील असं त्यांना वाटत होतं आणि त्यांना इतरांचा जीव धोक्यात घालायचा नव्हता. याआधी त्यांना जेव्हा जेव्हा धमक्या आल्या होत्या तेव्हा ते नेहमी म्हणायचे, "त्यांनी मला खुशाल ठार करावं, पण मला एकट्यालाच ठार करावं."

त्यांनी मला खुशालसारखं अबोटाबादला बोर्डिंग स्कूलमध्ये ठेवण्याचा विचार मांडला. पण मलाच जायचं नव्हतं. ते स्थानिक लष्करी अधिकाऱ्यांनासुद्धा भेटले. ते म्हणाले की, अबोटाबादच्या कॉलेजमध्ये जाणं जास्त सुरक्षित मुळीच ठरणार नाही, आणि मी जोवर 'लो प्रोफाइल' राहीन तोवर आम्ही स्वातमध्ये व्यवस्थित राहू शकू. त्यामुळे जेव्हा 'केपीके' सरकारने मला 'शांततादूत' करण्याचा प्रस्ताव ठेवला तेव्हा माझ्या वडिलांना तो नाकारणंच उत्तम असं वाटलं.

"तिला धोक्याची चाहूल लागते," माझ्या आईने वडिलांना सांगितलं. ते अतिशय दुःखी होते. ते मला रात्री माझ्या खोलीचे पडदे ओढून घे, असं सांगायचे. पण मी ते ओढून घ्यायचे नाही.

"अबा, किती विचित्र परिस्थिती आहे," मी म्हणाले, "जेव्हा तालिबानीकरण सुरू होतं तेव्हा आपण सुरक्षित होतो, आता तालिबान नाहीत तर आपण असुरक्षित आहोत."

"हो, मलाला," ते म्हणाले, "आता तालिबानीकरण खासकरून आपल्यासाठीच आहे. तुझ्या-माझ्यासारख्या, आपली मतं स्पष्ट मांडत राहिलेल्या लोकांसाठी. बाकी सर्व स्वात ठीक आहे. रिक्षाचालक, दुकानदार हे सगळे सुरक्षित आहेत. हे तालिबानीकरण विशिष्ट लोकांसाठी आहे, आणि आपण त्यामध्ये आहोत!"

हे पुरस्कार मिळण्याची एक पडती बाजूही होती. माझी शाळा बरीच बुडत होती. मार्चमधील परीक्षेनंतर माझ्या कपाटात जागा झालेला चषक दुसऱ्या नंबरचा होता!

◆

१९

छुपं तालिबानीकरण

“हा ‘ट्वायलाइट’ सिनेमा आहे आणि आपण जंगलातील व्हॅम्पायर्स आहोत असं समजू या...” मी मोनिबाला म्हणाले.

आम्ही मार्घजर या मनोहर हिरव्यागार खोऱ्यात शाळेच्या सहलीला गेलो होतो. शीतल हवा, उंचच उंच पर्वत आणि स्फटिकासारखी स्वच्छ नदी... सहलीला जाण्यासाठी अगदी योग्य असं रमणीय स्थळ...! जवळच व्हाइट पॅलेस हॉटेल होतं, पूर्वीच्या आमच्या वलींचं उन्हाळ्यातील निवासस्थान.

तो २०१२ सालातील एप्रिल महिना होता. परीक्षा संपून महिना झाला होता. त्यामुळे आम्ही सगळ्या निवांत होतो. आम्ही जवळजवळ ७० मुली होतो. आमचे शिक्षक आणि माझे आईवडीलही सोबत आले होते. माझ्या वडिलांनी तीन ‘फ्लाइंग कोच’ भाड्याने ठरवल्या होत्या. पण आम्ही सगळ्या जणी त्यात मावत नसल्यामुळे मी, मोनिबा आणि आणखी तिघी जणी ‘डायना’मधून म्हणजे आमच्या स्कूल व्हॅनमधून निघालो होतो. प्रवास फारसा सुखकर नव्हता. कारण पिकनिकसाठीचं चिकन आणि भाताची मोठमोठी पातेली व्हॅनमध्ये खाली ठेवली होती. पण प्रवास फक्त अर्ध्या तासाचाच होता. आम्ही गाणी म्हणत, मजा करत तिथे पोचलो. मोनिबा अतिशय देखणी दिसत होती. तिची त्वचा चिनीमातीसारखी फिकट रंगाची आहे.

“तू सध्या कोणतं स्किन क्रीम वापरतेस?” मी तिला विचारलं.

“तू वापरतेस तेच!” ती म्हणाली.

हे काही खरं उत्तर नाही हे मला माहीत होतं.

“नाही. माझी त्वचा बघ... काळी... आणि तुझी बघ!”

"आम्ही 'व्हाइट पॅलेस'मध्ये गेलो. तिथे महाराणी जिथे झोपल्या होत्या ते स्थान पाहिलं. सुंदर फुलांनी बहरलेल्या बागा पाहिल्या. पण दुःखद बाब म्हणजे, आम्हाला वलींचं दालन पाहता आलं नाही. कारण, त्याचं पुरामुळे बरंच नुकसान झालं होतं.

आम्ही हिरव्यागार जंगलात थोडवेळ पळापळी केली, त्यानंतर फोटो काढले, नदीच्या पात्रात उतरून एकमेकींच्या अंगावर पाणी उडवलं. पाण्याचे तुषार सूर्यप्रकाशात लखलखत होते. एका उंच पहाडावरून एक धबधबा कोसळत होता. आम्ही काही वेळ त्याचा आवाज ऐकत तिथेच खडकावर बसलो. तितक्यात मोनिबा पुन्हा माझ्या अंगावर पाणी उडवू लागली.

"नको गं! माझे कपडे भिजतील!" मी तिला विनंती केली आणि दुसऱ्या दोन मुलींसोबत दुसरीकडे गेले. त्या मुली तिला आवडायच्या नाहीत. त्या मुलींनी या गोष्टीला मीठमसाला लावून त्याला खमंग फोडणी दिली आणि मोनिबा व माझं पुन्हा एकदा भांडण होण्यास निमित्त मिळालं. त्यामुळे माझा मूड गेला, पण आम्ही पहाडावर गेल्यावर मी पुन्हा पूर्ववत झाले. तिथे जेवणाची तयारी सुरू होती. आमचे ड्रायव्हर उस्मान भाईजान नेहमीप्रमाणे आम्हाला हसवत होते.

मॅडम मरियम त्यांच्या छोट्या बाळाला आणि दोन वर्षांच्या मुलीला, हन्नाहला घेऊन आल्या होत्या. हन्नाह दिसायला अगदी बाहुलीसारखी होती, पण प्रचंड खोडकर!

जेवणाचा मात्र विचका झाला होता. शाळेतील मदतनिसांनी चिकनचा रस्सा गरम करण्यासाठी पातेली चुलीवर चढवली तेव्हा त्यांच्या लक्षात आलं की, इतक्या मुलींना ती पुरणार नाही, म्हणून त्यांनी ओढ्यातून पाणी आणून त्या रश्श्यात घातलं. आम्ही सगळ्या जणी म्हणालो की, आजवर जेवलेल्यातलं हे सर्वांत वाईट जेवण आहे. रस्सा इतका पांचट झाला होता की, एक मुलगी म्हणाली, "या पांचट रश्श्यात आभाळसुद्धा दिसेल."

आमच्या सहलीच्या शिरस्त्याप्रमाणे तिथून निघण्याआधी माझ्या वडिलांनी आम्हा सर्व जणींना खडकावर उभं राहून दिवस कसा गेला, याबद्दल बोलायला सांगितलं. या खेपेला सगळ्या जणी फक्त जेवण किती वाईट होतं याबद्दल बोलल्या. त्यामुळे माझ्या वडिलांना खूप लाजिरवाणं झालं आणि कधी नव्हे ते त्यांच्यापाशी शब्द नव्हते.

दुसऱ्या दिवशी सकाळी शाळेतील नोकर आमच्या घरी नाश्त्यासाठी दूध, ब्रेड आणि अंडी घेऊन आला. बायकांनी आतच थांबायचं असा रिवाज असल्यामुळे दार उघडायला नेहमी माझे वडीलच जायचे. त्या माणसाने त्यांना सांगितलं की, दुकानदाराने तुम्हाला हे द्यायला सांगितलं आहे. त्याने एका पत्राची फोटोकॉपी

माझ्या वडिलांना दिली.

माझ्या वडिलांनी ते पत्र वाचलं, आणि त्यांचा चेहरा पांढराफटक पडला.

"अरे देवा, हा आपल्या शाळेविरुद्ध भयंकर प्रचार आहे!" ते माझ्या आईला म्हणाले. त्यांनी पत्र वाचून दाखवलं –

प्रिय, मुस्लीम बंधूंनो,

खुशाल स्कूल ही शाळा एका एनजीओमार्फत चालवली जाते. या एनजीओचा आपल्या देशातील धार्मिक लोकांत अत्यंत वाईट नावलौकिक आहे. त्यामुळे हा लोकांच्या संतापाला निमंत्रण देण्याचा प्रकार आहे. आणि हे असभ्यता आणि अश्लीलतेचे केंद्र आहे. प्रेषितांच्या 'हदिथ'नुसार जर तुम्ही काही वाईट अथवा दुष्ट कृत्य पाहिलं तर तुम्ही ते तुमच्या हातांनी थांबवलं पाहिजे. जर तसं करणं तुम्हाला शक्य नसेल, तर तुम्ही त्याबद्दल इतरांना सांगितलं पाहिजे, आणि जर तुम्ही ते करू शकत नसाल, तर तुम्ही ते किती वाईट आहे याचा तुमच्या मनात विचार केला पाहिजे. माझे मुख्याध्यापकांशी वैयक्तिक भांडण नाही, पण मी तुम्हाला इस्लाम काय म्हणतो ते सांगत आहे. ही शाळा हे असभ्यता आणि अश्लीलतेचे केंद्र आहे. ते मुलींना निरनिराळ्या रिसॉर्ट्‌समध्ये सहलींना नेतात. जर तुम्ही हे थांबवलं नाही, तर तुम्हाला 'कयामतच्या दिनी' देवाला उत्तर द्यावं लागेल. व्हाइट पॅलेस हॉटेलच्या व्यवस्थापकाला जाऊन विचारा, या मुलींनी काय केलं ते तो तुम्हाला सांगेल....

त्यांनी तो कागद खाली ठेवला.

"त्यावर सही नाही. निनावी आहे."

आम्ही सुन्न झालो होतो.

"तिथल्या व्यवस्थापकाला कुणी जाऊन विचारणार नाही हे त्यांना माहीत आहे," माझे वडील म्हणाले

"लोक फक्त एवढंच समजणार की, काहीतरी भयंकर प्रकार घडला आहे."

"तिथे काय घडलं हे आपल्याला माहीत आहे. मुलींनी काहीही गैर केलेलं नाही," माझी आई त्यांना धीर देत म्हणाली.

माझ्या वडिलांनी माझ्या चुलतभावाला, खानजीला फोन केला. हे पत्र कुठे कुठे वितरित झाली आहेत ते त्यांना पाहायचं होतं. त्याने पुन्हा फोन केला आणि वाईट बातमी दिली. ही पत्रं सगळीकडे टाकण्यात आली होती. बहुतेकशा दुकानदारांनी त्याकडे दुर्लक्ष करून ती फेकून दिली होती. तसंच, मशिदीच्या समोर हेच आरोप करणारी मोठमोठी पोस्टर्सही चिकटवली होती.

शाळेत माझ्या वर्गमैत्रिणी घाबरून गेल्या होत्या.

"सर, ते आपल्या शाळेबद्दल फार वाईटसाईट बोलत आहेत," त्या माझ्या वडिलांना म्हणाल्या. "आमचे आईवडील काय म्हणतील?"

माझ्या वडिलांनी सर्व मुलींना बाहेर आवारात गोळा केलं.

"तुम्ही का घाबरताय?" त्यांनी विचारलं.

"तुम्ही इस्लामविरोधी काही केलं आहे का? तुम्ही अनैतिक काही केलं आहे का? नाही, तुम्ही फक्त पाणी उडवलंत, फोटो काढलेत, त्यामुळे अजिबात घाबरू नका. हा मुल्ला फजलुल्लाहच्या अनुयायांचा मतप्रचार आहे. मुलं जशी हिरवाई, धबधबे, निसर्गसौंदर्याचा आनंद घेऊ शकतात, तसाच आनंद घेण्याचा हक्क तुम्हालाही आहे."

माझे वडील अगदी सिंहासारखं बोलत होते, पण मनातून ते सचिंत आणि भयभीत आहेत हे माझ्या लक्षात आलं होतं. यानंतर फक्त एकाच माणसाने शाळेत येऊन त्याच्या बहिणीचं नाव शाळेतून काढलं, पण हे इथेच थांबणार नाही हे आम्हाला माहीत होतं. त्यानंतर काही दिवसांतच डेरा इस्माइल खानपासून पदयात्रा पूर्ण केलेला एक माणूस मिंगोरामध्ये येणार असल्याचं समजलं. आम्हाला त्याचं स्वागत करण्याची इच्छा होती. मी माझ्या आईवडिलांसोबत त्याला भेटायला निघालो होते, तितक्यात एक बुटका माणूस आमच्याजवळ आला. तो दोन निरनिराळ्या फोनवर वेडापिसा होऊन बोलत होता.

"त्या बाजूला जाऊ नका," तो आम्हाला आर्तपणे म्हणाला. "तिकडे आत्मघाती बॉम्बर आहे!"

पण आम्ही त्या शांतता पदयात्रावाल्या माणसाला भेटायला जाण्याचं कबूल केलं होतं. त्यामुळे आम्ही वेगळ्या रस्त्यावरून गेलो, त्या माणसााला हार घातला आणि पटकन घरी परत आलो.

त्या वर्षीच्या वसंतात व उन्हाळ्याच्या दिवसात चित्रविचित्र घटना घडत होत्या. काही अनोळखी लोक घरी येऊन माझ्या कुटुंबाबद्दल चौकश्या करून गेले. माझे वडील म्हणाले की, ते लोक गुप्तचर सेनेतील होते. माझ्या वडिलांनी व 'स्वात कौमी जिरगा'ने आमच्या शाळेत एक बैठक घेतली. त्यानंतर तर अशा चौकश्या वारंवार होऊ लागल्या. लष्कराने मिंगोरातील लोक व आमच्या समाजरक्षण समितीला रात्रीची गस्त सुरू करण्यास सांगितलं होतं. त्याविरोधात ही बैठक होती.

"लष्कर शांतता असल्याचा दावा करते." माझे वडील म्हणाले, "मग ध्वजसंचलन आणि रात्रीच्या गस्तीची काय आवश्यकता आहे?"

त्यानंतर आमच्या शाळेने मिंगोरातील मुलांसाठी एक चित्रकला स्पर्धा आयोजित केली. महिलांच्या हक्कांसंदर्भात एनजीओ चालवणाऱ्या माझ्या वडिलांच्या एका

मित्राने ही स्पर्धा प्रायोजित केली होती. स्त्री-पुरुष समानता किंवा स्त्रियांच्या संदर्भात होणारा भेदभाव ठळकपणे दाखवणं असा स्पर्धेचा विषय अपेक्षित होता. त्या दिवशी सकाळी गुप्तचर सेवेतील दोन माणसं माझ्या वडिलांना भेटायला आमच्या शाळेत आली.

"तुमच्या शाळेत काय चाललंय?" त्यांनी विचारलं.

"ही शाळा आहे," माझे वडील म्हणाले, "आपण जशा वक्तृत्व स्पर्धा घेतो, पाककला स्पर्धा घेतो, निबंध स्पर्धा घेतो तशी आम्ही चित्रकला स्पर्धा घेत आहोत."

त्यावर ते दोघं भयंकर संतापले. माझ्या वडिलांनाही राग आला.

"सगळे जण मला ओळखतात आणि मी काय करतो तेही त्यांना माहीत आहे!" ते म्हणाले, "तुम्ही तुमचं जे खरं काम आहे ते का करत नाही? फजलुल्लाह आणि स्वातच्या रक्ताने ज्यांचे हात लाल झाले आहेत त्या लोकांना का पकडत नाही?"

त्या वर्षीच्या रमदानमध्ये माझ्या वडिलांचे कराची येथील मित्र वकील खान यांनी गरिबांसाठी कपडे पाठवले. ते आम्ही वितरित करावेत अशी त्यांची इच्छा होती. ते कपडे वाटण्यासाठी आम्ही एका मोठ्या हॉलमध्ये गेलो. तिथे कपडेवाटप सुरू करणार इतक्यात गुप्तचर सेवेतील लोक तिथे आले.

"तुम्ही काय करत आहात? हे कपडे कुणी आणले?" त्यांनी विचारलं.

१२ जुलै रोजी मी १४ वर्षांची झाले. म्हणजे इस्लामच्या दृष्टीने प्रौढ झाले होते. माझ्या वाढदिवशीच बातमी आली की, तालिबानने स्वात कॉन्टिनेन्टल हॉटेलच्या मालकाला ठार केलं आहे. ते शांतता समितीवर होते. ते त्यांच्या घरापासून मिंगोरा बझारमधील हॉटेलमध्ये निघाले असताना दबा धरून बसलेल्या मारेकऱ्यांनी त्यांच्यावर हल्ला केला होता.

पुन्हा एकदा तालिबान दबक्या पावलांनी परत येतो आहे की काय, याची लोकांना काळजी वाटू लागली. पण २००८-२००९ सालांत सर्व प्रकारच्या लोकांना बऱ्याच धमक्या गेल्या होत्या. तसं या वेळी नव्हतं. या वेळी फक्त जे लोक अतिरेकी अथवा लष्कराच्या अरेरावीविरुद्ध बोलतील अशा विशिष्ट व्यक्तींनाच धमक्या जात होत्या.

"आपण समजतो तशी तालिबान ही संघटित शक्ती नाही," माझ्या वडिलांचे मित्र हिदायतुल्ला एकदा त्यांच्याशी याबद्दल चर्चा करताना म्हणाले होते. "ही मानसिकता आहे, आणि ही मानसिकता पाकिस्तानात सर्वत्र आहे. जो कुणी अमेरिकेच्याविरुद्ध आहे, पाकिस्तानी आस्थापनेच्याविरुद्ध आहे, इंग्रजी कायद्याच्याविरुद्ध आहे, त्याला तालिबानचा संसर्ग झालेला आहे."

३ ऑगस्टला रात्री माझ्या वडिलांना जिओ टीव्हीचे प्रतिनिधी मेहबूब यांचा फोन आला. २००९ साली ज्यांच्यावर हल्ला झाला होता त्या हॉटेलमालक व माझ्या वडिलांचे मित्र असलेल्या जहिद खान यांचा तो पुतण्या होता. जहिद खान आणि माझे वडील दोघंही तालिबानच्या रडारवर असल्यामुळे दोघांचीही हत्या होणार असं लोक म्हणायचे. फक्त आधी कुणाचा नंबर लागणार हे त्यांना माहीत नव्हतं. मेहबूबनी सांगितलं की, त्यांच्या काकांना जवळच्या मशिदीत 'इशा' प्रार्थनेला म्हणजेच, दिवसातील अंतिम प्रार्थनेला जात असताना चेहऱ्यावर गोळ्या घालण्यात आल्या होत्या.

ही बातमी कळताच माझ्या वडिलांच्या पायाखालची जमीन सरकली.

"जणू मलाच कोणीतरी गोळ्या घातल्या आहे असं वाटलं!" ते म्हणाले, "आता पुढचा नंबर माझा असणार असं मला खातरीने वाटतंय."

रात्री बराच उशीर झाला होता. त्यामुळे आत्ता तुम्ही दवाखान्यात जाऊ नका असं आम्ही त्यांना विनवत होतो. जहिद खान यांच्यावर हल्ला करणारे लोक कदाचित त्यांची वाटच पाहत असतील असं आम्हाला वाटत होतं. पण ते म्हणाले की, असं न जाणं भ्याडपणाचं आहे. काही राजकीय कार्यकर्त्यांनी त्यांच्या सोबत जाण्याची तयारी दाखवली, पण त्यांची वाट पाहण्यात आणखी उशीर होईल असं म्हणून माझ्या वडिलांनी माझ्या चुलतभावाला फोन करून त्याला न्यायला येण्यास सांगितलं. माझ्या आईने प्रार्थना सुरू केली.

माझे वडील हॉस्पिटलमध्ये पोचले. तेव्हा 'जिरगा समिती'चा फक्त एक सदस्य तिथे हजर होता. जहिद खानना इतका रक्तस्राव होत होता की, त्यांची शुभ्र पांढरी दाढी रक्तात न्हाऊन निघाली होती. पण ते नशीबवान ठरले. मारेकऱ्यांना त्यांना पिस्तुलातून अगदी जवळून तीन गोळ्या घातल्या होत्या, पण जहिद खाननी त्याचा हात धरला. त्यामुळे त्यांना फक्त पहिली गोळी लागली होती. चमत्कारिक गोष्ट म्हणजे, ती गोळी त्यांच्या मानेत घुसून नाकातून बाहेर पडली होती.

नंतर त्यांनी सांगितलं की, एक सफाचट दाढी केलेला लहानखुरा माणूस तिथे हसत उभा होता. त्याने चेहऱ्यावर मास्कसुद्धा घातलेला नव्हता; एवढं मला आठवत आहे. त्यानंतर कृष्णविवरात पडावं तसा त्यांच्यासमोर अंधार पसरला. यातला विरोधाभास असा की, आपण आता सुरक्षित आहोत, याची खातरी झाल्यामुळे जहिद खान नुकतेच चालत मशिदीत जाऊ लागले होते. माझ्या वडिलांनी त्यांच्यासाठी प्रार्थना केली आणि मग ते प्रसारमाध्यमांशी बोलले.

"ते इथे शांतता असल्याचा दावा करत असताना, हा हल्ला कसा झाला हे आम्हाला समजत नाही." ते म्हणाले, "हा लष्कर आणि प्रशासनसाठी मोठा प्रश्न आहे."

लोकांनी माझ्या वडिलांना सावध करत हॉस्पिटलमध्ये थांबू नका, असं सांगितलं.

“झियाऊद्दीन मध्यरात्र झाली आहे आणि अजून तुम्ही इथे थांबला आहात! वेडेपणा करू नका!” कोणीतरी म्हणालं, “तुम्हालाही त्यांच्याइतकाच धोका असून तुम्हीही त्यांचं लक्ष्य आहात. आणखी धोक पत्करू नका!”

त्यानंतर जहिद खानना शस्त्रक्रियेसाठी पेशावरला हलवण्यात आलं आणि माझे वडील घरी परत आले. मला खूप काळजी वाटत होती, त्यामुळे मी झोपले नव्हते. त्या दिवसानंतर मी रोज रात्री सगळी कड्याकुलपं दोनदोनदा तपासू लागले.

आमच्या घरचा फोन अखंड वाजत होता. लोक माझ्या वडिलांना सावध करण्यासाठी, तुम्ही पुढचं लक्ष्य असू शकता हा धोक्याचा इशारा देण्यासाठी फोन करत होते. सर्वांत पहिला फोन आला तो हिदायतुल्लांचा.

“काळजी घ्या, सावध रहा,” त्यांनी बजावलं, “तुमचा नंबर असू शकला असता. ते जिरगा सदस्यांना एकेक करत गोळ्या घालत आहेत. तुम्ही प्रवक्ता आहात. ते तुम्हाला कसं सोडतील?”

सावधगिरीचा एक मात्र उपाय होता त्यांचा दिनक्रम बदलणं. ते एक दिवस आधी प्राथमिक शाळेत जायचे, एक दिवस मुलींच्या शाळेत. मग दुसऱ्या दिवशी मुलांच्या शाळेत. ते कुठही निघाले तरी रस्त्यावर चार-पाच वेळा मागेपुढे बघतात, हे माझ्या लक्षात आलं होतं.

हे सगळे धोके असूनही, माझे वडील व त्यांचे मित्र अत्यंत सक्रिय होते. ते निदर्शनं आयोजित करत होते, पत्रकार परिषदा घेत होते.

“जर शांतता स्थापन झाली आहे तर जहिद खान यांच्यावर हल्ला का झाला? त्यांच्यावर हल्ला कुणी केला?” त्यांनी प्रश्न उपस्थित केले. “आम्ही आयडीपी होतो, त्यांनंतर आम्ही परत आल्यापासून लष्कर किंवा पोलिसांवर एकही हल्ला झाल्याचं पाहिलं नाही. आता शांतता स्थापना करू पाहणारे व नागरिक हेच फक्त ‘लक्ष्य’ आहेत.”

स्थानिक लष्करी अधिकारी नाखूश होते.

“मी तुम्हाला सांगतो, मिंगोरात दहशतवादी नाहीत,” त्यांनी ठासून सांगितलं. “आमचे अहवाल तसं सांगतात.” जहिद खानना मालमत्तेच्या वादातून गोळ्या घातल्या, असा त्यांचा दावा होता.

जहिद खान १२ दिवस हॉस्पिटलमध्ये होते. त्यांच्या नाकावर प्लॅस्टिक सर्जरी झाल्यानंतर त्यांना घरी एक महिना विश्रांती घ्यायची होती. पण त्यांनी गप्प बसण्यास नकार दिला. आता ते अधिकच स्पष्टवक्ते झाले होते, विशेषत: गुप्तचर एजन्सीसंदर्भात. कारण तालिबानच्या मागे तेच आहेत अशी त्यांची खातरी झाली होती.

त्यांनी वृत्तपत्रांमधून त्यांचं मत मांडलं. स्वाततधील संघर्ष घडवण्यात आला असं त्यांनी म्हटलं होतं.

''मला कुणी लक्ष्य केलं आहे हे मी जाणतो. हे अतिरेकी आपल्या माथी कुणी मारले ते आपल्याला कळणं गरजेचं आहे.'' त्यांनी लिहिलं होतं. स्वातच्या खोऱ्यात तालिबानला कुणी आणलं, याची चौकशी करण्यासाठी मुख्य न्यायमूर्तींनी नि:पक्षपाती आयोग स्थापन करावा अशी त्यांनी मागणी केली.

त्यांनी मारेकऱ्याचं चित्र काढलं आणि त्या माणसाला कुणालाही गोळी घालण्याआधी रोखावं अशी मागणी केली, पण पोलिसांनी त्याला शोधण्यासाठी काहीही केलं नाही.

मला धमकी मिळाल्यानंतर माझ्या आईला मी कुठेही चालत गेलेलं आवडत नव्हतं. शाळेतही मी रिक्षा करून जावं आणि आमची शाळा घरापासून पायी पाच मिनिटांच्या अंतरावर असली तरी बसने यावं असा तिचा आग्रह असायचा. बस मला आमच्या घराकडे जाणाऱ्या रस्त्यालगतच्या पायऱ्यांजवळ सोडायची. तिथे आमच्या आसपास राहणाऱ्या मुलांचं टोळकं रेंगाळत असायचं. कधीकधी त्यांच्यात हरुन नावाचा एक मुलगा असायचा. तो माझ्यापेक्षा एक वर्षाने मोठा होता. तो आमच्याच घराजवळ राहायचा. लहानपणी आम्ही एकत्र खेळलो होतो. पुढे त्याने मला त्याचं माझ्यावर प्रेम असल्याचं सांगितलं होतं. पण त्यानंतर आमच्या शेजारी राहणाऱ्या सफिनाकडे तिची एक देखणी चुलतबहीण राहायला आली. मग तो लगेच तिच्या प्रेमात पडला. तिने त्याला नकार देताच तो परत माझ्याकडे वळला होता. त्यानंतर ते दुसरीकडे राहायला गेले आणि आम्ही त्या जागेत राहायला गेलो. त्यानंतर हरुन आर्मी कॅडेट कॉलेजमध्ये दूर गेला.

पण तो सुट्टीत घरी आला होता. त्या वेळी एकदा मी शाळेतून घरी येत असताना तो रस्त्यावर फिरताना दिसला. तो घरापर्यंत माझ्या मागे आला आणि आमच्या घराच्या फाटकाच्या आत मला दिसेल अशी चिठ्ठी ठेवून गेला. मी एका लहान मुलीला ती चिठ्ठी घेऊन यायला सांगितलं.

त्याने लिहिलं होतं, ''आता तू खूप प्रसिद्ध झाली आहेस. माझं तुझ्यावर अजूनही प्रेम आहे आणि तुझंही माझ्यावर प्रेम आहे हे मला माहीत आहे. हा माझा नंबर आहे, मला फोन कर.''

मी ती चिठ्ठी माझ्या वडिलांना नेऊन दिली. ती पाहून ते भडकले. त्यांनी हरुनला बोलावून घेतलं आणि 'तुझ्या वडिलांना हे सांगणार आहे,' असं सांगितलं. त्या वेळी मी त्याला शेवटचं पाहिलं. त्यानंतर मुलांचं टोळकं आमच्या रस्त्यावर यायचं बंद झालं, पण अटलशी खेळणारा एक छोटा मुलगा मी जवळून जाताना

सूचकपणे म्हणायचा, “हरुन कसा आहे?”

मला याचा इतका वीट आला होता की, एक दिवस मी अटलला ‘त्या मुलाला आत बोलाव’ असं सांगितलं. मग त्या मुलाला मी असं झापलं की, तो प्रकार थांबला.

मोनिबाची आणि माझी पुन्हा गट्टी झाल्यावर मी मोनिबाला हा सगळा प्रकार सांगितला. ती मुलांशी संपर्क ठेवताना नेहमीच अतिशय सावध असायची. कारण तिच्या भावाचं सगळ्यावर बारीक लक्ष असायचं.

“कधीकधी मला वाटतं, स्वातमध्ये मुलगी होण्यापेक्षा ट्वायलाइट व्हॅम्पायर होणं सोपं असेल!” मी उसासले.

पण खरंच एखाद्या मुलाने मागे लागणं हा माझ्यासमोरच्या सर्वांत मोठा प्रश्न असता तर किती बरं झालं असतं!

◆

२०

मलाला कोण?

उन्हाळ्याच्या अखेरचे दिवस होते. एके दिवशी सकाळी माझे वडील शाळेत जाण्यासाठी तयार होत असताना त्यांची नजर माझ्या चित्राकडे गेली. मी आकाशात पाहाते आहे, असं चित्र कराचीत मला भेट देण्यात आलेलं होतं. त्यांना ते खूप आवडायचं. त्यांनी ते त्यांच्या बेडच्या वरच्या बाजूला लावलं होतं. ते तिरकं झालेलं पाहून वडील भयंकर चिडले होते. ''कृपा करून ते सरळ कर,'' ते माझ्या आईला म्हणाले. त्यांच्या आवाजाला वेगळीच धार होती.

त्याच आठवड्यात आमच्या गणिताच्या शिक्षिका मिस शाजिया अतिशय वेड्यापिशा होऊन शाळेत आल्या. त्यांनी माझ्या वडिलांना सांगितलं की, त्यांना फार वाईट स्वप्न पडलं होतं. माझ्या पायाला फार वाईट भाजलं होतं, मी तशीच शाळेत आले होते आणि त्या मला सांभाळत होत्या. त्यांनी माझ्या वडिलांना विनंती केली की, गरिबांना भात द्या. कारण आमची अशी समजून आहे की, जर तुम्ही भात दिलात, तर त्याची जमिनीवर पडलेली शितं अगदी मुंग्या व पक्षीसुद्धा खातील आणि तुमच्यासाठी प्रार्थना करतील. माझ्या वडिलांनी भाताऐवजी पैसे दिले, पण मिस शाजियांना ते पटलं नव्हतं. ''हे वेगळं, ते वेगळं,'' त्या म्हणत होत्या. त्या भयंकर बेचैन झाल्या होत्या.

मिस शाजियांच्या या भीतीला आम्ही हसलो होतो, पण त्यानंतर मलाही वाईट स्वप्नं पडू लागली. मी माझ्या आईवडिलांना काहीही सांगितलं नव्हतं. पण मी बाहेर जायचे तेव्हा मनात भीती दाटायची. बंदूकधारी तालिबान तुटून पडेल किंवा माझ्या चेहऱ्यावर ॲसिड फेकेल असं वाटायचं. अफगाणिस्तानातील स्त्रियांच्या बाबतीत त्यांनी केलं होतं तसं... मला आमच्या घराजवळच्या रस्त्याकडे

येणाऱ्या त्या पायऱ्यांची जिथे मुलांचं टोळकं उभं असायचं, त्यांची खासकरून भीती वाटायची. कधीकधी मला मागून कुणीतरी येतं आहे असा भास व्हायचा. पावलांशी चाहूल लागल्यासारखं किंवा काहीतरी आकृत्या हलल्यासारखं वाटायचं.

माझे वडील सावधगिरी बाळगायचे नाहीत. पण मी खबरदारी घेत होते. रात्री मी आणि आमच्या घरातले सगळे – माझी आई, माझे वडील, माझे भाऊ, आमच्या घरात राहणारं दुसरं कुटुंब, आमच्या खेड्यातून कुणी पाहुणे आलेले असतील तर ते – झोपण्याची वाट पाहत जागी राहायचे. सगळे जण झोपले की, मी सगळ्या दारं-खिडक्या तपासून पाहायचे. मग बाहेर जाऊन बाहेरच्या फाटकाला कुलूप घातलं आहे ना याची खातरी करून घ्यायचे. त्यानंतर मी एकेक करत सर्व खोल्या तपासायचे. माझी खोली पुढच्या बाजूला होती. तिला बऱ्याच खिडक्या होत्या. मी पडदे सरकवून ठेवायचे. मला सगळ्यावर नजर ठेवायची असे. माझ्या वडिलांनी मला पडदे लावून घ्यायला सांगितले असूनसुद्धा मी ते लावून घ्यायचे नाही.

"त्यांना मला मारायचं असतं, तर त्यांनी २००९मध्येच मारलं असतं," मी म्हणायचे. पण कुणीतरी आमच्या घराच्या भिंतीला शिडी लावून चढून येईल आणि खिडकी फोडून आत येईल याची मला चिंता वाटायची.

मग मी प्रार्थना करायचे. रात्री तर मी खूप प्रार्थना करायचे. तालिबान आम्हाला मुस्लीम मानत नाहीत. पण आम्ही मुस्लीम आहोत. आमची देवावर त्यांच्यापेक्षाही जास्त श्रद्धा आहे आणि तो आमचं रक्षण करेल, तसा आम्हाला विश्वास आहे. मी कुरआनच्या दुसऱ्या सुरहमधील 'अयात अल-कुरसी' म्हणायचे. हा खूप खास अध्याय आहे. तुम्ही रोज रात्री जर त्यांचं तीन वेळा पठण केलंत, तर तुमच्या घराचं 'शयातिन' अथवा दुष्ट शक्तींपासून रक्षण होईल अशी आमची श्रद्धा आहे. जर पाच वेळा पठण केलंत तर तुमच्या रस्त्याचं, सात वेळा पठण केलंत तर संपूर्ण भागाचं रक्षण होईल, असं आम्ही मानतो. त्यामुळे मी सात किंवा त्याहीपेक्षा अधिक वेळा पठण करायचे आणि मग देवाला प्रार्थना करायचे – "आमच्यावर कृपा कर. सर्वप्रथम वडिलांवर व कुटुंबावर, मग आमच्या रस्त्यांवर, त्यानंतर आमच्या संपूर्ण मोहल्ल्यावर, मग संपूर्ण स्वातवर."

मग मी म्हणायचे, "नाही. सर्व मुस्लिमांवर," मग म्हणायचे, "नाही, फक्त मुस्लिमांवर नव्हे, सर्व मुनष्यप्राण्यांवर..."

वर्षभरात मी सर्वाधिक प्रार्थना करायचे ते परीक्षेच्या काळात. यादरम्यान मी आणि माझ्या मैत्रिणी दिवसातील पाचही प्रार्थना करायचो – माझी आई मला नेहमी जे करायला लावण्याचा प्रयत्न करत असायची ते. मला विशेषतः दुपारी ते फार

अवघड वाटायचं. कारण मला टीव्ही सोडून जाणं नको वाटायचं. परीक्षेच्या काळात मी अल्लाहना मला चांगले मार्क्स मिळावेत यासाठी प्रार्थना करून विनवायचे. आमच्या शिक्षिका आम्हाला सांगायच्या की, ''तुम्ही भरपूर परिश्रम केले नाहीत, तर देव तुम्हाला मार्क देणार नाही. देव आपल्यावर कृपावर्षाव करतो. पण तो सच्चाही असतो.''

त्यामुळे मी खूप अभ्यासही करायचे. एरवी मला परीक्षा ही 'मी काय करू शकते' हे दाखवण्याची संधी म्हणून आवडायची, पण ऑक्टोबर, २०१२मध्ये परीक्षा जवळ आली, त्यादरम्यान मला दडपण येऊ लागलं. मार्चमध्ये जसं मल्का-ए-नूर पहिली आणि मी दुसरी आले होते, तसं मला पुन्हा व्हायला नको होतं. एरवी आमच्यात फक्त एक-दोन मार्कांचा फरक असे, पण मागच्या परीक्षेत ती माझ्यापेक्षा पाच मार्कांनी पुढे गेली होती! मुलांची शाळा चालवणाऱ्या अमजदसरांकडून मी जादा धडे घ्यायला सुरुवात केली होती. परीक्षा सुरू होण्याच्या आदल्या दिवशी मी रात्री तीनपर्यंत जागून अभ्यास केला. मी अख्खं पाठ्यपुस्तक पुन्हा वाचून काढलं.

मंगळवारी, ८ ऑक्टोबरला, आमचा पहिला पेपर होता. भौतिकशास्त्र मला आवडतं, कारण ते सत्याधारित असतं. सगळ्या गोष्टी तत्त्वं व नियमांनुसार ठरवल्या जातात. राजकारणात विशेषत: माझ्या देशात गोष्टी जशा फिरवल्या जातात किंवा गदारोळ माजवला जातो तसं यात अजिबात नसतं. परीक्षेच्या वेळी पेपर लिहिण्याची घंटा होईपर्यंत मी मनातल्या मनात पवित्र वचनं म्हणत होते. मी पेपर पूर्ण लिहिला. पण मी गाळलेल्या जागा भरा, या प्रश्नात चूक केल्याचं माझ्या लक्षात आलं होतं. त्यामुळे मला स्वत:चाच इतका संताप आला होता की, मी रडायच्याच बेतात होते. तो फक्त एकाच मार्काचा प्रश्न होता. पण मला काहीतरी अघटित घडणार असल्यासारखं वाटत होतं.

त्या दिवशी दुपारी मी घरी आले तेव्हा अगदी झोपाळले होते, पण दुसऱ्या दिवशी 'पाकिस्तान स्टडीज'चा पेपर होता. मला हा पेपर अवघड जायचा. आता मला आणखी मार्क जाण्याची भीती वाटत होती, त्यामुळे मी झोपेच्या राक्षसाला पळवून लावण्यासाठी दुधाची कॉफी केली. तितक्यात माझी आई तिथे आली. तिने त्या कॉफीची चव घेतली. तिला ती आवडली. त्यामुळे तिने उरलेली कॉफी पिऊन टाकली.

मला तिला सांगता येईना की, ''भाबी प्लीज तू पिऊ नकोस, ही माझी कॉफी आहे.''

कपाटात आणखी कॉफी शिल्लक नव्हती. त्या रात्रीही मी आमच्या स्वातंत्र्याच्या इतिहासाचं पाठ्यपुस्तक घोकत उशिरापर्यंत जागले.

सकाळी नेहमीप्रमाणे माझे आईवडील मला उठवायला माझ्या खोलीत आले. मला शाळेचा असा एकही दिवस आठवत नाही, ज्या दिवशी मी स्वत:ची स्वत: लवकर

उठले असेन. आईने नेहमीसारखा नाश्ता बनवला होता. साखरेचा गोडमिट्ट चहा, चपात्या आणि फ्राइड अंडं आम्ही सर्वांनी म्हणजे – मी, माझे आईवडील खुशाल आणि अटल – एकत्र मिळून नाश्ता केला. माझ्या आईसाठी तो महत्त्वाचा दिवस होता, कारण त्या दिवशी दुपारी ती लिहायला-वाचायला शिकण्याचा आरंभ करणार होती. माझ्या बालवाडीत असतानाच्या शिक्षिका मिस उल्फत तिला शिकवणार होत्या.

अटल त्या वेळी आठ वर्षांचा होता. तो भयंकर वांड झाला होता. माझे वडील त्याला चिडवत म्हणाले, "बघ, अटल, मलाला पंतप्रधान होईल तेव्हा तू तिचा सचिव होशील." अटलला भयंकर राग आला.

"नाही नाही!" तो म्हणाला, "मी मलालापेक्षा अजिबात कमी नाही. मी पंतप्रधान होईन आणि ती माझी सचिव होईल."

या थट्टामस्करीत मला इतका उशीर झाला की, माझं जेमतेम निम्मं अंडं खाऊन झालं. मला बाकीचं आवरायला वेळच उरला नाही.

पाकिस्तान स्टडीजचा पेपर मला वाटलं होतं त्यापेक्षा खूपच चांगला गेला. जिनांनी पहिली मुस्लीम मायभूमी म्हणून आमच्या देशाची निर्मिती कशी केली, तसंच बांगलादेश कसा अस्तित्वात आला, याबाबतची राष्ट्रीय शोकांतिका असे प्रश्न आले होते. बांगलादेश हजारो मैल दूर असूनही कधीकाळी तो पाकिस्तानचाच भाग होता ही गोष्ट चमत्कारिक वाटत होती. आणि मी पेपर चांगला लिहिला आहे, अशी माझी खातरी होती. अखेर परीक्षा संपली. मला खूप आनंद झाला होता. आम्ही बस येईपर्यंत गप्पा मारत उभ्या होतो. शाळेतील मदतनीस शेर मोहम्मद बाबा बस आली, की आम्हाला बोलावायचे.

बसच्या दररोज दोन खेपा असायच्या. त्या दिवशी आम्ही बसच्या दुसऱ्या फेरीची वाट पाहत थांबलो होतो. आम्हाला शाळेत थांबायला आवडायचं. मोनिबा म्हणाली, "परीक्षेमुळे आपण कंटाळलो आहोत. घरी जाण्याआधी जरावेळ इथेच गप्पा मारू या."

पाकिस्तान स्टडीजचा पेपर चांगला गेल्यामुळे मला सुटल्यासारखं झालं होतं, म्हणून मी तयार झाले. त्या दिवशी माझ्या मनावर चिंतेचं जराही सावट नव्हतं. मला भूक लागली होती, पण आम्ही १५ वर्षांचे झालो असल्यामुळे आता आम्ही बाहेर, रस्त्यावर जाऊ शकत नव्हतो. म्हणून मी एका लहान मुलीला माझ्यासाठी मक्याचं कणीस विकत आणायला पाठवलं. मी जरासं कणीस खाल्लं आणि ते दुसऱ्या एका मुलीला संपवायला सांगितलं.

१२ वाजता बाबांनी लाउडस्पीकरवरून बस आल्याचं सांगताच आम्ही सगळ्या जणी पायऱ्या उतरत धावलो. बाकी सगळ्या मुलींनी बाहेर जाण्याआधी चेहरा झाकून घेतला आणि सगळ्या जणी बसमध्ये मागच्या बाजूला चढून बसल्या.

मी डोक्यावरून स्कार्फ घेतला, पण मी कधीही चेहरा झाकून घ्यायचे नाही.

अजून दोन शिक्षिका यायच्या होत्या. आम्ही त्यांची वाट पाहत होतो. तोपर्यंत मी उस्मान भाईजानना आम्हाला एखादा विनोद सांगायला सांगितलं. त्यांच्याकडे अतिशय मजेशीर गोष्टींचा खजिनाच असतो. पण त्या दिवशी त्यांनी आम्हाला गोष्ट ऐकवताना एक जादू करून दाखवली. त्यांनी आम्हाला एक गारगोटी अदृश्य करून दाखवली.

''कसं केलंत आम्हाला दाखवा!'' आम्ही सर्व जणी एकच गलका करत म्हणालो, पण त्यांनी ते सांगितलं नाही.

सगळ्या जणी आल्यानंतर त्यांनी मिस रुबीना आणि काही छोट्या मुलींना त्यांच्या शेजारी पुढच्या बाजूला जागा करून दिली. तितक्यात एक छोटी मुलगी रडू लागली, तिलाही तिथे पुढे बसायचं होतं. पण उस्मानभाईंनी नकार दिला, कारण तिथे अजिबात जागा नव्हती. तिला मागच्या बाजूला आमच्यासोबत बसावं लागलं. पण मला ते पाहून वाईट वाटलं. मी उस्मानभाईंना तिला पुढे जागा करून देण्याची विनंती केली.

अटलला आईने बसमधून माझ्यासोबत यायला सांगितलं असल्यामुळे, तो प्राथमिक शाळेपासून चालत आला होता. त्याला बसच्या मागच्या बाजूच्या फळीवर लटकायला आवडायचं. पण ते धोकादायक असल्यामुळे उस्मान भाईजान चिडायचे. त्या दिवशी आधीच उस्मान भाईजान वैतागले होते, त्यांनी त्याला असं लटकायची मनाई केली.

''अटल खान, आत बस, नाहीतर मी तुला नेणार नाही!'' ते म्हणाले. त्यावर अटल चिडला आणि आमच्याबरोबर न येता तिरीमिरीत, त्याच्या काही मित्रांसोबत चालत घरी गेला.

उस्मान भाईजाननी 'डायना' सुरू केली आणि आम्ही निघालो. मी मोनिबाशी, माझ्या समंजस, चांगल्या मैत्रिणीशी बोलत होते. काही मुली गाणी म्हणत होत्या. मी सीटवर बोटांनी ताल धरला होता.

मोनिबाला आणि मला मागे खुल्या भागाजवळ बसायला आवडायचं, कारण तिथून बाहेर पाहता येत असे. दिवसाच्या त्या प्रहरात हाजीबाबा रोडवर नेहमी वर्दळ असायची... रंगीबेरंगी रिक्षा, पादचारी, स्कूटरस्वार सगळा गोंधळ... भोंग्यांचा आवाज सुरू असायचा. लाल तिचाकी सायकलवरून – त्यावर लाल-पांढरी आण्विक क्षेपणास्त्रं रंगवलेली होती – एक आइसक्रीमवाला मुलगा आमच्या बसच्या मागून येत हात करत होता. त्याला आमच्या शिक्षिकांनी हुसकून लावलं. एक माणूस चिकनच्या मुंड्या उडवत होता. रस्त्यावर रक्त ओघळत होतं. मी बोटांनी ताल धरला होता. खट् खट् टप् टप्. गंमत आहे ना! मी लहान असताना आम्ही नेहमी म्हणायचो की, स्वातवासी इतके शांतताप्रेमी आहेत की, चिकन कापणारा माणूस सापडणं अवघड आहे.

डिझेल, ब्रेड आणि कबाबचा मिश्र वास आणि लोक अजूनही ज्या ओढ्यात कचरा टाकत होते आणि माझ्या वडिलांनी इतकी चळवळ उभारूनही कचरा टाकणं बंद करत नव्हते, त्या कचऱ्याची दुर्गंधी वातावरणात पसरली हेती. पण आम्हाला त्याची सवय होती. शिवाय लवकरच हिवाळा सुरू होणार होता. मग बर्फवृष्टी सुरू झाली की, सगळं स्वच्छ आणि शांत होणार होतं.

लष्कराच्या तपासणीनाक्यापाशी बस मुख्य रस्त्यावरून उजवीकडे वळली. वाटेत एका टपरीवर टोप्या अथवा फेटे बांधलेल्या, दाढीवाल्या, सनकी डोळ्यांच्या माणसाचं पोस्टर लावलं होतं. त्यावर खाली मोठमोठ्या अक्षरांत 'वॉन्टेड टेररिस्ट' असं लिहिलं होतं. सर्वांत वर काळ्या फेट्यातील दाढीवाल्या माणसाचा फोटो होता. तो फजलुल्लाह होता. तालिबानला स्वातमधून बाहेर घालवण्यासाठी सुरू झालेल्या लष्करी कारवाईला तीन वर्षांहून अधिक काळ उलटला होता. आम्हाला लष्कराबद्दल कृतज्ञता होती, पण अजूनही ते सगळीकडे का आहेत, छपरांवर मशीनगनच्या खोपट्यांत का बसले आहेत, तपासणीनाके का सुरू आहेत, ते आम्हाला कळत नव्हतं. अगदी आमच्या खोऱ्यात येण्यासाठीसुद्धा लोकांना अधिकृत परवानगी घ्यावी लागायची.

छोट्या टेकडीवर जाणारा रस्ता नेहमी खूप गजबजलेला असतो. कारण तो शॉर्टकट आहे, पण त्या दिवशी त्या रस्त्यावर चिटपाखरूही नव्हतं.

"सगळे लोक कुठे गेले आहेत?" मी मोनिबाला म्हणाले.

सगळ्या मुली गाणी-गप्पांत रमल्या होत्या. आमचे आवाज बसमध्ये घुमत होते.

साधारण त्याच वेळी माझी आई आमच्या शाळेच्या दारातून आत प्रवेश करत असणार... तिच्या पहिल्या धड्यासाठी... वयाच्या सहाव्या वर्षी शाळा सोडल्यानंतर ती प्रथमच शाळेची पायरी चढणार होती.

तितक्यात अकस्मात दोन तरुण रस्त्यावर आडवे आले, मला तर ते दिसलेही नव्हते... आणि आमची बस अचानक थांबली. त्यांच्या "मलाला कोण?" या प्रश्नाला उत्तर देण्याची मला संधीच मिळाली नाही. नाहीतर, मी त्यांना आम्हा मुलींना, तसंच त्यांच्या स्वतःच्या बहिणी व मुलींना शाळेत का जाऊ दिलं पाहिजे, हे समजावून सांगितलं असतं.

माझ्या मनातला मला आठवणारा अखेरचा विचार म्हणजे उद्याच्या उजळणीचा. माझ्या डोक्यात तीन गोळ्यांचा 'कड् कड् कड्' आवाज नव्हता, आवाज होता तो चिकनच्या मुंड्या छाटणाऱ्या आणि त्यांना एकेक करत रस्त्यावर टाकणाऱ्या माणसाचा... खट् खट् खट् टप् टप् टप्...

◆

भाग - ४

जीवन-मरणाच्या हिंदोळ्यावर

ښېرې به ولې درته نه کړم   توره ټوپکه ورانه وې ودان کورونه

Khairey ba waley darta na kram
Toora topaka woranawey wadan korona

अंधाराच्या बंदुकांनो! मी तुम्हाला का शिव्याशाप देऊ नयेत?
तुम्ही प्रेमाने काठोकाठ भरलेल्या घरांचे उद्ध्वस्त ढिगारे केलेत

२१

देवा, मी तिला तुझ्यावर सोपवतीय!

काय झालं आहे हे कळताक्षणी उस्मान भाईजाननी 'डायना' भरधाव वेगाने 'स्वात सेन्ट्रल हॉस्पिटल'च्या दिशेने नेली. बसमधल्या बाकीच्या मुली किंचाळत होत्या, रडत होत्या. मी मोनिबाच्या मांडीवर झोपले होते. माझ्या डोक्यातून आणि डाव्या कानातून रक्त वाहत होतं. आम्ही थोडंच अंतर पार केलं होतं. तितक्यात एका पोलिसाने आमची बस थांबवून प्रश्नांची सरबत्ती सुरू केली. तो मौल्यवान वेळ वाया घालवत होता. एका मुलीने माझ्या मानेला हात लावून नाडीचे ठोके तपासले.

"ती जिवंत आहे!" ती ओरडली. "आम्हाला तिला हॉस्पिटलमध्ये नेऊ द्या. सोडा, ज्या माणसाने हे केलंय त्याला पकडा!"

आम्हाला मिंगोरा मोठं गाव वाटायचं, पण खरंतर ते अगदी छोटं गाव आहे. त्यामुळे ही बातमी वाऱ्यासारखी पसरली. माझे वडील त्या वेळी 'असोसिएशन ऑफ प्रायव्हेट स्कूल्स'च्या एका बैठकीसाठी स्वात प्रेस क्लबमध्ये गेले होते. ते बोलण्यासाठी मंचावर गेले तितक्यात त्यांचा मोबाइल वाजला. त्यांनी खुशाल स्कूलचा नंबर पाहिला आणि त्यांचे मित्र अहमद शाह यांना कॉल घ्यायला सांगितलं.

"तुमच्या शाळेच्या बसवर गोळीबार झाला आहे," ते घाईघाईने माझ्या वडिलांजवळ येऊन कुजबुजले.

माझ्या वडिलांच्या चेहऱ्याचा रंगच उडाला. 'मलाला त्या बसमध्ये असणार!...' त्यांच्या मनात ताबडतोब विचार आला, पण त्यांनी स्वत:ची समजूत घालण्याचा प्रयत्न केला की, एखादा मुलगा असेल... मत्सराने पेटलेला मजनू... त्याने प्रियतमेला बदनाम करण्यासाठी हवेत गोळीबार केला असेल.

त्या वेळी माझे वडील एका महत्त्वाच्या बैठकीत होते. त्यांच्या समोर संपूर्ण

स्वातमधून आलेले ४०० मुख्याध्यापक होते. सरकारच्या केंद्रीय नियामक अधिकारी लादण्याच्या योजनेला विरोध करण्यासाठी ही बैठक आयोजित केली होती. या संघटनेचा अध्यक्ष या नात्याने माझ्या वडिलांना इतक्या लोकांना निराश करणं योग्य वाटत नव्हतं. त्यामुळे त्यांनी ठरल्याप्रमाणे तिथे भाषण केलं. पण त्यांच्या कपाळावर घर्मबिंदू डवरले होते आणि तिथे त्यांना भाषण आवरतं घ्या, असं कोण कशाला सांगणार होतं!

त्यांचं भाषण संपताच त्यांनी श्रोत्यांच्या प्रश्नांची वाट न पाहता अहमद शाह व रियाज या मित्रांसमवेत हॉस्पिटलकडे धाव घेतली. रियाज यांच्याकडे गाडी होती. तिथून हॉस्पिटल फक्त पाच मिनिटांवर होतं. ते तिथे पोचले तेव्हा बाहेर लोकांची गर्दी, छायाचित्रकार आणि टीव्हीचे कॅमेरे दिसताच त्यांनी मी तिथे असणार हे ओळखलं आणि माझ्या वडिलांच्या हातपायातलं त्राणच गेलं! ते लोकांची गर्दी आणि कॅमेऱ्यांच्या लखलखाटातून धावतच आत गेले.

आत मी एका ट्रॉलीवर पडले होते. माझ्या डोक्याला बँडेज होतं. डोळे मिटलेले होते आणि केस विसकटलेले होते.

"माय डॉटर, यू आर माय ब्रेव्ह डॉटर, माय ब्यूटीफूल डॉटर!" ते माझ्या कपाळाचे, गालांचे, नाकाचे पापे घेत पुन्हा पुन्हा म्हणत होते. ते माझ्याशी इंग्रजीत का बोलत होते ते त्यांनाच समजत नव्हतं. मला वाटतं, माझे डोळे जरी मिटलेले असले तरी ते तिथे आहेत हे मला कसं कोण जाणे; पण कळत होतं.

नंतर त्यांनी सांगितलं, "मला नीट सांगता येत नाही, पण ती प्रतिसाद देतीय असं मला वाटत होतं."

कुणी म्हणालं की, मी हसले होते. पण माझ्या वडिलांच्या लेखी ते स्मित नव्हतं... त्यांच्या दृष्टीने तो फक्त एक इवलासा सुंदर क्षण होता, कारण, त्यांनी मला कायमचं गमावलेलं नाही हे त्यांना कळलं होतं. मला अशा अवस्थेत पाहणं हा त्यांच्यावर झालेला सर्वांत वाईट आघात होता. सगळ्याच आईवडिलांसाठी आपली मुलं खास असतात, पण माझ्या वडिलांसाठी मी त्यांचं सर्वस्व होते. कितीतरी दिवस मी त्यांची 'कॉम्रेड इन आर्म्स' होते...

त्यांचा खंदा शिपाई. आधी 'गुल मकई' अशा टोपणनावाने आणि त्यानंतर उघड उघड – मलाला म्हणून. त्यांना नेहमी वाटायचं की, जर कधी तालिबानचा हल्ला झाला तर तो त्यांच्यावर होईल, माझ्यावर नव्हे. त्यांना मस्तकावर वज्राघात झाल्यासारखं वाटलं. "त्यांना एका दगडात दोन पक्षी मारायचे होते. मलालाला ठार करा आणि माझा आवाज कायमचा बंद करा."

ते खूप घाबरले होते, पण ते रडले नाहीत. सगळीकडे माणसंच माणसं होती. बैठकीसाठी आलेले सगळे मुख्याध्यापक हॉस्पिटलमध्ये आले होते, प्रसारमाध्यमं आणि

कार्यकर्त्यांची गर्दी उसळली होती... जणू सगळं गावच तिथे गोळा झालं होतं.

"मलालासाठी प्रार्थना करा," त्यांनी जमलेल्या सर्वांना सांगितलं. डॉक्टरांनी त्यांना माझं सीटी स्कॅन केल्याचं सांगितलं आणि गोळी माझ्या मेंदूजवळ गेली नसल्याचं सांगून धीर दिला. त्यांनी माझी जखम स्वच्छ करून बँडेज बांधलं होतं.

"अहो झियाऊद्दीन! काय केलं त्यांनी हे?" मॅडम मरियम दारातून धावत आत आल्या. त्या दिवशी त्या शाळेत आल्या नव्हत्या. घरी बाळाला सांभाळत होत्या. त्या सुरक्षित आहेत ना, याची खातरजमा करण्यासाठी त्यांच्या दिराचा फोन येताच त्यांनी पटकन टीव्ही लावला. टीव्हीवर खुशाल स्कूलच्या बसवर गोळीबार झाल्याची हेडलाइन सुरू होती. मला गोळ्या लागल्याचं कळताच त्यांनी ताबडतोब त्यांच्या नवऱ्याला बोलावून घेतलं. त्याच्याबरोबर दुचाकीवरून त्या हॉस्पिटलमध्ये आल्या होत्या. घरंदाज पश्तून बाई असं क्वचितच करते.

"मलाला, मलाला, मी आलेय. ऐकलंस का?" त्या म्हणाल्या.

मी नुसता हुंकार भरला.

मॅडम मरियमनी माझ्या तब्येतीसंदर्भात अधिक माहिती जाणून घेण्याचा प्रयत्न केला. त्यांच्या परिचयाच्या एका डॉक्टरनी त्यांना सांगितलं की, गोळी माझ्या कपाळातून गेली आहे, मेंदूतून नाही, त्यामुळे माझ्या जिवाला धोका नाही. आमच्या शाळेतल्या आणखी दोन मुली जखमी झाल्या होत्या, त्यांचीही मॅडमनी विचारपूस केली. शाजियाला दोन गोळ्या लागल्या होत्या. डाव्या कॉलरबोनमध्ये आणि तळहाताला. तिला माझ्या बरोबरच हॉस्पिटलमध्ये आणलं होतं. कायनातला आपल्याला गोळी लागली आहे हेच आधी कळलं नव्हतं. ती तशीच घरी गेली होती. तिच्या उजव्या हाताला गोळी चाटून गेल्याचं तिला घरी गेल्यावर लक्षात येताच तिच्या घरच्यांनी तिला इथे आणलं होतं.

माझ्या वडिलांना, त्यांनी त्या मुलींना पाहून यायला पाहिजे हे कळत होतं. पण ते मिनिटभरही माझ्याजवळून हलू इच्छित नव्हते. त्यांचा फोन अखंड खणखणत होता. केपीकेच्या मुख्यमंत्र्यांचा सर्वांत आधी फोन आला.

"काळजी करू नका, आम्ही सगळी व्यवस्था करू," त्यांनी सांगितलं, "पेशावरचं लेडी रिडिंग हॉस्पिटल तुमची वाट बघतंय."

पण लष्कराने सगळा ताबा घेतला. दुपारी ३ वाजता लष्कराचे स्थानिक अधिकारी आले. त्यांनी मला आणि माझ्या वडिलांना लष्कराच्या हेलिकॉप्टरमधून पेशावरला पाठवणार असल्याचं जाहीर केलं. माझ्या आईला घेऊन येण्याइतका वेळ नसल्यामुळे मरियम यांनीही आमच्यासोबत येण्याचा आग्रह धरला; एखाद वेळी काही गरज लागली तर बाईमाणूस मदतीला असावं म्हणून. त्यांच्या घरच्यांना हा निर्णय आवडला नव्हता. कारण त्यांच्या बाळावर नुकतीच छोटी शस्त्रक्रिया

झाली होती, त्यामुळे त्या अजूनही त्यांच्या बाळाच्या शुश्रूषेत होत्या. पण त्या माझी दुसरी आईच आहेत.

मला रुग्णवाहिकेत ठेवल्यावर, माझ्या वडिलांना तालिबान पुन्हा हल्ला करेल याची भीती वाटत होती. रुग्णवाहिकेत कोण आहे ते सगळ्यांना माहीत असणारच अशी त्यांची समजूत होती. हेलिपॅड अवघ्या मैलावर होतं. म्हणजे पाच मिनिटांच्या अंतरावर. पण तेवढं अंतर पार होईपर्यंत ते घाबरलेले होते.

आम्ही तिथे पोचलो, पण अजून हेलिकॉप्टर यायचं होतं. रुग्णवाहिकेतला तो काळ त्यांना प्रचंड दीर्घ वाटला. अखेर हेलिकॉप्टर आलं आणि मी, माझे वडील, माझा चुलतभाऊ खानजी, अहमद शाह व मॅडम मरियम पेशावरला रवाना झालो. त्यांच्यापैकी कुणी आजवर कधी हेलिकॉप्टरमध्ये बसलेलं नव्हतं. हेलिकॉप्टरने आभाळात भरारी घेतली. खाली लष्कराचा क्रीडा महोत्सव सुरू होता. तिथे ध्वनिक्षेपकांवरून दणाणणारी देशभक्तीपर गीतं कानावर पडत होती. त्यांची देशप्रेमाने भारलेली गीतं ऐकून माझ्या वडिलांचं तोंड कडू झालं. एरवी तेही त्या सुरांत सूर मिसळून गातात, पण इथे त्यांची १५ वर्षांची पोटची पोर डोक्यात गोळी लागून मरणाच्या दारात उभी असताना देशभक्तीपर गाणं रुचणं अवघड होतं.

इकडे माझी आई आमच्या घराच्या छतावरून पाहत होती. मी जखमी झाल्याची बातमी तिला कळली तेव्हा ती मिस उल्फत यांच्याकडून वाचायला शिकत होती, आणि 'बुक' व 'ॲपल' अशा शब्दांशी तिची झटापट सुरू होती. सुरुवातीला ही बातमी नीट कळलीच नव्हती. आधी तिला माझा अपघात झाला असून माझ्या पायाला लागलं आहे असं समजलं. मग ती घाईघाईने घरी आली. त्या वेळी माझी आजी आमच्याकडे आलेली होती. आईने तिला ही बातमी सांगितली आणि ताबडतोब प्रार्थना सुरू करण्याची विनंती केली. सफेद केसाच्या माणसांचं अल्लाह अधिक लक्षपूर्वक ऐकतात अशी आमची श्रद्धा आहे. तितक्यात माझ्या आईचं लक्ष माझ्या उरलेल्या नाश्त्याकडे गेलं. मी निम्मंच अंडं खाल्लं होतं. उरलेलं निम्मं अजून तिथेच होतं. सगळीकडे माझे पुरस्कार स्वीकारतानाचे फोटो होते. तिला ते अजिबात पसंत नव्हतं. ते फोटो पाहून तिचा बांध फुटला... आजूबाजूला सगळीकडे फक्त मलालाच मलाला होती.

काही वेळातच आमचं घर बायकांनी भरून गेलं. आमच्या संस्कृतीत, कुणाचं निधन झालं की, बायका त्या व्यक्तीच्या घरी जातात आणि पुरुष हुजरामध्ये. फक्त परिवारातील किंवा मित्रमंडळीच नव्हे; तर आसपासचे सगळे जण भेटायला जातात.

घरात इतक्या बायका जमा झाल्याचं पाहून माझ्या आईला आश्चर्य वाटलं. ती प्रार्थनेच्या चटईवर बसून कुरआन पठण करू लागली. तिने जमलेल्या बायकांना सांगितलं, ''रडू नका... प्रार्थना करा!''

त्यानंतर माझे भाऊ घरी आले. अटल चालत घरी आला होता. त्याने टीव्हीवर मला गोळ्या लागल्याची बातमी पाहिली. त्याने खुशालला ही बातमी दिली आणि दोघंही रडू लागले. घरचा फोन अखंड वाजत होता. मला डोक्यात गोळी लागली. असली, तरी गोळी फक्त कपाळाला चाटून गेली आहे असं सांगून लोक तिला धीर देत होते. याबद्दल वेगवेगळ्या बातम्या ऐकून माझी आई गोंधळून गेली होती. आधी तिला माझ्या पायाला लागल्याचं कळलं होतं, मग मला डोक्यात गोळी लागल्याचं कळलं. ती माझ्याकडे आली नाही तर मला ते विचित्र वाटेल असं तिला वाटत होतं, पण लोकांनी तिला जाऊ नका असं सांगितलं. कारण माझा मृत्यू झाला असणार किंवा मला दुसरीकडे हलवलं जात असणार असं ते गृहीत धरून होते. माझ्या वडिलांच्या एका मित्राने तिला फोन करून, मला हेलिकॉप्टरने पेशावरला नेत असल्याचं सांगितलं आणि तुम्ही गाडीने पेशावरला निघा, असा निरोप दिला. तितक्यात माझ्या किल्ल्या घेऊन एक जण आमच्या घरी आला. घटनास्थळी त्या किल्ल्या सापडल्या होत्या. त्या पाहताच माझ्या आईचा कडेलोट झाला...

"मला किल्ल्या नकोत, मला माझी पोर हवी आहे!" तिने हंबरडा फोडला, "मलाला नसेल तर या किल्ल्यांचा काय उपयोग आहे?" तितक्यात त्यांनी हेलिकॉप्टरची घरघर ऐकली.

हेलिपॅड आमच्या घरापासून फक्त मैलभर अंतरावर होतं. हेलिकॉप्टरचा आवाज ऐकताच सगळ्या बायका घराच्या छतावर धावल्या. माथ्यावरून निघालेलं हेलिकॉप्टर पाहत असताना माझ्या आईने डोक्यावरचा स्कार्फ काढला. ही पश्तून स्त्रीकडून अगदी क्वचितच घडणारी कृती. आणि तो दोन्ही हातांत धरून आभाळाच्या दिशेने उंच धरला... जणू ती देवाला तो अर्पण करत असावी.

"देवा, मी तिला तुझ्यावर सोपवलीय!" ती म्हणाली, "आम्ही सुरक्षारक्षक घेतले नाहीत; तू आमचा रक्षणकर्ता आहेस. ती तुझ्या सुरक्षाकवचाखाली होती. तू तिला परत आणलं पाहिजेस."

इकडे हेलिकॉप्टरमध्ये मला रक्ताची उलटी झाली. ते पाहून माझे वडील भीतीने थिजून गेले. त्यांना वाटलं मला रक्ताची उलटी होते आहे म्हणजे अंतर्गत रक्तस्राव होतोय. त्यांच्या आशेचा किरण विझू लागला होता. पण तितक्यात मरियमनी पाहिलं, मी स्कार्फने माझं तोंड पुसण्याचा प्रयत्न करत होते.

"बघा, ती प्रतिसाद देतीय!" त्या म्हणाल्या, "हे उत्तम लक्षण आहे."

आम्ही पेशावरमध्ये उतरल्यानंतर आम्हाला लेडी रिडिंग हॉस्पिटलमध्ये नेणार असं त्यांनी गृहीत धरलं होतं. तेथील अत्यंत कुशल न्यूरोसर्जन डॉ. मुमताज यांची

शिफारस करण्यात आली होती. पण मला तिथे न नेता 'सीएमएच' – 'कम्बाइन्ड मिलिटरी हॉस्पिटल'मध्ये नेलं. सीएमए हे विस्तीर्ण व ब्रिटिशकालीन ६०० बेड्सचं मोठं हॉस्पिटल होतं, त्याचं बांधकाम विटांचं होतं. तिथे नव्या टॉवर ब्लॉकचं बरंच मोठं बांधकाम सुरू होतं. पेशावर हे 'फाटा'चं प्रवेशद्वार आहे. २००४ झाली अतिरेक्यांचं आव्हान मोडून काढण्यासाठी लष्कर त्या भागात गेल्यापासून या हॉस्पिटलमधील वर्दळ खूप वाढली होती. इथे घायाळ सैनिक आणि शहर व परिसरात वरचेवर होणाऱ्या आत्मघाती बॉम्बस्फोटाचे बळी ठरलेले लोक उपचारासाठी दाखल होत होते. आमच्या देशात बहुतेक ठिकाणी आत्मघाती बॉम्बर्सपासून बचाव करण्यासाठी काँक्रीट ब्लॉक्स आणि तपासणीनाके उभारण्यात आले होते, तसेच ते सीएमएचमध्येही सर्वत्र होते.

मला अतिदक्षता विभागात पळवत नेण्यात आलं. हा विभाग एका स्वतंत्र इमारतीत आहे. परिचारिका कक्षातील घड्याळात सायंकाळचे पाच वाजून गेलेले दिसत होते. मला काचेच्या भिंती असलेल्या 'आयसोलेशन युनिट'मध्ये नेण्यात आलं. तिथे एका परिचारिकेने मला ड्रिप लावलं. शेजारच्या खोलीत एका सैनिकाला दाखल केलं होतं. आयईडी हल्ल्यात तो होरपळून निघाला होता आणि त्याच्या पायाच्या ठिकऱ्या उडाल्या होत्या.

तितक्यात एक तरुण आत आला. त्याने स्वतःची ओळख करून दिली, कर्नल जुनैद, न्यूरोसर्जन. त्यांना पाहून माझे वडील आणखीनच काळजीत पडले. ते इतके लहान दिसत होते की, माझ्या वडिलांना डॉक्टर वाटतच नव्हते.

"ही तुमची मुलगी आहे का?" कर्नलनी विचारलं.

कर्नल जुनैदनी मला तपासलं. मी शुद्धीत होते, अस्वस्थ होते, पण मला बोलता येत नव्हतं किंवा काही समजतही नव्हतं. फक्त माझ्या पापण्या फडफडत होत्या. कर्नलनी माझ्या डाव्या भुवईच्या वर जिथून गोळी आत शिरली होती, त्या ठिकाणच्या जखमेला टाके घातले, पण स्कॅनिंगमध्ये गोळी कशी दिसत नाहीये, याचं त्यांना आश्चर्य वाटत होतं. त्यांनी माझा मणका तपासला आणि माझ्या डाव्या खांद्याजवळ गोळी रुतून बसल्याचं त्यांच्या लक्षात आलं.

"तिने प्रतिकार करण्यासाठी मान वाकवली असणार," ते म्हणाले.

त्यांनी मला पुन्हा सीटी स्कॅनसाठी नेलं. त्यानंतर त्यांनी माझ्या वडिलांना त्यांच्या ऑफिसमध्ये बोलावलं. त्यांनी स्क्रीनवर सगळे स्कॅन लावले होते. त्यांनी सांगितलं की, स्वातमध्ये फक्त एकाच कोनातून स्कॅनिंग झालं होतं, पण आता या स्कॅनिंगमध्ये दुखापत अधिक गंभीर असल्याचं दिसतं आहे.

"झियाऊद्दीन, हे बघा," ते म्हणाले, "या सीटी स्कॅनमध्ये गोळी मेंदूच्या अगदी जवळून गेल्याचं दिसतंय."

त्यांनी हाडाच्या तुकड्यांमुळे मेंदूच्या आवरणाला इजा झाली असल्याचं सांगितलं.

"आपण देवाची प्रार्थना करू या. पाहू या काय होतंय," ते म्हणाले. "आत्ता या अवस्थेत आम्ही शस्त्रक्रिया करणार नाही."

हे ऐकताच माझे वडील आणखीनच व्याकूळ झाले. स्वातमध्ये डॉक्टरांनी त्यांना सांगितलं होतं की, हे अगदी किरकोळ आहे. पण आता तर हे फारच गंभीर दिसत होतं. आणि जर माझी अवस्था इतकी गंभीर आहे तर ते शस्त्रक्रिया का करत नाहीयेत?... त्यांना काही कळतच नव्हतं. त्यांना लष्करी हॉस्पिटलमध्ये अस्वस्थ होत होतं. आमच्या देशात, जिथे लष्कराने अनेकदा सत्ता ताब्यात घेतली आहे, तिथे लोक लष्कराच्या बाबतीत फार सावध असतात; विशेषत: स्वातमधील ज्या भागात तालिबानविरुद्ध कारवाई करण्यासाठी लष्कराने इतका प्रदीर्घ वेळ घेतला होता तिथे तर जास्तच.

माझ्या वडिलांना त्यांच्या एका मित्राचा फोन आला, "तिला त्या हॉस्पिटलमधून हलवा. आपल्याला तिला लियाकत अली खान यांच्यासारखं 'शहीद मिलात' (हुतात्मा) होऊ द्यायचं नाहीये."

"मला कळत नाहीये," ते कर्नल जुनैदना म्हणाले, "आम्हाला इथे का आणलं आहे? मला वाटलं, आम्हाला सिव्हिल हॉस्पिटलमध्ये नेणार आहेत."

त्यानंतर त्यांनी विचारलं, "प्लीज, तुम्ही डॉ. मुमताजना इथे बोलवाल का?"

"ते कसं दिसेल?" कर्नल जुनैद म्हणाले. हा त्यांचा उघडउघड अपमान होता.

त्यांतर आम्हाला समजलं की, डॉक्टर अगदी तरुण दिसत असले तरी ते १३ वर्षं न्यूरोसर्जन म्हणून काम करत होते आणि पाकिस्तानी लष्करातील सर्वांत अनुभवी व नामांकित न्यूरोसर्जन होते. त्यांचे काका लष्करात न्यूरोसर्जन होते. त्यांच्या पावलावर पाऊल टाकत कर्नल जुनैदही लष्करात डॉक्टर म्हणून रुजू झाले होते. पेशावरमधील सीएमएच तालिबानविरोधी युद्धात आघाडीवर होतं. इथे कर्नल जुनैद दररोज बंदुकीच्या गोळ्या लागलेल्या व स्फोटात जखमी झालेल्या लोकांवर उपचार करत होते.

"मी हजारो मलालांवर उपचार केले आहेत," ते नंतर म्हणाले. पण माझ्या वडिलांना त्या वेळी हे माहीत नव्हतं. त्यामुळे ते भयंकर विषण्ण झाले होते.

"तुम्हाला योग्य वाटेल ते करा," ते म्हणाले, "तुम्ही डॉक्टर आहात."

पुढचे काही तास फक्त वाट पाहण्याचे होते... वेट ॲन्ड सी टाइम. परिचारिका माझी हृदयगती व लक्षणं टिपत होत्या. मधूनच माझ्या घशातून कण्हल्यासारखा आवाज निघत होता किंवा मी हाताची जराशी हालचाल करत होते किंवा पापण्यांची

उघडझाप करत होते. असा काही प्रतिसाद दिसला की, मरियम हाका मारत, ''मलाला, मलाला...''

एकदा मी डोळे पूर्ण उघडले.

''हिचे डोळे किती सुंदर आहेत. ही गोष्ट याआधी माझ्या कधी लक्षात आली नव्हती,'' मरियम म्हणाल्या.

मी अस्वस्थ होते, त्यामुळे बोटाला लावलेला मॉनिटरचा चिमटा काढून टाकण्याचा प्रयत्न करत होते.

''तसं करू नकोस,'' मरियम म्हणत होत्या.

''मिस, मला बाहेर काढू नका,'' मी शाळेत असल्यासारखं बोलत होते. मॅडम मरियम खूप कडक मुख्याध्यापिका होत्या.

रात्र होऊ लागली. तितक्यात माझी आई आणि अटल आले. माझ्या वडिलांचे मित्र, मोहम्मद फारुक त्या दोघांना गाडीतून इथे घेऊन आले होते. त्यांना गाडीने इथे पोचायला चार तास लागले होते. माझ्या आईला मरियम यांनी फोन करून बजावलं होतं, ''मलालाच्या समोर आल्यावर रडारडी किंवा आरडाओरडा करू नका. तिला काही समजत नाहीय असं तुम्हाला वाटेल, पण तिला समजयतंय. तुमचं बोलणं ती ऐकू शकते.''

माझ्या वडिलांनीही तिला फोन करून मनाची तयारी करायला सांगितलं होतं. त्यांना तिला जपायचं होतं.

माझी आई हॉस्पिटलमध्ये येताच त्या दोघांनी परस्परांना आलिंगन दिलं आणि अश्रू रोखण्याचा आटोकाट प्रयत्न केला.

''हे बघ,'' ती मला म्हणाली, ''अटल तुला भेटायला आला आहे.''

अटलला भरून आलं होतं. तो खूप रडला.

''मम्मा,'' तो रडता रडता म्हणाला, ''मलालाला किती लागलंय...''

माझी आई सुन्न झाली होती. डॉक्टर माझ्यावर शस्त्रक्रिया करून गोळी का काढत नाहीयेत हे तिला समजत नव्हतं.

''माझी पोर शूर आहे... माझी सोनू गं ती...'' ती रडत होती.

अटलने तिथे इतका आकांत मांडला होता की, अखेर एका ऑर्डर्लीने त्यांना हॉस्पिटलच्या लष्करी वसतिगृहात नेलं. त्यांची राहायची व्यवस्था तिथे केली होती.

बाहेर इतके लोक जमा झाले होते की, माझ्या वडिलांना काही सुचेनासं झालं होतं... राजकारणी, सरकारी उच्चपदस्थ, प्रांतमंत्री... सर्व जण सहानुभूती दर्शवण्यासाठी आले होते. राज्यपालसुद्धा आले होते. त्यांनी माझ्या वडिलांना माझ्या उपचारांसाठी एक लाख रुपये दिले. आमच्या समाजात, जर एखाद्या घरी मृत्यू झाला आणि एखादा मान्यवर तुमच्या घरी भेटायला आला तर ते खूप सन्मानाचं मानलं जातं.

पण आत्ता माझ्या वडिलांना त्याचा भयंकर त्रास होत होता. माझ्या रक्षणासाठी कुणीच काही केलं नव्हतं, आता हे सगळे माझ्या मरणाची वाट पाहत आहेत असं त्यांना वाटत होतं.

त्यानंतर ते जेवायला बसले तेव्हा अटलने टीव्ही लावला. माझ्या वडिलांनी ताबडतोब तो बंद केला. माझ्यावर हल्ला झाल्याच्या बातम्या त्यांना पाहावत नव्हत्या. ते बाहेर जाताच मरियमनी पुन्हा टीव्ही लावला. प्रत्येक चॅनलवर माझं 'फूटेज' दाखवत होते आणि त्यासोबत प्रार्थना व करुण कविता सुरू होत्या... मी मेले असल्यासारख्या!

''माझी मलाला... माझी मलाला,'' माझी आई आक्रोश करू लागली.

मरियमनाही अश्रू थोपवता आले नाहीत.

मध्यरात्रीच्या सुमाराला कर्नल जुनैदनी माझ्या वडिलांना आयसीयूच्या बाहेर भेटायला बोलावलं.

''झियाऊद्दीन, मलालाच्या मेंदूला सूज येऊ लागली आहे.''

माझ्या वडिलांना ते काय म्हणत आहेत ते कळलंच नाही. डॉक्टरांनी त्यांना माझी तब्येत ढासळू लागल्याचं व शुद्ध हरपू लागल्याचं, तसंच मला पुन्हा रक्ताची उलटी झाल्याचं सांगितलं. कर्नल जुनैदनी माझं तिसऱ्यांदा सीटी स्कॅन करून घेतलं होतं, त्यात माझ्या मेंदूला धोकादायक सूज चढत असल्याचं कळलं होतं.

''पण गोळी तिच्या मेंदूत शिरली नाहीये असं मी समजत होतो,'' माझे वडील म्हणाले.

मग कर्नल जुनैदनी त्यांना समजावून सांगितलं की, हाड मोडून त्याचे अणकुचीदार तुकडे माझ्या मेंदूत घुसले आहेत, त्या आघाताने मेंदूला सूज आली आहे. सुजेमुळे मेंदूला आकारवाढीसाठी जागा देण्यासाठी त्यांना माझ्या कवटीचा काही भाग काढून टाकणं गरजेचं वाटत होतं, नाहीतर तो दाब असह्य झाला असता.

''आपण आत्ता शस्त्रक्रिया करणं गरजेचं आहे,'' ते म्हणाले, ''नाहीतर ती वाचणार नाही. नंतर तुम्हाला आपण हे का केलं नाही, याचा पश्चाताप होऊ नये असं मला वाटतं.''

माझ्या कवटीचा काही भाग कापून काढणं माझ्या वडिलांना भयंकर वाटत होतं.

''ती जगेल का?'' त्यांनी हताश होऊन विचारलं, पण त्या क्षणी त्यांना तशी खातरी दिली गेली नाही.

हा कर्नल जुनैद यांचा धाडसी निर्णय होता. त्यांच्या वरिष्ठांना तो पटलेला नव्हता. बाकीचे लोक त्यांना तिला परदेशी पाठवून द्या असं सांगत होते. पण या

निर्णयाने माझे प्राण वाचणार होते. माझ्या वडिलांनी त्यांना होकार दिला. कर्नल जुनैदनी डॉ. मुमताज यांना मदतीला बोलावणार असल्याचं सांगितलं. संमतिपत्रावर सही करताना माझ्या वडिलांचा हात कापत होता. त्या काळ्या-पांढऱ्या कागदावर शब्द होते – 'रुग्ण दगावू शकतो.'

त्यांनी रात्री दीडच्या सुमारास शस्त्रक्रिया सुरू केली. माझे आईवडील बाहेर बसून होते.

"देवा प्लीज, मलालाला बरी कर," माझे वडील देवाची प्रार्थना करत होते. त्यांनी देवाशी सौदा केला, "मला सहाराच्या वाळवंटात राहावं लागलं तरी चालेल, पण माझी पोर डोळे उघडू दे... मी तिच्याशिवाय जगू शकणार नाही. देवा, माझं उरलेलं सगळं आयुष्य तिला दे... मी खूप जगलोय... ती कितीही घायाळ असली तरी तिचे प्राण वाचव."

अखेर माझ्या आईने त्यांना थांबवलं.

"देव कृपण नाही," ती म्हणाली, "तो माझी मुलगी होती तशी मला परत देईल," असं म्हणून तिने पवित्र कुरआन हातात घेऊन भिंतीकडे तोंड करून, पठण सुरू केलं... कितीतरी वेळ....

"मी आजवर कधी कुणाला अशी प्रार्थना करताना पाहिलेलं नाही," मॅडम मरियम म्हणाल्या, "अशा प्रार्थनेला देव नक्की उत्तर देईल याची मला खातरी होती."

माझे वडील भूतकाळाचा विचार मनातून काढून टाकण्याचा प्रयत्न करत होते. मला स्पष्टपणे मतं मांडण्यास आणि चळवळीत उतरण्यास प्रोत्साहन देण्यात आपण चूक केली का, असं त्यांना वाटत होतं.

आत कर्नल जुनैदनी माझ्या मेंदूच्या वाढल्या आकाराला जागा करून देण्यासाठी माझ्या कवटीचा डावीकडील वरचा आठ ते १० सेंटीमीटरचा चौकोन करवतीने कापून काढला. त्यानंतर त्यांनी माझ्या पोटाच्या डावीकडील भागात तो तुकडा जपून ठेवला. त्यांनी माझी ट्रॅकिओक्टॉमी केली, कारण या सुजेमुळे माझ्या श्वसनमार्गात अडथळा आल्यामुळे ते चिंतातुर झाले होते. त्यांनी माझ्या मेंदूतील रक्ताच्या गुठळ्या आणि माझ्या खांद्यात रुतलेली गोळीही काढली. त्यानंतर मला व्हेन्टिलेटरवर ठेवलं. या सगळ्या शस्त्रक्रियेला जवळजवळ पाच तास लागले.

माझी आई तळमळीने प्रार्थना करत असली, तरी बाहेर जमलेल्या लोकांपैकी ९० टक्के लोक फक्त माझ्या मरणाची बातमी येण्याची वाट पाहत आहेत असं माझ्या वडिलांना वाटत होती. त्यांच्यापैकी काही जण, माझ्या वडिलांचे मित्र, आमच्याबद्दल सहानुभूती असणारे लोक अतिशय दुःखी होते, पण बाकीच्यांना मात्र आमच्या 'हाय प्रोफाइल'चा मत्सर वाटतोय, असं त्यांना वाटत होतं.

माझे वडील ऑपरेशन थिएटरबाहेरच्या गंभीर वातावरणातून थोडावेळ बाजूला जाण्यासाठी बाहेर जाऊन उभे राहिले, तितक्यात एक परिचारिका त्यांच्याजवळ येऊन म्हणाली, "तुम्ही मलालाचे वडील आहात का?"

माझ्या वडिलांच्या काळजाचा ठोकाच चुकला. ती त्यांना एका खोलीत घेऊन गेली.

माझ्या वडिलांना वाटलं की, ती आता सांगणार की, "वी आर सॉरी. ती आपल्याला सोडून गेली."

पण आत गेल्यावर तिने सांगितलं की, रक्तपेढीतून रक्त आणायला कुणालातरी जावं लागेल.

त्यांना हुश्श झालं, पण त्यांना हे कळेना की, रक्त आणू शकेल असा मी एकमात्र माणूस आहे का?

मग त्यांचे एक मित्र रक्त आणायला गेले.

पहाटेचे साडेपाच वाजायला आले होते, त्यादरम्यान सर्जन्स बाहेर आले. त्यांनी माझ्या वडिलांना सगळ्या गोष्टी समजावून सांगितल्या. त्यांनी माझ्या कवटीचा तुकडा कापून तो माझ्या पोटात ठेवल्याचं, माझ्या वडिलांना सांगितलं. आमच्या संस्कृतीत डॉक्टर रुग्णाला वा त्याच्या नातेवाइकांना असं समजावून सांगत नाहीत. त्यामुळे माझ्या वडिलांनी त्यांना नम्रपणे विचारलं, "राग मानू नका. माझा एक मूर्ख प्रश्न आहे. ती वाचेल ना... तुम्हाला काय वाटतं?"

"वैद्यकशास्त्रात दोन अधिक दोन चार, असं प्रत्येक वेळी नसतं," कर्नल जुनैद उत्तरले.

"आम्ही आमचं काम केलं आहे. आम्ही कवटीचा तुकडा कापून काढला आहे, आता आपण वाट बघू या."

"माझा आणखी एक मूर्ख प्रश्न आहे," माझे वडील म्हणाले. "या तुकड्याचं काय? त्याचं काय करणार आहात?"

"तीन महिन्यांनी आम्ही तो पुन्हा जोडू," डॉ. मुमताज म्हणाले. "ते अगदी सोपं असतं... इतकं," ते टाळी वाजवत म्हणाले.

सकाळ झाल्यावर चांगली बातमी कळली. मी हातांची हालचाल केली होती. त्यानंतर त्या भागातील तीन अग्रगण्य सर्जन मला तपासायला आले होते. त्यांनी कर्नल जुनैद व डॉ. मुमताज यांनी उत्तम कामगिरी केल्याची पावती दिली आणि शस्त्रक्रिया अतिशय चांगली झाल्याचं सांगितलं. पण आता मला 'इन्ड्यूस्ड कोमा'मध्ये ठेवण्याची सूचना केली. कारण जर मला शुद्ध आली तर मेंदूवर दाब

आला असता.

मी जीवन-मरणाच्या हिंदोळ्यावर हेलकावत असताना तालिबानने एक निवेदन प्रसिद्ध केलं. त्यात त्यांनी माझ्यावरील गोळीबाराची जबाबदारी स्वीकारली होती, पण माझ्या शिक्षणविषयक मोहिमेमुळे माझ्यावर हल्ला केल्याचा इन्कार केला होता.

''हा हल्ला आम्ही घडवला असून, जो कुणी आमच्याविरुद्ध बोलेल त्याच्यावर अशाच पद्धतीने हल्ला केला जाईल,'' 'टीटीपी'चा प्रवक्ता एहसानुल्लाह एहसानने म्हटलं होतं. ''मलालाला लक्ष्य करण्यात आलं, कारण तिची धर्मनिरपेक्ष मतोपदेशातील अग्रेसर भूमिका... ती लहान होती. पण ती पश्तून प्रदेशांत पाश्चिमात्य संस्कृतीला उत्तेजन देत होती. ती पश्चिम-धार्जिणी होती, ती तालिबानविरुद्ध बोलत होती, ती राष्ट्राध्यक्ष ओबामांना तिचा आदर्श मानत होती.''

त्यांच्या बोलण्याच्या संदर्भ माझ्या वडिलांना कळत होता. आदल्याच वर्षी मला राष्ट्रीय शांतता पुरस्कार मिळाल्यानंतर माझ्या टीव्हीवर बऱ्याच मुलाखती झाल्या होत्या. त्यातील एका मुलाखतीत मला माझे आवडते राजकारणी कोण असा प्रश्न विचारला होता, त्या वेळी मी खान अब्दुल गफार खान, बेनझीर भुट्टो आणि राष्ट्राध्यक्ष बराक ओबामा असं उत्तर दिलं होतं. संघर्ष करणाऱ्या कुटुंबातील या कृष्णवर्णीय तरुणाने त्याच्या महत्त्वाकांक्षा आणि स्वप्नं पूर्ण केली होती. या गोष्टीचं मला कौतुक होतं. पण अमेरिकेची पाकिस्तानातील प्रतिमा म्हणजे ड्रोन, आमच्या प्रदेशात गुप्त धाडी आणि रेमंड डेव्हिस अशी झाली होती.

दोन महिन्यापूर्वी एका सभेत फजलुल्लाहने या हल्ल्याचा आदेश दिल्याचं तालिबानच्या प्रवक्त्यानं सांगितलं.

''जो कुणी आमच्याविरुद्ध जाऊन सरकारच्या बाजूला जाईल तो आमच्या हातून मरेल,'' तो म्हणाला. ''तुम्ही पाहालच. लवकरच इतर महत्त्वाची माणसंही बळी पडतील.''

दोन स्थानिक स्वाती माणसांकरवी त्यांनी माझ्याबद्दल व माझा शाळेला जाण्याचा मार्ग वगैरे माहिती मिळवल्याचं सांगितलं आणि हा हल्ला मुद्दाम लष्कराच्या तपासणीनाक्याजवळ घडवण्यात आला होता. आम्ही कुठेही हल्ला करू शकतो हे तालिबानला दाखवून द्यायचं होतं.

माझ्यावरील शस्त्रक्रियेनंतर काही तासांतच, सकाळी तिथे अचानक लोकांची धांदल-गडबड सुरू झाली. सगळे जण गणवेश ठीकठाक करू लागले... आवराआवर सुरू झाली. तितक्यात लष्करप्रमुख जनरल कयानी रुबाबात आले.

''आपल्या देशाच्या प्रार्थना तुमच्या व तुमच्या मुलीच्या सोबत आहेत,'' ते

माझ्या वडिलांना म्हणाले.

२००९ सालच्या अखेरीस तालिबानविरुद्धच्या मोहिमेनंतर जनरल कयानी एका भव्य सभेसाठी स्वातमध्ये आले होते, तेव्हा मी त्यांना भेटले होते.

"तुमच्या या उत्तम कामगिरीमुळे मी आनंदी आहे." मी त्या वेळी त्यांना म्हणाले होते, "आता तुम्ही फक्त फजलुल्लाहला पकडा."

त्यावर संपूर्ण सभागृहात टाळ्यांचा कडकडाट झाला होता आणि जनरल कयानींनी माझ्याजवळ येऊन पित्याच्या मायेने माझ्या डोक्यावर हात ठेवला होता.

कर्नल जुनैदनी जनरलना शस्त्रक्रियेबद्दल थोडक्यात सांगितलं आणि माझ्यावरील नियोजित उपचाराची रूपरेषाही सांगितली. त्यावर जनरल कयानींनी माझे सीटी स्कॅन्स परदेशात सर्वोच्च तज्ज्ञांकडे पाठवून सल्ला घ्यावा, असं त्यांना सांगितलं.

ते येऊन गेल्यानंतर माझ्या बेडजवळ इतर कुणालाही प्रवेश नव्हता. कारण त्यामुळे संसर्गाचा धोका होता. तरीही अनेक जण येतच होते. राजकारणात उतरलेले क्रिकेटपटू इम्रान खान, प्रांताचे माहिती खात्याचे मंत्री व तालिबानचे स्पष्टवक्ते टीकाकार मियाँ इफ्तिखार हुसैन. त्यांच्या एकुलत्या एका मुलाची तालिबानने गोळ्या घालून हत्या केली होती, तसंच आमच्या प्रांताचे मुख्यमंत्री हैदर. मी त्यांच्यासोबत एका टॉक शोमध्ये चर्चेत सहभागी झाले होते. पण यापैकी कुणालाही आत प्रवेश दिला नव्हता.

"मलालाचे प्राण वाचतील, एवढा दिलासा मिळाला," हैदर लोकांना म्हणाले, "तिला अजून बरंच कार्य करायचं आहे."

त्यानंतर दुपारी तीनच्या सुमाराला रावळपिंडीहून दोन ब्रिटिश डॉक्टर्स हेलिकॉप्टरने आले. डॉ. जाविद कयानी आणि डॉ. फिओना रेनॉल्ड्स हे बर्मिंगहॅम येथील हॉस्पिटलमधील दोन डॉक्टर्स त्या वेळी पाकिस्तानात आले होते. आमच्या देशातील पहिल्या यकृतरोपण कार्यक्रमाची सुरुवात करण्यासंदर्भात लष्कराला सल्ला देण्यासाठी ते आले होते. आमच्या देशात धक्कादायक आकडेवारीची रेलचेल आहे. तीही केवळ शिक्षणाच्या संदर्भातच नव्हे; तर पाकिस्तानात दर सात बालकांपैकी एका बालकाला काविळीची लागण होते. त्याचं मुख्य कारण आहे गलिच्छ सुया. बरेच जण यकृताच्या आजाराने दगावतात. ही परिस्थिती बदलायची असा जनरल कयानींचा निर्धार होता, आणि जिथे सामान्य नागरिक अपयशी ठरले तिथे लष्कराने पुन्हा एकदा प्रवेश केला होता. त्यांनी या डॉक्टरांना ते मायदेशी परतण्याआधी या कामाच्या प्रगतीचा अहवाल द्यायला सांगितलं होतं. त्यानुसार डॉक्टर्स त्यांना भेटायला गेले तेव्हा जनरल कयानींसमोर दोन टीव्ही सुरू होते. एक स्थानिक उर्दू चॅनेल आणि एक इंग्रजी, 'स्काय न्यूज.' दोन्ही ठिकाणी माझ्यावरील हल्ल्याच्या बातम्या सुरू होत्या.

लष्करप्रमुख आणि डॉक्टरांचा आडनावसाधर्म्य सोडून काही संबंध नसला, तरी ते एकमेकांना चांगलं ओळखत होते. त्यामुळे जनरलनी डॉ. जाविदना सांगितलं की, तुम्ही यूकेला परत जाण्याआधी तिला तपासा.

डॉ. जाविद क्वीन एलिझाबेथ हॉस्पिटलमध्ये इमर्जन्सी केअर कन्सल्टन्ट आहेत. ते मला तपासायला कबूल झाले. पण त्यांनी सोबत डॉ. फिओना यांनाही न्यायचं असल्याचं सांगितलं. कारण त्या बर्मिंगहॅम चिल्ड्रन्स हॉस्पिटलमध्ये काम करतात आणि त्या लहान मुलांच्या अतिदक्षता विभागातील विशेषज्ञ आहेत. त्या पेशावरला यायला घाबरत होत्या, कारण हा भाग परदेशी लोकांसाठी 'नो-गो एरिआ' बनला होता. पण त्यांना मी कन्या शिक्षणाच्या चळवळीत काम करते हे कळल्यावर त्या आनंदाने मदत करायला तयार झाल्या. कारण त्यांना स्वत:ला चांगल्या शाळेत जाण्याचं आणि डॉक्टर बनण्याचं भाग्य लाभलं होतं.

या दोन डॉक्टर्सचं येणं कर्नल जुनैद व हॉस्पिटलच्या संचालकांना आवडलं नाही. त्यांच्यामध्ये शाब्दिक चकमकही झडली. अखेर डॉ. जाविद यांनी त्यांना कुणी पाठवलं आहे हे सांगितलं. दोघंही ब्रिटिश डॉक्टर्स तिथे जे दिसलं त्याबाबत समाधानी नव्हते. सर्वप्रथम त्यांनी हात धुण्यासाठी नळ सुरू केला तर नळाला पाणीच नव्हतं. त्यानंतर डॉ. फिओनांनी सगळी यंत्रं-उपकरणं आणि लेवल्स तपासल्या. आणि त्यांनी डॉ. जाविदना हळूच काहीतरी सांगितलं. त्यांनी माझा रक्तदाब कधी तपासला आहे याबाबत विचारलं.

त्यावर उत्तर मिळालं, ''दोन तासांपूर्वी.'' त्यावर त्या म्हणाल्या की, तिचा रक्तदाब सतत पाहत राहणं आवश्यक आहे. त्यांना परिचारिकेला आर्टिरिअल लाइन का नाहीये, असा प्रश्न केला. माझी कार्बन-डाय-ऑक्साइड लेव्हलही फारच कमी असल्याची त्यांनी तक्रार केली.

डॉ. फिओनांनी डॉ. जाविदना जे सांगितलं ते माझ्या वडिलांना ऐकू आलं नव्हतं. त्यामुळे ते आनंदात होते. त्या माझ्याबद्दल 'हिला वाचवता येऊ शकेल' असं म्हणाल्या. माझ्यावर योग्य वेळी योग्य शस्त्रक्रिया झाली होती, पण शस्त्रक्रियेनंतरच्या देखभालीमुळे मी बरी होण्याच्या शक्यता धूसर झाल्या होत्या. न्यूरोसर्जरीनंतर श्वासोच्छ्वास व गॅस एक्स्चेंजवर लक्ष ठेवणं अतिशय गरजेचं असतं आणि 'सीओटु' लेव्हल्स सामान्य असणं अपेक्षित असतं. तिथल्या सगळ्या नळ्या आणि यंत्रं याचीच नोंद घेत होती. डॉ जाविद म्हणाले, ''हे विमान उडवण्यासारखं आहे. तुम्ही फक्त योग्य उपकरणांद्वारेच ते करू शकता. समजा आणि हॉस्पिटलमध्ये सुविधा उपलब्ध असल्या, तरी त्यांच्या वापर नीट होत नव्हता.''

त्यानंतर हे दोन्ही डॉक्टर्स हेलिकॉप्टरने परत गेले. कारण, अंधार पडल्यानंतर पेशावरमध्ये थांबणं धोक्याचं होतं.

मला भेटायला जे लोक आले होते, पण ज्यांना आत येऊ दिलं नव्हतं, त्यांपैकी एक म्हणजे अंतर्गत मंत्री रेहमान मलिक. ते येताना माझा पासपोर्ट घेऊन आले होते. माझ्या वडिलांनी त्यांचे आभार मानले, पण मनातून ते अतिशय अस्वस्थ झाले होते. त्या दिवशी रात्री लष्कराच्या वसतिगृहात परत गेल्यानंतर त्यांनी तो पासपोर्ट खिशातून काढला आणि माझ्या आईला दिला.

''मलालाचा आहे, पण परदेशी जाण्यासाठी आहे का स्वर्गात, कोण जाणे...'' ते म्हणाले आणि दोघांनाही अश्रू अनावर झाले.

त्यांच्या हॉस्पिटलमधील विश्वात त्यांच्या लक्षातही आलं नव्हतं की, माझी बातमी संपूर्ण जगभर पोचली आहे आणि लोक मला उपचारासाठी परदेशी पाठवण्याचं आवाहन करत होते.

इकडे माझी तब्येत ढासळत चालली होती. माझ्या वडिलांनी फोन घेणं बंद केलं होतं, ते अगदी क्वचितच फोन घेत होते. त्यांनी जे काही मोजके फोन घेतले त्यातील एक फोन होता अरफा करीमच्या आईवडिलांचा. अरफा करीम ही पंजाबमधील बालसंगणकतज्ज्ञ होती. माझा तिच्याशी कार्यक्रमांच्या निमित्ताने परिचय झाला होता. तिच्या प्रोग्रॅमिंगमधील कौशल्यामुळे ती वयाच्या नवव्या वर्षी जगातील सर्वांत लहान मायक्रोसॉफ्ट सर्टिफाइड प्रोफेशनल बनली होती आणि तिला सिलिकॉन व्हॅलीत बिल गेट्सना भेटायचं निमंत्रण मिळालं होतं!

पण दुर्दैवाची गोष्ट म्हणजे, त्याच वर्षी जानेवारीत, तिला हृदयविकाराचा झटका आला. त्यापाठोपाठ फीट आली आणि त्यातच तिचा मृत्यू झाला. ती १६ वर्षांची होती, माझ्यापेक्षा फक्त एका वर्षाने मोठी. तिच्या वडिलांचा फोन आला तेव्हा माझे वडील ओक्साबोक्शी रडले.

''मुलीशिवाय माणसाने कसं जगायचं सांगा...'' ते स्फुंदत म्हणाले.

◆

२२

अज्ञाताच्या प्रवासाला...

माझ्यावर मंगळवारी दुपारी हल्ला झाला होता. गुरुवारी सकाळपर्यंत माझ्या वडिलांनी मी वाचण्याची आशा पूर्णपणे सोडली होती. त्यांनी माझे मामा फैज मोहम्मद यांना खेड्यात माझ्या अंत्यविधीची तयारी करायला सांगितलं होतं.

मला 'इन्ड्यूस्ड कोमा'त ठेवलं होतं. माझी अवस्था अधिकाधिक ढासळत होती. माझ्या चेहरा व शरीरावर सूज पसरत होती, माझ्या मूत्रपिंडं व फुप्फुसाचं कार्य बंद पडू लागलं होतं. माझ्या वडिलांनी मला नंतर सांगितलं की, त्या काचेच्या छोट्या क्यूबिकलमध्ये तुला इतक्या सगळ्या नळ्यांच्या जंजाळात पाहणं भीतिदायक होतं. मी वैद्यकीयदृष्ट्या मृत आहे हे त्यांना दिसत होतं. ते कोसळले होते.

"किती लवकर... आत्ता ती फक्त १५ वर्षांची आहे..." त्यांच्या मनात विचारांचं वादळ घुमत होतं. "ती इतकी अल्पायुषी असेल?"

माझी आई मात्र अजूनही प्रार्थना करत होती... ती तर झोपली असेल नसेल अशी व्यवस्था होती. फैज मोहम्मदनी तिला कुरआनमधील तीर्थयात्रेबद्दलच्या अध्यायाचं – 'हज सुरह'चं – पठण करायला सांगितलं होतं. ती सर्वशक्तिमान परमेश्वराबद्दलच्या १२ पंक्ती पुन्हा पुन्हा म्हणत होती.

ती माझ्या वडिलांना मी वाचणार आहे असं सतत सांगत होती, पण ते कसं हे माझ्या वडिलांना उमजत नव्हतं.

एकदा कर्नल जुनैद मला तपासायला आले तेव्हा माझ्या वडिलांनी त्यांना पुन्हा विचारलं, "ती वाचेल का हो?"

"तुमचा देवावर विश्वास आहे?" डॉक्टरांनी त्यांना विचारलं. "हो," माझे वडील म्हणाले. कर्नल जुनैद यांनी बरीच आध्यात्मिक उंची गाठलेली दिसत होती.

त्यांनी ''देवाला साकडे घाला, तो तुमची प्रार्थना नक्की ऐकेल,'' असं सांगितलं.

बुधवारी रात्री उशिरा लष्कराचे दोन डॉक्टर्स इस्लामबादहून गाडीने मला पाहायला येऊन गेले. ते अतिदक्षता विभागातील विशेषतज्ज्ञ होते. ब्रिटिश डॉक्टरांनी कयानींना सांगितलं होतं की, जर मला पेशावरमध्येच ठेवलं तर माझ्या मेंदूला इजा होईल किंवा तिथल्या शुश्रूषेचा दर्जा व संसर्गाचा प्रचंड धोका यांमुळे माझा मृत्यू होऊ शकतो. हा रिपोर्ट कळल्यानंतर जनरल कयानींनी या दोन डॉक्टर्सना पाठवलं होतं. पण त्यांना येण्यास फारच उशीर झाला आहे असं वाटत होतं.

हॉस्पिटलच्या स्टाफने डॉ. फिओनांनी सांगितलेले कोणतेही बदल केले नव्हते. रात्र सरेल तशी माझी तब्येत अधिकच ढासळत चालली होती. संसर्गाने पाय रोवले होते.

गुरुवारी सकाळी त्यातील एक विशेषज्ञ ब्रिगेडियर अस्लम यांनी डॉ. फिओनांना फोन केला.

''आता मलालाची अवस्था फारच गंभीर आहे,'' त्यांनी सांगितलं. मला 'डिससेमिनेटेड इन्ट्राव्हॅस्कुलर कोॲग्यूलेशन' (डीआयसी) नामक काहीतरी झालं होतं, म्हणजे माझ्या रक्ताची गुठळी होत नव्हती. माझा रक्तदाब अतिशय खालावला होता आणि ब्लड ॲसिड वाढलं होतं. मला लघवी अजिबात होत नव्हती. म्हणजे माझी मूत्रपिंडं निकामी होऊ लागली होती आणि लॅक्टेट लेव्हल्स वाढल्या होत्या. जे काही वाईट होणं शक्य होतं ते ते सगळं झालेलं दिसत होतं.

डॉ. फिओना बर्मिंगहॅमला परत जाणार होत्या. त्यांच्या बॅगा विमानतळावर पोचल्या होत्या आणि त्या विमानतळाकडे जायला निघणार इतक्यात, त्यांना ही बातमी समजली. मदत करायची तयारी दाखवून त्यांनी बर्मिंगहॅमला जाणं रद्द केलं. बर्मिंगहॅममधील त्यांच्या हॉस्पिटलमधील दोन परिचारिकाही त्यांच्यासोबत थांबल्या.

त्या गुरुवारी दुपारपर्यंत पुन्हा पेशावरला आल्या. त्यांनी माझ्या वडिलांना सांगितलं की, तिला हेलिकॉप्टरने रावळपिंडीच्या लष्करी हॉस्पिटलमध्ये न्यायचं आहे. तिथे अतिदक्षता विभागात सर्वोत्तम देखभाल होईल. इतक्या आजारी मुलीला हेलिकॉप्टरने कसं न्यायचं हे माझ्या वडिलांना कळत नव्हतं. पण डॉ. फिओनांनी त्यांना धीर दिला, ''माझं हे नेहमीचंच काम आहे, तुम्ही काळजी करू नका,'' असं त्यांनी सांगितलं.

माझ्या वडिलांनी त्यांना विचारलं, ''तुम्हाला ती वाचण्याची काही आशा आहे असं वाटतंय का?''

त्यावर त्या म्हणाल्या, ''जर आशा नसती, तर मी इथे आलेच नसते.''

माझे वडील सांगतात की, त्या क्षणी मला डोळ्यांतलं पाणी आवरताच आलं नाही.

काही वेळाने एका परिचारिकेने माझ्या डोळ्यांत ड्रॉप्स घातले.

"बघा, खैस्ता," माझी आई म्हणाली, "डॉ. फिओना बरोबर सांगत आहेत. त्या परिचारिकेने मलालाच्या डोळ्यांत औषध घातलं. जर ती वाचण्याची शक्यताच नसती, तर त्यांनी औषध घातलं नसतं."

माझ्याबरोबर जिला गोळी लागली होती त्या शाजियालाही याच हॉस्पिटलमध्ये आणलं होतं. फिओनांनी तिलाही तपासलं. त्यांनी माझ्या वडिलांना सांगितलं की, शाजियाची तब्येत ठीक आहे, आणि तिने मला "मलालाची काळजी घ्या!" अशी कळकळीची विनंती केली आहे.

आम्ही सर्व जण प्रचंड सुरक्षेत रुग्णवाहिकेतून हेलिपॅडपर्यंत गेलो... दोन्ही बाजूंना मोटरसायकलस्वार आणि लखलखणारे निळे दिवे. हेलिकॉप्टरचा प्रवास एक तास १५ मिनिटांचा होता. या संपूर्ण काळात डॉ. फिओना क्षणभरही खाली बसल्या नसतील. वाटभर त्या निरनिराळ्या उपकरणांशी झगडत होत्या. माझे वडील ते सगळं पाहत होते. त्या गेली अनेक वर्षं जे काम करत होत्या, तेच काम आत्ता करत होत्या. इंग्लंडमध्ये त्यांनी निम्मा कार्यकाल अत्यंत गंभीर आजारी मुलांना हलवण्यात आणि उर्वरित निम्मा कार्यकाल अतिदक्षता विभागात त्यांच्यावर उपचार करण्यात व्यतीत केला होता. पण अशी परिस्थिती मात्र त्यांनी कधी अनुभवली नव्हती. पाश्चात्त्य लोकांसाठी पेशावर धोकादायक होतं हा मुद्दा होताच, पण 'गूगल'वर माझ्याबद्दल जाणून घेतल्यावर ही सर्वसामान्य केस नाही हे त्यांच्या लक्षात आलं होतं.

"जर तिला काही झालं असतं, तर त्याचं खापर गोऱ्या बाईच्या माथ्यावर आलं असतं," त्या नंतर म्हणाल्या, "जर तिचा मृत्यू झाला असता, तर मी पाकिस्तानच्या मदर तेरेसांना ठार मारल्यासारखं झालं असतं."

आम्ही रावळपिंडीत उतरल्या उतरल्या लष्कराच्या सुरक्षेत आम्हाला रुग्णवाहिकेतून 'आर्म्ड् फोर्सेस इन्स्टिट्यूट ऑफ कार्डिऑलॉजी'मध्ये नेण्यात आलं.

ते पाहताच माझ्या वडिलांच्या मनात धोक्याची घंटा वाजली. त्यांना डोक्याच्या जखमेवरील उपचारातलं काय कळत असणार? पण डॉ. फिओनांनी त्यांना खातरी दिली की, इथे पाकिस्तानातील सर्वोत्तम अतिदक्षता सुविधा आहे, इथे अत्याधुनिक यंत्रं, उपकरणं आणि प्रशिक्षित ब्रिटिश डॉक्टर्स आहेत.

बर्मिंगहॅमहून आलेल्या त्यांच्या परिचारिका वाट पाहत होत्या. त्यांनी तिथल्या परिचारिकांना डोक्याच्या दुखापतीसंदर्भातील विशिष्ट कार्यपद्धती समजावून सांगितल्या. पुढचे तीन तास हे सगळे जण माझ्यासोबत होते. माझा ब्लड ट्रान्सफ्यूजन्सना अतिशय वाईट प्रतिसाद असल्यामुळे माझी ॲन्टिबॉयोटिक्स आणि ब्लड लाइन्स बदलत होते...

अखेर त्यांनी मी 'स्टेबल' असल्याचं सांगितलं.

हॉस्पिटलमध्ये कडेकोट सुरक्षा होती. सैन्याची अख्खी पलटण तैनात करण्यात आली होती. छतांवर स्नाइपर्ससुद्धा होते. कुणालाही आत प्रवेश नव्हता. डॉक्टरांना गणवेश घालावा लागत होता. रुग्णांना भेटायला फक्त त्यांचे जवळचे नातेवाईकच येऊ शकत होते आणि या सगळ्यांनासुद्धा कडक सुरक्षा तपासणीतून पार व्हावं लागत होतं.

माझ्या आईवडिलांसाठी एका लष्करी मेजरची नेमणूक केली होती. तो सगळीकडे त्यांच्या मागे जात होता.

माझे वडील खूप घाबरले होते. माझे मामा त्यांना सतत सांगत होते. "खूप सावध रहा. यातले काही जण सिक्रेट एजंट असू शकतात."

माझ्या घरच्यांना अधिकाऱ्यांच्या वसतिगृहात तीन खोल्या दिल्या होत्या. सर्वांचे मोबाइल फोन काढून घेतले होते. हे सुरक्षेच्या कारणांसाठी करत असल्याचं त्यांनी सांगितलं होतं, पण कदाचित माझ्या वडिलांना प्रसारमाध्यमांशी बोलता येऊ नये यासाठीही असं केलं असू शकेल. माझ्या आईवडिलांना वसतिगृहातून हॉस्पिटलपर्यंत थोडंच अंतर चालत यायचं असे, तेव्हा प्रत्येक वेळी त्यांना वॉकीटॉकीवरून परवानगी घेऊनच येता यायचं. त्यासाठी किमान अर्धा तास लागायचा. वसतिगृहाजवळची हिरवळ पार करून भोजनगृहापर्यंत जातानासुद्धा त्यांना सुरक्षा दिली जायची. बाहेरच्या कुणालाही आत येऊ दिलं जात नव्हतं; अगदी पंतप्रधानांनासुद्धा! ते मला पाहायला आले होते, तेव्हा त्यांनासुद्धा आत येऊ दिलं नव्हतं. सुरक्षाव्यवस्था अतिशय आश्चर्यकारक होती, पण गेल्या तीन वर्षांत तालिबानने सर्वोच्च सुरक्षा असलेल्या लष्करी स्थळांमध्येही शिरकाव करून हल्ले केले होते – मेहरानचा नाविक तळ, कामरा येथील हवाई दलाचा तळ व लगतच असलेलं लष्कराचं मुख्यालय.

आम्हा सर्वांनाच तालिबान हल्ल्याचा धोका होता. माझ्या वडिलांना सांगण्यात आलं होतं की, तुमच्या मुलांनासुद्धा सोडणार नाहीत. त्या वेळी खुशाल अजून मिंगोरातच असल्यामुळे त्यांना फार काळजी वाटत होती. खुशालला नंतर रावळपिंडीला आणलं आणि तो त्यांच्यासोबत राहू लागला. वसतिगृहात संगणक किंवा इंटरनेट काहीच नव्हतं. फक्त एक स्नेहपूर्ण आचारी होते – यासीम मामा. ते माझ्या घरच्यांना वर्तमानपत्रं किंवा त्यांना जे काही लागेल ते आणून द्यायचे. यासीम म्हणाले की, तुम्हाला जेवू घालण्याचा मला अभिमान वाटतो. त्यांचा प्रेमळपणा माझ्या घरच्यांच्या मनाला स्पर्शून गेला होता. ते त्यांच्याशी आपलेपणाने बोलायचे. यासीम यांना त्यांना चांगलंचुंगलं खायला घालून, त्यांचं दुःख हलकं करायचं असे.

पण कुणाचीच काही खायची इच्छा नसायची. मग ते आणखी रुचकर पदार्थ, कस्टर्ड्स, गोडधोड करायचे. एकदा जेवताना खुशाल म्हणाला, "आपण फक्त चौघंच... डायनिंग टेबल रिकामं वाटतंय." त्यांना माझ्याविना अपूर्ण वाटत होतं.

यासीमनी आणलेल्या वृत्तपत्रांत माझ्या वडिलांना माझ्यावरील हल्ल्याबाबत जगभरातून उमटलेल्यांपैकी काही प्रतिक्रिया वाचायला मिळाल्या. त्यांचा विश्वासच बसत नव्हता.

संयुक्त राष्ट्रसंघाच्या महासचिवांनी – बान की-मून – यांनी हे "अत्यंत गर्हणीय व भ्याड कृत्य" असल्याचं म्हटलं होतं. राष्ट्राध्यक्ष ओबामा यांनी माझ्यावरील हल्ला "दोषार्ह, घृणास्पद आणि दुःखद" असल्याचं म्हटलं होतं.

पण पाकिस्तानातील काही प्रतिक्रिया फारशा सकारात्मक नव्हत्या. काही वृत्तपत्रांनी मला 'पीस आयकॉन' म्हटलं होतं, तर काहींनी नेहमीचे कटकारस्थानांचे तर्क लढवले होते. काही ब्लॉगर्सनी तर माझ्यावर खरंच गोळीबार झाला आहे का, असासुद्धा प्रश्न उपस्थित केला होता. सगळ्या प्रकारच्या बातम्या आल्या होत्या, विशेषतः उर्दू प्रेसमध्ये. एका बातमीत म्हटलं होतं की, मी दाढी वाढवण्यावर टीका केली होती. माझ्याविरुद्ध आवाज उठवणाऱ्यांमधील एक आघाडीची व्यक्ती म्हणजे 'जमात-ए-इस्लामी' या धार्मिक पक्षाच्या डॉ. राहीला काजी या संसद सदस्या. त्यांनी माझी अमेरिकी लष्करी अधिकाऱ्यांशी घसट असल्याचा पुरावा म्हणून मी राजदूत रिचर्ड हॉलब्रुक यांच्या शेजारी बसले आहे हा फोटो दाखवला होता!

डॉ. फिओना हा आमच्यासाठी फार मोठा दिलासा होता. माझ्या आईला फक्त पश्तो बोलता येतं, त्यामुळे डॉक्टर फिओनांनी सांगितलेलं काहीही तिला समजत नसे. पण फिओना माझ्या खोलीतून बाहेर आल्या की, दोन्ही हातांचे अंगठे उंचावून 'गुड' म्हणायच्या. त्या माझ्या आईवडिलांसाठी फक्त डॉक्टरच नव्हे, तर दूत बनल्या होत्या.

त्या शांतपणे माझ्या आईवडिलांजवळ बसायच्या आणि माझ्या वडिलांना आईला प्रत्येक तपशील समजावून सांगायला सांगायच्या. माझ्या वडिलांना याचं खूप आश्चर्य वाटायचं आणि आनंदही व्हायचा. आमच्या देशात एखाद्या अशिक्षित बाईला असं समजावून सांगण्याची तसदी फार थोडे डॉक्टर घेतात. परदेशातून अनेक जणांनी माझ्यावर उपचाराची तयारी दाखवली होती. अमेरिकेतील 'जॉन्स हॉपकिन्स' या अग्रगण्य हॉस्पिटलने माझ्यावर मोफत उपचार देऊ केले होते. काही अमेरिकी लोकांनी व्यक्तिशः मदतीचा हात पुढे केला होता. त्यात होते, सिनेटर जॉन केरी व गॅब्रिएल गिफॉर्ड्स. जॉन केरी अत्यंत श्रीमंत होते. ते अनेकदा पाकिस्तानात आले हाते. गॅब्रिएल गिफॉर्ड्स काँग्रेस वूमन होत्या. अरिझोनातील एका शॉपिंग मॉलमध्ये मतदारांची भेट घेत असताना त्यांच्या डोक्यात गोळी

झाडली गेली होती.

त्याच बरोबर जर्मनी, सिंगापूर, अरब अमिराती व ब्रिटनमधूनही माझ्यावर उपचार करण्याची तयारी दर्शवली जात होती.

पण माझ्यावर कुठे उपचार करायचे याबाबत कुणीही माझ्या आईवडिलांशी विचारविनिमय केला नाही. सगळे निर्णय लष्करानेच घेतले. जनरल कयानींनी मला परदेशी पाठवावं की पाठवू नये, याबाबत डॉ. जाविद यांचा सल्ला घेतला. या प्रश्नासाठी लष्करप्रमुख जो वेळ देत होते त्याचं आश्चर्य वाटत होतं. डॉ. जाविद सांगतात की, त्यांनी माझ्याबद्दल त्यांच्याशी सहा तास चर्चा केली! मी जर वाचले नाही, तर त्यातून व्यक्त होणारा राजकीय ध्वन्यर्थ कुणा राजकारण्यांपेक्षा त्यांना अधिक समजला असावा. तालिबानवर सर्व शक्तिनिशी हल्ला चढवण्यासाठी त्यांना राजकीय एकमत घडण्याची अपेक्षा होती. त्यांच्या जवळची माणसं ते कनवाळू असल्याचं सांगतात. त्यांचे वडील सामान्य सैनिक होते, त्यांचं तरुण वयातच निधन झालं. त्यामुळे घरातील थोरला मुलगा या नात्याने आठ भावंडांसह सगळ्या घराची जबाबदारी त्यांच्यावर पडली. ते लष्कर प्रमुख झाल्यानंतर त्यांनी सर्वप्रथम केलेलं काम म्हणजे, त्यांनी लष्करातील अधिकाऱ्यांपेक्षा सामान्य सैनिकांसाठी निवारा, अन्नधान्य आणि शिक्षणविषयक सुविधांत सुधारणा घडवल्या.

डॉ. फिओनांनी माझ्या बोलण्यात तोतरेपणा येण्याची आणि उजवा हात व उजवा पाय कमजोर राहण्याची शक्यता असल्याचं सांगितलं. त्यामुळे मला पूर्वस्थितीप्रत येण्यासाठी बऱ्याच सुविधांची आवश्यकता होती, ज्या पाकिस्तानात नव्हत्या.

"जर तुम्हाला शक्य तितका उत्तम परिणाम खरंच हवा असेल, तर तिला परदेशी घेऊन जा," त्यांनी सल्ला दिला.

जनरल कयानी यामध्ये अमेरिकेला सहभागी करून न घेण्यावर अडून होते. कारण रेमंड डेव्हिसचा अध्याय, बिन लादेनसाठी घातलेला छापा, तसंच सीमा नाक्यावर अमेरिकी हेलिकॉप्टरद्वारे काही पाकिस्तानी सैनिकांचा मृत्यू या घटनांनंतर या दोन देशांमधील संबंध कटू झाले होते. डॉ. जाविदनी लंडनमधील ग्रेट ऑरमंड स्ट्रीट, एडिनबर्ग आणि ग्लासगोमधील प्रसिद्ध हॉस्पिटल्स सुचवली. त्यावर जनरल कयानींनी विचारलं, "तुमच्याच हॉस्पिटलमध्ये का नको?"

डॉ. जाविद यांना हा प्रश्न अपेक्षितच होता. बर्मिंगहॅममधील 'क्वीन एलिझाबेथ हॉस्पिटल' अफगणिस्तान व इराकमधील ब्रिटिश सैनिकांवर उपचार करण्याबाबत प्रसिद्ध होतं. हे हॉस्पिटल शहरापासून दूर असल्यामुळे तिथ खासगीपण जपलं जाणार होतं. त्यांनी त्यांचे बॉस केविन बोल्जर यांना फोन केला. ते हॉस्पिटलचे चीफ ऑपरेटिंग ऑफिसर होते. त्यांनी ताबडतोब याला संमती दिली, पण नंतर मात्र ते म्हणाले, "त्यामुळे हॉस्पिटलगध्ये काय काय होणार आहे याचा आम्हा कुणाला

जराही अंदाज नव्हता.''

माझ्यासारख्या एका परदेशी 'अज्ञान' मुलीला क्वीन एलिझाबेथ हॉस्पिटलमध्ये आणणं ही सोपी कसरत नव्हती. लवकरच बोल्जर ब्रिटिश आणि पाकिस्तानी नोकरशाहीच्या कसून तपासणीच्या फेऱ्यात अडकले. दरम्यान काळाची वाळू मुठीतून निसटून जात होती. माझी तब्येत स्थिर झाली असली, तरी मला ४८ तासांत हलवणं आवश्यक होतं, जास्तीत जास्त ७२ तासांत.

अखेर 'गो-अहेड'चा हिरवा कंदील मिळाला. आता डॉक्टरांपुढे प्रश्न होता, मला कसं हलवायचं आणि त्याचा खर्च कोण करणार? डॉ. जाविदनी रॉयल एअर फोर्सचा प्रस्ताव स्वीकारावा, असं सुचवलं. कारण त्यांना अफगाणिस्तानातील जखमी सैनिकांना एका ठिकाणाहून दुसरीकडे नेण्याचा अनुभव होता, पण ही सूचना जनरल कयानींनी फेटाळली. त्यांनी डॉ. जाविदना रात्री उशिरा त्यांच्या घरी चर्चा करण्यासाठी बोलावलं. जनरल रात्री उशिराही काम करतात. त्यांनी नेहमीप्रमाणे एकामागून एक सिगारेट संपवत डॉ. जाविदना समजावून सांगितलं की, यामध्ये कोणत्याही परदेशी लष्कराचा सहभाग नको. आधीच माझ्यावरील हल्ल्यासंदर्भात बऱ्याच वावड्या उठत होत्या, कुणी मला 'सीआयएची एजंट' म्हणत होतं, तर कुणी आणखी काही. अशा परिस्थितीत लष्करप्रमुखांना आगीत तेलं ओतलं जायला नको होतं.

त्यामुळे डॉ. जाविद यांची अवस्था बिकट झाली. ब्रिटिश सरकारने साहाय्य देऊ केलं होतं, पण त्यांना पाकिस्तान सरकारकडून औपचारिक विनंती हवी होती. पण आमचं सरकार नाचक्की होईल म्हणून तसं सांगण्यास नाखूश होतं. सुदैवाने, त्या वेळी संयुक्त अरब अमिरातीमधील एक सत्ताधारी कुटुंब पुढे आलं. त्यांनी त्यांचं खासगी जेट देण्याची तयारी दर्शवली. त्यामध्ये ऑन-बोर्ड हॉस्पिटल होतं. मग १५ ऑक्टोबर रोजी, मंगळवारी पहाटेच्या सुमाराला पाकिस्तानातून विमानाने परदेशी नेण्यात आलं... आयुष्यात प्रथमच.

माझ्या आईवडिलांना या सगळ्या वाटाघाटींची काहीव कल्पना नव्हती. त्यांना फक्त मला परदेशात हलवण्यासंदर्भात चर्चा सुरू आहेत एवढंच माहीत होतं. त्यांनी स्वाभाविकपणे असं गृहीत धरलं होतं की, मला कुठेही नेलं तरी ते माझ्या सोबतच जातील. माझ्या आई व भावांजवळ पासपोर्ट अथवा कागदपत्रं नव्हती. रविवारी दुपारी कर्नलनी माझ्या वडिलांना सांगितलं की, दुसऱ्या दिवशी सकाळी मला इंग्लंडला हलवण्यात येणार आहे आणि फक्त तुम्ही तिच्यासोबत जाऊ शकता. म्हणजे माझी आई किंवा भाऊ आमच्यासोबत येऊ शकणार नव्हते! त्यांच्या पासपोर्टची व्यवस्था करण्यात अडचणी आहेत आणि सुरक्षेच्या कारणास्तव तुम्ही तिच्यासोबत जाणार

असल्याचं घरच्या कुणालाही सांगू नका, असं त्यांना सांगण्यात आलं. माझे वडील माझ्या आईला प्रत्येक गोष्ट सांगतात. त्यामुळे अशी गोष्ट लपवून ठेवणं तर त्यांना मुळीच शक्य नव्हतं. त्यांनी तिला जड अंत:करणाने ही बातमी सांगितली. त्या वेळी ती माझे मामा फैज मोहम्मद यांच्यासोबत होती. हे ऐकताच माझे मामा भयंकर चिडले. त्यांना माझ्या भावांच्या सुरक्षेची काळजी वाटत होती.

''जर ही एकटी दोन मुलांना घेऊन मिंगोरात राहिली, तर त्यांच्या बाबतीत काहीही घडू शकेल!''

मग माझ्या वडिलांनी कर्नलना फोन करून सांगितलं की, ''मी याची माझ्या घरच्यांना कल्पना दिली. ते अतिशय दु:खी झाले आहेत. मी त्यांना सोडून जाऊ शकत नाही.''

माझ्या वडिलांच्या या निर्णयामुळे अतिशय मोठा प्रश्न निर्माण झाला. कारण, मी कायद्याने अज्ञान असल्यामुळे मला एकटीला पाठवता येणार नव्हतं. त्यामुळे कर्नल जुनैद, डॉ. जाविद व डॉ. फिओना यांच्यासह अनेकांनी माझ्या वडिलांना माझ्यासोबत जाण्यास तयार करण्याचा खूप प्रयत्न केला. पण माझ्या वडिलांनी कुणालाच दाद दिली नाही. आपल्यामुळे अनर्थ ओढवणार आहे हे त्यांना कळत असूनही त्यांच्या निर्णयावर ते ठाम होते.

त्यांनी डॉ. जाविदना सांगितलं, ''माझी मुलगी आता सुरक्षित हातांत आहे आणि ती सुरक्षित देशात जात आहे. मी माझ्या पत्नी व मुलांना इथे एकटं सोडून येऊ शकत नाही. त्यांना धोका आहे. माझ्या मुलीच्या बाबतीत जे घडायचं ते घडून गेलं आहे. आता ती परमेश्वराच्या हाती आहे. मी पिता आहे. मला माझ्या मुलीइतकीच माझी मुलंही महत्त्वाची आहेत.''

मग डॉ. जाविदनी माझ्या वडिलांची खासगीत भेट घेतली.

''तुम्ही न येण्याचं फक्त एवढंच कारण आहे?'' त्यांनी विचारलं. माझ्या वडिलांवर कुणी दबाव आणत नाहीये ना, याची त्यांना खातरी करून घ्यायची होती.

''माझी पत्नी म्हणाली, 'तुम्ही आम्हाला सोडून जाऊ नका,''' माझ्या वडिलांनी सांगितलं. डॉक्टरांनी माझ्या वडिलांच्या खांद्यावर हात ठेवला आणि तिची नीट काळजी घेतली जाईल, माझ्यावर विश्वास ठेवा असं सांगितलं.

''मलालावर हल्ला झाला त्या वेळी तुम्ही सर्व जण इथे होतात हा चमत्कारच नाही का?'' माझे वडील म्हणाले.

''परमेश्वर आधी समस्येचं उत्तर आणि त्यांनतर समस्या पाठवतो असा माझा विश्वास आहे,'' डॉ. जाविद म्हणाले. मग माझ्या वडिलांनी 'इन लोको पेरेन्टीस' कागदपत्रांवर स्वाक्षरी करून डॉ. फिओनांकडे माझ्या इंग्लंडवारीचं पालकत्व सोपवलं. माझा पासपोर्ट त्यांच्या हातात ठेवताना माझ्या वडिलांचे डोळे भरून आले होते.

"फिओना, माझा तुमच्यावर भरवसा आहे, प्लीज माझ्या मुलीची काळजी घ्या," माझे वडील त्यांचा हात हातात घेत म्हणाले.

त्यानंतर माझ्या आईवडिलांनी माझ्याजवळ येऊन माझा निरोप घेतला. त्या वेळी रात्रीचे ११ वाजले जोते. ते मला पाकिस्तानात शेवटचंच पाहत होते. मला बोलता येत नव्हतं. माझे डोळे बंद होते, फक्त माझा श्वासोच्छ्वास सुरू होता. त्यामुळे त्यांना मी अजून जिवंत आहे, असा दिलासा मिळत होता. माझी आई रडत होती, पण माझ्या वडिलांना मात्र आता माझा धोका टळला आहे असं वाटत होतं. त्यामुळे ते तिची समजूत घालत होते. सुरुवातीला त्यांनी ज्या सगळ्या 'डेडलाइन्स' दिल्या होत्या – पुढचे २४ तास अतिशय धोक्याचे आहेत... ४८ तास निर्णायक आहेत... ७२ तास आणीबाणीचे आहेत असं सांगितलं होतं – त्या सगळ्या काहीही अनुचित न घडता पार पडल्या होत्या. माझी सूज उतरली होती, ब्लड लेव्हल्सही सुधारल्या होत्या. डॉ. फिओना आणि डॉ. जाविद माझी सर्वतोपरी काळजी घेतील याची माझ्या कुटुंबाला खातरी होती.

माझे आईवडील त्यांच्या खोलीत परत आले. रात्र मंदगतीने पुढे सरकत होती. मध्यरात्र उलटून गेली. तितक्यात दारावर टकटक झाली. दारात एक कर्नल उभे होते. त्यांनी या आधीही माझ्या वडिलांनी माझ्या आईला इथेच ठेवून इंग्लंडला जावं, हे त्यांना पटवून देण्याचा प्रयत्न केला होता. त्यांनी माझ्या वडिलांना सांगितलं की, तुम्हाला तिच्यासोबत जावंच लागेल, नाहीतर मला नेलंच जाणार नाही.

"मी तुम्हाला काल रात्रीच सांगितलं आहे की, हा विषय संपला आहे." माझे वडील म्हणाले, "तुम्ही मला कशासाठी उठवलंत? मी माझ्या कुटुंबाला सोडून जाणार नाही."

त्यानंतर आणखी एका अधिकाऱ्याने त्यांना फोन केला.

"तुम्ही गेलं पाहिजे. तुम्ही तिचे वडील आहात. जर तुम्ही तिच्यासोबत गेला नाहीत, तर कदाचित तिला इंग्लंडमधील हॉस्पिटलमध्ये दाखल करून घेतलं जाणार नाही," ते म्हणाले.

"जे ठरलंय ते ठरलंय," माझे वडील ठामपणे म्हणाले. "मी माझा निर्णय बदलणार नाही. आमची कागदपत्रं तयार झाली की, काही दिवसांत आम्ही सगळेच तिकडे जाऊ."

मग ते कर्नल म्हणाले, "हॉस्पिटलमध्ये चला. आणखी काही कागदपत्रांवर सह्या करायच्या आहेत."

माझ्या वडिलांना संशय येऊ लागला. मध्यरात्र उलटली होती. त्यामुळे ते घाबरले होते. त्यांना त्या अधिकाऱ्यांसोबत एकट्याने जायचं नव्हतं. म्हणून त्यांनी माझ्या

आईलाही सोबत नेलं. त्यांना इतकी काळजी वाटत होती की, ते पवित्र कुरआनमधील अध्याय पुन:पुन्हा म्हणत होते. या अध्यायात बायबलमधल्या जोनाह यांच्या कथेसारखीच देवमाशाने गिळलेल्या युनूस यांची कथा आहे. देवमाशाच्या पोटात प्रेषित युनूसनी हा अध्याय म्हटला होता. हा अध्याय आपल्याला आपण जर श्रद्धा ठेवली तर सर्वांत वाईट त्रासांतून व संकटांतूनही मार्ग निघू शकतो, असा धीर देतो.

हॉस्पिटलमध्ये पोचल्यानंतर कर्नलनी माझ्या वडिलांना सांगितलं की, मला इंग्लंडला जायची परवानगी मिळण्यासाठी आणखी काही कागदपत्रांवर स्वाक्षरी करणं आवश्यक आहे. ते अगदी सोपं होतं. पण सर्व व्यवस्थेबाबत जी गुप्तता पाळली जात होती, त्यामुळे ते भयंकर कासावीस आणि भयभीत झाले होते... सगळीकडे गणवेशातील माणसं, आणि आमचं कमजोर कुटुंब, यांमुळे ते भयंकर घाबरले होते आणि सगळ्याचा भलताच अर्थ लावत होते. हा सगळा प्रकार नोकरशाहीच्या गोंधळामुळे घडला होता.

अखेर, ते जड अंत:करणाने पुन्हा वसतिगृहात आले. माझ्या वडिलांना मी शुद्धीवर येईल तेव्हा अनोळखी देशात, माझ्या कुटुंबाविना तिथे असणं अगदी नकोसं वाटत होतं. मी किती गोंधळून जाईन याची त्यांना काळजी वाटत होती. मला अखेरची आठवण असणार ती स्कूल बसची... त्यांनी मला सोडून दिलं असं मला वाटेल या कल्पनेनं ते अस्वस्थ झाले होते.

१५ ऑक्टोबर रोजी, सोमवारी, पहाटे पाच वाजता मला सशस्त्र सुरक्षाव्यवस्थेत विमानतळापर्यंत नेण्यात आलं. विमानतळाकडे जाणारे सर्व रस्ते बंद करण्यात आले होते आणि त्या मार्गावरील इमारतींच्या छतावर स्नाइपर्स तैनात करण्यात आले होते. संयुक्त अरब अमिरातीचं विमान तिथे येऊन थांबलेलं होतंच. मला नंतर सांगितलं की, ते विमान म्हणजे आलिशान सुखसोयींची परिसीमा होती. मऊ मुलायम डबल बेड, प्रथम श्रेणीच्या १६ सीट्स आणि पाठीमागच्या बाजूला छोटं हॉस्पिटल. त्यामध्ये युरोपीय परिचारिका आणि एक जर्मन डॉक्टर होते. ते सगळं अनुभवायला मी शुद्धीवर नव्हते याचं मला अतिशय वाईट वाटतं. त्या विमानाने आकाशात भरारी घेतली, वाटेत इंधन भरण्यासाठी ते अबूधाबीला थांबलं. तिथून त्याने बर्मिंगहॅमच्या दिशेने झेप घेतली, दुपारी उशिरा विमान बर्मिंगहॅममध्ये उतरलं.

इकडे वसतिगृहात माझे आईवडील वाट पाहत होते. त्यांचे पासपोर्ट आणि व्हिसा तयार होत आहेत असं त्यांनी गृहीत धरलं होतं. त्यामुळे काही दिवसांतच त्यांना माझ्याकडे येता येईल असं त्यांना वाटत होतं. पण त्याबाबतीत काहीच हालचाल नव्हती. ना फोन आला, ना इतर काही... त्यांना ते काम कुठवर आलं आहे, ते पाहण्याासाठी कॉम्प्यूटर ॲक्सेसही नव्हता. ती एक न संपणारी प्रतीक्षा होती.

◆

भाग - ५

पुनर्जन्म

وطن زما زه د وطن یم - که د وطن د پاره مرم خوشحاله یمه

Watan zama za da watan yam
Ka da watan da para mram khushala yama!

मी देशभक्त आहे आणि माझं माझ्या देशावर प्रेम आहे
त्यासाठी मी साऱ्या-साऱ्याचा आनंदाने त्याग करीन...

२३

द गर्ल शॉट इन द हेड, बर्मिंगहॅम

१६ ऑक्टोबर रोजी मी शुद्धीवर आले... म्हणजे मला गोळी लागल्यापासून एक आठवड्याने. मी घरापासून हजारो मैल दूर होते. मला श्वासोच्छ्वास करता यावा यासाठी माझ्या मानेत एक नळी घातली होती. मला बोलता येत नव्हतं. माझं आणखी एक सीटी स्कॅन करून मला पुन्हा 'क्रिटिकल केअर'मध्ये नेण्यात येत होतं. मला पूर्ण शुद्ध येईपर्यंत मी जाग आणि ग्लानी यादरम्यान हेलकावत होते.

शुद्धीवर आल्या आल्या माझ्या मनात आलेला पहिला विचार म्हणजे, 'मी मेले नाहीये त्याबद्दल परमेश्वराचे आभार!' पण मला मी कुठे आहे हेच कळत नव्हतं. मी माझ्या मायभूमीत नाही हे मला कळत होतं. आजूबाजूला सगळ्या परिचारिका आणि डॉक्टर्स वेगवेगळ्या देशांतील दिसत असूनही इंग्रजीत बोलत होते. मी त्यांच्याशी बोलायचा प्रयत्न करत होते, पण माझ्या मानेतल्या नळीमुळे माझं बोलणं कुणाला ऐकू येत नव्हतं. सुरुवातीला मला डाव्या डोळ्याने अतिशय अंधूक दिसत होतं... सगळ्यांना दोन दोन नाकं आणि चार चार डोळे दिसत होते. माझ्या जागृत मेंदूत आता सगळे प्रश्न नाचू लागले होते –

'मी कुठे आहे? मला इथे कुणी आणलं? माझे आईवडील कुठे आहेत? माझे वडील जिवंत आहेत ना?...' मी घाबरून गेले होते.

त्या वेळी डॉ. जाविद तिथे होते. ते म्हणतात, "तुझ्या चेहऱ्यावर त्या क्षणी जी भीती आणि गोंधळ होता, ते दृश्य मी कधीही विसरणार नाही." ते माझ्याशी उर्दूत बोलले. मला फक्त एवढंच कळलं की, अल्लाहनी मला नवा जन्म दिला आहे. डोक्यावरून स्कार्फ घेतलेल्या एका प्रेमळ बाईंनी माझा हात धरून आमच्या पारंपरिक मुस्लीम रिवाजानुसार मला 'असलामु अलैकुम' केलं. मग त्यांनी उर्दूत

प्रार्थना व कुरआन पठण सुरू केलं. त्यांचं नाव रेहाना होतं. त्या मुस्लीम धर्मोपदेशक होत्या. त्यांचा स्वर अतिशय मृदू होता आणि शब्द मन शांत करणारे... मी पुन्हा झोपेच्या अधीन झाले.

मी हॉस्पिटलमध्ये नाहीये अशी मी कल्पना करत होते.

दुसऱ्या दिवशी मला जाग आली तेव्हा मी एका विचित्र हिरव्या खोलीत होते. या खोलीला खिडक्या नव्हत्या आणि तिथे प्रखर दिवे होते. तो क्वीन एलिझाबेथ हॉस्पिटलमधील 'इन्टेन्सिव्ह केअर क्यूबिकल' होता. तिथे सगळं स्वच्छ आणि चकचकीत होतं, मिंगोरातल्या हॉस्पिटलसारखं नव्हतं.

एका परिचारिकेने मला पेन्सील आणि पॅड दिलं. पण मला नीट लिहिता येत नव्हतं. शब्द चुकीचे येत होते. मला माझ्या वडिलांचा फोन नंबर लिहायचा होता, पण मला अक्षरं सुटीसुटी लिहिताच येत नव्हती. डॉ. जाविदनी माझ्यासाठी मूळाक्षरांचा बोर्ड मागवून घेतला. त्यावर मी खुणेने अक्षरं सांगू शकणार होते. मी पहिले शब्द सांगितले – 'फादर' आणि 'कंट्री'. परिचारिकेनं मला मी बर्मिंगहॅममध्ये असल्याचं सांगितलं. पण म्हणजे कुठे हे मला माहीत नव्हतं. मग त्यांनी माझ्यासाठी नकाशा आणला, हे ठिकाण बर्मिंगहॅममध्ये आहे हे मला कळावं यासाठी. मला काय घडलं आहे ते माहीत नव्हतं. परिचारिका मला काहीही सांगत नव्हत्या. माझं नावसुद्धा. मी अजूनही 'मलाला'च होते?

माझं डोकं इतकं भयंकर दुखत होतं की, इंजेक्शनं देऊनसुद्धा ते दुखायचं थांबत नव्हतं. माझ्या डाव्या कानातून रक्तस्राव होत होता आणि उजवा हात जड वाटत होता. परिचारिका आणि डॉक्टर्स आतबाहेर करत होते. परिचारिका मला प्रश्न विचारत होत्या. ''येस असेल तर डोळ्यांची दोनदा उघडझाप कर,'' त्यांनी मला सांगितलं. पण काय चाललंय किंवा मला इथे कुणी आणलं याबद्दल मात्र मला कुणीही काही सांगितलं नाही. त्यांना स्वत:लाच ते माहीत नसावं. माझ्या चेहऱ्याची डावी बाजू नीट काम करत नाहीये हे मला जाणवत होतं. मी परिचारिका किंवा डॉक्टरांकडे जास्त वेळ पाहत राहिले तर माझ्या डाव्या डोळ्यांतून पाणी येत होतं. मला डाव्या कानाने ऐकू येत नव्हतं. माझ्या जबड्याचीही नीट हालचाल होत नव्हती. मी त्या सगळ्यांना खुणेने माझ्या उजव्या बाजूला उभं राहायला सांगितलं.

त्यानंतर डॉ. फिओना नामक प्रेमळ स्त्री आली. त्यांनी मला शुभ्र टेडी बेअर दिलं. त्या म्हणाल्या, ''याचं नाव जुनैद ठेवू या, का ते तुला नंतर सांगेन.'' मला जुनैद कोण ते माहीत नव्हतं. त्यामुळे मी त्याचं नाव ठेवलं 'लिली.' त्यांनी मला लिहिण्यासाठी गुलाबी वहीसुद्धा आणून दिली. मी त्यात लिहिलेले पहिले दोन प्रश्न होते, 'माझे वडील का नाहीयेत?' आणि 'माझ्या वडिलांजवळ इतके पैसे नाहीत.

या सगळ्याचा खर्च कोण करणार आहे?'

"तुझे वडील सुखरूप आहेत," त्या म्हणाल्या, "ते पाकिस्तानात आहेत. तू पैशाची चिंता करू नकोस."

माझ्याजवळ येणाऱ्या कुणालाही मी हेच प्रश्न पुन्हा पुन्हा विचारत होते, पण सगळे जण हेच उत्तर देत होते. मला मात्र ते पटत नव्हतं. मला काय झालं होतं, काही कळत नव्हतं. माझा कुणावरही विश्वास बसत नव्हता. जर माझे वडील सुखरूप आहेत, तर ते इथे का आले नाहीत?... माझ्या मनात येत होतं... मी कुठे आहे हेच त्यांना माहीत नसणार. ते मला मिंगोराच्या चौकाचौकात, बाजारात शोधत असतील. माझे आईवडील सुखरूप आहेत या गोष्टींवर माझा विश्वास बसत नव्हता. मला शुद्ध आल्यानंतर पहिले काही दिवस माझं मन स्वप्नमय जगतात ये-जा करत होतं. मी बेडवर पडलेली असताना, आजूबाजूला तिथली माणसं असताना मनात इतक्या आठवणी तरळून जायच्या... इतक्या की, मोजतासुद्धा येणार नाहीत. मनात फक्त एकच प्रश्न असायचा. 'अबा कुठे आहेत?' मला गोळ्या घातल्या... पण स्वप्नांत का स्मृतीत; तेच नक्की कळत नव्हतं.

या सगळ्याचा खर्च किती येईल हा विचार माझी पाठ सोडत नव्हता. मला मिळालेल्या पुरस्कारांच्या रकमांतून जमलेले बरेचसे पैसे शाळेसाठी आणि शांगलामध्ये जमीन खरेदी करण्यात संपले होते. डॉक्टरांना एकमेकांशी बोलताना पाहिलं की, मला वाटायचं, ते म्हणत असतील – "मलालाकडे पैसे नाहीत. ती तिच्या उपचारांचा खर्च पेलू शकत नाही."

तिथे एक पोलिश डॉक्टर होते. त्यांच्या चेहऱ्यावर कायम कष्टी भाव असायचे. मला वाटायचं, हे हॉस्पिटलचे मालक असणार आणि मी पैसे देऊ शकत नसल्यामुळे ते दुःखी असणार. मग मी एका परिचारिकेला खाणाखुणा करून कागद मागून घेतला आणि त्यावर लिहिलं, "तुम्ही इतके दुःखी का?"

त्यावर ते म्हणाले, "नाही, मी दुःखी नाही."

"पैसे कोण देणार आहे?" मी लिहिलं. "आमच्याकडे पैसे अजिबात नाहीत."

"काळजी करू नकोस, तुमचं सरकार पैसे देईल," ते म्हणाले. त्यानंतर मला पाहताच ते कायम स्मित करायचे.

मी नेहमीच रामस्यांची उत्तरं शोधत असते. त्यामुळे मला हॉस्पिटलच्या स्वागत कक्षात जाऊन, आईवडिलांना फोन करायचा आहे असं सांगावं असं मनात यायचं. पण माझा मेंदू मला सांगत असायचा –

तुझ्याजवळ फोनसाठी पैसे नाहीत, तुला कोडही माहीत नाही. मग मनात यायचं, मी बाहेर जाऊन काही काम सुरू करावं, म्हणजे त्या पैशातून फोन विकत

घेता येईल. मला वडिलांना फोन करता येईल, मग आम्ही सगळे पुन्हा एकत्र येऊ...

माझ्या मनात सगळ्या गोष्टींचा गोंधळ माजला होता. डॉ. फिओनांनी मला दिलेलं टेडी बेअर हिरव्या रंगाचं होतं आणि ते नेऊन त्याऐवजी इथे शुभ्र टेडी बेअर ठेवलं आहे असं मला वाटायचं.

"हिरवं टेडी कुठे आहे?" मी सतत विचारायचं. तिथले लोक मला प्रत्येक वेळी 'हिरवं टेडी नव्हतंच' असं सांगायचे, पण मी तोच प्रश्न परत परत विचारत होते.

बहुधा इन्टेन्सिव्ह केअर युनिटचा भिंतींचा प्रकाश परावर्तित होऊन हिरवा भासत असावा, पण मला अजूनही तिथे हिरवं टेडी होतं असं स्पष्टपणे आठवतं आहे.

मी इंग्रजी शब्द विसरत होते. मी एका परिचारिकेला लिहून दाखवलं. "अ वायर टू क्लिन माय टीथ."

मला क्षणात काहीतरी अडकल्यासारखं वाटत होतं. मला 'फ्लॉस' म्हणायचं होतं. प्रत्यक्षात माझी जीभ जड झाली होती, माझे दात ठीक होते. फक्त रेहाना आल्या की, माझं मन शांत व्हायचं. त्या मी बरी होण्यासाठी प्रार्थना म्हणायच्या, त्यातील काही ओळींसमवेत माझे ओठ हलू लागायचे आणि शेवटी मी 'आमिन' म्हणू लागले होते. तिथला टीव्ही लावला जायचा नाही. फक्त मला 'मास्टर शेफ' पाहू दिलं जायचं. तो कार्यक्रम मी मिंगोरात असताना पाहायचे. मला तो खूप आवडायचाही. पण सगळं धूसर दिसत होतं. नंतर मला कळलं की, तिथे वृत्तपत्रं आणायला किंवा मला काहीही सांगण्यास परवानगी नव्हती. कारण त्यामुळे माझ्या मनावर आघात होऊ शकेल याची डॉक्टरांना चिंता होती.

माझ्या वडिलांचा मृत्यू झाला असू शकेल या विचाराने मी गर्भगळीत झाले होते. मग फिओनांनी आदल्या आठवड्यातील एक पाकिस्तानी वृत्तपत्र आणलं. त्यामध्ये माझे वडील जनरल कयानींशी बोलत आहेत असा फोटो होता. त्या फोटोत मागच्या बाजूला, माझ्या भावाशेजारी शाल पांघरलेली एक आकृती दिसत होती. मला फक्त या व्यक्तीचे पाय दिसत होते.

"ही माझी आई आहे!" मी लिहिलं.

त्यानंतर डॉ. जाविद त्यांचा मोबाइल घेऊन आत आले.

"आपण तुझ्या आईवडिलांना फोन करू या," ते म्हणाले. माझे डोळे चकमत होते. मनात थरार उसळला होता.

"तू रडायचं नाहीस, आरडाओरडा करायचा नाहीस," त्यांनी मला सांगितलं.

ते कडक होते, पण अतिशय प्रेमळ होते. जणू मला कायम ओळखत असावेत.

“मी तुला मोबाइल देतो. तू खंबीरपणे बोल,” ते म्हणाले. मी मान डोलावली. मग त्यांनी एक नंबर डायल केला, त्यावर स्वत: बोलले आणि मग फोन मला दिला.

पलीकडून माझ्या वडिलांचा आवाज आला. माझ्या मानेतल्या नळीमुळे मला बोलता येत नव्हतं. पण त्यांचा आवाज ऐकून मला खूप आनंद झाला. माझ्या चेहऱ्याच्या अवस्थेमुळे मला हसता येत नव्हतं. पण जणू आतून हास्य उमलून येत होतं.

“मी लवकरच येतो,” त्यांनी सांगितलं, “आता विश्रांती घे. दोन दिवसांत आम्ही तिकडे येतोय.”

नंतर त्यांनी मला सांगितलं की, डॉ. जाविदनी त्यांनाही रडायचं नाही असं बजावलं होतं. कारण त्यामुळे आम्हा सर्वांचीच अवस्था आणखी वाईट झाली असती. डॉक्टरांना आम्ही एकमेकांसाठी खंबीर व्हायला हवं होतं. मला जास्त शीण येऊ नये म्हणून त्यांनी फोन जास्त लांबवला नाही. आईने मला प्रार्थनेच्या शब्दांनी आशीर्वाद दिला.

मी अजूनही असं गृहीत धरून होते की, माझ्या उपचारांसाठी पैसे नसल्यामुळे माझे वडील इथे आलेले नाहीत. त्यामुळेच ते आमची खेड्यातील जमीन आणि शाळा विकण्यासाठी पाकिस्तानात थांबले आहेत. पण आमचा जमिनीचा तर एवढासा तुकडा होता आणि आमच्या शाळेच्या इमारती व आमचं घर भाड्याचं होतं... मग ते काय विकणार? बहुधा ते श्रीमंत लोकांकडून पैसे कर्जाऊ घेत असणार....

त्या फोननंतरही माझे आईवडील पूर्णत: आश्वस्त नव्हते. त्यांनी अजूनही माझा प्रत्यक्ष आवाज ऐकला नव्हता. बाह्य जगाशी त्यांचा अजूनही काहीही संपर्क नव्हता. त्यांना भेटायला येणारे लोक वेगवेगळ्या गोष्टी सांगत होते. स्वातमधील लष्करी मोहिमांचे प्रमुख मेजर जनरल गुलाम कमर त्यांना भेटायला आले होते.

“इंग्लंडहून चांगली बातमी आली आहे,” त्यांनी माझ्या वडिलांना सांगितलं. “आपल्या मुलीचा जीव वाचला याचा आम्हाला खूप आनंद होतोय.” त्यांनी ‘आपल्या’ शब्द वापरला होता. कारण आता माझ्याकडे ‘राष्ट्रकन्या’ म्हणून पाहिलं जात होतं.

जनरलनी माझ्या वडिलांना सांगितलं की, ते संपूर्ण स्वातमध्ये घरोघरी जाऊन झडती घेत आहेत आणि सीमांवरही लक्ष ठेवून आहेत. ज्या लोकांनी मला लक्ष्य

केलं होतं ते '२२ जणांच्या तालिबान टोळी'तील असून दोनच महिन्यांपूर्वी माझ्या वडिलांचे मित्र जहीद खान यांच्यावर हल्ला करणारीही हीच टोळी होती.

त्यावर माझे वडील काहीही बोलले नाहीत, पण त्यांना भयंकर संताप आला होता. लष्कर कितीतरी दिवसांपासून मिंगोरात तालिबान नसल्याचं, त्यांचा पूर्ण सफाया झाल्याचं सांगत होतं आणि आता त्यांचेच जनरल ही २२ माणसं किमान दोन महिने आमच्या गावात असल्याचं सांगत होते. जहीद खान यांच्यावर कौटुंबिक वादातून गोळीबार झाला, तालिबानने हा हल्ला केलेला नाही असंही लष्कर ठामपणे सांगत होतं. आता तेच सांगत होते की, मला त्यांच्यावर हल्ला करणाऱ्या तालिबानी लोकांनीच लक्ष्य केलं होतं.

माझ्या वडिलांना म्हणावंसं वाटत होतं, 'दोन महिने तालिबान खोऱ्यात होते हे तुम्हाला माहीत होतं. माझी मुलगी त्यांचं लक्ष्य आहे हे तुम्हाला माहीत होतं, तरी तुम्ही त्यांना रोखलं नाहीत?'

पण त्यातून काहीही निष्पन्न होणार नाही हे त्यांना कळून चुकलं होतं.

जनरल महोदयांचं अजून सगळं सांगून झालं नव्हतं. त्यांनी माझ्या वडिलांना सांगितलं की, मी शुद्धीवर आले आहे ही सुवार्ता असली, तरी माझी दृष्टी ठीक नाही.

माझ्या वडिलांना काही कळेनाच. त्यांना जी माहिती नव्हती ती या अधिकाऱ्याला कशी काय होती?

मला अंधत्व येणार की काय, ही चिंता त्यांना पोखरू लागली. त्यांच्या डोळ्यांसमोर आलं की, त्यांची लाडकी आयुष्यात पसरलेल्या कायमच्या अंधारात पावलं टाकत, तेजस्वी चेहऱ्याने विचारते आहे, "अबा, मी कुठे आहे?"

ही बातमी इतकी भयंकर होती की, ते माझ्या आईला त्याबद्दल सांगू शकले नाहीत. एरवी तो कुठली गोष्ट गुपित राखू शकत नाहीत, विशेषत: तिच्यापासून तर नाहीच नाही. पण त्या वेळी मात्र त्यांनी तिला काहीही सांगितलं नाही. उलट ते देवाला म्हणाले, "हे मला मान्य नाही. मी तिला माझा एक डोळा देईन."

पण मग त्यांना वयाच्या त्रेचाळिसाव्या वर्षी आपले डोळे कितीसे चांगले असणार याची काळजी लागून राहिली. त्या रात्री त्यांच्या डोळ्याला डोळा लागला नाही. दुसऱ्या दिवशी सकाळी त्यांनी सुरक्षाव्यवस्थेचा कार्यभार सांभाळणाऱ्या मेजरना कर्नल जुनैद यांच्याशी बोलायचं असल्याचं सांगून त्यांच्या फोनवरून जुनैदना फोन लावला.

"मलालाची दृष्टी गेली आहे असं ऐकलं मी," माझे वडील त्यांना विषण्णपणे म्हणाले.

"दॅट्स नॉनसेन्स," कर्नल उद्गारले. "तिला लिहिता-वाचता येतंय; तर

तिची दृष्टी गेली कशी असेल? डॉ. फिओना मला सगळी खबर देत असतात. मलालाने सर्वांत आधी तुमची चौकशी केली.''

इकडे दूरवर बर्मिंगहॅममध्ये माझी दृष्टी तर शाबूत होतीच, शिवाय मला आरसाही हवा होता, 'मिरर...' मी गुलाबी वहीत लिहिलं. मला माझा चेहरा आणि केस पाहायचे होते. परिचारिकांनी मला एक छोटासा पांढरा आरसा आणून दिला, आजही तो माझ्याकडे आहे. मी आरशात स्वत:ची छबी पाहिली आणि मला वेड लागायचंच बाकी राहिलं. माझा जो लांबसडक केशसंभार शृंगारण्यासाठी मी युगानुयुगे घालवायचे, तो कुठे दिसतच नव्हता आणि माझ्या डोक्याची डावी बाजूही दिसत नव्हती.

''नाउ माय हेअर इज स्मॉल.'' मी त्या वहीत लिहिलं. मला वाटलं, तालिबानने माझे केस कापून टाकले, पण प्रत्यक्षात पाकिस्तानी डॉक्टरांनी अजिबात दयामाया न ठेवता माझे सगळे केस काढून टाकले होते. माझा चेहरा काहीतरी विचित्रच दिसत होता... कुणीतरी एका बाजूला खाली खेचल्यासारखा आणि माझ्या डाव्या डोळ्याच्या बाजूला एक व्रण दिसत होता.

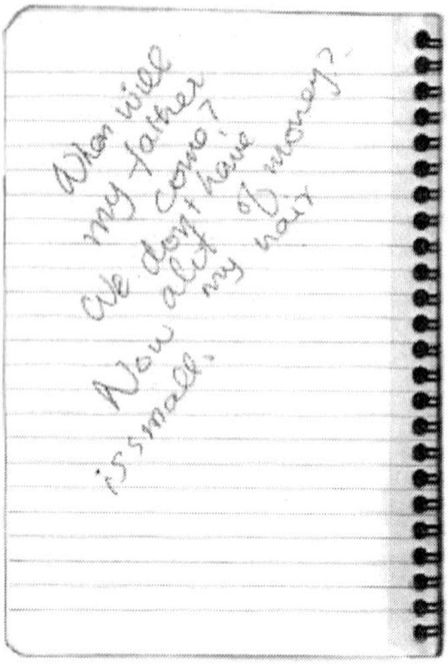

''हाउ डिड धिस टु मी?'' मी लिहिलं. माझी अक्षरं अजूनही लडखडत होती. ''व्हॉट हॅपन्ड् टु मी?''

मी 'स्टॉप लाइट्स' असंही लिहिलं होतं. तिथल्या प्रखर दिव्यांमुळे माझं डोकं दुखत होतं.

''तुझ्याबाबतीत एक दुर्घटना घडली,'' डॉ. फिओना म्हणाल्या.

''मला गोळ्या घातल्या होत्या का? माझ्या वडिलांना गोळ्या घातल्या का?'' मी वहीत लिहून विचारलं.

डॉ. फिओनांनी मला सांगितलं की, तुझ्यावर स्कूल बसमध्ये गोळीबार झाला. तुझ्या दोन मैत्रिणींनाही गोळी लागली आहे. पण मला त्यांची नावं आठवत नव्हती.

डॉ. फिओनांनी मला समजावून सांगितलं की, तुझ्या डाव्या डोळ्याजवळ जिथे व्रण दिसतोय तिथून गोळी आत शिरली, तिथून १८ इंच प्रवास करून ती खाली माझ्या खांद्यात घुसली आणि तिथेच रुतली. त्या गोळीने तुझा डोळा बाहेर येऊ शकला असता किंवा ती मेंदूत घुसू शकली असती.

मी जिवंत राहणं हा चमत्कार होता!

हे ऐकून मला काहीही वाटलं नाही, जरासं समाधानच वाटलं असावं...

''म्हणजे त्यांनी हे केलंय तर...''

मला फक्त एकाच गोष्टीचा खेद वाटत होता, त्यांनी मला गोळ्या घालण्याआधी मला त्यांच्याशी बोलण्याची संधी मिळाली नव्हती. मला काय सांगायचं होतं ते आता त्यांना कधीही ऐकता येणार नाही. ज्या माणसाने मला गोळ्या घातल्या, त्याच्याबद्दल माझ्या मनात एकही वाईट विचार फिरकलासुद्धा नाही. माझ्या मनात सुडाचे विचार नव्हते. मला फक्त स्वातमध्ये परत जायचं होतं. मला घरी परत जायचं होतं.

त्यांनतर माझ्या डोक्यात निरनिराळ्या प्रतिमांचा नाच सुरू झाला, पण हे स्वप्न आहे की वास्तव, हे मला कळत नव्हतं. मला जे आठवत होतं त्यापेक्षा वास्तव घटना खूप वेगळी होती. मी दुसऱ्या स्कूल बसमध्ये होते. सोबत माझे वडील आणि मैत्रिणी होत्या, तसंच गुल नावाची एक मुलगीही होती. आम्ही घरी परत निघालो असताना अचानक काळ्या पोशाखातील दोन तालिबान समोर उभे ठाकले. त्यातील एकाने माझ्या डोक्याला बंदूक लावली आणि त्यातून छोटी गोळी माझ्या शरीरात शिरली. माझ्या या स्वप्नात त्यांनी माझ्या वडिलांनासुद्धा गोळ्या घातल्या... आणि मग अंधार पसरला... मी स्ट्रेचरवर पडले होते. आजूबाजूला लोकांची गर्दीच गर्दी होती... माझे डोळे त्या गर्दीत माझ्या वडिलांना शोधत होते. अखेर मला ते दिसले, मी त्यांच्याशी बोलण्याचा प्रयत्न करत होते, पण मला शब्द फुटेना... कधी मी वेगवेगळ्या ठिकाणी असायचे... इस्लामाबादच्या जिना मार्केटमध्ये... चीना बाजारमध्ये... तिथे माझ्यावर गोळ्या झाडण्यात आल्या... कधीकधी तर मला डॉक्टर तालिबान आहेत असंसुद्धा वाटायचं.

जसजशी मी भानावर येत होते, तसेतसे मला अधिक तपशील हवे असायचे. आत येणाऱ्या लोकांना फोन आणायची परवानगी नव्हती, पण डॉ. फिओना 'इमर्जन्सी डॉक्टर' असल्यामुळे त्यांच्याकडे नेहमी त्यांचा आयफोन असायचा. आत आल्यावर त्यांनी फोन खाली ठेवताच मी त्यावर झडप घालून गूगलवर माझं नाव 'सर्च' केलं. पण मला ते शोधणं अवघड जात होतं. कारण मला सगळं दोन-दोन दिसत असल्यामुळे मी चुकीची अक्षरं टाइप करत होते. मला ई-मेल बघायच्या होत्या. पण मला पासवर्ड आठवत नव्हता.

पाचव्या दिवशी माझा आवाज फुटला, पण तो कुणा वेगळ्याच व्यक्तीचा असल्यासारखा वाटत होता. त्या दिवशी रेहाना आल्यावर आम्ही गोळीबाराबद्दल इस्लामी दृष्टिकोनातून चर्चा केली.

''त्यांनी मला गोळ्या घातल्या,'' मी त्यांना सांगितलं.

''हो, बरोबर.'' त्या म्हणाल्या, ''मुस्लीम जगतातील अनेक लोकांचा एक मुस्लीम असं कृत्य करू शकतो यावर विश्वासच बसत नाहीये.''

''उदाहरणादाखल सांगायचं, तर माझी आई. ती म्हणते, हे मुस्लीम असूच शकत नाहीत. काही लोक स्वत:ला मुस्लीम म्हणवतात. पण त्यांची कृती इस्लामी नसते.''

आम्ही प्रत्येक गोष्ट निरनिराळ्या कारणांसाठी कशी घडते, माझ्याबाबतीत हा प्रकार कसा घडला... यावर बोललो, आता शिक्षण हा फक्त पुरुषांचाच नव्हे; तर स्त्रियांचाही एक इस्लामी हक्क आहे याबाबत बोललो. मुस्लीम स्त्री या नात्यानं मला

शाळेत जाता आलं पाहिजे, या हक्कासंदर्भात मी बोलत होते.

मला बोलता येऊ लागल्यानंतर मी डॉ. जाविद यांच्या फोनवरून माझ्या आईवडिलांशी बोलले. मला माझा आवाज काहीतरी विचित्रच झाला आहे असं वाटत होतं.

''माझा आवाज वेगळा वाटतोय?'' मी वडिलांना विचारलं.

''नाही,'' ते म्हणाले, ''नेहमीसारखाच आहे आणि यानंतर आता तुझा आवाज आणखी चांगला होईल. तुला बरं वाटतंय ना?'' त्यांनी विचारलं.

''हो,'' मी म्हणाले, ''पण डोकं इतकं भयंकर दुखतंय की, सहन होत नाहीये.''

माझे वडील खूप काळजीत पडले. माझ्यापेक्षा जास्त डोकेदुखी त्यांनाच झाली असावी. त्यानंतर ते प्रत्येक वेळी मला फोनवर विचारत, ''डोकं दुखायचं कमी झालं का जास्तच आहे?''

त्यानंतर मी त्यांना फक्त 'मी बरी आहे' एवढंच सांगू लागले. मला त्यांना काळजीचा भुंगा लावून द्यायचा नव्हता. माझ्या डोक्याचे स्टेपल्स काढले. माझ्या मानेत मोठमोठी इंजेक्शन्स दिली तेव्हासुद्धा मी जराही तक्रार केली नाही.

या संपूर्ण काळात माझे आईवडील आठवडाभर रावळपिंडीत हॉस्पिटलच्या लष्करी वसतिगृहात अडकून पडले होते. बर्मिंगहॅमला कधी जायचं, काय याबद्दल काहीच कळत नव्हतं. माझी आई तर इतकी बेचैन झाली होती की, तिने माझ्या वडिलांना सांगितलं, ''जर उद्यापर्यंत काही कळलं नाही, तर मी उपोषणाला बसीन.'' मग माझे वडील सुरक्षाव्यवस्थेचा कार्यभार सांभळणाऱ्या मेजरना जाऊन भेटले. मेजर चगकले असावेत. त्यानंतर १० मिनिटांत माझ्या वडिलांना सांगण्यात आलं की, तुमची आज इस्लामाबादला जाण्याची व्यवस्था केली जाईल.

तिथे त्यांना सगळी व्यवस्था करता येणार होती का...? माझे वडील आईकडे परत येऊन म्हणाले. ''तू महान आहेस! मला आजवर वाटत होतं की, मलाला आणि मी चळवळीतील कार्यकर्ते आहोत, पण निषेध कसा करायचा ते खरंतर तुलाच माहीत आहे!''

त्यानंतर त्यांना इस्लामाबादच्या 'काश्मीर हाउस'मध्ये नेण्यात आलं. हे संसद सदस्यांचं वसतिगृह आहे. सुरक्षाव्यवस्था अजूनही इतकी कडक होती की, माझ्या वडिलांना न्हाव्याकडून दाढी करून घ्यायची होती तेव्हा एक पोलीस पूर्णवेळ त्यांच्यासोबत बसून होता, त्या माणसाने त्यांचा गळा चिरू नये म्हणून.

आता त्यांना किमान त्यांचे फोन तरी परत मिळाले होते. त्यामुळे आम्ही आणखी सहजपणे बोलू शकत होतो. प्रत्येक वेळी डॉ. जाविद माझ्या वडिलांना आधी फोन करून कोणत्या वेळेत त्यांना माझ्याशी बोलता येईल हे सांगायचे आणि त्या वेळात ते रिकामे आहेत ना याचीही खातरी करून घ्यायचे. पण डॉक्टरांनी फोन केला की, लाइन नेहमी बिझी असायची. माझे वडील सतत फोनवरच असतात! एकदा मी माझ्या आईचा ११ आकडी मोबाइल नंबर घडाघड सांगितला तेव्हा डॉ. जाविद आश्चर्यचकित झाले. माझी स्मृती अबाधित असल्याचं त्यांच्या लक्षात आलं. पण माझ्या आईवडिलांना अजून माझ्याकडे का जाता येत नाहीये, हे कळतच नव्हतं. ते का येत नाहीयेत, हे डॉ. जाविदनाही कळत नव्हतं. माझ्या वडिलांनी याबाबत आम्हाला काहीच कळत नाहीये असं सांगताच, डॉ. जाविदनी फोन करून त्यांना धीर दिला की, ही समस्या लष्करामुळे नसून मुलकी सरकारमुळे आहे.

नंतर त्यांना समजलं की, माझ्या आईवडिलांना त्यांच्या आजारी मुलीकडे लवकरात लवकर जाता येण्यासाठी जे काही शक्य आहे ते करण्याऐवजी, अंतर्गत मंत्री रेहमान मलिक त्यांच्यासोबत जाण्याची तयारी करत होते. त्यांना हॉस्पिटलमध्ये संयुक्त पत्रकार परिषद घ्यायची होती. या सगळ्या तयारीला काही अवधी आवश्यक होता. त्याचबरोबर, माझ्या आईवडिलांनी ब्रिटनमध्ये राजकीय आश्रय मागू नये याचीही त्यांना दक्षता घ्यायची होती. कारण ते त्यांच्या सरकारसाठी शरमेचं होतं. अखेर त्यांनी माझ्या आईवडिलांना तसं स्पष्ट विचारलं. हे मजेशीरच होतं. कारण माझ्या आईला असा आश्रय म्हणजे काय हेसुद्धा माहीत नव्हतं आणि माझ्या वडिलांच्या मनात तसा कधी विचारसुद्धा आला नव्हता... त्या वेळी त्यांच्या मनात इतर बऱ्याच गोष्टी सुरू होत्या.

माझे आईवडील काश्मीर हाउसमध्ये दाखल झाल्यानंतर त्यांना सोनिया शाहिद भेटायला आल्या. सोनिया शाहिद म्हणजे खुशाल स्कूलमधल्या आम्हा मुलींसाठी इस्लामाबादची सहल आयोजित करणाऱ्या शिझांची आई. माझे आईवडील माझ्यासोबत इंग्लंडला गेले आहेत असं त्या समजत होत्या. पण ते अजून पाकिस्तानमध्येच आहेत हे कळताच त्यांना धक्काच बसला. मग माझ्या आईवडिलांनी त्यांना सांगितलं की, ते बर्मिंगहॅमच्या विमानाची तिकिटं शिल्लक नाहीत, असं म्हणत आहेत.

माझे आईवडील स्वातमधून होते त्या अवस्थेत निघाले असल्याने सगळं सामान घरीच राहिलं होतं, म्हणून सोनियांनी त्यांच्यासाठी कपडे विकत घेऊन दिले आणि राष्ट्राध्यक्ष झरदारींच्या ऑफिसचा नंबर माझ्या वडिलांना मिळवून दिला. माझ्या वडिलांनी तिथे फोन करून निरोप ठेवला. त्या रात्री राष्ट्राध्यक्ष त्यांच्याशी बोलले आणि त्यांना सगळ्या अडचणी दूर करण्याचं कबूल केलं.

''एखाद्या माणसाला त्याच्या मुलांपासून दूर ठेवलं तर कसं वाटतं ते मला माहीत आहे,'' ते त्यांच्या तुरुंगातील दिवसांचा संदर्भ देत म्हणाले.

ते दोन दिवसांत बर्मिंगहॅमला येत आहेत हे कळताच मी एक विनंती केली, ''माझ्या शाळेचं दप्तर घेऊन या. जर तुम्ही ते आणायला स्वातमध्ये जाऊ शकत नसलात तरी हरकत नाही. माझ्यासाठी नवी पुस्तकं आणा, कारण मार्चमध्ये बोर्डाची परीक्षा आहे.''

मला अर्थातच वर्गात पहिलं यायचं होतं. मला खासकरून माझं फिजिक्सचं पुस्तक हवं होतं. कारण तो विषय मला अवघड जातो आणि मला गणितं सोडवण्याचा सरावही करायचा होता. कारण माझं गणित तितकंसं चांगलं नाही. मला गणितं सोडवणं अवघड वाटतं.

मी नोव्हेंबरपर्यंत घरी जाऊ शकेन असं मला वाटत होतं.

अखेर, १० दिवसांनी माझे आईवडील माझ्याकडे येऊ शकले. त्यांच्यावाचून काढलेले ते १० दिवस मला १०० दिवसांसारखे वाटले. मला खूप कंटाळवाणं झालं होतं आणि मला झोपही नीट लागत नव्हती. मी माझ्या खोलीतल्या घड्याळाकडे पाहात राहायचे. त्यातली बदलणारी वेळ मला मी जिवंत असल्याची खातरी करून द्यायची. आयुष्यात पहिल्यांदाच मी इतक्या लवकर उठत होते. रोज सकाळी मला सात कधी वाजतात असं व्हायचं. डॉ. फिओना माझ्याशी खेळायच्या. क्वीन एलिझाबेथ हॉस्पिटल लहान मुलांचं हॉस्पिटल नसल्यामुळे त्यांनी तिथे गेम्ससाठी 'प्ले कोऑर्डिनेटर' आणला होता. त्यातील माझा आवडता खेळ होता 'कनेक्ट फोर.' डॉ. फिओना आणि माझा डाव नेहमी बरोबरीत राहायचा, पण बाकी मात्र सर्वांना मी हरवायचे. तिथल्या परिचारिकांना आणि हॉस्पिटलच्या कर्मचाऱ्यांना मी माझ्या कुटुंबापासून इतक्या दूरवर एकटी आहे याचं फार वाईट वाटायचं. ते सगळे माझ्याशी खूप प्रेमाने वागायचे. विशेषत: अतिशय प्रसन्न वायमा चौधरी – त्या 'डायरेक्टर ऑफ ऑपरेशन्स' होत्या आणि प्रमुख परिचारिका ज्युली ट्रेसी – त्या माझा हात धरून माझ्या जवळ बसायच्या.

माझ्यापाशी पाकिस्तानातील फक्त एकच गोष्ट होती. एक लोकरी शाल. कर्नल जुनैदनी (डॉ. फिओनांकडे) माझ्यासाठी भेट म्हणून दिलेली. त्यामुळे त्या माझ्यासाठी खरेदीला गेल्या. त्यांना मी किती परंपरानिष्ठ आहे किंवा स्वात खोऱ्यातील टीनएज मुलगी काय परिधान करते हे माहीत नव्हतं. त्यामुळे त्यांनी 'नेस्ट' आणि 'ब्रिटिश होम स्टोअर्स'मध्ये जाऊन माझ्यासाठी पिशव्या भरभरून टी शर्ट, पायजमे, मोजे आणि चक्क ब्रासुद्धा आणल्या. वायमांनी मला तुला सलवार-कमीज हवा आहे का, असं विचारताच मी होकारार्थी मान डोलावली.

"तुझा आवडता रंग कोणता?" त्यांनी विचारलं.

"गुलाबी," मी म्हणाले.

मी खात नाही या गोष्टीची त्यांना काळजी वाटत होती. पण मला हॉस्पिटलमधील जेवण आवडत नव्हतं. ते 'हलाल' नसेल का, याची मला चिंता वाटायची. मी तिथे फक्त पौष्टिक मिल्कशेक प्यायचे. मला चीजी वॉटसिट्स आवडतात हे ज्युलींच्या लक्षात आलं होतं. त्यामुळे त्या माझ्यासाठी ते घेऊन यायच्या.

"तुला काय आवडतं?" सगळ्या जणी विचारायच्या.

"फ्राइड चिकन," मी सांगितलं.

स्मॉल हीथमधल्या 'केन्टुकी फ्राइड चिकन'मध्ये 'हलाल' मिळतं हे कळल्यावर त्या रोज दुपारी माझ्यासाठी चिकन व चिप्स घेऊन यायच्या. एकदा तर त्यांनी माझ्यासाठी रस्सासुद्धा केला होता.

मला गुंतवून ठेवण्यासाठी त्यांनी डीव्हीडी प्लेअर आणला. त्यांनी माझ्यासाठी जे सिनेमे आणले होते, त्यात 'बेन्ड इट लाइक बेकहॅम' होता. आपल्या सांस्कृतिक संकेतांना आव्हान देत फुटबॉल खेळणाऱ्या शीख मुलीची कहाणी मला आवडेल असं त्यांना वाटत होतं. पण त्यातल्या मुली सरावासाठी अंगातले शर्ट काढून, फक्त स्पोर्ट्स ब्रावर खेळू लागल्या, तेव्हा मी परिचारिकांना टीव्ही बंद करायला लावला. त्यानंतर त्यांनी मला कार्टून्स आणि डिस्ने चित्रपट आणून दिले. मी तिन्ही श्रेक चित्रपट पाहिले, 'अ शार्क्स टेल' पाहिला. मला डाव्या डोळ्याने अजूनही धूसर दिसत होतं, त्यामुळे मी टीव्ही पाहताना डावा डोळा झाकून घ्यायचे. माझ्या डाव्या कानातून रक्तस्राव होत असल्यामुळे मला कानात कापसाचा बोळा घालून ठेवावा लागायचा.

एके दिवशी मी परिचारिकेला तिचा हात माझ्या पोटावर ठेवून विचारलं, "इथे हे टेंगूळ कसलं लागतंय?" माझं पोट मोठं आणि कडक झालं होतं. मला त्याचं कारण कळत नव्हतं. "इथे तुझ्या कवटीचा वरचा भाग ठेवला आहे," तिने सांगितलं. मला धक्का बसला.

मला बोलता येऊ लागल्यानंतर मी पहिल्यांदाच चालूनही पाहिलं. मी बेडवर आडवी होते तोवर मला हात किंवा पाय हलवताना काही अडचण जाणवली नाही, फक्त डावा हात ताठर वाटायचा, कारण गोळी माझ्या खांद्यात रुतली होती... त्यामुळे मला नीट चालता येत नाहीये हे लक्षातच आलं नव्हतं. मला पहिली काही पावलं टाकणं इतकं कष्टप्रद वाटत होतं की, जणू मी १०० किलोमीटर पळून आले असावे. डॉक्टरांनी मला तू व्यवस्थित बरी होशील असं सांगितलं; फक्त माझे स्नायू पुन्हा कार्यरत होण्यासाठी मला बरीच फिजिओथेरपी घ्यावी लागणार होती.

एके दिवशी आणखी एक फिओना आल्या – फिओना अॅलेक्झांडर. त्या

हॉस्पिटलच्या प्रेस ऑफिसच्या प्रमुख होत्या. मला हे इतकं मजेशीर वाटलं. 'स्वात सेंट्रल हॉस्पिटल'चं प्रेस ऑफिस ही कल्पनासुद्धा मला करता येत नव्हती. या फिओना येईपर्यंत माझ्याकडे किती प्रचंड प्रमाणात लक्ष वेधलं गेलं आहे याची मला जराही कल्पना नव्हती. मला पाकिस्तानातून बाहेर नेण्यात आलं, तेव्हा 'न्यूज ब्लॅकआउट' असणं गृहीत होतं, पण मी पाकिस्तानातून बाहेर पडते आहे आणि इंग्लंडला जाते आहे अशी छायाचित्रं 'लीक' झाली होती. मी बर्मिंगहॅमला गेल्याचं प्रसारमाध्यमांनी लवकरच शोधून काढलं होतं.

त्यानंतर काही वेळातच 'स्काय न्यूज'चं हेलिकॉप्टर वर घिरट्या घालू लागलं. ऑस्ट्रेलिया, जपान इतक्या दूरवरच्या देशांतील पत्रकारांसह सुमारे २५० पत्रकार हॉस्पिटलमध्ये आले. फिओना ॲलेक्झांडर यांनी २० वर्षं पत्रकारिता केली होती, त्यांनी 'बर्मिंगहॅम पोस्ट'च्या संपादिका म्हणूनही काम केलं होतं. त्यामुळे या लोकांना माहिती कशी द्यायची आणि त्यांना आत येण्यापासून कसं रोखायचं ते त्यांना नेमकं माहीत होतं. हॉस्पिटलने माझ्या तब्येतीसंदर्भात दररोज बातमी द्यायला सुरुवात केली होती.

लोक मला भेटायला येत होते – सरकारी मंत्री, परराष्ट्र विभागातील लोक, राजकारणी, कॅन्टरबरीच्या आर्चबिशप यांचे दूत... बरेच जण पुष्पगुच्छ घेऊन यायचे. त्यातील काही तर अप्रतिम होते.

एक दिवस फिओना ॲलेक्झांडर माझ्यासाठी शुभेच्छाकार्डं, खेळणी आणि चित्रांची पिशवीच घेऊन आल्या. त्यादरम्यान 'इद-उल-अझ्झा' म्हणजे 'मोठी ईद' होती... त्यामुळे मला वाटलं, कुणी मुस्लीम लोकांनी पाठवली असतील. मग मी त्यावरच्या पोस्टाच्या तारखा पाहिल्या. १० ऑक्टोबर, ११ ऑक्टोबर... काल... मग माझ्या लक्षात आलं की, याचा ईदशी काही संबंध नाही. संपूर्ण जगभरातील लोकांनी मला लवकर बरं वाटावं यासाठी शुभेच्छा दिल्या होत्या, त्यातील बऱ्याच शाळकरी मुलांच्या होत्या. मी ते पाहून थक्क झाले.

फिओना हसून म्हणाल्या, "तू अजून काहीच पाहिलं नाहीयेस."

त्यांनी मला सांगितलं की, अशी आणखी पोतीच्या पोती भरली आहेत. जवळजवळ आठ हजार शुभेच्छाकार्डं आली होती. त्यापैकी बऱ्याच पत्रांवर फक्त 'मलाला, बर्मिंगहॅम हॉस्पिटल' एवढाच पत्ता होता. एकाने तर पत्रावर पत्ता लिहिला होता – 'द गर्ल शॉट इन द हेड, बर्मिंगहॅम' आणि तरी ते पत्र माझ्यापर्यंत पोचलं होतं. मला जर कुटुंबाचा आधार नसेल तर मला दत्तक घेण्यासंदर्भात प्रस्ताव होते, एवढंच नव्हे, तर लग्नाचा प्रस्तावही आला होता!

रेहानांनी मला सांगितलं की, जगभरातील कोट्यवधी लोक व लहान मुलं तुझ्या पाठीशी आहेत. ते तुझ्यासाठी प्रार्थना करत आहेत. त्या वेळी माझ्या लक्षात

आलं की, माझे प्राण लोकांनी वाचवले आहेत. काही कारणासाठी मला जीवदान मिळालं आहे. लोकांनी माझ्यासाठी भेटवस्तूसुद्धा पाठवल्या होत्या. चॉकलेटचे बॉक्सेस आणि प्रत्येक रंग व आकाराची टेडी बेअर्स पाठवली होती. या सर्वांत मौल्यवान भेट होती बेनझीर भुट्टोंच्या मुलांनी – बिलावल व बख्तावर यांनी – पाठवलेलं पार्सल. त्यांनी मला त्यांच्या स्वर्गवासी आईच्या दोन शाली पाठवल्या होत्या. मी त्यात नाक खुपसून त्यांचा परफ्यूम उरात भरून घेण्याचा प्रयत्न केला. नंतर मला त्यातील एका शालीवर एक लांब काळाभोर केस सापडला, त्यामुळे तर ही भेट माझ्यासाठी अधिकच खास बनली.

तालिबानने माझी चळवळ जागतिक बनवण्याचं काम केलं आहे हे माझ्या लक्षात आलं. मी बेडवर पडलेली असताना नव्या जगात पाऊल टाकण्याची वाट पाहत होते. त्यादरम्यान, संयुक्त राष्ट्रसंघाचे विशेष शिक्षणदूत व ब्रिटनचे माजी पंतप्रधान गॉर्डन ब्राउन यांनी 'आय ॲम मलाला' (I am Malala) हे घोषवाक्य असलेली एक मोहीम सुरू केली होती. २०१५ सालापर्यंत कोणत्याही बालकाला शिक्षणापासून वंचित राहावं लागू नये, हा या मोहिमेचा उद्देश होता. देशाचे प्रमुख मंत्री, चित्रपटतारे यांच्याकडून संदेश येत होते. आमच्या प्रांताचे अखेरचे ब्रिटिश गव्हर्नर सर ओलाफ कॅरोई यांच्या नातीनेही संदेश पाठवला होता. तिने लिहिलं होतं की, माझ्या आजोबांना पश्तो अस्खलित यायचं, पण मला मात्र पश्तो लिहिता-वाचता येत नाही याची लाज वाटते. बिऑन्सेने मला शुभेच्छाकार्ड पाठवलं होतं आणि फेसबुकवर त्याचा फोटो 'पोस्ट' केला होता. सेलेना गोमेझने माझ्याबद्दल 'ट्विट' केलं होतं, मॅडोनाने मला एक गीत समर्पित केलं होतं. माझी आवडती अभिनेत्री व सामाजिक कार्यकर्ती अँजेलिना जोलीचासुद्धा संदेश आला होता. मला ही गोष्ट मोनिबाला कधी एकदा सांगते असं झालं होतं.

आपण घरी परत जाणारच नाहीये, हे त्या वेळी माझ्या लक्षात आलं नव्हतं.

◆

२४

त्यांनी तिचं हास्य हिरावून घेतलंय...!

ज्या दिवशी माझे आईवडील बर्मिंगहॅमला आले, त्याच दिवशी मला अतिदक्षता विभागातून बाहेर आणलं आणि रूम ४, वॉर्ड ५१९मध्ये ठेवलं. त्या खोलीला खिडक्या होत्या. तिथून मी प्रथमच बाहेरचं इंग्लंड पाहत होते.

"डोंगर कुठे आहेत?" मी बाहेर पाहून विचारलं. बाहेर धुकं आणि पावसाचा पडदा होता. त्यामुळे डोंगर त्याआड लपले असतील असं मला वाटत होतं. इथे सूर्यप्रकाश क्वचितच असतो हे मला माहीत नव्हतं. बाहेर सगळीकडे घरं आणि रस्ते दिसत होते. घरं तांबड्या विटांची होती आणि सगळी घरं सारखीच दिसत होती. सगळं कसं शांत आणि आखीवरेखीव दिसत होतं. लोकांचं जीवन काहीच न घडल्यासारखं सुरू आहे हे पाहताना कसंतरी वाटत होतं.

डॉ. जाविदनी मला माझ्या आईवडिलांच्या येण्याची बातमी दिली आणि माझा बेड डोक्याच्या बाजूला जरासा उंच केला. ते येतील तेव्हा त्यांच्या स्वागतासाठी मी बसलेली असावं त्यासाठी. मी नुसती थरारून गेले होते. त्या दिवशी मी मिंगोरातील आमच्या घरातून धावतपळत निरोप घेऊन, "जाते गं" म्हणून ओरडत बाहेर पडले होते, ते १६ दिवसांत चार हॉस्पिटलच्या वाऱ्या करून हजारो किलोमीटरचा प्रवास करून आत्ता या खोलीत आले होते. हा काळ मला १६ वर्षांसारखा वाटला होता.

मग खोलीचं दार उघडलं, आणि "जानी" व "पिशो" हे ओळखीचे आवाज कानावर पडले. ते आले होते... माझ्या हाताचे पापे घेत होते. मला स्पर्श करण्याची त्यांना भीती वाटत असावी.

त्या क्षणी मात्र माझा बांध फुटला आणि मी ओक्साबोक्शी रडू लागले. मी

शक्य तितकं मोठ्याने रडत होते. इतके दिवस मी हॉस्पिटलमध्ये एकटी असताना कधीही रडले नव्हते, ते माझ्या मानेत इतकी इंजेक्शनं खुपसत होते किंवा माझ्या डोक्याचे स्टेपल्स काढले तेव्हासुद्धा मी कधी रडारड केली नव्हती, पण आता मात्र मला आवरत नव्हतं. माझे आईवडीलही रडत होते. मला मनावरचं ओझं हलकं झाल्यासारखं वाटत होतं. आता सगळं ठीक होईल असं मला वाटलं. मला खुशालला पाहून खूप आनंद झाला. कारण मला भांडायला कुणीतरी हवं होतं.

"मलाला, आम्हाला तुझी खूप आठवण येत होती," माझे दोन्ही भाऊ म्हणाले. मात्र लवकरच ते टेडी बेअर्स आणि खेळण्यात जास्त रमले. खुशालनं गेम्स खेळायला माझा लॅपटॉप घेतला... आणि आमचं दोघांचं थोड्याच वेळात भांडण सुरू झालं.

मला आईवडिलांकडे पाहून धक्का बसला होता. ते पाकिस्तानहून इथपर्यंतच्या विमानप्रवासाने शीणले होते हे कळत होतं, पण फक्त तेवढच नव्हतं. ते दोघंही म्हातारे दिसू लागले होते. दोघांच्याही केसांत रुपेरी तारा डोकावत होत्या.

माझ्या खोलीत येण्याआधी डॉ. जाविदनी त्यांना कल्पना दिली होती की, "तुम्ही ज्या मुलीला पाहाल ती फक्त १० टक्के बरी झाली आहे, अजून ९० टक्के पार व्हायचे आहेत."

पण माझ्या निम्म्या चेहऱ्याची हालचाल होत नाहीये, त्यामुळे मला हसता येत नाही हे मात्र त्यांना अजून कळलं नव्हतं. माझा डावा डोळा टम्म सुजलेला होता, डोक्यावर केसांचा पत्ताच नव्हता आणि माझा चेहरा कुणीतरी एका बाजूने खाली ओढावा तसा एका बाजूला उतरला होता. त्यामुळे मी हसायचा प्रयत्न केला की, तो वेडावाकडा दिसायचा. माझ्या चेहऱ्याला डावी बाजू आहे ही गोष्टच माझा मेंदू जणू विसरला होता. मला एका बाजूने ऐकू येत नव्हतं आणि उच्चार लहान मुलासारखे बोबडे येत होते.

माझ्या आईवडिलांची विद्यापीठाच्या वसतिगृहात तेथील विद्यार्थ्यांसमवेत राहण्याची व्यवस्था केली होती. हॉस्पिटलची व्यवस्था पाहणाऱ्या सूत्रांना माझ्या आईवडिलांना रात्री हॉस्पिटलमध्ये राहणं त्रासदायक होईल असं वाटत होतं. कारण तिथे त्यांना पत्रकार गाठतील असं वाटत होतं आणि माझ्या सुधारणेच्या त्या महत्त्वाच्या टप्प्यावर त्यांना आमचं रक्षण करायचं होतं. माझ्या आईवडिलांजवळ अंगावरचे कपडे आणि शिझांच्या आई सोनिया यांनी त्यांना जे घेऊन दिलं होतं तेवढं सोडून फार काही नव्हतंच. कारण ९ ऑक्टोबरला ते स्वात सोडून निघाले तेव्हा आपण परत जाणारच नाहीये हे त्यांना माहीत नव्हतं. वसतिगृहात त्यांच्या खोलीत आल्यावर ते दोघं लहान मुलासारखे रडले. मी कायम आनंदी... प्रसन्न असायचे. माझे वडील लोकांपुढे नेहमी 'माझ्या विलोभनीय आणि मोहक स्मिताबद्दल'

अभिमानाने बोलायचे, पण आता मात्र ते स्फुंदत माझ्या आईला म्हणाले, "तिचा देखणा, प्रमाणबद्ध... चमकदार, तेजस्वी चेहरा गेला गं... तिचं स्मित, तिचं खळाळतं हास्य... सगळं गेलं गं... तालिबान फार क्रूर आहेत. त्यांनी तिचं हास्य हिरावलं," ते म्हणाले, "तुम्ही एखाद्याला डोळे देऊ शकता, फुफ्फुस देऊ शकता, पण त्याचं हास्य नाही परत देऊ शकत."

माझ्या चेहऱ्याची नस दुखावल्यामुळे हे झालं होतं. डॉक्टरांना त्या वेळी ती दुखावली आहे आणि आपोआप ठीक होऊ शकेल, का ती तुटली आहे हे खातरीनं सांगता येत नव्हतं. मी आईला म्हणाले, "माझा चेहरा पूर्ववत झाला नाही तरी मला काहीही फरक पडत नाही." मी जी दिसण्याबद्दल कायम दक्ष असायचे, माझे केस कसे दिसतात यावर लक्ष ठेवून असायचे... तीच मी ! मृत्यू समोर पाहिला की, सगळ्या गोष्टी बदलून जातात.

माझे वडील आईकडे पाहायचे तेव्हा तिच्या डोळ्यांत त्यांना मोठा प्रश्न दिसायचा : 'मलालाची अवस्था अशी का झाली आहे?...' ज्या मुलीला तिने या जगात आणलं... गेली १५ वर्षं जी मुलगी हसत होती... तिची अवस्था, ही अशी...

एक दिवस माझ्या वडिलांनी तिला विचारलं, "पेकई, मला खरं सांग. तुला काय वाटतं. ही माझी चूक आहे?"

"नाही, खैस्ता," ती म्हणाली, "तुम्ही मलालाला कुठे चोऱ्यामाऱ्या, खून किंवा गुन्हे करायला पाठवत नव्हता. ते उदात्त काम होतं."

तरीसुद्धा माझ्या वडिलांना चिंता वाटत होती की, भविष्यात मी हसले की प्रत्येक वेळी त्या हल्ल्याची आठवण जागी होणार. त्यांना माझ्यात फक्त तेवढाच बदल जाणवला नव्हता. स्वातमध्ये असताना मी अगदी नाजूक आणि संवेदनशील, हळवी होते. एवढ्यातेवढ्या गोष्टीवरून रडायचे, पण बर्मिंगहॅमच्या हॉस्पिटलमध्ये मी प्रचंड वेदना होत असल्या तरी तोंडातून ब्रही काढत नव्हते.

हॉस्पिटलकडे मला भेटण्याची विनंती करणाऱ्या संदेशांचा अक्षरशः पूर लोटला होता, पण त्यांनी बाकी कुणालाही भेटायला येण्याची परवानगी नाकारली. कारण त्यांना मला पूर्वपदावर आणण्यावर लक्ष केंद्रित करायचं होतं आणि खासगीपण जपायचं होतं. माझे आईवडील तिथे आल्यानंतर चारच दिवसांनी, मला साहाय्य करणाऱ्या तीन देशांतील राजकारण्यांचा एक गट हॉस्पिटलमध्ये आला – पाकिस्तानचे अंतर्गत मंत्री रेहमान मलिक, ब्रिटिश परराष्ट्र मंत्री विल्यम हॅग आणि संयुक्त अरब अमिरातीचे परराष्ट्र मंत्री अब्दुल्लाह बिन जायेद. त्यांना मला भेटण्याची परवानगी मिळाली नाही, पण डॉक्टरांनी त्यांना माझ्या तब्येतीसंदर्भात माहिती दिली. माझे वडील त्यांना भेटले. मंत्र्यांच्या भेटीने माझ्या वडिलांचा मूड गेला.

कारण, रेहमान मलिक त्यांना म्हणाले, "मलालाला सांगा, तिने देशाला हास्य दिलं पाहिजे."

मला नेमकं तेच करता येत नाहीये हे त्यांना माहीत नव्हतं.

रेहमान मलिकनी माझ्यावर हल्ला करणारा तरुण अताऊल्लाह खान नावाचा तालिब असल्याचं सांगितलं. २००९ साली स्वातमधील लष्करी कारवाईदरम्यान त्याला अटक झाली होती, पण तीन महिन्यांनी त्याची मुक्तता झाली होती. तो जहाँजेब कॉलेजमधून फिजिक्सचा पदवीधर झाला असल्याचं काही बातम्यांत म्हटलं होतं. माझ्यावरील हल्ल्याचा कट अफगाणिस्तानमध्ये शिजल्याचं मलिक यांनी ठासून सांगितलं. त्यांनी अताऊल्लाहला पकडून देणाऱ्यास १० लाख डॉलर्सचं बक्षीस जाहीर केल्याचं सांगितलं आणि आम्ही त्याला पकडू, असं वचन दिलं. आम्ही त्याबद्दल साशंक होतो. कारण आजवर असं कधी कुणाला पकडलेलं नाही, ना बेनझीर भुत्तोंच्या मारेकऱ्याला, ना जनरल झियांच्या विमान दुर्घटनेमागे जो कुणी असेल त्याला, ना आमचे पहिले पंतप्रधान लियाकत अली खान यांच्या मारेकऱ्याला.

माझ्यावरील गोळीबारानंतर फक्त दोन लोकांना अटक झाली होती. आमचे लाडके, गरीब बिचारे उस्मान भाईजान आणि शाळेतील अकौंटंट. उस्मान भाईजाननी घडला प्रकार सांगण्यासाठी केलेला फोन त्यांनी घेतला होता. अकौंटंटना काही दिवसांतच सोडलं होतं, पण उस्मान भाईजान अजूनही लष्कराच्या ताब्यात होते. लोकांना ओळखण्यासाठी त्यांची आवश्यकता आहे असं लष्कराचं म्हणणं होतं. हे कळल्यावर आम्हाला फार वाईट वाटलं. त्यांनी उस्मान भाईजानना कशासाठी अटक केलं होतं, आणि अताऊल्लाहला का नाही?

१० नोव्हेंबर रोजी माझ्यावर झालेल्या हल्ल्याला एक महिना आणि एक दिवस झाला. म्हणून हा दिवस संयुक्त राष्ट्रसंघाने 'मलाला दिन' म्हणून साजरा करण्याचं जाहीर केलं. त्या वेळी मी फारसं लक्ष दिलं नाही. कारण, दुसऱ्याच दिवशी माझ्या चेहऱ्याची नस दुरुस्त करण्यासाठी माझ्यावर मोठी शस्त्रक्रिया होणार होती. त्याची तयारी सुरू होती. डॉक्टरांनी 'इलेक्ट्रिकल इम्पल्सेस'द्वारे चाचण्या केल्या, पण त्याला काहीही प्रतिसाद मिळाला नव्हता. ते ती नस तुटली असणार अशा निष्कर्षाप्रत आले होते. त्यामुळे त्यावर शस्त्रक्रिया करणं गरजेचं होतं, नाहीतर माझा चेहरा असाच संवेदनाशून्य राहिला असता. हॉस्पिटल माझ्या तब्येतीबद्दल पत्रकारांना नियमित माहिती पुरवत होतं, पण ही गोष्ट खासगी राहावी यासाठी या शस्त्रक्रियेबद्दल मात्र त्यांना सांगितलं नव्हतं.

११ नोव्हेंबरला मला ऑपरेशन थिएटरमध्ये नेण्यात आलं. रिचर्ड आयर्विंग नामक सर्जन माझ्यावर शस्त्रक्रिया करणार होते. त्यांनी मला समजावून सांगितलं

की, ही नस तुझ्या चेहऱ्याच्या या बाजूवर नियंत्रण ठेवते. तुझ्या डाव्या डोळ्याची उघडझाप, नाक हलवणं, डावी भुवई उंचावणं, हसणं या सगळ्या क्रिया ही नस करते. ही नस दुरुस्त करणं हे इतकं नाजूक काम होतं की, त्याला साडेआठ तास लागले. त्यांनी आधी माझ्या कानातील हाडाचे कण वगैरे स्वच्छ केले. मग त्यांच्या लक्षात आलं की, माझ्या डाव्या कानाच्या पडद्याला इजा झाली आहे तिथून त्यांनी चेहऱ्याच्या नसेचा माग काढला... कवटीमध्ये ती जिथे आत जाते तिथून शेवटपर्यंत. वाटेत त्यांनी हाडाचे बरेच कण दूर केले. त्यामुळे माझ्या जबड्याची हालचाल व्यवस्थित होत नव्हती. माझ्या कवटीतून बाहेर पडल्यावर त्या नसेचा दोन सेंटीमीटर भाग गायबच होता. डॉक्टरांनी एरवी कानामागून जाणारा त्या नसेचा मार्ग बदलून तो कानाच्या पुढून घेत ही 'गॅप' भरून काढली.

शस्त्रक्रिया उत्तम झाली, पण माझ्या चेहऱ्याची बाजू हळूहळू पूर्ववत होण्यासाठी तीन महिने वाट पाहावी लागणार होती. माझ्या छोट्याशा आरशासमोर मला दररोज चेहऱ्याचे व्यायाम करावे लागायचे. डॉ. आयर्विंगनी मला सहा महिन्यांनी ही नस काम करू लागेल असं सांगितलं, पण मी पूर्णतः पूर्ववत कधीच होऊ शकणार नव्हते.

आनंदाची गोष्ट म्हणजे लवकरच मला हसता येऊ लागलं, डोळ्याची उघडझाप करता येऊ लागली. दर आठवड्याला माझ्या आईवडिलांना माझ्या चेहऱ्याची अधिकाधिक हालचाल दिसत होती. चेहरा माझा असला तरी, तो पूर्ववत झाल्याचा सगळ्यात जास्त आनंद मला माझ्या आईवडिलांच्या चेहऱ्यावर दिसत होता. नंतर डॉ. आयर्विंग म्हणाले की, अशा प्रकारच्या शस्त्रक्रियेची मी गेल्या २० वर्षांत पाहिलेली सर्वोत्तम फलनिष्पत्ती आहे. माझा चेहरा ८६ टक्के पूर्ववत झाला होता.

आणखी एक चांगली गोष्ट म्हणजे, माझी डोकेदुखी एकदाची थांबली होती. आणि मी वाचू शकत होते. मी गॉर्डन ब्राउन यांनी माझ्यासाठी पाठवलेल्या ढीगभर पुस्तकातील, 'द वन्डरफुल विझार्ड ऑफ ओझ' वाचायला सुरुवात केली होती. मला डोरोथीची गोष्ट वाचायला आवडायची. ती घरी परत जाण्याचा प्रयत्न करत असते, पण तरी ती थांबते आणि भित्रा सिंह, टिन मॅन अशा गरजूंना कशी मदत करते ते वाचायला मला खूप आवडायचं. तिला जिथे जायचं होतं तिथे पोचण्यासाठी तिला अनेक अडथळे पार करावे लागतात... माझ्या मनात आलं, तुम्हाला जर तुमचं ध्येय साध्य करायचं असेल तर तुमच्या मार्गात अडथळे येणारच, पण तरी तुम्ही वाटचाल करत राहिलं पाहिजे. मी त्या पुस्तकाने इतकी थरारून गेले होते की, मी ते झटपट वाचून काढलं आणि नंतर माझ्या वडिलांना ती गोष्ट सांगितली. त्यांना खूप आनंद झाला. कारण, मी वाचून त्यांना इतकं तपशीलवार सांगते आहे

म्हणजे माझी स्मृती शाबूत असणार असं त्यांना वाटलं.

माझी स्मृती हरवली आहे का, याची माझ्या आईवडिलांना चिंता होती हे मला माहीत होतं. कारण माझ्यावर गोळीबार झाल्याचं मला काहीही आठवत नाही हे मी त्यांना सांगितलं होतं. आणि मी माझ्या मैत्रिणींची नावही विसरत होते, ती फारशी अवघड नसूनही.

एके दिवशी माझ्या वडिलांनी विचारलं, ''मलाला, आम्हाला 'पश्तो तापे' म्हणून दाखवतेस?''

मी आमच्या आवडत्या ओळी म्हणून दाखवल्या. त्यांचा आशय होता : 'तुम्ही सापाच्या शेपटापासून प्रवासाला सुरुवात करता, तेव्हा त्याचा शेवट त्याच्या माथ्यावरील विषाच्या महासागरातच होतो.'

पाकिस्तानात सुरुवातीला अधिकाऱ्यांनी अतिरेक्यांचा वापर करून घेतला आणि आता ते स्वतःच तयार केलेल्या गुंत्यात अडकले होते... आम्हाला या ओळींचा संदर्भ या अर्थाने लागत होता. मग मी त्यांना सांगितलं, ''खरंतर मला एक तापा पुन्हा लिहायची आहे.''

माझ्या वडिलांच्या चेहऱ्यावर कुतूहल होतं. तापे हे आमच्या समाजाचं शतकानुशतकाचं प्राचीन विचारधन आहे; ते तुम्ही बदलू शकत नाही.

''कोणती?'' त्यांनी विचारलं.

''ही...'' मी म्हणाले –

जर पुरुष युद्धात जिंकू शकत नसतील तर, हे मायभूमी,
स्त्रिया पुढे येतील आणि तुम्हाला सन्मान मिळवून देतील

که د زلمو نه پوره نه شوه
ګرانه وطنه جينکۍ به دې ګټي نه

या ओळी बदलून मला लिहायचं होतं

पुरुष युद्ध जिंकत असोत वा हरत असोत, हे मायभूमी,
स्त्रिया पुढे येत आहेत आणि त्या तुम्हाला सन्मान मिळवून देतील

که د زلمو نه شوه که نه شوه
ګرانه وطنه جينکۍ به دې ګټي نه

त्यावर ते हसले आणि हा किस्सा त्यांनी सर्वांना ऐकवला... नेहमीप्रमाणेच! मी माझे हातपाय पुन्हा पूर्ववत होण्यासाठी जिममध्ये व फिजिओथेरपिस्टसोबत

खूप मेहनत घेत होते. त्यामुळे ६ डिसेंबर रोजी मला पहिल्यांदा हॉस्पिटलबाहेर फिरायला जाता आलं. मी वायमांना मला निसर्ग आवडतो असं सांगितलं होतं, त्यामुळे त्यांनी हॉस्पिटलच्या दोन कर्मचाऱ्यांसोबत मला आणि माझ्या आईला हॉस्पिटलपासून थोड्या अंतरावरील 'बर्मिंगहॅम बोटॅनिकल गार्डन्स'मध्ये नेण्याची व्यवस्था केली होती. त्यांनी आमच्यासोबत माझ्या वडिलांना येऊ दिलं नाही. कारण, ते प्रसारमाध्यमांमध्ये खूपदा दिसत असल्यामुळे त्यांना ओळखलं जाईल असं त्यांना वाटत होतं. तरीसुद्धा मी मात्र एकदम खूश होते. मला दुसरा जन्म लाभल्यानंतरची, ती माझी बाहेरच्या जगाची पहिलीवहिली सफर होती... मी पहिल्यांदाच बर्मिंगहॅम आणि इंग्लंड पाहणार होते.

त्यांनी मला कारमध्ये मागच्या सीटवर मध्यभागी बसायला सांगितलं होतं. मला या नव्या देशातील प्रत्येक गोष्ट डोळे भरून पाहायची असल्यामुळे मला ते वैतागवाणं वाटत होतं. ते माझ्या डोक्याला कसलाही हादरा बसू नये याची काळजी घेत आहेत हे माझ्या लक्षात येत नव्हतं. आम्ही बागेत गेल्यावर इतकी सगळी झाडंझुडपं पाहताच मला घराची खूप आठवण झाली.

"हे आमच्या खोऱ्यात आहे...", "हे पण आमच्याकडे आहे," मी सारखं म्हणत होते. आमच्या खोऱ्यातील सुंदर झाडांचा मला प्रचंड अभिमान आहे. बागेत आलेल्या बाकी सर्व लोकांसाठी तो त्यांचा नित्याचा फेरफटका होता. मला मात्र प्रवासाच्या शेवटच्या टप्प्यातील 'डोरोथी' असल्यासारखं वाटत होतं. माझी आई तर इतकी खूश झाली होती की, तिने माझ्या वडिलांना फोन करून सांगितलं, "आज पहिल्यांदा मला आनंद झाला आहे."

पण बाहेर बर्फासारखं थंडगार होतं. त्यामुळे आम्ही कॅफेत जाऊन मस्तपैकी चहा आणि केकचा आस्वाद घेतला... 'क्रीम टी' म्हणतात तो.

त्यानंतर दोन दिवसांनी माझ्या कुटुंबाव्यतिरिक्त पहिली व्यक्ती मला भेटली – पाकिस्तानचे राष्ट्राध्यक्ष असिफ झरदारी. हॉस्पिटलला त्यांनी तिथे यायला नको होतं. कारण त्यामुळे प्रसारमाध्यमांची गर्दी उसळणार होती. पण माझ्या वडिलांना त्यांना नकार देणं अवघड होतं. झरदारी आमच्या देशाचे प्रमुख होते. शिवाय, त्यांनी माझ्या सर्व वैद्यकीय उपचाराचा खर्च सरकारतर्फे केला जाईल, असं सांगितलं होतं. ही रक्कम जवळजवळ दोन लाख पाउंड्स होत होती. त्यांनी बर्मिंगहॅमच्या मध्यवस्तीत माझ्या आईवडिलांसाठी भाड्याचं अपार्टमेंटही घेऊन दिलं होतं. त्यामुळे त्यांना वसतिगृह सोडणं शक्य झालं होतं. ते शनिवारी, ८ डिसेंबर रोजी येणार होते तो सोहळा जेम्स बाँडच्या चित्रपटासारखा होता.

सकाळपासूनच बाहेर पत्रकारांची गर्दी जमली होती. राष्ट्राध्यक्ष मला भेटायला हॉस्पिटलमध्ये येणार, असं त्यांनी स्वाभाविकपणे गृहीत धरलं होतं. पण

त्याऐवजी त्यांनी मला भल्यामोठ्या जांभळ्या टोपीवाल्या गुबगुबीत जाकिटात गुरफटून कर्मचाऱ्यांसाठी असणाऱ्या प्रवेशद्वारातून हॉस्पिटलच्या ऑफिसमध्ये नेलं. आम्ही गाडीतून पत्रकार व छायाचित्रकारांच्या अगदी जवळून बाहेर पडलो – काही जण झाडावरसुद्धा चढले होते – पण त्यांना ते कळलंसुद्धा नाही. मग मी त्यांची वाट पाहत ऑफिसमध्ये बसले. ते येईपर्यंत मी कॉम्प्यूटरवर 'एल्फ बॉलिंग' नावाचा खेळ खेळत होते. मी तो खेळ पहिल्यांदाच खेळत असले तरी मी अटलला हरवत होते.

झरदारी त्यांच्या लोकांसमवेत दोन गाड्यांमधून आले. त्यांना मागच्या बाजूने तिथे आणण्यात आलं. त्यांच्यासोबत दहा जण होते, त्यामध्ये त्यांचे चीफ ऑफ स्टाफ, त्यांचे लष्करी सचिव आणि लंडनमधील पाकिस्तानी उच्चायुक्त ज्यांनी माझे आईवडील इंग्लंडला येईपर्यंत डॉक्टर फिओनांकडून माझ्या अधिकृत पालकत्वाची सूत्रं स्वीकारली होती ते होते.

राष्ट्राध्यक्षांना प्रथम डॉक्टरांनी माझ्या चेहऱ्यावरील उपचारांचा उल्लेख न करण्याबाबत सांगितलं. मग ते त्यांच्या सर्वांत धाकट्या मुलीसह – असीफासह मला भेटायला आले. असीफा माझ्यापेक्षा काही वर्षांनी मोठी आहे. त्यांनी माझ्यासाठी पुष्पगुच्छ आणला होता. आमच्या परंपरेनुसार त्यांनी माझ्या डोक्यावर हात ठेवला. पण माझ्या वडिलांना काळजी वाटत होती. कारण माझ्या मेंदूचं रक्षण करायला माथ्यावर कवटी नव्हती. फक्त कातडं होतं. आणि शालीखाली झाकलेला डोक्याचा भाग अंतर्गोल होता. त्यानंतर राष्ट्राध्यक्ष माझ्या वडिलांशी बोलले. ''हिला इंग्लंडमध्ये आणलं हे आमचं भाग्य,'' माझे वडील म्हणाले.

''पाकिस्तानात ती वाचू शकली असती, पण ती पूर्ववत बरी होण्यासाठी तिला हे उपचार मिळाले नसते आणि ती विरूप झाली असती,'' ते म्हणाले. ''आता तिचं हास्य परत येईल.''

झरदारी यांनी उच्चायुक्तांना माझ्या वडिलांना 'एज्युकेशन अटॅशे' या पदी नेमण्यास सांगितलं. त्यामुळे त्यांना उपजीविकेसाठी पगार आणि परराष्ट्र विभागाचा पासपोर्ट मिळणार होता. मग त्यांना इंग्लंडमध्ये आश्रय शोधावा लागणार नव्हता. माझे वडील सगळा खर्च कसा चालवायचा या चिंतेत होतेच, आता त्यांना हायसं वाटलं. गॉर्डन ब्राउन यांनीही सुंयक्त राष्ट्रसंघाच्या कार्यात त्यांचा सल्लागार होण्याबाबत माझ्या वडिलांना विचारलं होतं, पण त्या पदाला वेतन नव्हतं. राष्ट्राध्यक्षांनी त्याला हरकत न घेता, तुम्ही ही दोन्ही पदं सांभाळू शकता असं सांगितलं.

मला भेटून गेल्यानंतर झरदारी यांनी प्रसारमाध्यमांशी बोलताना 'मी असामान्य मुलगी आहे व पाकिस्तानचं वैभव आहे' असं म्हटलं होतं. पण अजूनही पाकिस्तानातील सर्वच जण असा सकारात्मक विचार करत नव्हते. काही लोक तर माझ्या

वडिलांनीच मला गोळ्या घातल्या किंवा मुळात माझ्यावर गोळीबार झालाच नाही, आणि आम्हाला परदेशी राहता यावं यासाठी आम्ही हे सगळं नाटक रचलं असंसुद्धा बोलत होते. माझ्या वडिलांनी या गोष्टी माझ्यापर्यंत पोचू न देण्याचा प्रयत्न केला, पण मला ते कळलं होतं.

२०१३ साल उजाडलं. वर्षाची सुरुवात छानच झाली. जानेवारीच्या प्रारंभी मला हॉस्पिटलमधून घरी सोडण्यात आलं आणि मी पुन्हा एकदा आमच्या कुटुंबात परत आले. पाकिस्तानी उच्चायुक्तांनी बर्मिंगहॅमच्या मध्यवस्तीत मॉडर्न स्क्वेअरमधील एका इमारतीत आमच्यासाठी दोन सुसज्ज अपार्टमेंट्स भाड्याने घेतली होती. ही अपार्टमेंट्स दहाव्या मजल्यावर होती. इतक्या वरच्या मजल्यावर आम्ही कुणीच कधी गेलो नव्हतो. आम्ही तीनमजली घरात राहायचो, त्यादरम्यान भूकंप झाल्यानंतर आमची आई म्हणायची की, मी पुन्हा कधी अपार्टमेंट ब्लॉकमध्ये राहणार नाही. त्यामुळे इथे मी आईला चिडवायचे. माझ्या वडिलांनी मला सांगितलं की, ते इथे आले तेव्हा ती इतकी घाबरली होती की, ती म्हणाली, "या लिफ्टमध्ये माझा जीव जाणार आहे!"

आम्ही सगळे पुन्हा एक कुटुंब झाल्यामुळे आनंदात होतो. खुशाल नेहमीप्रमाणेच तापदायक होता. माझे दोन्ही भाऊ शाळा, त्यांचे मित्र यांपासून दूरवर, मी बरी होण्याची वाट पाहत कंटाळले होते. अटल सगळ्या नव्या गोष्टी थरारून अनुभवत होता. आता मी त्यांच्याशी मला हवं तसं वागू शकते हे माझ्या लक्षात आलं!

हिवाळ्याचे दिवस होते. मोठ्या काचेच्या खिडकीतून बाहेर पडणारं बर्फ पाहताना मला आपणही बाहेर जाऊन बर्फाचा कापूस पकडत पळापळी करावी असं वाटायचं... आम्ही स्वातमध्ये असताना करायचो तसं... काही वेळा आम्ही माझी ताकद वाढावी यासाठी पायी फिरायला जायचो, पण मी लगेच दमायचे.

समोर चौकात कारंजं आणि 'कोस्टा' कॉफी बार दिसायचा. त्याच्या काचेच्या भिंतीतून आतली गप्पा मारणारी माणसं दिसायची. स्त्री-पुरुषाचं असं गिसळणं स्वातमध्ये कल्पनेपलीकडलं होतं. आमच्या अपार्टमेंटजवळच ब्रॉड स्ट्रीट होता... दुकानं, नाइट क्लब्ज आणि स्ट्रीपबार्ससाठी प्रसिद्ध असणारा रोड. मला अजूनही खरेदी आवडत नव्हती, तरी आम्ही दुकानांत जाऊन आलो. रात्रीच्या वेळी आमचे डोळे तोकड्या कपड्यांतील कुर्रेबाज स्त्रियांवर खिळून असायचे. त्यांच्या अंगावर निकरइतक्या छोट्या शॉर्ट्स असत आणि ऐन हिवाळ्यातसुद्धा त्यांच्या अनावृत पायांत मोठ्यात मोठ्या हिल्स असायच्या. माझ्या आईला ते पाहून इतका धक्का बसायचा की, ती ओरडायची, "घरका शोमा!... माझा जीव कोंडतोय!"...आणि

माझ्या वडिलांना म्हणायची, ''कृपा करून मला दुबईला घेऊन चला. मी इथे नाही राहू शकत!''

पुढे आम्ही यावर हसायचो.

''त्यांचे पाय लोखंडाचे असतात का... म्हणून त्यांना थंडी वाजत नाही का?'' माझी आई विचारायची.

आम्हाला वीकेंडच्या रात्री उशिरा ब्रॉड स्ट्रीटवर फिरू नका, ते धोकादायक आहे, अशी खबरदारीची सूचना दिली होती. त्याचं आम्हाला हसू आलं. आम्ही जिथून आलो होतो त्या तुलनेत हे असुरक्षित कसं म्हणता येईल? इथे लोकांची मुंडकी उडवणारे तालिबान होते का? मी कधी माझ्या आईवडिलांना सांगितलं नाही, पण जर एखादा आशियायी दिसणारा माणूस माझ्या जवळ आला तर मी दचकून मागे सरकायचे. सगळ्यांच्या जवळ बंदूक आहे असं मला वाटायचं.

आठवड्यातून एकदा मी मिंगोरातील माझ्या मैत्रिणींशी 'स्काइप'वर गप्पा मारायचे. माझी वर्गात जागा अजूनही राखून ठेवल्याचं त्यांनी मला सांगितलं. मॅडमनी त्या दिवशीचा पाकिस्तान स्टडीजचा पेपर वर्गात दाखवायला आणला होता. मला पैकीच्या पैकी म्हणजे ७५ पैकी ७५ मार्क पडले होते. पण मी बाकीचे पेपर दिले नसल्यामुळे, मल्का-ए-नूर वर्गात पहिली आली होती. माझा हॉस्पिटलमध्ये थोडाफार अभ्यास सुरू असला तरी मला मी मागे पडण्याची चिंता वाटत होती. आता आमच्या वर्गात मल्का-ए-नूर आणि मोनिबामध्ये स्पर्धा होती.

''स्पर्धा करायला तू नसल्यामुळे कंटाळवाणं वाटतं,'' मल्का-ए-नूर मला म्हणाली.

माझ्या तब्येतीत दररोज थोडाथोडा फरक पडत होता, पण माझ्या शस्त्रक्रिया अजून संपल्या नव्हत्या. अजूनही माझ्या कवटीचा वरचा भाग बसवलेला नव्हता. डॉक्टरांना माझ्या श्रवणशक्तीबाबतही चिंता होती. आम्ही पायी फिरायला जायचो तेव्हा, गर्दीत आईवडील काय बोलत आहेत ते मला समजायचं नाही. माझ्या कानातून 'टनटन' असा आवाज यायचा, आणि तो फक्त मलाच ऐकू यायचा.

शनिवार, २ फेब्रुवारी. मला शस्त्रक्रियेसाठी पुन्हा क्वीन एलिझाबेथ हॉस्पिटलमध्ये नेण्यात आलं. या वेळी ॲन्वेन व्हाइट नामक महिला डॉक्टर माझ्यावर शस्त्रक्रिया करणार होत्या. त्यांनी सर्वप्रथम माझ्या पोटातून तो कवटीचा तुकडा काढला. तो पाहिल्यानंतर त्यांनी तो पुन्हा न बसवण्याचा निर्णय घेतला. कारण, तो चांगल्या अवस्थेत नव्हता आणि संसर्गाचा धोका होताच. त्यामुळे त्यांनी 'टिटॅनिअम क्रॅनिओप्लास्टी' नामक शस्त्रक्रिया केली. (आता मला वैद्यकीय परिभाषेतील बऱ्याच गोष्टी माहीत झाल्या आहेत!) त्यांनी माझ्या डोक्यात माझ्या मेंदूचं संरक्षण करण्यासाठी

खास तयार केलेली 'टिटॅनिअम प्लेट' आठ स्क्रूंच्या मदतीने बसवली.

माझ्यावर ही शस्त्रक्रिया सुरू असताना माझी नस दुरुस्त करणारे सर्जन डॉ. आयर्विंग यांनी माझ्या इजाग्रस्त डाव्या कानाच्या पडद्यासाठी एक मार्ग शोधला. त्यांनी माझ्या कानाजवळ, डोक्याच्या आत एक Cochlear Implant नामक छोटं इलेक्ट्रॉनिक उपकरण बसवलं आणि 'महिन्याभराने त्याचा बाह्य भाग माझ्या डोक्यावर बसवला की, तुला नीट ऐकू येईल' असं सांगितलं.

मी पाच तास ऑपरेशन थिएटरमध्ये होते, माझ्यावर तीन शस्त्रक्रिया झाल्या, पण मला आपल्यावर इतकी मोठी शस्त्रक्रिया झाली आहे असं वाटतच नव्हतं. पाच दिवसांत मला घरी सोडलं. त्यानंतर काही आठवड्यांनी, माझ्या कानाच्या मागच्या बाजूला रिसीव्हर बसवल्यावर माझ्या डाव्या कानाने पहिल्यांदाच 'बीप बीप'चा आवाज ऐकला. सुरुवातीला सगळं यंत्रमानवाच्या आवाजासारखं वाटायचं, पण हळूहळू त्यात सुधारणा होत गेली.

परमेश्वर किती महान आहे ते आपणा मनुष्यप्राण्यांच्या लक्षातच येत नाही. त्याने आपल्याला विलक्षण मेंदू आणि संवेदनशील प्रेमळ हृदय दिलं आहे. त्याने आपल्याला बोलण्यासाठी आणि मनातल्या भावना व्यक्त करण्यासाठी दोन ओठ दिले आहेत, रंगीबेरंगी दुनिया आणि तिचं सौंदर्य पाहण्यासाठी दोन डोळे दिले आहेत, जीवनमार्गावर वाटचाल करण्यासाठी दोन पाय दिले आहेत, काम करण्यासाठी दोन हात दिले आहेत, सुगंधाच्या सौंदर्याचा आस्वाद घेण्यासाठी नाक दिलं आहे आणि प्रेमाचे शब्द ऐकण्यासाठी दोन कान दिले आहेत. या प्रत्येक अवयवामध्ये काय सामर्थ्य आहे, ते तो अवयव गमावल्याखेरीज माणसाच्या लक्षात येत नाही. मला कानाच्या निमित्ताने ही गोष्ट प्रकर्षाने जाणवली.

मला इतके मेहनती डॉक्टर्स लाभले, मी यातून बरी झाले याबद्दल मी अल्लाह यांची कृतज्ञ आहे, आणि आम्हाला या जगात पाठवल्याबद्दलही – जिथे आम्ही जगण्यासाठी संघर्ष करतो. काही लोक चांगले मार्ग निवडतात आणि काही लोक वाईट मार्ग निवडतात. एका माणसाच्या बंदुकीची गोळी मला लागली. त्यामुळे माझ्या मेंदूला सूज आली, माझी श्रवणशक्ती नष्ट झाली आणि माझ्या चेहऱ्याच्या डाव्या बाजूची नस तुटली... अवघ्या एक सेकंदात... आणि त्या एका सेकंदानंतर, माझ्यासाठी कोट्यवधी लोकांनी प्रार्थना केली आणि निष्णात डॉक्टरांनी माझं शरीर मला परत मिळवून दिलं. मी चांगली मुलगी होते. माझ्या मनात इच्छा होती ती फक्त लोकांना मदत करण्याची. मला पुरस्कार किंवा पैशाची आस नव्हती.

मी नेहमी परमेश्वराला प्रार्थना करायचे, ''मला लोकांना मदत करायची आहे. कृपा करून तू मला या कामात साहाय्य कर.''

तालिबने एका बसमधील तीन मुलींवर पॉइंट ब्लँक रेंजवरून गोळ्या झाडल्या

आणि त्यातील एकाही मुलीचे प्राण गेले नाहीत. ही गोष्ट अशक्य कोटीतील वाटण्याजोगी आहे. लोक म्हणतात की, माझं बरं होणं हा चमत्कार आहे. माझ्या मैत्रिणीला, शाजियाला दोन गोळ्या लागल्या होत्या. वेल्समधील अटलांटिक कॉलेजने शिष्यवृत्ती दिल्यामुळे तीही शिक्षणासाठी इंग्लंडला आली आहे. कायनातही इथे शिकायला येईल अशी मला आशा आहे. परमेश्वराने माझे प्राण वाचवले आहेत हे मी जाणून आहे. मला हे दुसरं आयुष्य मिळाल्यासारखं वाटतं. माझे प्राण वाचवण्यासाठी लोकांनी परमेश्वराची प्रार्थना केली, आणि मला काही उद्देशाने प्राणदान मिळालं. माझं जीवन लोकांच्या मदतीसाठी उपयोगात यावं या उद्देशाने माझ्यावर कशा प्रकारे गोळ्या झाडल्या, काय झालं याबद्दल लोक जेव्हा बोलतात तेव्हा माझ्या मनात येतं, ही *मलालाची* कहाणी आहे. *तालिबाननं गोळ्या घातलेल्या मुलीची* ही माझी कहाणी आहे, असं मला अजिबात वाटत नाही.

◆

समारोप

एक बालक, एक शिक्षक, एक पुस्तक, एक पेन...

बर्मिंगहॅम, ऑगस्ट, २०१३

मार्च महिन्यात आम्ही अपार्टमेंट सोडून एका पर्णाच्छादित रस्त्यावरील भाड्याच्या घरात राहायला आलो, पण सध्या ते तात्पुरतं मुक्कामस्थान आहे, असंच वाटतं. आमच्या सगळ्या गोष्टी अजूनही स्वातमध्येच आहेत. घरात सगळीकडे पुठ्ठ्याची खोकी रचलेली आहेत. लोकांनी मला पाठवलेली पत्रं व शुभेच्छाकार्डं त्यात भरून ठेवली आहेत. एका खोलीत पियानो आहे; आम्हाला कुणालाही तो वाजवता येत नाही. भिंतीवरच्या ग्रीक देवदेवतांच्या म्यूरल्सबद्दल आणि तिच्याकडे पाहणाऱ्या छतावरच्या कोरीव 'चेरब्ज'बद्दल म्हणजेच लहान देवदूतांबद्दल माझ्या आईची कुरकुर सुरू असते.

आमचं घर खूप मोठं आणि रिकामं वाटतं. आमच्या घराला 'इलेक्ट्रिक आयर्न गेट' आहे. कधीकधी वाटतं, आम्ही पाकिस्तानमध्ये ज्याला 'सब-जेल' म्हणायचो तशा एक प्रकारच्या आरामदायी गृहकैदेत आहोत. घराच्या मागच्या बाजूला मोठीच मोठी बाग आहे. तिथे भरपूर झाडं आणि आम्हा भावंडांना खेळायला हिरवंगार लॉन आहे. पण इथे घराच्या छतांवर खेळता येत नाही, रस्त्यावर पतंगांसाठी भांडणारी मुलं नाहीत, बशीभर तांदूळ किंवा तीन टोमॅटो उसने मागायला येणारे शेजारी नाहीत. शेजारचं घर आणि आम्ही, यादरम्यान फक्त एक भिंत आहे, पण ते अंतर मैलोन्‌मैल असल्यासारखं वाटतं.

मी बाहेर पाहते, तेव्हा माझी आई बागेत फेरफटका मारत असते. तिने डोक्यावरून शाल घेतलेली असते. ती पक्ष्यांना खाऊ घालत असते. ती तिची आवडती 'तापा' म्हणते आहे असं वाटतं, ''बागेतल्या कबूतरांना ठार मारू नका.

एकाला माराल तर बाकीची पुन्हा येणार नाहीत.'' ती आदल्या रात्रीचं उरलेलं अन्न पक्ष्यांना खाऊ घालत असते. तिच्या डोळ्यांत अश्रू दाटलेले असतात. आम्ही स्वातमध्ये असताना जे खायचो तेच इथेही खातो – बरंचसं तेच – दुपारी व रात्रीच्या जेवणाला भात आणि मटण. नाश्त्याला फ्राइड अंडी, चपाती... कधीकधी मधसुद्धा. हा रिवाज आमच्या अटलने सुरू केला आहे. बर्मिंगहॅममध्ये आल्यावरचा त्याचा आवडता शोध म्हणजे न्यूटेला सँडविचेस. पण घरात नेहमी स्वयंपाक उरतोच; माझ्या आईला अन्न वाया गेलं की दुःख होतं. पूर्वी आमच्या घरी आम्ही किती मुलांना जेवू घालायचो... कुणी रिकाम्या पोटी शाळेत जाऊ नये म्हणून... आता ते सगळं खूप मागे... दूर राहिल्याचं तिला जाणवत असणार... तिला त्या मुलांची आठवण होत असणार हे मला कळतं आहे.

मिंगोरात असताना मी शाळेतून घरी यायचे तेव्हा आमच्या घरी कुणी माणसं आलेली नाहीत, असं कधीही व्हायचं नाही. त्या वेळी मी एक दिवस तरी शांतता असावी आणि मला गृहपाठ करण्यासाठी थोडं खासगीपण मिळावं अशी विनंती करायचे. आता यावर विश्वासच बसत नाही. आता इथे आवाज असतो तो फक्त पक्ष्यांची किलबिल आणि खुशालच्या 'एक्सबॉक्स'चा. मी माझ्या खोलीत जिगसॉ पझल जुळवत, पाहुण्यांची आतुरतेने वाट बघत एकटी बसलेली असते.

माझ्या आईलाही खूप एकटं वाटतं आहे हे मला कळतं. तिचा लोकसंग्रह खूप मोठा होता. आजूबाजूच्या सगळ्या बायका आमच्या मागच्या अंगणात दुपारी जमायच्या आणि इतरांच्या घरी काम करणाऱ्या बायकासुद्धा घटकाभर विसावा घेण्यासाठी तिथे यायच्या. आता ती सतत फोनवरून सगळ्यांशी बोलत असते. तिला इंग्रजी अजिबात येत नसल्यामुळे तिला इथे फार मुश्कील होतं. आमच्या घरात सगळ्या सुखसुविधा आहेत, पण इथे आल्या आल्या तिच्या दृष्टीने हे सगळं गूढ-गहन होतं. ओव्हन, वॉशिंग मशीन, टीव्ही या गोष्टी कशा वापरायच्या, ते आम्हाला कुणाकडूनतरी शिकून घ्यावं लागत होतं.

नेहमीप्रमाणे माझ्या वडिलांची स्वयंपाकघरात काडीची मदत नसते. मी त्यांना चेष्टेने म्हणते, ''अबा, तुम्ही महिलांच्या हक्काबद्दल बोलत असता, पण माझी आईच सगळं सांभाळते! तुम्ही तर चहाचा कपसुद्धा इकडचा तिकडे करत नाही.''

इथे बस आणि रेल्वे आहेत, पण त्याने प्रवास कसा करायचा ते आम्हाला कळत नाही. माझ्या आईला चीना बझारमध्ये खरेदीला जाता येत नसल्यामुळे चुकल्या-चुकल्यासारखं होतं. माझा चुलतभाऊ शाह आमच्याकडे राहायला आल्यापासून ती खूश आहे. त्याच्याकडे गाडी आहे. तो तिला खरेदीला घेऊन जातो, पण तरी हा अनुभव मिंगोरासारखा नाहीच. कारण इथे तिला तिच्या मैत्रिणी व शेजारणींना खरेदी दाखवून त्याबद्दल गप्पा मारता येत नाहीत.

आमच्या दारावर थाप पडली की, माझी आई दचकून उठते... सध्या तर ती जरा कुठे खुट्ट झालं की झटकन उठते. ती खूपदा रडते... मग मला मिठीत घेऊन म्हणते, "मलाला सुखरूप आहे." आता ती मला असं वागवते की, मी तिची थोरली मुलगी नसून शेंडेफळच आहे.

मला माहीत आहे, माझे वडीलसुद्धा रडतात. मी माझे केस बाजूला करते तेव्हा माझ्या डोक्यावरचा व्रण पाहिला, की त्यांचे डोळे भरतात... ते दुपारी वामकुक्षी घेऊन उठतात तेव्हा बागेतून मुलांचा आवाज त्यांच्या कानावर येतो, त्यातील एक आवाज माझा आहे हे कळतं तेव्हा त्यांना हायसं वाटतं आणि त्यांचे डोळे भरतात... माझ्यावर गोळीबार झाला ही त्यांची चूक आहे असं लोक म्हणतात हे त्यांना माहीत आहे... टेनिस खेळाडूच्या वडिलांनी आपल्या मुलामधून चॅम्पियन घडवण्याचा प्रयत्न करावा तसं त्यांनी मला बोलण्यास प्रवृत्त केलं असं लोक म्हणतात, जसं काय मला स्वत:ला माझं डोकं नाहीच. हे सगळं त्यांच्यासाठी खूप अवघड आहे. त्यांनी जवळजवळ २० वर्षं जे काम केलं ते सगळं मागं सोडून यावं लागलं होतं; त्यांनी शून्यातून उभी केलेली शाळा... आता तिच्या तीन इमारती होत्या आणि ११०० विद्यार्थी तिथे शिकत होते. ७० शिक्षक तिथे अध्यापन करत होते. त्यांच्या या निर्मितीचा त्यांना अभिमान होता हे मला महीत होतं.

ते म्हणतात, "तुम्ही एखादं झाड लावून त्याची जोपासना करावी तसं आहे हे – तुम्हाला त्याच्या सावलीत बसण्याचा अधिकार आहे."

स्वातमध्ये गुणवत्तापूर्ण शिक्षण देणारी अतिभव्य शाळा, शांततामय आयुष्य आणि आमच्या देशात लोकशाही असणं हे त्यांचं स्वप्न आहे. स्वातमध्ये त्यांच्या कार्यामुळे आणि त्यांनी लोकांना जे साहाय्य केलं त्यामुळे त्यांनी मान आणि प्रतिष्ठा मिळवली होती. परदेशी राहणं कधी त्यांच्या मनातसुद्धा आलं नव्हतं. त्यामुळे आम्हाला इंग्लंडमध्ये यायचंच होतं, असं लोक जेव्हा बोलतात तेव्हा त्यांना फार वाईट वाटतं.

"१८ वर्षं शिक्षण घेतलेल्या, छानसं आयुष्य आणि कुटुंब असलेल्या एखाद्या माणसाला तुम्ही मुलींच्या शिक्षणाचा पुरस्कार केल्याबद्दल, माशाला पाण्यातून काढून बाहेर फेकावं तसं बाहेर फेकून देणार?"

कधीकधी ते म्हणतात, "आपण 'आयडीपी'चे 'इडीपी' झालो आहोत – 'एक्स्टर्नली डिस्प्लेस्ड पर्सन्स'." आम्ही बरेचदा जेवताना घरच्या आठवणी काढतो. आम्हाला तिकडची प्रत्येक गोष्ट आठवते... अगदी दुर्गंधीयुक्त नालासुद्धा. माझे वडील म्हणतात, "हे असं घडणार हे मला माहीत असतं, तर मी अखेरचं मागे वळून पाहिलं असतं... प्रेषितांनी मदिनाला जाण्याआधी मक्केकडे पुन्हा पुन्हा मागे वळून पाहिलं होतं तसं."

स्वातमधल्या काही गोष्टी कुठल्या दूरवरच्या ठिकाणच्या असल्यासारख्या

वाटतात... मी ज्याबद्दल वाचलं असावं अशा ठिकाणच्या.

माझ्या वडिलांचा बराच वेळ शिक्षणविषयक परिषदांना हजर राहण्यात जातो. आता लोकांना त्यांचं बोलणं ऐकायचं असतं ते माझ्यामुळे, त्यांचे विचार ऐकण्यासाठी नव्हे, ही गोष्ट त्यांना विचित्र वाटत असणार हे मला कळतंय. पूर्वी मला 'त्यांची मुलगी' म्हणून ओळखली जायचं, आता त्यांना 'माझे वडील' म्हणून ओळखलं जातं.

ते माझ्या वतीने पुरस्कार स्वीकारण्यासाठी फ्रान्सला गेले होते तेव्हा तेथील श्रोतृवृंदाला म्हणाले होते, ''मी ज्या प्रदेशातून आलोय, तिथे बहुतेक लोकांना त्यांच्या मुलांमुळे ओळखलं जातं. पण मी मोजक्या पित्यांपैकी एक आहे, ज्यांना त्यांच्या मुलीमुळे ओळखलं जात आहे.''

माझ्या बेडरूमच्या दारावर नवाकोरा छानसा शाळेचा गणवेश टांगला आहे, फक्त निळा ऐवजी गडद हिरवा... अशा शाळेचा जिथे वर्गात जाण्याबद्दल हल्ला होण्याची किंवा शाळेची इमारत कुणीतरी उडवून देईल याची कुणी कल्पनासुद्धा करू शकत नाही.

१ एप्रिल रोजी मी बर्मिंगहॅममधील शाळेत जाण्याइतपत बरी झाले होते. शाळेत जाताना खूप छान वाटत होतं आणि मिंगोरात असताना जसं मनात भय असायचं – अचानक तालिब समोर येऊन टपकेल या भीतीने मी रस्ताभर सतत आजूबाजूला बघत असायचे – तसं इथे नव्हतं.

ही शाळा चांगली आहे. खूपसे विषयही आधीच्या शाळेतल्यासारखेच आहेत, पण इथले शिक्षक खडू व फळा यांच्या मदतीने न शिकवता पॉवरपॉइंट व कॉम्प्यूटरच्या मदतीने शिकवतात. इथे काही विषय वेगळे आहेत – संगीत, कला, कॉम्प्यूटर स्टडीज, गृह अर्थशास्त्र. इथे आम्ही स्वयंपाक शिकतो, इथे विज्ञानाची प्रात्यक्षिकं करतो, पाकिस्तानात ही संधी क्वचितच मिळते. नुकतेच मला फिजिक्समध्ये फक्त ४० टक्के मार्क मिळाले आहेत, तरीही हा माझा आवडता विषय आहे. मला न्यूटनविषयी आणि संपूर्ण विश्व ज्या मूलभूत तत्त्वांवर चालतं ते शिकायला खूप आवडतं.

पण माझ्या आईसारखीच मीही एकटी आहे. तिकडे मला जशा मैत्रिणी होत्या, तशा चांगल्या मैत्रिणी मिळायला वेळ लागतो आणि इथल्या शाळेतल्या मुली मला वेगळी वागणूक देतात. इथे लोक म्हणतात, ''ओह, दॅट्स मलाला.'' ते मला 'मलाला – कन्या हक्क चळवळीची कार्यकर्ती' म्हणून ओळखतात. पण खुशाल स्कूलमध्ये मी फक्त मलाला होते... चळवळी, विनोद सांगायला आवडणारी आणि एखादी गोष्ट समजवून सांगण्यासाठी चित्रं काढून दाखवणारी मुलगी... आणि हो... सतत भावाशी आणि सख्ख्या मैत्रिणीशी भांडभांड भांडणारी! मला वाटतं, प्रत्येक वर्गात एक अतिशय समंजस, अतिशय हुशार किंवा अलौकिक बुद्धिमत्तासंपन्न, अतिशय सुप्रसिद्ध, अतिशय देखणी, जराशी बुजरी, कुप्रसिद्ध मुलगी असते... पण

इथे मला कोणती मुलगी आहे ते अजून कळलेलं नाही.

इथे मला विनोद सांगण्याजोगे कुणी नसल्यामुळे मी ते सगळं साठवून ठेवते आणि आम्ही स्काइपवर बोलतो तेव्हा मोनिबाला सांगते. माझा तिला नेहमी पहिला प्रश्न असतो, "शाळेतली नवी खबरबात काय?"

शाळेत कुणाचं कुणाशी भांडण सुरू आहे, कोणत्या शिक्षकांनी कुणाला झाडलं, हे ऐकायला मला खूप आवडतं. अलीकडच्या परीक्षांत मोनिबा वर्गात पहिली आली होती. माझ्या वर्गातल्या मुली अजूनही माझी जागा राखून ठेवतात, त्यावर माझं नाव लिहिलं आहे. मुलांच्या शाळेत अमजद सरांनी प्रवेशद्वाराजवळ माझं मोठं पोस्टर लावलं आहे. रोज सकाळी ते त्यांच्या ऑफिसमध्ये जाण्याआधी माझ्या पोस्टरला अभिवादन करतात.

मी मोनिबाला इंग्लंडमधील माझ्या आयुष्याबद्दल सांगते. आमच्या घरांपेक्षा वेगळ्या, एकसारख्या घरांच्या रांगांतून धावणारे रस्ते... आमच्याकडे सगळं वेगळं असतं... अस्ताव्यस्त... आणि घराशेजारी किल्ल्याएवढे दगडमातीत बांधलेलं झोपडं...

मी तिला इथली घरं किती छान आणि मजबूत आहेत ते सांगते, पूर आणि भूकंपातसुद्धा टिकून राहणारी... पण इथे खेळायला छतं नाहीत. मी तिला सांगते की, मला इंग्लंड आवडतं. कारण इथे लोक नियम पाळतात, पोलिसांचा मान ठेवतात आणि सगळं काही वेळच्या वेळी घडतं. सगळी सूत्रं सरकारकडे असतात, कुणाला लष्करप्रमुखाचं नाव माहीत असण्याची आवश्यकता नसते. इथे मी नोकरी करणाऱ्या महिला पाहते, ज्यांची आम्ही स्वातमध्ये कल्पनासुद्धा करू शकत नव्हतो. इथे महिला पोलीस आहेत, सुरक्षारक्षक आहेत; त्या मोठ्या कंपन्या चालवतात आणि स्वतःला हवे तसे पोशाख करतात.

मी माझ्यावरील हल्ल्याचा सतत विचार करत नाही, पण रोज आरशात पाहते तेव्हा त्याची आठवण होतेच. नसेच्या शस्त्रक्रियेमुळे बराच फरक पडला आहे, पण मी अगदी पूर्वीसारखी कधीच होणार नाही. मला डोळ्याची पूर्ण उघडझाप करता येत नाही आणि बोलताना माझ्या डाव्या डोळ्याची खूप पिटपिट होते. माझ्या वडिलांचे मित्र हिदायतुल्ला त्यांना म्हणाले, "तुम्हाला तिच्या डोळ्याचा अभिमान वाटला पाहिजे. हे तिच्या बलिदानाचं सौंदर्य आहे."

माझ्यावर नक्की कुणी गोळ्या झाडल्या ते अजून माहीत नाही, पण अताऊल्लाह खान नावाच्या एका माणसाने हे कृत्य केल्याचं सांगितलं आहे. पोलीस अजून त्याला पकडू शकलेले नाहीत, पण ते म्हणतात की, आमचा तपास चालू आहे आणि त्यांना माझी मुलाखत घ्यायची आहे.

त्या दिवशी नेमकं काय झालं ते मला नीट आठवत नसलं, तरी अधूनमधून

काहीतरी मनात चमकून जात असतं. अनपेक्षितपणे काही आठवणी फेर धरतात. असाच एक प्रसंग जून महिन्यात घडला. आम्ही सौदी अरेबियात 'उमरा'साठी म्हणजेच मक्केच्या यात्रेसाठी निघालो असताना वाटेत अबूधाबीला गेलो होतो. तिथे मी आईबरोबर एका शॉपिंग मॉलमध्ये गेले होते. तिला मक्कामध्ये प्रार्थनेसाठी खास बुरखा विकत घ्यायचा होता. मला बुरखा नको होता. मी सांगितलं की, मी फक्त माझी शाल घेईन. कारण बाईने बुरखा घातलाच पाहिजे असा विशेष निर्देश नाही. आम्ही मॉलमध्ये फिरत असताना अचानक माझ्या बाजूला खूप माणसं आहेत असं माझ्या लक्षात आलं. मला वाटलं की, ते बंदुका घेऊन माझी वाट पाहत टपून बसले आहेत आणि आता मला उडवणार. मला प्रचंड भीती घेरून आली होती, पण मी काहीही बोलले नाही.

मी स्वत:ला बजावलं, 'मलाला, तू मृत्यूला याआधी सामोरी गेलेली आहेस. हा तुझा दुसरा जन्म आहे. घाबरू नकोस. तू जर घाबरलीस, तर तू पुढे जाऊ शकणार नाहीस.'

आमची श्रद्धा आहे की, मक्का या आमच्या सर्वांत पवित्र क्षेत्री काबाचं दर्शन घेताना, तुमच्या मनात जी इच्छा असेल ती अल्लाह पूर्ण करतात. तिथे प्रार्थना करताना आम्ही पाकिस्तानमध्ये शांतता स्थापनेसाठी आणि मुलींच्या शिक्षणासाठी प्रार्थना केली. आश्चर्य म्हणजे तिथे माझ्या डोळ्यांत अश्रू दाटले होते. पण नंतर आम्ही मक्केच्या वाळवंटात जिथे प्रेषितांचं वास्तव्य होतं, जिथे त्यांनी उपदेश केला त्या पवित्र स्थानांना भेट दिली तेव्हा तिथे रिकाम्या बाटल्या व बिस्किटांच्या रॅपर्सचा कचरा पाहून मला धक्का बसला. लोकांनी इतिहासाच्या जपणुकीत हेळसांड केलेली दिसत होती. 'स्वच्छता हीच निम्मी श्रद्धा' या 'हदिथ'चा त्यांना विसर पडला आहे असं मला वाटलं.

माझं जग खूपच बदललं आहे. आमच्या भाड्याच्या घराच्या दिवाणखान्यातील शेल्फमध्ये अमेरिका, भारत, फ्रान्स, स्पेन, इटली, ऑस्ट्रिया यांसह जगभरातील अनेक ठिकाणी मिळालेले पुरस्कार विराजमान आहेत. माझं नोबेल शांतता पुरस्कारासाठीसुद्धा नामांकन झालेलं आहे – सर्वांत लहान व्यक्ती म्हणून. मला शाळेतल्या माझ्या कामगिरीबद्दल पुरस्कार मिळायचे तेव्हा मला आनंद व्हायचा. कारण मी त्यासाठी खूप मेहनत घेतलेली असायची, पण हे पुरस्कार निराळे आहेत. ते मला मिळाल्याबद्दल मी कृतज्ञ आहे, पण हे पुरस्कार मला फक्त प्रत्येक मुला-मुलीला शिक्षण मिळणं हे ध्येय साध्य करण्यासाठी अजून किती काम करणं गरजेचं आहे याचं स्मरण करून देतात. मला माझी ओळख 'तालिबानने गोळ्या घातलेली मुलगी' अशी नकोय, मला 'शिक्षणासाठी लढणारी मुलगी' अशी ओळख हवी

आहे आणि याच कार्यासाठी मला माझं जीवन समर्पित करायचं आहे.

माझ्या सोळाव्या वाढदिवशी मी न्यू यॉर्कमध्ये संयुक्त राष्ट्रसंघात भाषण देण्यासाठी गेले होते. त्या प्रशस्त हॉलमध्ये माझ्याआधी बऱ्याच जागतिक नेत्यांचं भाषण झालं होतं, तिथे श्रोतृवृंदासमोर भाषणासाठी उभं राहताना माझं अवसान गळायच्या बेतात होतं, पण मला काय सांगायचं होतं ते मला माहीत होतं.

'मलाला, हीच संधी आहे,' मी स्वत:ला बजावलं.

तिथे माझ्या आजूबाजूला फक्त ४०० माणसं होती, पण मी बाहेर नजर टाकली, तेव्हा माझ्या डोळ्यांसमोर कोट्यवधी चेहरे आले. मी फक्त संयुक्त राष्ट्रसंघाच्या प्रतिनिधींना डोळ्यासमोर ठेवून माझं भाषण लिहिलं नव्हतं, तर मी जगातील प्रत्येक माणसासाठी, जो काही बदल घडवू शकेल त्याच्यासाठी हे भाषण लिहिलं होतं. मला गरिबीत जीवन कंठणाऱ्या सर्व लोकांपर्यंत, ज्या मुलांना काम करणं भाग पडतं अशा मुलांपर्यंत आणि ज्यांना दहशतवादाच्या झळा बसतात अथवा ज्यांना शिक्षणाचा गंधही नसतो अशा सर्वांपर्यंत पोचायचं होतं. मला प्रत्येक बालकापर्यंत पोचायची मनापासून इच्छा होती, जो/जी माझ्या शब्दांमुळे धैर्य गोळा करून आपल्या हक्कांसाठी ठामपणे उभा/उभी राहू शकेल.

मी माझ्या आवडत्या गुलाबी सलवार-कमीजवर बेनझीर भुट्टोंची पांढरी शाल पांघरली होती. माझ्या भाषणात मी जगातील प्रत्येक बालकाला नि:शुल्क शिक्षण देण्याची सोय करण्याचं जागतिक नेत्यांना आवाहन केलं.

"आपण आपली पुस्तकं आणि पेन उचलू या," मी म्हणाले, "ती आपली सर्वांत सामर्थ्यशाली हत्यारं आहेत. एक बालक, एक शिक्षक, एक पुस्तक आणि एक पेन यांमुळे जग बदलू शकतं!"

माझ्या भाषणाला उपस्थितांचा काय प्रतिसाद मिळाला आहे, हे मला त्यांनी उभं राहून टाळ्यांचा कडकडाट केल्यावरच कळलं. माझ्या आईच्या डोळ्यांत अश्रू उभे राहिले होते. माझे वडील म्हणाले, "तू आता सर्वांची मुलगी झाली आहेस."

त्या दिवशी आणखीही एक गोष्ट घडली. माझ्या आईने त्या दिवशी प्रथमच तिचा सार्वजनिकरीत्या फोटो काढण्याची परवानगी दिली. तिने आयुष्यभर पडदा पाळला होता, ती याआधी कधीही कॅमेऱ्यासमोर उभी राहिली नव्हती. तिच्या दृष्टीने हा मोठा त्याग होता आणि हे तिच्यासाठी खूप अवघडही होतं.

दुसऱ्या दिवशी सकाळी हॉटेलमध्ये नाश्ता करत असताना अटल मला म्हणाला, "मलाला, तुला इतकी प्रसिद्धी का मिळाली आहे, मला कळत नाही. तू असं काय केलं आहेस?"

आमच्या न्यू यॉर्कमधील वास्तव्यादरम्यान तो स्टॅच्यू ऑफ लिबर्टी, सेंट्रल

पार्क आणि त्याचा आवडता बेब्लेड गेम यांमुळे रोमांचित झाला होता!

माझ्या भाषणानंतर मला संपूर्ण जगभरातून समर्थनाचे संदेश आले, पण माझ्या देशातून मात्र मुख्यत्वेकरून मौनच होतं. फक्त ट्विटर व फेसबुकवर माझेच पाकिस्तानी बंधूभगिनी माझ्या विरोधात जात असल्याचं दिसत होतं. त्यांनी माझ्यावर मी 'प्रसिद्धीच्या हावेपोटी बोलणारी किशोरी' असल्याचा आरोप केला होता. एकाने लिहिलं होतं, 'तुमच्या देशाची प्रतिमा विसरून जा, शाळेचा विचार विसरून जा, तिला जे हवं होतं, ते अखेर तिला मिळालं, परदेशी ऐशारामी आयुष्य.'

पण मला फरक पडत नाही. मला माहीत आहे की, लोक अशा गोष्टी बोलतात. कारण त्यांनी आमच्या देशात असे नेते आणि राजकारणी पाहिले आहेत की, जे दिलेली वचनं कधीच पाळत नाहीत. उलट पाकिस्तानात दररोज परिस्थिती अधिकच बिघडत चालली आहे. तिथल्या सततच्या दहशतवादी हल्ल्यांनी संपूर्ण देश हादरलेला आहे. लोकांचा परस्परांवर विश्वास उरलेला नाही, पण मला सर्वांना सांगायचं आहे की, मला स्वतःसाठी पाठिंबा नको आहे, मला शांतता व शिक्षण या माझ्या उद्दिष्टांसाठी पाठिंबा हवा आहे.

माझ्या भाषणानंतर मला आलेलं सर्वांत आश्चर्यकारक पत्र होतं, तालिबानच्या कमांडरचं. त्याची नुकतीच तुरुंगातून सुटका झाली होती. त्याचं नाव अदनान रशिद. तो आधी पाकिस्तानी हवाई दलात होता. २००३ सालापासून तो तुरुंगात होता. त्याच्यावर राष्ट्राध्यक्ष मुशर्रफ यांच्या हत्येच्या प्रयत्नाचा आरोप होता. त्याने म्हटलं होतं की, तालिबानने माझ्यावर शिक्षणाच्या चळवळीबद्दल हल्ला केला नव्हता. मी त्यांच्या इस्लामी व्यवस्था स्थापन करण्याच्या प्रयत्नांना हानी पोचवण्याचा प्रयत्न केल्याबद्दल माझ्यावर हल्ला झाला होता. त्याने म्हटलं होतं की, माझ्यावरील गोळीबारामुळे त्याला धक्का बसला आहे, त्यामुळे त्याने मला पत्र लिहिलं होतं. मला आधी इशारा द्यायला हवा होता असं त्याला वाटत होतं. त्याने पत्रात म्हटलं होतं की, मी पाकिस्तानला परत आले, बुरखा घातला आणि मदरशात गेले तर ते मला माफ करतील.

पत्रकार मला त्याच्या पत्राला उत्तर देण्याचा आग्रह करत होते, पण मी विचार केला, 'हे सांगणारा हा माणूस कोण?' तालिबान आमचे राज्यकर्ते नाहीत. हे माझं आयुष्य आहे. ते कसं जगायचं हे मी ठरवणार. पण मोहम्मद हनीफ यांनी एका लेखात एका मुद्द्याकडे लक्षं वेधलं की, या तालिबान पत्रामुळे एक गोष्ट चांगली झाली, बरेच लोक माझ्यावर गोळ्या झाडल्याच नव्हत्या असं ठासून सांगतात. पण तालिबान तरी त्याची जबाबदारी स्वीकारत आहेत.

मी पाकिस्तानात परत जाणार आहे, पण मी जेव्हा जेव्हा माझ्या वडिलांना मला घरी जायचं असल्याचं सांगते, तेव्हा ते काहीतरी सबबी सांगतात.

"नाही, जानी, अजून तुझ्यावरचे उपचार पूर्ण झालेले नाहीत," ते म्हणतात किंवा "या शाळा चांगल्या आहेत. तू इथे राहून ज्ञानसंपादन केलं पाहिजेस, म्हणजे तू तुझे शब्द सामर्थ्याने वापरू शकशील," ते सांगतात.

त्यांचं बरोबर आहे. मला शिकायचं आहे आणि ज्ञानाच्या आयुधाने उत्तम प्रशिक्षित व्हायचं आहे. मग मी माझ्या उद्दिष्टांसाठी अधिक प्रभावीपणे लढू शकेन.

आज शिक्षण हा आपला मूलभूत हक्क आहे हे आपण सर्व जण जाणतो. फक्त पश्चिमेतच नव्हे, तर इस्लामनेसुद्धा आपल्याला हा हक्क दिलेला आहे. इस्लाम म्हणतो, 'प्रत्येक मुलीने आणि प्रत्येक मुलाने शाळेत गेलं पाहिजे.' कुरआनमध्ये लिहिलेलं आहे, 'अल्लाहना आपण ज्ञान मिळवावं असं वाटतं. आकाश निळं का आहे याबद्दल, तसंच महासागार व ताऱ्यांबद्दल आपण जाणून घ्यावं असं त्यांना वाटतं.'

हा खूप मोठा लढा आहे याची मला जाणीव आहे – संपूर्ण जगभरात अशी ५७ दशलक्ष बालकं आहेत, ज्यांना प्राथमिक शाळेत जाता आलेलं नाही. त्यातील ३२ दशलक्ष मुली आहेत. दुःखद बाब म्हणजे असं भीषण चित्र असलेल्या ठिकाणांच्या यादीत माझा मायदेश – पाकिस्तान आहे; आमच्या घटनेत प्रत्येक बालकाला शिक्षणाचा हक्क आहे असं म्हटलेलं असूनही तिथे ५१ लाख बालकांना प्राथमिक शाळेची पायरीसुद्धा चढता येत नाही. आमच्याकडे जवळजवळ ५० दशलक्ष अशिक्षित प्रौढ व्यक्ती आहेत, त्यापैकी दोन तृतीयांश महिला आहेत, माझ्या आईसारख्या.

मुलींची हत्या सुरूच आहे आणि शाळा उडवून दिल्या जात आहेत. आम्ही कराचीतील ज्या मुलींच्या शाळेत गेलो होतो त्या शाळेवर मार्च महिन्यात हल्ला झाला. शाळेचा बक्षीसप्रदान समारंभ सुरू होणार, इतक्यात, शाळेच्या मैदानावर बॉम्ब आणि ग्रेनेड फेकण्यात आले. त्यात शाळेचे मुख्याध्यापक अब्दुर रशिद ठार झाले आणि पाच ते दहा वयोगटातील आठ बालकं जखमी झाली. आठ वर्षांचं एक बालक अपंग झालं. गाझ्या आईला जेव्हा ही बातमी कळली तेव्हा ती खूप रडली.

"आमची मुलं झोपलेली असतात तेव्हा आम्ही त्यांच्या केसालासुद्धा धक्का लागू देत नाही..." ती म्हणाली, "पण ही बंदूकवाली माणसं त्यांच्यावर गोळ्या झाडतात किंवा त्यांच्यावर बॉम्ब फेकतात. यात लहान मुलांचा बळी जातो याचीही त्यांना पर्वा नसते."

जून महिन्यात क्वेट्टामध्ये सर्वांत धक्कादायक हल्ला झाला. एका आत्मघाती बॉम्बरने मुलींच्या कॉलेजची बस उडवून दिली. त्यात ४० विद्यार्थिनी होत्या. त्यातील १४ जणी मरण पावल्या. जखमी विद्यार्थिनींना हॉस्पिटलमध्ये नेण्यात आलं. तिथे काही परिचारिकांना गोळ्या घालण्यात आल्या.

लहान मुलांना फक्त तालिबानच ठार करत होते असं नाही, जर काही वेळा ड्रोन हल्ले, काही वेळा युद्धं आणि काही वेळा उपासमार आणि काही वेळा स्वतःच्याच घरचे... जून महिन्यात गिलगितमध्ये माझ्याच वयाच्या दोन मुलींना ठार

करण्यात आलं. हे ठिकाण स्वातच्या उत्तरेला आले. या मुलींना ठार करण्याचं कारण होतं, पारंपरिक पोशाख घातलेल्या व डोक्याला स्कार्फ गुंडाळलेल्या या मुलींनी त्यांचा पावसात नाचतानाचा व्हिडिओ ऑनलाइन पोस्ट केला होता. त्यांच्या सावत्र भावांनीच त्यांची हत्या केल्याचं वरकरणी दिसत होतं.

आज स्वात अन्य ठिकाणांपेक्षा बरंच शांत आहे, पण अजूनही तिथे सगळीकडे लष्कर आहे... तालिबानला तिथून बाहेर घालवल्याचं सांगितलं गेल्यानंतर चार वर्षं उलटली आहेत तरीही. फजलुल्लाह अजूनही मोकळा आहे आणि आमचे बसचालक अजूनही स्थानबद्ध आहेत. एकेकाळी पर्यटकांसाठी स्वर्ग असणाऱ्या आमच्या खोऱ्याकडे आता 'भयस्थान' म्हणून पाहिलं जातं. ज्या परदेशी लोकांना इथे भेट द्यायची असते, त्यांना इस्लामाबादमधील अधिकाऱ्यांकडून 'ना हरकत' प्रमाणपत्र घ्यावं लागतं. हॉटेल्स आणि कलाकुसरीच्या वस्तूंची दुकानं ओस पडली आहेत. पर्यटकांचा ओघ इथे पुन्हा सुरू व्हायला खूप काळ जावा लागेल.

गेल्या वर्षभरात मी अनेक ठिकाणं पाहिली आहेत, पण माझ्या दृष्टीने माझं खोरं हेच जगातील सर्वांत सुंदर ठिकाण आहे. मी पुन्हा ते कधी पाहू शकेन कोण जाणे? पण मी एक दिवस तिथे नक्की जाईन. रमदानच्या वेळी मी आमच्या बागेत लावलेल्या आंब्याच्या झाडाचं काय झालं आहे कोण जाणे? कुणी त्याला पाणी घालत असेल का? तर भविष्यात एक दिवस पुढच्या पिढ्यांतील मुलंमुली त्याची फळं चाखू शकतील.

आज मी आरशात पाहिलं तेव्हा मनात आलं, 'एके काळी मी परमेश्वराला माझी एक-दोन इंच उंची वाढव अशी प्रार्थना करत होते, पण त्याने मला आभाळाएवढी उंची दिली आहे. इतकं उंच की, मला स्वत:ला ती मोजतासुद्धा येत नाही. त्यामुळे मी माझी उंची वाढली तर जी 'राकत नफ्ल' १०० वेळा करण्याचं बोलले होते ती प्रार्थना मी १०० वेळा केली आहे.'

माझं माझ्या देवावर प्रेम आहे. मी माझ्या अल्लाहची कृतज्ञ आहे. मी त्यांच्याशी दिवसभर बोलत असते. ते सर्वश्रेष्ठ आहेत. त्यांनी मला लोकांपर्यंत पोचण्यासाठी इतकी उंची बहाल करून, माझ्यावर खूप मोठ्या जबाबदाऱ्याही दिल्या आहेत. प्रत्येक घरात, प्रत्येक रस्त्यावर, प्रत्येक खेड्यात, प्रत्येक देशात शांतता नांदावी – हे माझं स्वप्न आहे. जगातील प्रत्येक मुलाला व मुलीला शिक्षण मिळायला हवं, असं मला वाटतं. शाळेत जाऊन माझ्या मैत्रिणींसोबत माझी पुस्तकं वाचता यावीत, हा माझा हक्क आहे. प्रत्येक मनुष्यप्राण्याच्या चेहऱ्यावर समाधानाचं हास्य फुलावं ही माझी इच्छा आहे.

मी मलाला... माझं जग बदललं आहे, पण मी बदललेली नाही.

◆

पाकिस्तान आणि स्वातमधील महत्त्वाच्या घटना

१४, ऑगस्ट १९४७ - मुस्लिमांसाठी जगातील पहिली मायभूमी म्हणून पाकिस्तानची निर्मिती झाली. राजसत्ता असलेले स्वात पाकिस्तानमध्ये गेले, पण त्यांनी त्यांचे विशेष स्थान राखले होते.

१९४७ - पहिले भारत-पाकिस्तान युद्ध.

१९४८ - पाकिस्तानचे संस्थापक मोहम्मद अली जिना यांचा मृत्यू.

१९५१ - पाकिस्तानचे पहिले पंतप्रधान लियाकत अली खान यांची हत्या.

१९५८ - पाकिस्तानच्या पहिल्या लष्करी उठावात जनरल अयुब खान यांनी सत्ता हस्तगत केली.

१९६५ - दुसरे भारत-पाकिस्तान युद्ध.

१९६९ - स्वात वायव्य सरहद्द प्रांताचा भाग बनले.

१९७० - पाकिस्तानात पहिल्या राष्ट्रीय निवडणुका घेण्यात आल्या.

१९७१ - तिसरं भारत-पाकिस्तान युद्ध, पूर्व पाकिस्तान स्वतंत्र बांगलादेश बनला.

१९७१ - जुल्फिकार अली भुट्टो पहिले लोकनियुक्त पंतप्रधान बनले.

१९७७ - लष्करी उठावात जनरल झिया उल-हक यांनी सत्ता मिळवली.

१९७९ - जुल्फिकार अली भुट्टोंना फाशी देण्यात आली, सोव्हिएतने अफगाणिस्तानवर स्वारी केली.

१९८८ - जनरल झिया आणि वरिष्ठ लष्करी अधिकाऱ्यांचा विमान दुर्घटनेत मृत्यू झाला. निवडणुका जाहीर झाल्या; बेनझीर भुट्टो इस्लामी जगतात पहिल्या

महिला पंतप्रधान बनल्या.

१९८९ - सोव्हिएतने अफगाणिस्तानातून पूर्णपणे सैन्य काढून घेतलं.

१९९० - बेनझीर भुट्टोंचं सरकार बडतर्फ झालं.

१९९१ - नवाज शरीफ पंतप्रधान झाले.

१९९३ - नवाज शरीफना लष्कराने राजीनामा देण्यास भाग पाडले, बेनझीर भुट्टोंचे दुसरे सरकार आले.

१९९६ - तालिबानने काबूलमध्ये सत्ता काबीज केली.

१९९६ - बेनझीर भुट्टोंचे दुसरे सरकार बरखास्त झाले.

१९९७ - नवाज शरीफ यांनी दुसरे सरकार स्थापन केले.

१९९८ - भारताने अणुचाचण्या केल्या; पाकिस्ताननेही केल्या.

१९९९ - बेनझीर भुट्टो व त्यांचे पती असिफ अली झरदारी यांच्यावर भ्रष्टाचाराचे आरोप सिद्ध झाले. बेनझीर देश सोडून गेल्या. झरदारींना अटक झाली. जनरल परवेज मुशर्रफ यांनी सत्ता ताब्यात घेतली.

२००१ - अल कायदाने वर्ल्ड ट्रेड सेंटर व पेन्टॅगॉनवर ९ सप्टेंबर रोजी हल्ला केला. अमेरिकेने अफगाणिस्तानवर बॉम्बहल्ले सुरू केले. तालिबान सरकारचा पाडाव झाला, ओसामा बिन लादेन पाकिस्तानात निसटला.

२००४ - पाकिस्तान लष्कराने 'फाटा'मध्ये अतिरेक्यांविरुद्ध कारवाई सुरू केली. अमेरिकी ड्रोनचा पाकिस्तानवर पहिला हल्ला. झरदारी परदेशी गेले.

२००५ - मौलाना फजलुल्लाहने स्वातमध्ये रेडिओ सुरू केला, भयंकर भूकंपात पाकिस्तानातील ७० हजारांपेक्षा जास्त लोकांचा बळी गेला.

२००७ - लष्कराची इस्लामाबादच्या लाल मस्जिदमध्ये धडक. बेनझीर भुट्टो पाकिस्तानात परतल्या. फजलुल्लाहने इस्लामी न्यायालयं स्थापली. मुशर्रफनी स्वातमध्ये सैन्याच्या तुकड्या पाठवल्या. पाकिस्तानी तालिबानचा आरंभ. बेनझीर भुट्टोंची हत्या.

२००७-२००९ - स्वातमध्ये तालिबानचा प्रभाव विस्तारला.

२००८ - झरदारी राष्ट्राध्यक्ष झाले. मुशर्रफ देश सोडून गेले.

२००९ - फजलुल्लाहने स्वातमधील सर्व कन्याशाळा बंद करण्याची घोषणा केली. पाकिस्तान सरकारने तालिबानशी शांतता करार करण्यास तयारी दर्शवली. तालिबानने स्वातचा ताबा घेतल्यामुळे हा करार मोडीत निघाला. पाकिस्तानी लष्कराने स्वातमध्ये तालिबानविरुद्ध लष्करी कारवाई सुरू केली.

जुलै, २००९ - पाकिस्तान सरकारने स्वात तालिबानमुक्त झाल्याचे जाहीर केले.

डिसेंबर, २००९ - राष्ट्राध्यक्ष ओबामांनी अफगाणिस्तानमध्ये ३३ हजार जादा

तुकड्या पाठवण्याचे जाहीर केले, 'नाटो'च्या एकूण एक लाख ४० हजार तुकड्या झाल्या.

२०१० - पाकिस्तानात आलेल्या पुरात दोन हजार लोक मृत्युमुखी पडले.

२०११ - पंजाबचे राज्यपाल सलमान तासीर यांची हत्या. बिन लादेन अबोटाबादमध्ये मारला गेला. मलालाला पाकिस्तानचा 'राष्ट्रीय शांतता पुरस्कार' जाहीर.

९ ऑक्टोबर, २०१२ - मलालाला गोळ्या घातल्या गेल्या.

मे, २०१३ - मुशर्रफ मायदेशी परतले आणि त्यांना अटक झाली. तालिबानचा हिंसाचार सुरू असूनही निवडणुका पार पडल्या. नवाज शरीफ तिसऱ्यांदा पंतप्रधान बनले.

१२ जुलै, २०१३ - मलालाने तिच्या सोळाव्या वाढदिवशी न्यू यॉर्कमध्ये संयुक्त राष्ट्रसंघात भाषण दिलं आणि सर्व बालकांना निःशुल्क शिक्षण मिळण्यासाठी आवाहन केलं.

◆

'मलाला फंड'बद्दल थोडंसं...

जगभरातील ज्या कोट्यवधी मुलींना त्यांचा शाळेत जाण्याचा किंवा त्यांचं अंगभूत सामर्थ्य जाणून घेण्याचा हक्क नाकारला जातो अशा मुलींच्या वतीने आवाज उठवणं हा माझा या पुस्तक-लेखनामागचा उद्देश आहे. माझी कहाणी मुलींना आवाज उठवण्यासाठी व स्वत:ची ताकद ओळखण्यासाठी प्रोत्साहक ठरेल अशी मला आशा आहे, पण माझी चळवळ इथेच थांबत नाही. आपण मुलींना शिक्षण देण्यासाठी आणि त्यांना त्यांचं जीवन व समाज बदलण्यासाठी सक्षम, सबल करण्यासाठी निर्धारपूर्वक प्रयत्न करण्याची गरज आहे.

मी 'मलाला फंड' उभारला आहे तो याच कार्यासाठी.

प्रत्येक मुलीमध्ये व मुलामध्ये जग बदलण्याची ताकद असते, त्यांना फक्त गरज असते ती संधी मिळण्याची... अशी 'मलाला फंड'ची धारणा आहे. त्यांना ही संधी मिळवून देण्यासाठी हा फंड प्रयत्नशील आहे. मुलींना त्यांचा आवाज मिळवून देण्यासाठी व त्यांचं भविष्य उज्ज्वल करण्यासाठी पारंपरिक पद्धतींवर आधारित नावीन्यपूर्ण मार्ग शोधणं तसंच मूलभूत साक्षरतेखेरीज अन्य साधनं, संकल्पना व नेटवर्क्स उपलब्ध करून देणं हे या फंडाचं उद्दिष्ट आहे.

तुम्ही सर्व जण या कार्यामध्ये सहभागी व्हाल अशी मला आशा आहे, ज्यायोगे आपण सर्व जण मुलींचं शिक्षण व सबलीकरण हा खऱ्या प्राधान्याचा विषय बनावा, यासाठी काम करू शकू. कृपया माझ्या चळवळीत सहभागी व्हा.

याविषयी अधिक माहिती जाणून घेण्यासाठी –

www.malalafund.org

www.facebook.com/MalalaFund

www.twitter.com/MalalaFund